क्रांतिचंद्र

चंद्रशेखर आझाद यांच्या जीवनावरील कादंबरी

डॉ. कृ. पं. देशपांडे

सकाळ प्रकाशन

सकाळ प्रकाशन

Krantichandra : Chandrashekhar Azad Yanchya Jivanavaril Kadanbari

क्रांतिचंद्र : चंद्रशेखर आझाद यांच्या जीवनावरील कादंबरी

प्रथम आवृत्ती : फेब्रुवारी, २०२४

प्रकाशक : सकाळ मीडिया प्रा. लि.
५९५, बुधवार पेठ, पुणे ४११ ००२

मांडणी व मुखपृष्ठ : अभिजीत गायकवाड

मुद्रणस्थळ : विकास प्रिंटिंग अॅण्ड कॅरिअर्स प्रा. लि.
प्लॉट नं. ३२, एमआयडीसी, सातपूर, नाशिक

ISBN : 978-81-19311-42-2

संपर्क : ०२०-२४४० ५६७८ / ८८८८८ ४९०५०
sakalprakashan@esakal.com

प्रस्तावना

स्वातंत्र्याच्या अमृतमहोत्सवी पर्वात 'क्रांतिचंद्र' या चंद्रशेखर आझाद यांच्या जीवनावरील कादंबरी प्रकाशित होण्याचा योग येत आहे. त्याबद्दल आनंदही होत आहे आणि समाधानही वाटत आहे. समाधान यासाठी की, यानिमित्ताने या थोर क्रांतिकारकाला आणि त्यांच्या सहकाऱ्यांना आदरांजली अर्पण करता येत आहे.

चंद्रशेखर आझादांचे आयुष्य उणेपुरे पंचवीस वर्षांचे! तसे पाहिले तर फारच थोडे आयुष्य त्यांना लाभले. अर्थात, ज्या ध्येयासाठी त्यांनी सशस्त्र क्रांतीचा मार्ग निवडला त्या मार्गावर वाटचाल करताना दीर्घायुष्याची अपेक्षा करणेही चुकीचेच ठरेल. त्यांचा जन्म कमालीचे दारिद्र्य, अशिक्षितपणा, अंधश्रद्धा आणि कट्टर धार्मिकता असणाऱ्या अशा ग्रामीण वातावरणात झाला. असे असतानाही ते 'हिंदुस्थान सोशॅलिस्ट रिपब्लिकन असोसिएशन' या एका फार मोठ्या गुप्त संघटनेचे प्रधान सेनापती झाले. अल्पावधीतील आपल्या कर्तृत्वाने परकीय सत्तेला त्यांनी चळाचळा कापायला लावले. आपल्या नावाचा दरारा तर एवढा निर्माण केला होता की, मेल्यावरही शत्रूला त्यांच्या जवळ जायची हिंमत झाली नाही. ही सारी वाटचाल; त्यांनी शाळा-कॉलेजातील शिक्षणाने न करता, राजकीय संघर्षात आणि जीवनसंघर्षात आलेल्या स्वानुभवातून केली, हे विशेष!

आझादांच्याबरोबर काम करणाऱ्या त्यांच्या साथीदारांवर दृष्टिक्षेप टाकला तर कळून येईल की, त्या सर्वांचे शालेय शिक्षण आझादांपेक्षा कितीतरी अधिक झालेले होते. आपल्या साथीदारांच्या आणि संपर्कात आलेल्या लोकांच्या मनात

त्यांनी व्यक्तिगत प्रेम, माया, आपुलकी या भावमूल्यांच्या रूपाने स्थान निर्माण केले होते आणि तेच त्यांच्या यशस्वी असण्याचे रहस्य होते. त्यामुळेच आझादांचे नेतृत्व स्वीकारण्यात दलात कधी झगडे, तंटे-बखेडे झाले नाहीत. ही गोष्ट आझादांच्या व्यक्तिमत्त्वाच्या दृष्टीने प्रशंसनीय आहे. त्याचबरोबर ती त्यांच्या सहकाऱ्यांचा प्रामाणिकपणा, निराभिमानता आणि आझादांच्यावरील निस्सीम प्रेमही व्यक्त करते.

आझादांचे व्यक्तित्व परिस्थितीनुरूप बदलत गेले. त्यांची वैचारिक प्रगती त्यांच्या कृतीतूनही उतरली. त्यांच्या या प्रगतिशीलतेचे माहात्म्य समजण्यासाठी ते ज्या सामाजिक वातावरणात जन्मले, वाढले ती परिस्थिती लक्षात घेणे आवश्यक आहे. ते वातावरण बुरसटलेल्या विचारांचे होते. तिथे धार्मिक कट्टरता होती. स्पृश्यास्पृश्यता, जातिभेद होता. स्त्रियांबद्दलची जुनाट अनुदार वृत्ती होती. अशा स्थितीतून प्रगती करत ते विसाव्या या शतकाच्या तिसऱ्या दशकातील एक अग्रगण्य क्रांतिकारी नेता बनले. ही प्रगती सोपी नाही. क्रांतिकारी दलात सहभागी झाल्यावर पं. रामप्रसाद बिस्मिलांचे नेतृत्व त्यांना लाभले. त्यांच्या सहवासातच प्रागतिकतेची प्रसादचिन्हे त्यांच्यात दिसू लागली. त्यांच्या आचारविचारांवर आर्यसमाजाच्या विचारांची छाप पडली. जातिभेद, मूर्तिपूजा निस्सार वाटायला लागली. नंतर भगतसिंगांच्या अभ्यासू सहवासात त्यांच्यात आणखी बदल झाला. त्यांनी समाजवादोन्मुख धर्मनिरपेक्ष दृष्टिकोन स्वीकारला.

हा वैचारिक बदल व्हायला आणखीही एक गोष्ट कारणीभूत होती. ती म्हणजे त्यांची ज्ञानलालसा! आझादांच्या शालेय शिक्षणाला मर्यादा असल्या तरी जीवनाच्या ग्रंथातून, अनुभवांतून त्यांनी अनेक गोष्टी आत्मसात केल्या होत्या. दलात आपल्या साथींना शिक्षणाचा, वाचनाचा आग्रह आझादांइतका अन्य कोणीच करत नव्हते. प्रारंभीच्या काळात त्यांना इंग्रजी फारसे समजत नव्हते. पण ते नेहमी कोणा ना कोणा साथीकडून सिद्धान्तविषयक इंग्रजी ग्रंथ वाचवून घेत. हिंदीत त्याचा अर्थ सांगायला सांगून तो विषय समजावून घेण्याचा प्रयत्न करत असत.

आझाद समाजवादाकडे आकर्षित होण्याचे आणखीही एक कारण आहे. त्यांचा जन्म अत्यंत गरीब कुटुंबात झालेला असल्याने दारिद्र्याचा जीवघेणा अनुभव त्यांनी घेतला होता. भावऱ्याला असताना भोवतालच्या आदिवासी,

शेतकरी यांचे जीवनही त्यांनी जवळून न्याहाळले होते. मुंबईत तर काही दिवस ते मजुरांच्या सहवासात राहिले होते. बालपणाच्या या वातावरणाचा खोल ठसा त्यांच्या मनावर उमटला होता. साहजिकच मजूर, शेतकरी यांच्या 'राज्या'ची ते जेव्हा चर्चा करत तेव्हा त्यात स्वानुभवाचे स्पष्ट प्रतिबिंब पडलेले असायचे. या सगळ्या गोष्टींमुळे त्यांच्या आचारविचारांत कालानुरूप बदल झालेला दिसतो.

आझादांची स्त्रीविषयक विचारधाराही बदलत गेलेली दिसते. त्यांनी जीवनात अखेरपर्यंत नैष्ठिक (मन, क्रम, वचन यांच्यासह) ब्रह्मचर्याचे पालन केले. प्रारंभीच्या काळात दलात स्त्रियांना प्रवेश देण्याच्या ते विरुद्ध होते; कारण पूर्वपरंपराच तशी होती. त्यावेळी क्रांतिकारकांना 'आनंदमठा'च्या भावनेने प्रभावित केलेले होते. संघटनेला ते 'आनंदमठ' बनवू इच्छित होते. नंतरच्या काळात मात्र त्यांनी स्त्रियांनाही दलात प्रवेश दिला. स्त्रियांनीही या संग्रामात उत्तम काम केले. अखेरच्या काळात त्यांनी स्त्रियांनाही हत्यारे चालविण्याचे, नेमबाजीचे शिक्षण दिले. दलाबद्दल, क्रांतिकार्याबद्दल सहानुभूती असणाऱ्या व्यक्तींच्या घरातल्या स्त्रियांनाही ते कार्य करण्यासंबंधी प्रेरणा देत राहिले.

आहाराच्या बाबतीत ते शुद्ध शाकाहारी होते. दलाचे नेतृत्व स्वीकारल्यानंतर इतरांच्या मांस खाण्याला त्यांनी कधी विरोध केला नाही, तसंच कधी 'चांगलं' ही म्हटले नाही. ते बऱ्याचदा शिकार करायचे पण स्वतः मांस खायचे नाहीत. भगतसिंगांच्या सहवासात आल्यानंतर मात्र कच्चे अंडे खाण्यापर्यंत आणि 'अंडे में कोई हर्ज नहीं है, वैज्ञानिकों ने तो उसे फल जैसा ही बताया है।' असे त्याचे समर्थन करण्यापर्यंत त्यांची प्रगती झालेली दिसते. हा भगतसिंगांच्या विचारांचा प्रभाव होता.

कादंबरी वाचताना आणखी एक गोष्ट लक्षात ठेवली पाहिजे. सशस्त्र क्रांतिसंघटनांनी वेळोवेळी जी पत्रके प्रसिद्ध केली त्यात सशस्त्रक्रांतीचे समर्थन केलेले आहे. 'पीला पर्चा' या पत्रकात तर दहशतवाद, अराजकवाद यांचेही समर्थन केलेले दिसते. ही पत्रके वाचताना तो काळ लक्षात घेतला पाहिजे. तेव्हा देश पारतंत्र्यात होता. स्वातंत्र्य मिळवायचे होते. त्यासाठी या क्रांतिकारकांनी सशस्त्र क्रांतीचा मार्ग स्वीकारला होता. त्यामुळे सर्व राजकीय वातावरण ढवळून निघाले होते. परकीय सत्तेला क्रांतिकारकांचा धाक वाटत होता. दरारा वाटत होता. त्या काळात त्या लढ्याचे महत्त्वाचे स्थान होते. आज परिस्थिती वेगळी

आहे. देशाला स्वातंत्र्य मिळाले आहे. तेव्हा आता सशस्त्र मार्ग, दहशतवाद, अराजकवाद यांची मुळीच आवश्यकता नाही.

कादंबरीसाठी वापरलेले बरेचसे संदर्भग्रंथ आज 'दुर्मीळ' या सदरात गेले आहेत. ते मिळवण्यासाठी बराच प्रयत्न करावा लागला होता. कै. वि. श्री. जोशी, कै. विश्वनाथ वैशंपायन आणि कै. शिव वर्मा यांच्यासह सर्व संदर्भग्रंथलेखकांचा मी नितांत ऋणी आहे.

पुस्तक प्रकाशित करण्याची सर्व जबाबदारी सकाळ प्रकाशनाने स्वीकारली, त्याबद्दल मी सकाळ प्रकाशनाच्या कार्यकारी-संपादक दीपाली चौधरी, अंजली इंगवले, सचिन वाघमारे, आशिष तागडे व सर्व संपादकीय मंडळांचा ऋणी आहे. विलास राजगुरू, माझी पत्नी शुभदा देशपांडे यांच्यासह अनेकांच्या सहकार्याने, शुभेच्छेने आणि गुरुजनांच्या आशीर्वादाने हे पुस्तक पूर्ण होऊ शकले, त्या साऱ्यांचा मी ऋणी आहे.

– कृ. पं. देशपांडे

मो. नं. ९४०३१८५७६७

०२०-२५४६६३०७

क्रांतिदलातील टोपणनावे

क्रांतिकारकांना दलात किंवा पार्टीत टोपणनावाने संबोधित असत. कादंबरीत अनेक ठिकाणी या टोपण नावांचाच वापर केला आहे. क्रांतिकारकांची मूळ नावे आणि टोपणनावे खाली दिली आहेत.

- चंद्रशेखर आझाद : पंडितजी, महाशय, भैया, नंबर दोन
- कुंदनलाल : नंबर एक, प्रताप
- भगतसिंग : रणजित
- सुखदेव : विलेजर
- शिव वर्मा : प्रभात
- विजयकुमार सिन्हा : बच्चू
- महावीरसिंग : प्रतापसिंग
- फणीन्द्र घोष : दादा
- भगवानदास माहौर : कैलाश
- विश्वनाथ वैशंपायन : बच्चन
- सदाशिवराव मलकापूरकर : सदू
- यशपाल : सोहन, बांगडूस (आझादांनी ठेवलेले खास नाव)
- कैलाशपती : कालीचरण, शीतलप्रसाद, कल्याणासिंग
- श्रीराम सावरगावकर : इंजिनिअर
- राजगुरू : रघुनाथ, एम. रामगुरू
- बटुकेश्वर दत्त : मोहनबाबू
- जयदेव कपूर : हरिश
- जतींद्रनाथ दास : कालीबाबू किंवा कामिनीबाबू
- छैलबिहारी : सूरज
- पृथ्वीसिंग आझाद : स्वामीराव
- शाळीग्राम शुक्ल : पहाडी
- सुखदेवराज : सिराज
- मन्मथनाथ गुप्त : नबाब

काळोखातील कवडसे.....

हे क्रांतिचंद्रा! चंद्रशेखरा....
तुम्ही म्हणाला होता,
'मैं नहीं चाहता, मेरी जिंदगी लिखी जाय'
अर्थात, समर्पण भावनेने काम करणाऱ्याला
गाजावाजा करायचाच नसतो.
व्हायचं असतं आपल्याच कार्यात एकरूप!
सामावून जायचं असतं आपल्याच ध्यासात,
नि विरघळून जायचं असतं आपल्याच ध्येयात!
ध्येय, ध्यास नि जीवन एकच....
जीवनाचं जिथं नाही स्वतंत्र अस्तित्व
तिथं 'जीवनी' हवीच कशाला?

तुमच्या दृष्टीने असेलही हे सत्य!
पण हे 'सत्य' आम्हाला वाटेल का योग्य?
आमचंही काही कर्तव्य नाही का?

आपण ज्या देशभक्तीच्या मार्गाने गेलात,
त्याचा परिचय आम्हाला नको का व्हायला?
त्या मार्गावर चालता चालता
देशप्रेमाने, त्यागाने
आमचंही जीवन नको का उजळायला?

तुम्ही तुमची 'जीवनी' कितीतरी दिवस
ठेवली होती अज्ञात!
कोणालाच काही सांगितलं नव्हतं....
अगदी जिवाच्या जिवलगांनाही
तुमच्या सहकाऱ्यांनी मात्र
तुमच्या आठवणी, स्मृती
काळीजकुपीत जपल्या
नुसत्या जपल्याच नाहीत तर
आत्मचरित्रातून त्या सांगितल्या
त्याचमुळे दिसले काळोखातही काही कवडसे!
त्या तेजोशलांकाचा माग काढीत
केला प्रयत्न तुमचं जीवन न्याहाळण्याचा!!

अथांग सागरासारखं तुमचं जीवन
हाताच्या ओंजळीत मावणार तरी किती?
अगदी ओंजळभर घ्यायचं म्हटलं तरी
बोटांच्या फटीतून कितीतरी निसटणारंच
जे राहिलं.... समजलं... कळलं...
तेही उदात्त आहे, भव्य-दिव्य आहे
देशप्रेमाचा, देशभक्तीचा रस्ता दाखवणारं आहे
म्हणूनच त्या प्रकाशमार्गावर
टाकली पाहिजेत चार पावलं कृतीची
मातृभूमीला सुजलाम्-सुफलाम् करण्यासाठी
तुमच्या डोळ्यांत तरळणाऱ्या
स्वप्नांना साकार करण्यासाठी!!
हे क्रांतिचंद्रा! चंद्रशेखरा....

१

'माझ्या जीवनाला काही अर्थ राहिला आहे का? कशासाठी मी मुंबईला आलो? केवळ पोट भरण्यासाठी...? मग त्यासाठी घर सोडून, इथं इतक्या लांब यायची काय आवश्यकता होती? नोकरीच करायची होती तर ती अलिराजपूरला मिळाली नव्हती का? मग इतका खटाटोप मी कशासाठी केला?' शेखरच्या मनात विचारांचे काहूर माजले होते.

कितीतरी दिवस तो अस्वस्थ होता. बेचैन होता. आला दिवस पुढे ढकलीत होता. पण आज... खानावळीत दुपारचे जेवण केले, बाहेर पडला नि त्याच जीवघेण्या विचाराने त्याच्या डोक्यात थैमान घातले.

डोक्यावरचे ऊन चांगलेच तापले होते. अंगातून घामाच्या धारा लागल्या होत्या. पाय दिशाहीन पुढे पडत होते. समोर एक बाग दिसली. त्याची पावले नकळत तिकडे वळली. बागेत मोजकीच माणसे होती. झाडांच्या छायेत विसावली होती. हिरवळीवरून पुढे जाताना त्यानेही एक छायावृक्ष पाहिला. तोही विसावला. वाटले होते, निसर्गाच्या सान्निध्यात जरा बरे वाटेल. विचारही शांतावतील; पण चार-दोन मिनिटांतच वारुळातून मुंग्या भराभर बाहेर पडाव्यात, तशी त्याच विचारांची भेंडोळी डोक्यात गर्दी करू लागली.

'अलिराजपूर सोडलं ते घरच्या बंदिवासातून बाहेर पडण्यासाठी. मोकळ्या वातावरणात जगण्यासाठी... मग झाली बंदिवासातून सुटका? मिळाली मोकळी

हवा?... का एका बंदिखान्यातून दुसऱ्या बंदिखान्यात अडकलो? सारं जीवन ही एक बंदिशाळाच असते का? जागेचा नि जगण्याच्या तपशिलाचा फक्त फरक... बाकी जगणारा प्रत्येक जण बंधनातच जगत असतो का?...'

'इथं येऊन काय मिळालं? काय मिळवलं? कोंदट... कुबट जीवन! राहायला घर नाही... मजुरांची ती खोली. उजेड-वाऱ्यालाही आत यायला बंदी. खिडकीच काय पण साधा झरोकाही नाही. आत अंधार दाटलेला नि त्यात राहणारे ते दहा-बारा जीव. खुराडं तरी बरं!'

'सकाळी उठून कामाला जायचं. दिवसभर राब-राब राबायचं आणि संध्याकाळी थकल्या शरीराने नि निस्तेज मनाने त्या खुराड्यात परतायचं. रात्री खानावळीतल्या अन्नाचे चार घास पोटात ढकलायचे, वेळ घालवायला रोज सिनेमा बघायचा. दिसेल तो. असेल तो. मध्यरात्रीनंतर झोप डोळ्यांत मावेनाशी झाली की त्या खुराड्यात येऊन आक्रसल्या अंगाने झोपायचं... याला का जगणं म्हणायचं? यात कसला आला आहे आनंद नि कसला मोकळेपणा... कसलं स्वातंत्र्य? यापेक्षा 'भावऱ्याचं जीवन....'

'भावरा' त्याचे जन्मगाव! भावऱ्याचा विचार मनात येताच त्याचे मन शहारले. त्याच्या डोळ्यांसमोर त्याचे छोटेसे घर आले. वडिलांची मूर्ती दिसू लागली आणि आईऽऽ! आई तर त्याचे परम दैवत! पाहता-पाहता त्याच्या डोळ्यांसमोर सारे गाव साकारू लागले नि त्याच्या सोबतीने त्याचे बालपण! एका वेगळ्याच विश्वात तो जाऊन पोहोचला होता.

***

भावरा! मध्य भारतातल्या अलिराजपूर तहशिलातील एक छोटेसे गाव! विंध्याद्रीच्या कुशीत वसलेले निसर्गरम्य खेडे!! घरे छोटी, झोपडीवजा, कौलारू. मध्येच कुठेतरी दुमजली घर. त्यांच्या समोरून जाणारे लहान-लहान धूळभरले रस्ते अन् तरीही भोवतालच्या हिरव्याकंच निसर्गाने खुलून दिसणारे. वनदेवीच्या गालावरील तिळासारखे! गावाला बिलगून असणाऱ्या नि आकाशाला भिडणाऱ्या विंध्याचलाच्या उंच-उंच पर्वतरांगा, आपल्या नक्षीदार कमानींनी आकाशाच्या छताला बांधलेल्या मेखलाच वाटायच्या. गावाच्या जवळ पावसाळ्यात दुथडी भरून वाहणारी आणि इतर ऋतूत संकोचून जाणारी लहानशी नदी. जवळच एका बाजूला असणारा एक वर्तुळाकार तलाव. गर्द झाडीत दडलेला. पर्वतराजीच्या

अंगठीत चमकणाऱ्या हिऱ्यासारखा! श्रमाचे घर्मबिंदू चमकावेत तसं चमकणारं त्याचं पाणी! आपल्या मधुर, शीतल जलाने गावाला बारा महिने तृप्त करायचा. त्या तलावापासूनच विंध्याचं जंगल सुरू व्हायचं. गावातल्या गावकऱ्यांना भोवताली राहणाऱ्या आदिवासींची संगत-सोबत. साऱ्यांचेच जीवन कष्टमय. संघर्षमय. कष्टाशिवाय चूल कधी पेटायचीच नाही. जीवन म्हणजे एक तपस्याच! दिवस उगवायचा तो तपाच्या साधनेसाठी आणि साधनेतून शांतता मिळावी म्हणून तारकामंडित रात्र गावावर मोहजाल पसरायची.

त्या गावातली ती छोटीशी कौलारू झोपडी. सीताराम तिवारींनी - शेखरच्या वडिलांनी बांधलेली. १९०१च्या सुमारास उत्तर भारतात दुष्काळ पडला. उन्नाव जिल्ह्यातले बदरका गाव सोडून उदरनिर्वाहासाठी ते भावऱ्याला आले. तेथेच स्थायिक झाले. त्यावेळी बांधलेली ही झोपडी. पडवीसारख्या पुढच्या भागात जळणाची लाकडे रचून ठेवलेली असायची. पुढे काथ्याने विणलेली एक बाज उभी करून ठेवलेली. अर्ध्या भिंतीसारखा तिचा उपयोग. झोपडी बाहेर घडवंची. त्यावर पाण्याची भांडी. खिडक्याही एक-दोनच; लहानशाच! त्यामुळे उजेड बेताचाच. चूल पेटवली की स्वयंपाकघर धुराने भरून जायचे. दारासमोर आंब्याचे डौलदार झाड. गार छाया देणारे. त्याच्याखाली गुरांचा मांडव. इथे आल्यावर सीताराम तिवारींनी दुधाचा व्यवसाय सुरू केला. गाई-म्हशी घेतल्या. व्यवसाय बरा चालायला लागला. त्यांनी पत्नीला जगरानी देवींना बोलावून घेतले. त्या आपल्या मुलाला - सुखदेवाला घेऊन आल्या नि सीतारामजींच्या त्या चंद्रमौळी झोपडीला घरपण आले. थोड्याच दिवसांत घरात पाळणा हलला. मुलगा झाला. नाव ठेवले चंद्रशेखर! झोपडी आनंदाने फुलून गेली.

दोन्ही मुले वाढत होती. घरी दूधदुभते होते. व्यवसायही चांगला चालला होता. पाच-सहा वर्षे सुखात गेली आणि पुन्हा दुष्काळ पडला. भयंकर दुष्काळ! चारा-पाण्यावाचून गुरे मरू लागली. सीतारामजींचा गोठा रिकामा होऊ लागला. तीस-चाळीस जनावरांची संख्या चारवर आली. अन्न-पाण्याविना मरणाऱ्या त्या मुक्या प्राण्यांच्या यातना पाहून दोघांचेही मन दुःखी झाले. हताशपणे पाहण्याशिवाय ते काही करू शकत नव्हते. दुष्काळाबरोबर दारिद्र्यही आपले हात-पाय पसरू लागले नि सीतारामजी, जगरानीदेवी दोघांचेही चेहरे निस्तेज

दिसू लागले. 'आता पुढे काय?' हा प्रश्न अक्राळ-विक्राळ रूप घेऊन त्यांच्यासमोर उभा राहिला.

परिस्थिती बदलली पण स्वभावात फरक पडला नाही. सीतारामजींचा हट्टीपणा, स्वाभिमान तसाच होता. आता घरात एखाद-दुसऱ्या वस्तूची चणचण जाणवू लागली होती.

***

शेखर आता सहा-सात वर्षांचा झाला होता. तिथल्या प्राथमिक शाळेत त्याचे नाव घातले होते. सुखदेवही त्याच शाळेत जात होता. पण खेडेगावातली शाळा ती! कधी शिक्षक नसायचे तर कधी विद्यार्थी! अभ्यासापेक्षा सुट्ट्याच जास्त. मग काय, मुले हुंदडायला मोकळी. अभ्यासाचा आनंदच! सीतारामजींना हे दिसत होते. गरिबीमुळे त्यांचे शिक्षण झाले नव्हते; त्यामुळे मुलांनी चांगले शिकावे, पुढे संस्कृत पंडित व्हावे ही त्यांची मनापासूनची इच्छा होती. 'हे व्हावे कसे?' याच विवंचनेत ते रात्रंदिवस असायचे.

त्याच वेळी मनोहरलाल त्रिवेदी नोकरीनिमित्ताने भावऱ्याला आले. तेही उत्तर प्रदेशातील उन्नाव जिल्ह्यातले रहिवासी. तिवारी घराण्याशी त्यांचे लांबचे नाते होते नि जाणे-येणेही! भावऱ्याला आल्यावर दोघांनाही एकमेकांचा आधार वाटू लागला. जाणे-येणे वाढले. ते अगदी घरातील एक बनून गेले. सीतारामजींनी बोलता बोलता एकदा मुलांच्या शिक्षणाचा विषय काढला. आपली चिंता सांगितली. ती ऐकून मनोहरलालजींनी दोन्ही मुलांना शिकवायला सुरुवात केली.

मनोहरलाल वयाने फार मोठे नव्हते. सोळा-सतरा वर्षांचे. स्वभाव लाघवी. मन संवेदनशील. आवाज गोड नि वजनदार. मन लावून शिकवायचे. सुखदेव शिकताना अगदी तन्मय होऊन जायचा. शेखरचा स्वभाव मात्र वेगळा. खोडकर, अभ्यासाची आवडच नव्हती. त्याची सारखी चुळबुळ. लक्ष सदान्कदा खेळाकडे. साहजिकच मनोहरलालजींना जवळ छडी ठेवावी लागे. कधी नुसती धाक दाखवण्यासाठी तर कधी मारण्यासाठीही!

मनोहरलालजी नित्याप्रमाणे शिकवत होते. सीतारामजी पडवीतच काहीतरी काम करत बसले होते. शिकवण्याच्या शेवटी मनोहरलालजींनी सांगितले, "शेखर, आता नीट लक्ष दे. मी दोघांची परीक्षा घेणार आहे. विचारलेल्या प्रश्नांची नीट उत्तरे द्या."

सुखदेव सावरून बसला. गुरुजी काय विचारताहेत ते लक्ष देऊन ऐकू लागला. शेखरला मात्र त्याचे विशेष वाटत नव्हते. प्रश्नोत्तरे होत होती आणि मनोहरलालजींनी मुद्दामच एक शब्द चुकीचा उच्चारला. मुलांचे लक्ष आहे का नाही ते पाहण्यासाठी! तसे दोघांचेही लक्ष होते. चुकीचा शब्द ऐकताच सुखदेवाने शांतपणे, नम्रपणे ती चूक त्यांच्या लक्षात आणून दिली, पण चुकीचा शब्द ऐकताच शेखर संतापला.

''चुकीचा शब्द... आमची चूक झाली की आम्हांला छडी आणि आता...'' मागचा पुढचा कसलाही विचार न करता, क्षणार्धात त्याने तिथली छडी उचलली आणि मनोहरलालजींच्या मांडीवर दोन छड्या सपासप ओढल्या. ते पाहताच सीतारामजी कमालीचे संतापले. ताड्कन उठले नि हात उगारून शेखरच्या अंगावर धावले. शेखरला मारणार तोच मनोहरलालजींनी त्यांचा हात वरचेवर धरला. तरी संतापाने ते थरथरत होते.

रागानेच त्यांनी विचारले, ''गधड्या, गुरुजींना मारलंस? त्यांच्यावर हात उगारलास तरी कसा?''

शेखरही संतापलेला होताच. वडिलांचा जमदग्नीसारखा अवतार पाहूनही तो घाबरला नाही.

तशाच आवाजात त्यानेही उत्तर दिले, ''आमची चूक झाली की हे आम्हाला मारतात, मग आता त्यांची चूक झाली म्हणून मी त्यांना मारलं. चूक झाली की शिक्षा नको करायला?''

शेखरचे ते बोलणे ऐकून दोघेही थक्क झाले. काय हा विलक्षणपणा! आश्चर्याने एकमेकांकडे पाहू लागले. क्षणभर काय बोलावे हे कोणालाच कळले नाही.

***

गावात दिवाळीला सुरुवात झाली. अंगणात चंद्रज्योती, फुलबाज्या उडू लागल्या. सीतारामजींनीही मुलांसाठी थोडे फटाके, रंगीत उजेड पाडणाऱ्या काड्याच्या पेट्या आणल्या. एके दिवशी संध्याकाळच्या वेळेला शेखर मित्रांबरोबर अंगणात खेळत होता. हातात काड्याची पेटी होती. मित्रांकडेही होत्या. एकाने हिरव्या प्रकाशाची काडी उजळली. दुसऱ्याने तांबड्या प्रकाशाची, शेखर ते पाहत होता. पाहता-पाहता त्याच्या डोक्यात कल्पना चमकून गेली, 'एक काडी पेटवली तर एवढा प्रकाश... सगळ्या काड्या एकदम पेटवल्या

तर...? केवढा प्रकाश पडेल नाही?' एखादी गोष्ट करण्याची कल्पना मनात आली की करूनच दाखवणार असला हट्टी स्वभाव! जिद्दही होतीच.

तो मित्रांना म्हणाला, ''अशा एक-एक काड्या उजळण्यापेक्षा सगळ्या काड्या एकदम उजळल्या तर केवढा प्रकाश पडेल नाही? काय मज्जा येईल?''

क्षणभर सगळेच एकमेकांकडे पाहत राहिले. मग एक-एक जण त्या विचाराने भारावले नि म्हणाले, ''खरंच, मज्जा येईल. खूप मोठ्ठा प्रकाश पडेल.''

''मग, कोण पेटवेल सगळ्या काड्या एकदम?''

आपल्या अंगावर आल्यावर सारेच गप्प झाले. सगळ्या काड्या एकदम उजळायची कल्पना छान होती पण त्या एकदम पेटल्यावर त्याची धग कोण सहन करणार? आणि हात भाजला तर? सगळे एकमेकांकडे नुसतेच पाहत बसले. कोणीही पुढे यायला तयार नव्हते. कोणाचीही हिंमत होत नव्हती.

ते पाहून शेखर म्हणाला, '' हत् तुमची! भेकड कुठले. एकाचीही हिंमत नाही सगळ्या काड्या एकदम पेटवायची?''

शेखरचं बोलणं मनाला लागून एक जण म्हणाला, ''नाही आमची हिंमत, तुझी तरी आहे का?''

''असल्याशिवाय का बोलतो आहे? आण सगळ्या पेट्या. सगळ्या काड्या एकदम उजळवून दाखवतो.''

शेखरने सगळ्या काड्याच्या पेट्या घेतल्या. त्यातल्या काड्या एकत्र करून एकदम पेटवल्या. त्याबरोबर अंधार उजळला. झगझगीत प्रकाश पडला. पण काड्यांचा जीव तो किती, क्षणभरात काड्या जळाल्या नि त्याच्या धगीने, ज्योतीने शेखरचा हातही! पण त्याला त्याची कुठे पर्वा होती? तो विजयाच्या नशेत इतरांकडे पाहून हसत होता. त्याने काड्या खाली टाकल्यावर, त्याचा हात चांगलाच भाजला असल्याचे इतरांच्या लक्षात आले.

ते पाहताच एक जण औषध आणायला निघाला पण शेखर म्हणाला, ''अरे, एवढं काही भाजलं नाही. औषध कसलं लावतोस? होईल आपोआप बरं, काही गरज नाही औषधाची.''

सगळे त्याच्या भाजलेल्या हाताकडे पाहत होते. विजयाच्या उन्मादाचे एक वेगळेच समाधान त्याच्या हसण्यातून जाणवत होते.

***

शेखरचे वय वाढत होते तशी त्याला घरची बंधने जाचक वाटू लागली होती. घर कट्टर सनातनी ब्राह्मणाचे! सोवळंओवळं कडक. आईचा रोजचा स्वयंपाकही सोवळ्यात असायचा. जेवायला ठरावीक ठिकाणीच बसायचे. तेथे जाताना हात-पाय स्वच्छ धुऊन जायचे. पाटावर बसल्यावर इकडे-तिकडे शिवायचे नाही. जेवताना उठायचे नाही. संध्याकाळी दिवेलागणीला घरी यावे लागायचे. हात-पाय धुऊन शुभंकरोती, स्तोत्रे म्हणायची. सर्व मोठ्या माणसांना रोज नमस्कार करायचा. बाहेर कुठे काही खायचे नाही. एक ना दोन अनेक बंधने. शेखरचे बंडखोर मन त्याविरुद्ध चिडून उठायचे.

रोजरोज त्याच त्याच गोष्टी करायचा कंटाळा यायचा, पण वडिलांचा स्वभाव रागीट, करारी! शिस्त कडक. त्यांचा दराराच जाणवायचा. ते नुसते घरात असले तरी घर शांत असायचे. रोजच्या आन्हिकात कोठे हलगर्जी झाली तर आधी दरडावून समज मिळायची आणि पुन्हा तसेच घडले तर खरपूस मार मिळायचा. बाहेर कुठे खोड्या करून आले, कुठे काही खाऊन आले नि घरी कळले की मार ठरलेलाच!

एकदा असेच झाले. शेखर दारातच पेरू खात बसला होता. बाहेरून सीतारामजी-दादा-आले. त्यांनी ते पाहिले. एवढा मोठा पेरू सरकारी बागेशिवाय गावात दुसरीकडे कोठेच नव्हता. शेखरने नक्की तेथूनच आणला असणार.

त्यांनी विचारले, ''शेखऽऽर, पेरू कोठून आणलास?''

शेखरचे पेरू खाणे थांबले. तोंडातला तुकडा कसातरी गिळला. खाली मान घालून, न बोलताच तो उभा राहिला. दादांनी पुन्हा दरडावून विचारले, ''शेखरऽऽ! पेरू कोठून आणलास?''

तरीही एक नाही दोन नाही. क्षणभर त्याला ब्रह्मांड आठवले. भविष्य दिसू लागले. तोंडातून शब्द निघेना.

दादांनी पुन्हा विचारले, ''बोलता येत नाही का? मी काय विचारतोय? सांग... पेरू कोठून आणलास?''

''बागेतून.''

''सरकारी बागेतून?''

''हं...''

ते ऐकताच ते इतके संतापले की, त्यांनी कोपऱ्यातल्या काठीने त्याला

गुरासारखे मारले. आई मध्ये पडली नि त्याला कसेतरी सोडवले. बराच वेळ ते संतापाने धुमसत होते.

काही क्षणांनी ते पुन्हा म्हणाले, ''पुन्हा तिथला पेरू आण तर खरं, तंगडं मोडून हातात देईन.'' ते तोंडाने पुटपुटतच बाहेर निघून गेले. मग जगरानीदेवींनी शेखरच्या वळांवर तेल-हळद लावली. हळुवार चंद्रशीतल हाताच्या स्पर्शातून झिरपणाऱ्या प्रेमाने त्याचे मनही चंद्रमय झाले.

असे प्रसंग बऱ्याचदा घडायचे. त्यामुळे साहजिकच घरापासून दूर जावे, मित्रांत वेळ घालवावा, दांडगाई करावी, याची आवड त्याच्या मनात निर्माण झाली. नाही म्हणायला मनोहरलालजींच्या शिकविण्यामुळे थोडाफार अभ्यास होत होता; पण योग असा की त्यांची बदली नानपूरला झाली. त्यामुळे तो अभ्यासही संपला नि त्यांच्यामुळे मनावर असणारे अभ्यासाचे दडपणही संपले.

मनोहरलालजी मधून-मधून भावऱ्याला येत. तिवारी कुटुंबाला काय हवे नको ते बघत. सुख-दुःखाच्या गोष्टी होत. मग दुसऱ्या दिवशी ते परत जात. या धावत्या भेटीत शेखरच्या अभ्यासाची चौकशी करायला फारसा वेळ मिळत नसे; मिळाला तरी वरवरची चौकशी होई. तेवढी वेळ कशी सांभाळायची याचे तंत्र शेखरने आत्मसात केले होते.

दिवस उलटत होते. महिने सरत होते. आता शेखर १०-११ वर्षांचा झाला होता. बाहेरची ओढ वाढली होती. शाळेच्या वेळेला घरातून निघायचे, मित्रांना घेऊन तळ्याकाठी जायचे, मनसोक्त खेळायचे हे नित्याचे झाले होते.

चोर-शिपाई, सूर-पारंब्या हे खेळ आवडीचे. दिवसभर खेळायचे. शाळा सुटायच्या वेळेला पुन्हा घरी हजर!

दिवसागणिक खेळ रंगत होते. एकदा खेळ असाच रंगात आला होता. एवढ्यात भिल्लांची काही मुले हातात तिरकामठा, बाण घेऊन तळ्याकाठी आली. पाणी प्यायली, नि झाडावरच्या पक्ष्यांना बाणांनी टिपू लागली. शेखर त्यांच्याकडे पाहत होता. थोड्या वेळाने तो त्यांच्या जवळ गेला. त्यांना नावे विचारली. सत्तू, चिंध्या, बारक्या... नावे ऐकून त्याला मजा वाटली. त्याने तिरकामठा हातात घेऊन एक बाण सोडून पाहिला, नि त्यांना विचारले, ''मला शिकवाल नेम धरायला?'' होकार मिळाला.

मग रोजच तळ्याच्या काठी, गर्द झाडीत नेमबाजीचा सराव सुरू झाला.

एकाग्रतेने केलेल्या साधनेने थोड्याच दिवसांत शेखर त्यात तयार झाला. झाडावरचे पक्षी त्याच्या बाणांची शिकार होऊ लागले. जंगलात त्या मुलांच्याबरोबर तोही शिकारीला जाऊ लागला. बाणाने सावजे टिपू लागला. नेमबाजीत त्या भिल्लांच्या पोरांपेक्षाही त्याची तयारी चांगली झाली होती. मधून-मधून तो जंगलातल्या त्यांच्या वस्तीवरही जाऊ लागला. तिथले लोकही त्याला ओळखू लागले. मोकळी हवा, मुक्त वातावरण आणि होणारा भरपूर व्यायाम यामुळे शेखरचे शरीर चांगलेच भरले. अंगात ताकद आली. वयाच्या मानाने तो चांगलाच धट्टा-कट्टा दिसू लागला.

एक दिवस तळ्याकाठी कोणी मित्र आलेले दिसेनात म्हणून तो जंगलात त्यांच्या वस्तीवर गेला. वस्तीजवळच बरीच गर्दी जमली होती. त्यातच त्याचे मित्र दिसल्याने तो तिकडे गेला.

त्यांना विचारले, ''काय रे, इथं का जमलेत सगळे?''

त्यांनी दूरवर एका खांबाला बांधलेल्या त्यांच्याच समाजातल्या एका माणसाकडे बोट दाखवून म्हटले, ''त्याने वस्तीवरील पोरगी नासवली आन् लगीन कराया नाय म्हणतोय. त्याला शिक्षा करायची हाय.''

''त्याला इथून परत्येकाने दोन-दोन बान मारायचे.''

''आणि त्यात तो मेला तर?''

''म्येला तर म्येला. आमच्या वस्तीचा कायदाच हाय असा.'' त्या माणसाला बाण मारायला सुरुवात झाली. अंतर खूप होते. बऱ्याच जणांचे बाण तिथपर्यंत पोहोचत नव्हते. काहींचे त्याच्या आजूबाजूने जात होते. क्वचित एखादा त्याच्या हाता-पायाला लागत होता. शिक्षा देण्याचे काम सुरू होते. त्यांच्या म्होरक्याचे लक्ष शेखरकडे गेले. तो त्याला ओळखत होता. त्यांच्या प्रथेनुसार त्याने शेखरलाही बाण मारायला सांगितले. शेखरच्या मनात आले, 'पहिलं पाप या माणसाच्या डोळ्यांने केलं!' त्याने नेम धरून बाण सोडला. त्याने त्याच्या डाव्या डोळ्यांचा वेध घेतला. दुसऱ्या बाणाने उजव्या डोळ्यांचा. त्याचे दोन्ही डोळे फुटले. शेखरची ती नेमबाजी पाहून वस्तीवरचे लोक थक्क झाले. त्याचे मित्र आनंदाने टाळ्या पिटत होते. म्होरक्यासह साऱ्यांनीच त्याच्या नेमबाजीचे कौतुक केले. त्याच्या शरीरातील कण नि कण सुखावला होता. रोमांचित झाला होता. त्या दिवशी स्तुतीने भारावलेल्या मनानेच तो घरी परतला होता

***

शेखरच्या 'पराक्रमा'ची ही बातमी कर्णोपकर्णी सीतारामजींना समजली आणि त्यांनी कपाळाला हात लावला. त्याने शिकून माठे व्हावे, संस्कृत पंडित व्हावे ही आशा बाळगणारे त्यांचे वेडे मन निराश झाले. स्वप्न आणि वास्तवातल्या ह्या फरकाचे त्यांना आकलनच होत नव्हते. मनातील दुःख हलके करायला मनोहरलालजीही जवळ नव्हते. 'ते इथे असते तर... पण जर-तर याला काय अर्थ आहे काय करावं...' ते विचारात बुडून गेले असतानाच अचानक मनोहरलालजी दारात उभे असलेले दिसले.

क्षणभर त्यांचा त्यावर विश्वासच बसला नाही. त्यांची तीव्रतेने आठवण होते काय नि क्षणाभरात ते समोर येतात काय, सारेच अनाकलनीय! त्यांना 'आत या... बसा' म्हणायचेही भान त्यांना राहिले नाही. तेच आत आले. दादांना नमस्कार केला. "अहो, पाहिलंत का कोण आलंय?" दादा म्हणाले.

ते ऐकून जगरानीदेवी बाहेर आल्या. त्यांचा चेहराही उजळला. त्यांना नमस्कार करून खाली बसता बसताच न राहवून ते म्हणाले, "दादा, आनंदाची बातमी घेऊन आलोय."

"कसली रे बाबा...."

"माझी बदली झाली. अलिराजपूरला! आता अगदी जवळ आलो आहे. शेखरलाही शिकायला....."

"कसलं आलंय त्याचं शिक्षण..." ते हताशपणे म्हणाले.

"का? असं का म्हणता दादा. आता मी त्याला बरोबर घेऊन जाईन. तहसिलीचं मोठं गाव ते. शाळाही चांगली मोठी आहे तेथे. शिवाय मीही शिकवायला आहेच ना..."

"हं...ऽऽ!" एक दीर्घ निश्वास टाकून ते म्हणाले, "मनोहरजी, कठीण दिसतं आहे सारं..."

दादांनी गेल्या दोन-तीन वर्षांतला सारा इतिहास त्यांना ऐकवला. वस्तीत नुकताच घडलेला प्रसंग सांगून ते म्हणाले, "फार दिवस उराशी स्वप्न बाळगून होतो, मी शिकलो नाही, निदान शेखरला शिकवीन. आपलं ब्राह्मणाचं घराणं. तो शिकेल. संस्कृत पंडित होईल. आपले दिवस पालटतील; पण मनोहरजी, आकांक्षेच्या आकाशापर्यंत नाही पोहचता येणार असं दिसतंय. तिथपर्यंत भरारी

मारायला पंखात बळच राहिलं नाही. दारिद्री माणसाचे मनोरथ मनातल्या मनात निर्माण होतात नि मनातच विरून जातात बाबा....

''एक सांगू तुम्हाला...''

''दादा, असं का विचारता? मी तुमचाच आहे. हक्काने सांगा.''

''शेखरला कुठे नोकरी लावून द्याल?''

मनोहरलालजींना जरा आश्चर्यच वाटले. त्यांच्या चेहऱ्यावरचे भाव पाहून ते पुन्हा म्हणाले, ''खरंच सांगतो आहे. नोकरीतून मिळणाऱ्या पैशांसाठी नाही म्हणत मी... मला ते नको आहेत. आता गरिबी अंगवळणी पडली आहे, त्याचं नाही काही वाटत; पण हा इथून दुसरीकडे गेला, नोकरत गुंतला की भिल्लांच्या वस्तीत जायचं त्याचं वेड तरी सुटेल. त्यांच्या संगतीपासून तो दूर राहील...''

ते ऐकून मनोहरलालजी गंभीर झाले. दादांच्या मनाची व्यथा त्यांनाही जाणवली. शेखर सध्या फक्त सहावीत होता. तरीही त्याला इथून बाहेर गावी नेणे त्यांनाही आवश्यक वाटले.

दादांचा निरोप घेऊन ते अलिराजपूरला आले. त्यावेळी तेथे सीतारामजी अग्निहोत्री तहसीलदार होते. ते तिवारींच्या घराण्याला ओळखत होते. त्यांचा प्रामाणिकपणा, इमानदारी, सत्यवादिता त्यांच्याही कानावर होती. मनोहरलालजींनी शेखरच्या नोकरीकरिता त्यांच्यापाशी शब्द टाकला आणि लगेचच त्यांनी नोकरी दिली. मनोहरलालजी भावऱ्याला आले. दादांना सारे सांगितले. शेखरला घेऊन ते अलिराजपूरला निघाले. शेखर जाताना, दारात उभे असणाऱ्या दादांनी आपल्या डोळ्यांतली आसवे पापण्यात गोठवली पण जगरानीदेवींना मात्र आपले अश्रू आवरता आले नाहीत. शेखरच्या पाठमोऱ्या आकृतीकडे पाहत कितीतरी वेळ त्या डोळे गाळीत दारात उभ्या होत्या.

शेखर अलिराजपूरला आला आणि त्याची नोकरी सुरू झाली.

***

शेखरची नोकरी सुरू झाली इतकंच! त्यात त्याचे मन कधीच रमले नाही. रोजचे तेच तेच काम त्याला कंटाळवाणे वाटू लागले. जाण्या-येण्याच्या वेळेची बंधने, वरिष्ठांचे हुकूम पाळणे, सारखे नम्रतेने मान खाली घालून 'होय साहेब' म्हणणे हे त्याच्या स्वभावात बसणारे नव्हते. सुरुवातीला नाइलाजाने त्याने हे कष्टप्रद कर्तव्य कसेतरी पार पाडले, पण मग असा कोणी साहेब यायच्या वेळी

तो तेथून निसटून दुसरीकडे जाऊ लागला. त्याचे हे वागणे त्याच्या सहकाऱ्यांच्या लक्षात यायला लागले.

एकदा एक जण म्हणालाही, ''शेखर, तुझं हे वागणं बरोबर नाही बरं का! एखाद दिवशी नोकरी घालवून बसशील....''

''इथं कोणाला नोकरी करायची आहे? उद्या जायची ती आज जाईल, एवढंच! या तुरुंगातून तरी सुटका होईल.'' शेखर निःसंकोचपणे सांगायचा.

तो बेफिकीरीने वागत होता तरी मनोहरलालजींची त्याच्यावर बारीक नजर होती. त्यामुळे तो कुठेही हलू शकत नव्हता. नोकरी सोडून जायचे विचार अनेकदा त्याच्या मनात येत. पण जाणार कुठे? भावरा आणि त्याच्या परिसरातली गावेच त्याने पाहिली होती. बाहेरच्या जगाची त्याला कल्पनाही नव्हती, मग जाणार कुठे नि कसे? नाही म्हणायला सवड मिळाली की तो तळ्याकाठी जाऊन बसे. जंगलातून फेरफटका मारून येई. त्याचा तो तेवढा वेळ मात्र मजेत जायचा.

दिवस कंटाळवाणे जात होते. उन्हाळ्यातल्या रुक्ष, रखरखीत दुपारसारखे! पण अशाच दिवसांत एखादी वळवाची सर यावी नि वातावरण बदलून जावे ना, तसे एक दिवस झाले.

मनोहरलालजींनी बरेच दिवसांत मोठी रजा घेतली नव्हती. दीर्घ मुदतीची रजा घेऊन ते गावाला गेले आणि शेखरला मोकळे मोकळे वाटायला लागले. त्याच्या चेहऱ्यावर हसू खुलले. त्याच वेळी हिराचंद मोतीलाल नावाचा एक मोत्याचा व्यापारी अलिराजपूरला आला होता. एकदा रस्त्यात त्याची गाठ पडली. शेखरचा स्वभाव बोलका. त्याने त्याची ओळख करून घेतली. त्याच्या उतरण्याची जागा विचारली. एक दिवस सरळ त्याच्या खोलीवर दाखल झाला. 'या-बसा' झाले. इकडच्या-तिकडच्या थोड्या गप्पाही झाल्या.

शेखरने त्याची थोडी माहितीही मिळवली मग त्यानेही शेखरला सहज विचारले, ''काय म्हणतीय तुझी नोकरी?''

''कसली आली आहे नोकरी! दुसऱ्याची ताबेदारी... तुमच्यासारखं थोडंच आहे, मनाला येईल त्या गावाला जावं... वाटलं धंदा करावा नाहीतर मस्त फिरावं... कोणाची एक नाही दोन नाही...''

''मग येतोस का माझ्याबरोबर?''

''कुठं?''

''मुंबईला... फार मोठं शहर आहे.''

''अलिराजपूरपेक्षाही मोठं?''

''अरे, अलिराजपूर त्याच्या पासंगालाही पुरणार नाही. अशी शंभर गावं एकत्र केली तरी मुंबईची सर येणार नाही आणि त्याने मुंबईचे विलोभनीय चित्र त्याच्या डोळ्यांपुढे उभे केले. कितीतरी वेळ तो न पाहिलेल्या मुंबईच्या कल्पनाचित्राने भारावून गेला होता. तेथून जाताना त्याने मनोमन ठरवूनही टाकले की, आपण यांच्याबरोबर मुंबईला जायचेच!''

शेखर रोज त्या मोतीवाल्याकडे जाऊ लागला. तऱ्हेतऱ्हेची माहिती त्याला विचारून घेतली. नोकरी-धंद्यासंबंधी विचारले.

''अरे, मुंबईला जाईल त्याला नोकरी मिळते. भरपूर पैसा मिळतो. वाटलं तर धंदाही करता येतो. तिथं कोणीही रिकामं बसून राहत नाही. पैसा मिळवावा तर मुंबईत. आपलं भाग्य अजमावायचं असेल तर मुंबईसारखं दुसरं शहर नाही.''

त्याच्या अशा आश्वस्त शब्दांनी शेखर सुखावला. या कंटाळवाण्या नोकरीला लाथ मारून बाहेरच्या जगाचा परिचय करून घ्यायला, आपले नशीब पालटायला मुंबईला जायचा त्याचा विचार पक्का झाला.

आणि एके दिवशी कोणालाही न सांगता, नोकरीचा राजीनामाही न देता मनोहरलालजी रजेवर असल्याची संधी साधून शेखर त्या मोत्याच्या व्यापाऱ्याबरोबर मुंबईला निघाला.

***

शेखर मुंबईच्या बोरीबंदर रेल्वे स्थानकाबाहेर आला आणि मुंबापुरीचे ते भव्य दर्शन आपल्या चिमुकल्या डोळ्यांत साठवू लागला. मोतीवाल्याने सांगितलेल्या नि त्याने कल्पनेने रंगवलेल्या मुंबईच्या रूपापेक्षा प्रत्यक्ष दिसणारे रूप फारच विशाल होते. भव्य होते आणि वेगळेही! तिथल्या उंच इमारती, लांबच लांब पसरलेले रस्ते, तिथली गर्दी त्याच्या डोळ्यांत मावत नव्हती. स्थानकाबाहेर कितीतरी वेळ तो भान हरपून उभा होता; पण उभा तरी किती वेळ राहणार? तो भानावर आल्यावर त्याला पहिला प्रश्न पडला, 'या अफाट नगरीत जायचं तरी कुठे? कोठेतरी जाणे भाग होते.' तो चालायला लागला. स्वतःशीच विचार करत तो पुढे पुढे जात होता. दिशाहीन!!

बराच वेळ तो चालत होता. पाय बोलायला लागले होते. भूक चांगलीच

लागली होती. रस्ते संपता संपत नव्हते. कुठे जायचे माहीत नव्हते. कशालाच अंत नव्हता. चालता-चालता त्याची नजर समोर गेली. आता पुढे जाणे शक्य नव्हते. अथांग समुद्र पुढे पसरला होता. त्याची पावले थबकली. किती वेळ पाहिलं तरी तृप्तीच होत नव्हती. एक अनोखे सौंदर्य पाहत असल्याची जाणीव त्याच्या कणाकणांत भरून राहिली होती.

बऱ्याच वेळाने भुकेची पुन्हा जाणीव झाली. खिशात थोडे पैसे होते. चणे-मुरमुरे खाऊन वेळ भागवली. आता मात्र इकडे-तिकडे फिरून, कोणाशी तरी बोलून कामधंदा मिळवण्याशिवाय गत्यंतर नव्हते. मुंबईत आल्या माणसाला काम मिळाले नाही, असे त्यावेळी होत नव्हते. शेखरचा स्वभावही बोलका. गोदीवर काम करणारे बरेच मजूर होते. त्यांच्याशी बोलून, परिस्थिती सांगून त्याने काम मिळवले. जहाजांना रंग देणारा रंगारी होता, त्याला मदत करण्याचे काम मिळाले. मग मात्र दिवस कधी संपला हे त्याला कळलेच नाही.

काम संपल्यावर त्या रंगाऱ्याने चौकशी केली, ''आजच आला म्हणतोस, मग राहायची काय सोय?''

''काही नाही. पडायचं इथंच कुठेतरी.''

''काही सामानसुमान तरी आणलंयस का बरोबर?''

''काय आणणार? काही नव्हतंच आणायला. तसाच आलोय.''

त्याने एकदा शेखरकडे पाहिले. दोन-चार मिनिटे गप्प बसला नि मग म्हणाला, ''चल आमच्या खोलीवर. तिथेच राहा झालं...''

''बरं...!''

लहानशी खोली ती. बऱ्यापैकी अंधारी. आत वारा यायला दाराशिवाय खिडकी नव्हती की झरोकाही नव्हता. तो आत बसला. इतरांच्या ओळखी झाल्या. रात्र झाली तशी मजुरांनी स्वयंपाकाला सुरुवात केली. यालाही बोलावलं पण तो म्हणाला, ''नको. मी खाल्लं आहे.'' चणे-फुटाणे, भेळ खाऊन नि पोटभर पाणी पिऊन त्याने भूक भागवली होती. रात्री त्यांनी एक चटई दिली. त्यावर तो झोपला. रेल्वेचा प्रवास आणि दिवसभराची भटकंती यामुळे तो इतका दमला होता की झोप कधी लागली तेच त्याला कळले नाही. त्याच्या 'स्वातंत्र्याची' पहिली रात्र ही अशी 'पारतंत्र्यात' गेली. पहाटे पाच वाजता मजुरांनी उठवले तेव्हाच तो उठला.

सकाळपासून कामाचे चक्र सुरू झाले. संध्याकाळी खोलीवर आल्यावर पुन्हा जेवणाचा प्रश्न आला. त्याच्यापुढे प्रश्न पडला, 'ज्यांच्या जाती-पातीचा पत्ता नाही त्यांच्या हातचं जेवणं म्हणजे...' तो पडला पक्का सनातनी कुटुंबातला. असा प्रसंग कधीच आला नव्हता. 'पैसे आले की भांडी घेऊ नि करू स्वयंपाक' असा त्याचा विचार पण चण्या-फुटाण्यांवर किती दिवस काढणार? एक मन म्हणाले, 'प्रवासात सारं चालतं.' आणखी दोन दिवस असेच गेले. मग मात्र एकाने जेव्हा त्याला जेवण करायला बोलावले तेव्हा तो लगेचच त्याच्या मदतीला गेला. अडचण होती अनुभवाची! जन्मात त्याने कधी चूल पेटवली नव्हती की कधी चपात्या लाटल्या नव्हत्या. त्यामुळे कधी चूल पेटायची नाही तर कधी आटा मळताना घट्ट व्हायचा तर कधी पिठलं! साथी हसायचे नि म्हणायचे, ''राहू दे... आण इकडे, मीच करतो चपात्या.''

तो संकोचून जायचा पण करणार काय? अखेर, आठवड्याचा पगार मिळाल्यावर त्याने विचार केला, 'जर या लोकांच्या हातचे जेवण आपल्याला चालते तर खानावळीत जेवायला काय हरकत आहे?' मनाची समजूत घालून त्याने खानावळीत जेवायला सुरुवात केली.

खानावळीत जेवायला सुरुवात केल्यावर संध्याकाळचा बराच वेळ रिकामा मिळायला लागला. संध्याकाळी किंवा रात्री झोप येईपर्यंतचा वेळ त्या खोलीत काढणे म्हणजे एक शिक्षाच होती. खोलीत माणसे जास्त. त्यातले बरेच जण बिड्या ओढणारे. त्यांच्याजवळ नुसते बसले तरी बिडीचा वास यायचा. त्यातून ते बिड्या ओढायला लागले की सारा धूर त्या खोलीत भरून राहायचा. मोकळी हवा यायला जागाच नव्हती.

काहींना तंबाखूचे व्यसन. बार भरून तिथेच कोपऱ्यात पिचकाऱ्या टाकायचे. काही जण रात्री दारू पिऊन तर्रर् होऊन यायचे. त्यात त्यांचे बरळणे. हातवारे करणे. हे सारे किळसवाणे वातावरण शेखरला अगदी अनोखे होते. पहिल्या दोन-तीन दिवसांतच 'आपण कुठे येऊन पडलोत... काय ठरवलं होतं नि काय सामोरं आलंय... नरक-नरक म्हणतात तो हाच का?' या विचारांनी तो अस्वस्थ व्हायचा पण सध्या तरी सारं सहन करण्यावाचून तो काहीही करू शकत नव्हता.

आणखी एक-दोन दिवस गेले. त्याने ठरवले, कामावरून सुटल्यावर लगेच त्या खुराड्यात जायलाच नको. तो संध्याकाळी भरपूर भटकायचा. खानावळीत

पोटभर जेवायचा आणि रात्रीच्या सिनेमाला जायचा. मध्यरात्रीनंतर जागे राहणे अशक्य झाले की मग खोलीत जाऊन, चटईवर अंग आक्रसून झोपायचा.

शेखरचे मुंबईचे जीवन हे असे सुरू झाले. नकळत त्याच्या मनात यायला लागले, 'मुंबईची ही दोन रूपे किती भिन्न आहेत नाही? एकीकडे उंच-उंच इमारती, श्रीमंतांचे बंगले-मोटारी, पैशांचा छनछनाट, विजेचा झगमगाट आणि दुसरीकडे मजुरांना राहायला खुराडी, त्यात उजेडाकरिता रॉकेलचा धूर ओकणाऱ्या चिमण्या, गरिबीमुळे दोन वेळच्या अन्नाचीही भ्रांत!' गरिबी-श्रीमंतीची ही दरी त्याच्या नजरेत भरत होती. दिवसेंदिवस ती रुंदावत होती.

मुंबईच्या त्या नीरस, कंटाळवाण्या, यंत्रवत जीवनाचा त्याला कंटाळा येऊ लागला. कधी-कधी तो अंतर्मुख होई. त्याला वाटे, 'खरंच आपलं भावऱ्याचं, अलिराजपूरचं जीवन यापेक्षा किती चांगलं होतं. मी त्याला बंधने मानीत होतो; पण खरंच ती बंधने होती का? आई-वडील, मनोहरलालजींच्या सांगण्याला, नियमांना बंधने कसं म्हणणार? त्यांच्या मनातलं प्रेम, माझ्या हिताची, कल्याणाची तळमळ.... त्यातून निर्माण झालेली बंधने जाचक कशी असतील? आणि अगदीच काही बंधनं-मर्यादा नकोत असं म्हणणं योग्य आहे का? असं जीवन स्वैराचारी होणार नाही का? स्वातंत्र्य आणि स्वैराचार यात फरक नाही का? इथे असणारा हा विशाल सागर पण त्यालाही किनाऱ्याची मर्यादा असतेच ना? नदी, तीही दोन्ही तीरांना धरूनच वाहते ना? चंद्र-सूर्य आपल्या कक्षेची बंधने पाळतातच ना? त्यांनी ती बंधने झुगारून दिली तर...? नाही... जीवनाला वळण लागण्याकरता काही बंधने असायलाच हवीत. शिस्त हवी. स्वातंत्र्याच्या आनंदालाही कर्तव्याचा किनारा असावाच लागतो. माझंच चुकत होतं.'

आता त्याला घरचे महत्त्व पटू लागले. आई-वडिलांची ओढ वाटू लागली. मनोहरलालजींचा प्रेमळ सहवास आठवू लागला. तरीही त्याचे स्वाभिमानी मन माघार घेऊन घरी जायला तयार होईना. तेथे परत जाणे त्याला कमीपणाचे वाटू लागले.

असा विचार करता करताच एक दिवस त्याला दादांचे शब्द आठवले, 'शेखर, अरे तू संस्कृत शिकावंस, मोठा शास्त्री-पंडित व्हावंस असं मला वाटतं. लोक संस्कृत शिकायला बनारसला जातात. तेथे विद्यार्थ्यांची राहण्या-जेवणाची व्यवस्था मोफत होते. शिवाय तेथे दानधर्म करणारेही अनेक आहेत, अनेक

यात्रेकरूही येतात. ते विद्यार्थ्यांना कपडे, दक्षिणाही देतात. तू तेथे जा नि संस्कृत शिकून मोठा हो!' ते आठवताच त्याच्या मनाने घेतले, आपण संस्कृत शिकायला बनारसला जायचे!

रविवारचा दिवस. आठवड्याचा पगार हातात होता. सार्वजनिक नळावर अंघोळ करून, जुन्या बाजारातून आणलेले परिटघडीचे कपडे त्याने घातले. खानावळीत जेवायला गेला पण आज त्याला जेवण जाईना. मन अस्वस्थ झाले होते. आता त्याला मुंबईत थांबणे अशक्य झाले होते. त्याने मुंबई सोडण्याचा विचार केला. त्याच विचारात जेवण करून तो बागेत आला. कसातरी थोडा वेळ काढला आणि झटकन उठून स्टेशनचा रस्ता धरला.

स्टेशनवर बनारसच्या गाडीची चौकशी केली. तिकीट न काढताच त्या गाडीत जाऊन बसला. बरोबर सामान काही नव्हतेच. होता तो फक्त मजुरांच्या वस्तीतला त्यांच्या जीवनाचा अनुभव! स्वतः अनुभवलेला!

थोड्या वेळाने गाडीने कर्कश्श शिट्टी दिली. ती बनारसच्या दिशेने चालू लागली. शेखरने खिडकीतून पाहिले, क्षणाक्षणाला मुंबई मागे मागे पडत होती.

•••

२

'शेखर तर नाहीस तू?' समोरच्या माणसाचा प्रश्न ऐकून शेखर जाग्यावरच खिळून उभा राहिला. काशीसारख्या शहरात आपल्याला नावाने हाक मारून ओळखणारे कोणी भेटेल याची त्याला कल्पनाच नव्हती.

आश्चर्याने न्याहाळून पाहत त्याने सांगितले, "हो, शेखरच! चंद्रशेखर तिवारी! पण आपण? ओळखलं नाही मी आपल्याला...."

"कसा ओळखणार? मीपण अंदाजानेच ओळखलं. लहानपणी एकदा पाहिलं होतं. आता किती बदलला आहेस रे! बरं, ते जाऊ दे. इथं कशासाठी आलास?"

"पण... आपण?"

"अरे हो! सांगायचं राहिलंच. मी शिवविनायक मिश्र! तसा तुमचा नातेवाईकच आहे. उन्नाव जिल्ह्यातलाच. बऱ्याच दिवसांपूर्वी भावऱ्याला आलो होतो, तेव्हा तुला पाहिलेला. तुझे वडील लांबचे भाऊच लागतात बघ. काका म्हणालास मला तरी चालेल. हं, आता सांग, इथं कशाला आला आहेस?"

त्यानेही मोकळेपणाने सांगितले, "काका, संस्कृत शिकायला आलो आहे इथं. दादांची खूप इच्छा आहे मी संस्कृत शिकावं..."

"वाऽऽ वाऽऽ! छान.... चांगली गोष्ट आहे. काशी म्हणजे संस्कृतचं माहेरघरच! कितीतरी मुलं इथं येतात आणि संस्कृत शिकून, पंडित बनून,

नावलौकिक मिळवूनच इथून जातात. छान... पण मग इथं काही व्यवस्था झाली आहे का?''

''नाही. कालच आलो. आता बघायचं...''

''काल आला म्हणतोस, मग उतरलास तरी कुठे?''

शेखरने एका धर्मशाळेत उतरल्याचे सांगताच ते म्हणाले, ''हे बघ, माझ्या घरी चल. सध्या काहीतरी तात्पुरती व्यवस्था करू या, मग बघू पुढे...''

मिश्राजींनी शेखरच्या संस्कृतच्या शिक्षणाची तात्पुरती व्यवस्था केली आणि त्याचे अध्ययन सुरू झाले.

शेखरने 'लघुकौमुदी', 'अमरकोश' पाठ करण्याचा प्रयत्न केला, पण मुळातच अभ्यासाची गोडी नव्हती. एका जागी बसून पाठांतर करणे स्वभावातच नव्हते. स्वभावात चंचलता पाऱ्यासारखी! मनात आले की गंगेवर जावे नि तासन्तास पोहावे. रोज तालीम करावी. कधी लहर लागली तर रामायण, महाभारत ऐकावे. सारा वेळ यात गेल्यावर अभ्यास अभावानेच व्हायचा. एकही श्लोक धड पाठ होईना. 'शिवमहिम्न स्तोत्रा'चे दोन-तीन श्लोक पाठ झाले पण ते म्हणतानाही एकाचा पहिला चरण आणि दुसऱ्याचा दुसरा किंवा तिसरा चरण एकत्र यायचे नि वेगळाच श्लोक तयार व्हायचा. नाही म्हणायला -

उष्ट्रानां विवाहेषु गीतं गायन्ति गर्दभाः ।
परस्परं प्रशंसन्ति अहो रूपमहोध्वनिः ।।

हे संस्कृत सुभाषित चांगलेच लक्षात राहिले. स्वारी रंगात आली की आपल्याच नादात गुणगुणायची.

अभ्यास हा असा चालला होता. पाठशाळा चालूच होती. एके दिवशी दुपारी तो घरी येत होता. रस्त्यात गर्दी जमली होती. 'काय आहे' ते पाहण्यासाठी शेखर गर्दीत घुसला. एक गुंड एका तरुण मुलीला त्रास देत होता. ती भेदरली होती. मदतीला कोणी येईल, या अपेक्षेने जमलेल्या लोकांकडे केविलवाण्या नजरेने पाहत होती. एवढे लोक जमले होते पण एकही पुढे जाण्याचे धाडस करत नव्हता. शेखरने ते पाहिले. संतापाने लाल झाला. त्या गुंडाला काही कळायच्या आत त्याने त्याला वर उचलले आणि धाड्कन खाली आपटले. तसाच धरून त्या मुलीपुढे आणले. तिची माफी मागायला लावली नि तिला आपली बहीण म्हणावयास लावले.

ही बातमी गावभर पसरली. सर्वांच्या तोंडी त्याचे नाव झाले. आचार्य नरेंद्र देवांच्या कानावरही ते गेले. त्यांनी त्याची चौकशी केली. त्याचे नाव काशी विद्यापीठात घातले. त्याच्या राहण्या-जेवणाची तेथे सोय केली. त्यावेळी तेथे मुख्याध्यापक होते, संपूर्णानंद!

शिक्षणाची एक सुरेख संधी शेखरला मिळाली. आता सारे सुरळीत चालेल असे वाटत असतानाच देशात एक झंझावात सुटला. सारा देश ढवळून निघू लागला. काशीही त्याला अपवाद नव्हती आणि शेखरचे जीवनही!!

***

पहिले महायुद्ध संपले. इंग्लंडला विजय मिळाला. हिंदुस्थानने या युद्धात इंग्रजांना मनापासून मदत केली होती. त्यांना विजय मिळाल्यामुळे असे वाटले की, 'आता आपल्याला राजकीय सुधारणा मिळतील. स्वातंत्र्याच्या दिशेने एक एक पाऊल पुढे पडेल.' पण झाले उलटेच. साम्राज्यशाहीचे पाश आवळण्याकरिता त्यांनी 'रौलट कमिटी' नेमली आणि तिच्या अहवालातून हालाहल बाहेर पडले. राजकीय चळवळी, क्रांतिकारक चळवळी दडपून टाकण्याचे अमर्याद सामर्थ्य सत्ताधाऱ्यांना मिळाले. कोणालाही चौकशीशिवाय, पुराव्याशिवाय पकडण्याचा अधिकार, त्याला तुरुंगात डांबण्याचा अधिकार, कोणतीही कायदेशीर पद्धती न अवलंबिता त्याच्यावर खटला भरण्याचा अधिकार सरकारला मिळाला.

हा कायदा सरकारने पास केला नि हिंदुस्तानात असंतोष भडकला. क्षोभ उसळला. महात्मा गांधींनी साऱ्या देशाला हरताळ पाळण्याचे आवाहन केले. देशानेही त्याला भरभरून प्रतिसाद दिला.

त्याच वेळी अमृतसरला काँग्रेसचे अधिवेशन भरणार होते. अधिवेशनाची तयारी डॉ. सत्यपाल आणि डॉ. किचलू यांच्या मार्गदर्शनाखाली जोरात सुरू होती. सरकारने दोघांनाही अटक केली नि अज्ञातस्थळी पाठवून दिले होते. अमृतसरला जाण्यासाठी डॉ. सत्यपालांनी गांधीजीना पत्र लिहिले. त्याप्रमाणे ते निघाले असताना त्यांना रस्त्यातच अटक करून मुंबईला नेण्यात आले. सरकारच्या या दडपशाहीच्या विरोधात आणि 'रौलट ॲक्ट'च्या विरोधात संपूर्ण पंजाब पेटून उठला. मोठ्या निवडणुका निघाल्या. किती मोठ्या तीन-तीन मैल लांबीच्या! रस्ते निदर्शकांनी भरून गेले. काळे झेंडे घेऊन निदर्शन झाली. लोकांनी उत्स्फूर्त हरताळ पाळला. सात दिवस!

पंचम जॉर्जचे पुतळे जाळले गेले. पोलिसांनी ठिकठिकाणी लाठीहल्ले केले. रस्त्यारस्त्यांवर निदर्शकांना वेताने फोडून काढले. ठिकठिकाणी गोळीबारही होऊ लागला. आता जनताही पेटून उठली. जनतेच्या क्रोधाने पाच इंग्रजांचा बळी घेतला. पुन्हा गोळीबार! त्या यज्ञात पंचवीस-तीस जणांच्या आहुती पडल्या. अशा वातावरणात ११ एप्रिलला जनरल डायर पंजाबात आला. त्याने नव्या उमेदीने दडपशाहीला सुरुवात केली. अनेकांची धरपकड झाली. सभांना बंदी घातली, ही वार्ता लोकांपर्यंत पोहोचलीच नाही कारण राज्यकर्त्यांना ती पोहोचवायची नव्हती.

१३ एप्रिल...! वैशाखी!! एक काळाकुट्ट दिवस!! जालियनवाला बागेत रौलटच्या निषेधाची सभा होती. दडपशाहीने घुसमटलेल्या लोकांनी शक्तिप्रदर्शन केले. जवळ-जवळ वीस हजार लोक सभेला जमले. त्यात मुले होती, स्त्रिया होत्या, तरुण होते नि वृद्धही! सभा सुरू झाली. सारे शांततेने भाषण ऐकत होते. हंसराज नावाच्या एका नेत्याचे भाषण सुरू झाले. काही वेळातच लष्करी गाड्यांतून शंभर सैनिक घेऊन जनरल डायर तेथे आला. बागेतील उंचवट्याच्या जागेवर सैनिकांना उभे केले. काही जणांनी ते पाहिलेही पण भाषणात तल्लीन झाल्यामुळे त्यांनी तिकडे दुर्लक्ष केले, काही क्षण गेले. सारे शांत होते. वादळापूर्वीची शांतता तर नव्हती ना? झालं तसंच...

'सभा बंद करा... सर्वांनी इथून चालायला लागा... नाहीतर...' असा काही हुकूम देण्याच्या ऐवजी डायरने सरळ गोळीबाराचा हुकूम दिला आणि.... आणि शांत सरोवरात प्रलयंकारी लाटांचे तांडव सुरू झाले. सरोवरालाच मिळण्यासाठी! नेस्तनाबूद करण्यासाठी!!

भाषणात रंगून गेलेल्या नागरिकांवर एकाएकी गोळ्यांचा तुफानी वर्षाव सुरू झाला. त्यामुळे ते घाबरले, भेदरले, सैरावैरा धावू लागले, पण जाणार कुठे? बागेच्या चारही बाजूंना उंच-उंच भिंती! जायला एकच एक चिंचोळा अरुंद मार्ग, त्या मार्गावर बंदुका रोखलेल्या! पिंजऱ्यात अडकलेल्या उंदरासारखी केविलवाणी स्थिती! आर्त किंकाळ्यांनी आसमंत भरून गेला. लोक जखमी होऊ लागले. रक्ताचा सडा पडू लागला. लोक जिव्हारी लागणाऱ्या गोळ्यांनी कोसळू लागले, तडफडून मरू लागले. तिथे मंचाच्या मागे एक मोठी विहीर होती. प्राण वाचवण्यासाठी त्यात उड्या घेऊ लागले आणि प्राणाला मुकले. विहीर माणसांनी भरून गेली.

जवळजवळ दहा मिनिटे गोळीबार सुरू होता. बंदुकीच्या १६०४ फैरी झाडण्यात आल्या. हजारांवर निरपराध, निःशस्त्र माणसे मेली. हजारो जखमी झाली. अमानुष कत्तल! हिंसेचे हे तांडव पाहून मृत्युदेवही क्षणभर बधिर झाला, पण पंजाबचा गव्हर्नर मायकल ओडवायरने मात्र या 'महान' कार्याबद्दल जनरल डायरला शाबासकी दिली. त्याचे कौतुक केले.

एवढे भीषण हत्याकांड होऊनही राज्यकर्त्यांची सूडाची आग अजून शमली नव्हती. १५ एप्रिलला संपूर्ण पंजाबात 'मार्शल लॉ' पुकारण्यात आला. आता पंजाबात जुलूम-जबरदस्ती, अत्याचारांचे थैमान सुरू झाले. अंगावर सरसरून काटा आणणारे अत्याचार! काही ठिकाणी बॉम्ब टाकले. लोकांना झाडाला टांगून वेताचे फटके मारण्यात आले. दहशत बसावी म्हणून जागोजाग सूळ उभारले. काही ठिकाणी तर इंग्रज दिसला की, लोकांनी पालथे पडून सरकत पुढे जायचे हा जणू नियमच होता!.. नाहीतर मरेपर्यंत फटके! एका मोठ्या पिंजऱ्यात दीडशे जणांना बंद करून ठेवले. माकडांसारखे! कर्नल जॉन्सनच्या मनात आले मात्र त्याने एका वरातीत बायका-मुलांसह सगळ्यांना वेताने बडवले.

रस्त्यातून जाणाऱ्या कोणालाही कोणतीही कामे सांगितली जायची. त्याला ती करावी लागायची. या अत्याचारातून मुलेही सुटली नाहीत. त्यांच्यासाठी हुकूम निघाला. इंग्रजांच्या झेंड्याला दिवसातून तीन वेळा नमस्कार करायचा आणि प्रतिज्ञा करायची, सरकारविरुद्ध काहीही करणार नाही. सारा पंजाब अत्याचारांनी भरडला जात होता. जगणे मुश्कील झाले होते.

वर्तमानपत्रात या बातम्यांनी रकानेच्या रकाने भरू लागले. त्या हृदयाला भिडू लागल्या. सभासभांतून अन्याय, अत्याचारांना वाचा फुटली. शब्द धगधगू लागले. त्यांना अग्निवर्षावाचे सामर्थ्य आले नि सारा देश संतापाने बेभान झाला. असंतोषाची आग धुमसू लागली. तरुणांच्या मुठी वळू लागल्या. प्रतिकारासाठी रक्त सळसळू लागले.

आणि अशा वातावरणात १९२० साल उजाडले!

डिसेंबर महिन्यात काँग्रेसचे अधिवेशन नागपूर येथे झाले. गांधीजींनी असहकाराच्या ठरावावर भाषण केले. त्यांचा आवाज मृदु-मुलायम होता आणि तरीही त्यात पोलादाचे सामर्थ्य होते. त्यांनी सांगितले, 'अहिंसक असहकाराचा मार्ग योग्य रीतीने चोखाळला तर हिंदुस्थानला एका वर्षात स्वराज्य मिळेल.'

'एका वर्षात स्वराज्य' या कल्पनेची मोहिनी एवढी जबरदस्त होती की, अधिवेशनाने प्रचंड बहुमताने या ठरावावर शिक्कामोर्तब केले आणि गांधीजींनी असहकाराच्या चळवळीचे रणशिंग फुंकले.

चळवळीचा वेग आणि व्याप्ती वाढू लागली. काही दिवसांतच इवल्याशा थेंबाने सागराचे तांडव सुरू केले. वाऱ्याच्या झुळकीचा झंझावात झाला आणि ठिणगीने प्रलयंकारी वणव्याचे रौद्ररूप धारण केले.

बनारसचे वातावरणही तापले होते. विद्यार्थ्यांनी सरकारी शाळा-कॉलेजांवर बहिष्कार घातला. शिक्षण सोडून देऊन चळवळीला, देशकार्याला वाहून घेतले. वकिलांनी न्यायालयावर बहिष्कार घातला. सभा-मोर्चे, पदयात्रा यांनी सारे शहर वाजते- गाजते झाले. विदेशी मालांच्या दुकानांवर धरणे धरण्याचे कार्यक्रम सुरू झाले. त्या वस्तूंच्या होळ्या पेटू लागल्या. निदर्शने होऊ लागली आणि त्याचबरोबर सुरू झाले पोलिसांचे लाठीमार, गोळीबार नि अत्याचार! हे सारे जवळून निरखून पाहणाऱ्या पंधरा वर्षांच्या शेखरने एक दिवशी स्वत:ला या स्वातंत्र्ययज्ञात झोकून दिले.

संपूर्णानंद काँग्रेसचे मोठे कार्यकर्ते. एके दिवशी आंदोलक त्यांच्या घरी जमले होते. काँग्रेसच्या घोषणापत्रिका गावात ठिकठिकाणी लावायच्या होत्या. काहींनी ते काम आपल्या अंगावर घेतले.

ते पाहून संपूर्णानंदांनी सांगितले, ''अजून एका जागी ही पत्रिका लावायची आहे.''

''कुठे?'' एकदोघांनी विचारले.

''कोतवालीच्या भिंतीवर...''

ते ऐकताच आंदोलकांत शांतता पसरली. वाघाच्या गुहेत जाऊन त्याचे दात मोजण्याचाच हा प्रकार! कोतवालीत कायमच पोलिसांची ये-जा सुरू असते. गस्त सुरू असते. त्यांच्या देखत हे काम करणार कसे? आपण होऊन त्यांच्या हाती कोण सापडणार? पटकन कोणी होकार देईना. जरा मागे उभा असलेला शेखर हे सारे पाहत होता.

तो झटकन पुढे होऊन म्हणाला, ''गुरुजी, मी करतो हे काम.''

''तू...?'' त्याच्या लहान वयाकडे पाहत संपूर्णानंद आश्चर्याने म्हणाले.
''हो! तुम्ही काळजी करू नका. आता काम करून येतो.''

घोषणापत्रिका घेऊन शेखर उड्या मारतच तेथून निघाला. बाकीचे आंदोलक त्याचा तो ओसंडून वाहणारा उत्साह पाहतच राहिले.

तो बाहेर गेला. खळ मिळवली. मजकुराच्या बाजूला अगदी हलकीशी खळ लावून त्याने तो कागद आपल्या पाठीवर चिकटवला. दुसऱ्या बाजूला व्यवस्थित खळ लावून तो कोतवालीजवळ गेला. पोलिसांचा पहारा चालूच होता. पायऱ्या चढून तो वर गेला. भिंतीजवळ उभे राहून पोलिसाशी बोलायला सुरुवात केली. बोलता बोलता तो भिंतीला टेकला. पत्रिका भिंतीला चिकटली. शेखरचे गप्पा मारणे सुरूच होते. थोड्या वेळात बोलणे संपवून तो पोलीस निघून गेला आणि शेखरही तेथून झट्कन बाहेर पडला.

कोतवालीवर पत्रक लावल्याचे एका माणसाच्या लक्षात आले. तो ते वाचू लागला. ते पाहून आणखी काही जण आले. गर्दी वाढू लागली. गर्दी का होते आहे हे पाहण्यासाठी तो शिपाई तेथे आल्यावर त्याला आश्चर्याचा धक्काच बसला. एव्हाना संपूर्णानंदांना काम फत्ते झाल्याचे सांगून, शेखर दुसऱ्या कामाला निघूनही गेला होता.

***

'चल जा... पुन्हा असल्या फंदात पडू नकोस.' न्यायाधीशांनी आज्ञा केली आणि शेखरला जवळजवळ हुसकावूनच लावले.

संस्कृत कॉलेजवर निदर्शने सुरू होती. अनेक विद्यार्थी, असहयोगी त्यात सामील झाले होते. शेखरही त्यात होता. जोरजोरात घोषणा देत होता. पोलिसांनी ओरडून, लाठी मारूनही काही उपयोग झाला नाही. म्हणून त्याला पकडून त्यांनी कोर्टासमोर हजर केले होते.

न्यायाधीशाने ही केस हसण्यावरी नेऊन त्याला सोडल्यामुळे पोलिसांना आपला अपमान वाटला. त्यांनी शेखरला सोडला पण नीट न्याहाळून ठेवले. त्याच्या कपाळी असणारा चंदनाचा टिळा त्यांच्या चांगलाच लक्षात राहिला.

आणखी काही दिवस उलटले. मोर्चे, निदर्शनांचे कार्यक्रम सुरूच होते. शेखरने पुन्हा एका मोर्चात भाग घेतला. त्याने पोलिसांचे कडे तोडून पुढे जाण्याचा प्रयत्न केला. पोलीस ख़वळले. लाठीमार सुरू झाला. धरपकड सुरू झाली. अनेक कार्यकर्ते पकडले गेले. शेखर तिथेच होता. एका पोलिसाचे त्याच्याकडे लक्ष गेले. चंदनाच्या टिळ्याची ओळख पटली आणि दात-ओठ खातच त्याने

त्याला अटक केली. पोलीस कोठडीत डांबताना पोलिसाने फौजदाराला कानमंत्र दिला. त्याने शेखरला न्याहाळले. मनाशीच हसला आणि कामाला लागला.

थंडीचे दिवस होते. संध्याकाळ होत होती. हवेतला गारठा वाढू लागला होता. शेखरला कोठडीत अंथरूण-पांघरूण काही दिले नव्हते. पोलिसाच्या मनात आले असावे, 'रात्री थंडीने काकडून जाईल नि नाइलाजाने का होईना माफी मागायला येईल. मागच्या अपमानाचा बदला घेता येईल.'

रात्र वाढत होती आणि त्याबरोबर थंडीचा कडाकाही! मध्यरात्र उलटून गेली होती. पोलीस इन्स्पेक्टरला उत्सुकता होती. तो उठला नि शेखरच्या कोठडीकडे निघाला. थंडीने काकडणाऱ्या नि अंगाचं मुटकुळं करून कुठेतरी कोपऱ्यात बसलेल्या शेखरचे चित्र त्याच्या डोळ्यांपुढे तरळत होते. त्याने कोठडीचे कुलूप काढले. आत गेला. आतले दृश्य पाहून थक्क झाला. शेखर कोठल्याही कोपऱ्यात नव्हता की कुडकुडतही नव्हता. तो जोर काढत होता आणि त्यामुळे घामाघूम झाला होता. इन्स्पेक्टरचा आपल्या डोळ्यांवर विश्वास बसत नव्हता. त्याने स्वतःला चिमटा काढून बघितला. ती वस्तुस्थिती होती. पुन्हा अपमान! बुटाचा थाड्थाड् आवाज करत तो आपल्या खोलीत निघून गेला.

दुसऱ्या दिवशी सगळ्यांना कोर्टात नेण्यात आले. त्यावेळी बनारसमधील सारे राजनैतिक खटले खारेघाट या एका पारशी न्यायाधीशांसमोर चालत असत. कठोर शिक्षा देण्याकरता त्यांची प्रसिद्धी होती. त्यांच्या नावाचा दरारा होता.

कोर्टाचे कामकाज सुरू झाले. एक एक आरोपी पिंजऱ्यात उभे केले जाऊ लागले. प्रश्न विचारला की सारे जण सांगत, 'सरकारी न्यायालयावर आम्ही बहिष्कार घातला आहे. आम्ही सहकार्य करणार नाही.' ते ऐकून न्यायाधीश मिस्कीलपणे हसत आणि शिक्षा ठोठावीत असत.

बऱ्याच वेळानंतर शेखरला पिंजऱ्यात उभे केले. मिसरूडही न फुटलेला लहान मुलगा! न्यायाधीशांनी एकवार त्याच्याकडे पाहिले. मघाशी आलेला राग आवरून त्यांनी त्याला सौम्य शब्दांतच विचारले, "तुझं नाव काय?"

"मेरा नाम आझाद है।" बेदरकारपणे शेखर म्हणाला.

"तुझ्या वडिलांचे नाव?"

"स्वतंत्रता!"

न्यायाधीशाच्या डोळ्यांला डोळा भिडवत त्याने उत्तर दिले. त्यामुळे

खारेघाटांचा चेहरा बदलला. संतापाने कपाळाला आठी पडली. त्यांनी पुढे विचारले, ''राहण्याचे ठिकाण?''

''जेलखाना...''

मोठमोठे, निर्ढावलेले कैदीही त्यांच्यापुढे उत्तरे द्यायला घाबरत असत, तेथे हे पोरगं निधड्या छातीने ही अशी दुरुत्तरे करतोय? ते ऐकून न्यायाधीश संतापले. कमालीचे संतापले. त्यांना तो अपमान सहन झाला नाही. संतापाने थरथर कापतच त्यांनी शिक्षा सुनावली.

''आरोपी को पंद्रह बेतोंकी सजा दी जाती है।''

शिक्षेची अंमलबजावणी करण्यासाठी शेखरला बनारस सेंट्रल जेलमध्ये आणले. त्यावेळी तेथे सरदार गंडासिंग नावाचा जेलर होता. स्वभावाने क्रूर! सत्याग्रहींना शिक्षा देताना त्याला मनापासून आनंद होत असे. आज एक नवीन सावज हाती आले होते.

शिक्षेची तयारी झाली. अंगावरचे कपडे काढून टाकण्यात आले. फक्त लंगोट ठेवला होता. अंगापासून कातडी अलग होऊ नये यासाठी लेप लावला आणि फटके मारण्यासाठी त्याला तिकटीला बांधायला लागले, तोच त्याने निर्भयपणे सांगितले.

''बाँधते क्यों हो? मारो! मैं खडा हूँ।''

त्याचे ते धैर्य पाहून गंडासिंग आणि इतर अधिकारी अवाक् झाले. एकेका फटक्याने निर्ढावलेले अपराधीही रडकुंडीला येतात; मार सहन व्हावा, समजू नये म्हणून कित्येक जण बेहोशी येण्यासाठी आधी चरस किंवा गांजा पितात; आणि इथे हे एवढंसं पोरगं त्यांना सांगतंय, तिकटीला बांधू नका म्हणून! आश्चर्य वाटेल नाही तर काय? त्याचे म्हणणे कोणीच ऐकले नाही. त्याला तिकटीला बांधले आणि गंडासिंगाने वेत मारणाऱ्याला आज्ञा केली, ''हं... लगाओ वेत...'' त्याने आपल्या हातातला वेत पेलला. तेल लावलेला तो वेत काड्कन शेखरच्या पाठीवर मारला आणि वेदना विसरण्यासाठी त्याने जोराने घोषणा दिली, *'वंदे मातरम्!'* दुसरा वेत पाठीवर पडला.

चेहऱ्यावरचे भाव कष्टाने तसेच ठेवत तो पुन्हा म्हणाला, *''भारतमाता की जय!''* वेतावर वेत पडत होते. पाठ संपूर्ण रक्ताळली होती. कुठे कुठे रक्ताची चिळकांडी उडत होती. शेखर प्रत्येक घाव *'वंदे मातरम्, भारतमाता की जय,*

महात्मा गांधी की जय' अशा घोषणा देत सहन करत होता. त्याच वेळेला प्रत्येक आघाताबरोबर पारतंत्र्यबद्दलचा संताप; इंग्रजांबद्दलचा द्वेष, राग मनात खदखदत होता. मन सूडाने धगधगत होते आणि इंग्रजांचे राज्य नेस्तनाबूत करून देशाला स्वातंत्र्य मिळवून देण्याची इच्छा मनात दृढमूल होत होती.

शिक्षा संपली. तुरुंगाधिकाऱ्यांनी किरकोळ मलमपट्टी केली. प्रथेप्रमाणे खाण्यासाठी तीन आणे दिले. शेखरच्या मनात संताप इतका खदखदत होता की, ते पैसे त्याने बंदिपालाच्या तोंडावर फेकले आणि तेथून बाहेर पडला.

शेखरला झालेल्या शिक्षेची बातमी बनारस शहरात पसरली होती. त्यामुळे जेलच्या दारावर असंख्य स्त्री-पुरुष शेखरला पाहायला आले होते. तो बाहेर येताच त्याच्या नावाचा जयजयकार करण्यात आला. त्याच्यावर पुष्पवृष्टी करण्यात आली. त्याला हार घालून शहरापर्यंत त्याची मिरवणूक काढण्यात आली. त्यानंतर तो गौरीशंकर शास्त्रींच्या घरी गेला.

संध्याकाळी शेखरच्या अभिनंदनासाठी ज्ञानवापीत सभा झाली. सभेला हजारो लोकांनी गर्दी केली होती. अध्यक्ष होते श्रीप्रकाश! शेखरने धोतर आणि कुडता घातला होता. कपाळावर चंदनाचा तिलक होता. तो सभास्थानी येताच त्याच्यावर पुन्हा पुष्पवृष्टी झाली. वक्त्यांनी शेखरच्या अभिनंदनाची भाषणे केली.

'स्वातंत्र्य शरीराचं नाही, मनाचं असतं. माणसाच्या शरीराला बंदी करता येतं, मनाला नाही. एका निर्धाराने संकटांना सामोरं जाऊन बालक चंद्रशेखरने दाखवून दिलंय की, धैर्याने संकटांचा सामना केला तर स्वातंत्र्य फार दूर नाही. त्याच्यासारखा निर्धार, धाडस मनामनात निर्माण झाले पाहिजे. स्वातंत्र्य नक्की मिळेल.'

शेखरने न्यायाधीशांना दिलेली उत्तरे आणि *'मेरा नाम आझाद है'* हे वाक्य लोकांच्या मनात जाऊन बसले होते. अध्यक्ष श्रीप्रकाश यांनीही त्याचा उल्लेख 'चंद्रशेखर आझाद' असाच केला आणि *'चंद्रशेखर आझाद की जयऽऽ'*च्या घोषणांनी ज्ञानवापी दणाणून गेली. गळ्यात पुष्पहार पडत होते. इतके की त्यांचा चेहराही दिसत नव्हता. लोकांना त्यांना पाहण्याची ओढ लागली होती. अखेर त्यांना एका टेबलावर उभे केले. त्यांना पाहताच पुन्हा जयजयकार सुरू झाला.

आणि त्या दिवसापासून चंद्रशेखर तिवारी 'चंद्रशेखर आझाद' म्हणून ओळखले जाऊ लागले.

***

चौरीचौरा! उत्तर प्रदेशातील गोरखपूर जिल्ह्यातील एक अगदी छोटेसे गाव.

असहकार चळवळीचे लोण चौरीचौरा खेड्यापर्यंत पोहोचले होते. तिथला शेतकरीवर्गही सजग झाला होता. ५ फेब्रुवारी १९२२! शेतकऱ्यांनी शांतपणे मोर्चा काढला. तिथे निघालेल्या मोर्चावर पोलिसांनी गोळीबार करायला सुरुवात करताच खवळलेल्या प्रचंड जनसमुदायाने पोलिसांवरच हल्ला केला. आश्रयार्थ त्यांनी पोलिसचौकीचा आधार घेताच जमावाने चौकीलाच आग लावली. आग भडकली. बावीस पोलिसांना पोटात घेऊनच ती शांतावली.

गांधीजींना ही बातमी समजातच त्यांना धक्का बसला. संपूर्ण चळवळ अहिंसक मार्गानेच झाली पाहिजे, असा त्यांचा आग्रह होता आणि इथे तर हिंसेचे थैमान! उद्या सगळीकडेच ही आग पसरली तर? असे होता कामा नये. त्यांनी स्वत:लाच शिक्षा करून घेतली. पाच दिवस उपवास केला; पण तेवढेच करून ते थांबले नाहीत तर चळवळीचा नेता या नात्याने चळवळच बंद करण्याचा निर्णय घेतला.

चळवळ अचानक बंद झाली. देशाचा शक्तिपातच झाला. सारे निस्तेज झाल्यासारखे वाटले. शरीरातले प्राणतत्त्वच हरपले. चैतन्यच संपले. देशात तीव्र प्रतिक्रिया उमटली. काँग्रेसचे सारे नेतेही संतप्त झाले. जवाहरलाल नेहरूही अस्वस्थ झाले, चिडले. गांधीजींनी चळवळीचा हा आक्रमणात्मक पैलू बंद का केला हेच त्यांना समजेना. थोरा-मोठ्यांची ही अवस्था. सामान्य कार्यकर्ते तर भांबावून गेले. निर्माण झालेल्या पोकळीत, काय करावे हेच त्यांना कळेना.

***

'असहकाराचे आंदोलन मागे. कार्यकर्त्यांनी चरखा आणि हातमाग सुरू करून विधायक मार्गाचा अवलंब करावा.'

वर्तमानपत्रातल्या या बातम्या वाचून आझाद कमालीचे अस्वस्थ झाले. त्यांचा या बातम्यांवर विश्वासच नव्हता.

मनात विचारांची गर्दी झाली होती. 'गांधीजींनी चळवळ अशी एकाएकी बंद का करावी? तीही एका क्षुल्लक कारणावरून? असं कधीतरी व्हायचंच!'

'असहकाराची ही चळवळ हे इंग्रजाविरुद्ध युद्ध नव्हतं का? शत्रूशी एकदा युद्ध पुकारल्यावर अशा काही गोष्टी घडणारच. युद्धात साऱ्या गोष्टी क्षम्य असतात ना? मग लोकांनी केले त्यात चुकीचे काय होते? निरपराध, नि:शस्त्र

माणसांवर पोलिसांनी काहीही कारण नसताना गोळीबार करावा आणि आपले सहकारी मारले गेले, जखमी झाले तरी इतरांनी अहिंसेचा जप करत शांत राहावे अशी अपेक्षा कशी करता येईल? त्यांनी काय, 'मारा... आणखी गोळ्या झाडा... ही पाहा आमची छाताडं उघडी आहेत...' असे सांगायला पाहिजे होते?'

'तुम्ही मारत राहा! आम्ही हात उचलणार नाही. आम्ही अहिंसक आहोत' असे म्हणायला हवे होते? त्यांना विरोध करायला नको होता? आणि ही कसली अहिंसा? ही तर निष्क्रियता झाली. क्रिया घडली की प्रतिक्रिया घडणारच.

'अहिंसा पाळायची असेल तर आपण कोणावर आक्रमण करू नये, आपण होऊन कोणाची हिंसा करू नये हे ठीक आहे पण आपल्यावर कोणी चालून आले तर बचावही करू नये? अकारण कोणी वार केला तर तर प्रतिकारही करायचा नाही? ही असली नेभळट अहिंसा मला कधीच जमणार नाही. शूराच्या अहिंसेवर माझाही विश्वास आहे. पण अहिंसेच्या नावाखाली भेकडपणाला स्थान देणं मला कधीच जमणार नाही.'

'जगात सिंहाच्या अहिंसेला शक्ती असते, सामर्थ्य असते; उंदराच्या नाही! किरकोळ गोष्टीवरून अशी देशव्यापी आंदोलने मागे घेतली गेली तर, एक वर्षात तर सोडाच, या जन्मात तरी स्वराज्य मिळेल का?'

'आम्ही ठरवलं होतं की, या चळवळीत अखेरपर्यंत लढत राहायचं. प्राणांची पर्वा न करता लढायचं पण स्वराज्य मिळवायचं! जिथं असहकाराच्या मार्गाने स्वातंत्र्याला सामोरं जायचं तिथे गांधीजी सांगताहेत, चरख्यावर सूत काता नि मागावर कापड विणायला सुरुवात करा. रणांगणावर शौर्याने लढणाऱ्या आणि युद्ध जिंकत चालेल्या योद्ध्यांना सेनापतीने सांगावं की, शस्त्र खाली ठेवा आणि परमेश्वराचं नाव घेत, ध्यान-योगाचं आचरण करून आत्मोन्नतीचा मार्ग अनुसरा. हे कसं शक्य आहे?

'बरं, आता परत शाळेत जायचं, शिकायचं म्हटलं तरी ते शक्य आहे का? जवळजवळ एक वर्ष या आंदोलनात गेले आणि आता परत शाळेत? ज्याचं कधी फारसं अस्तित्वच नव्हतं त्या जीवनाकडे परत जायचे? मुंबईहून आलो त्यावेळी शिक्षणाचं ध्येय योग्य होतं. पण आता... नाही, आता निष्क्रिय राहणं अवघड आहे. इंग्रजांच्या जोखडातून देशाला स्वतंत्र केलंच पाहिजे. या

अहिंसेच्या मार्गाने स्वराज्य मिळणं अवघड आहे. नव्हे अशक्य आहे. रणाशिवाय स्वातंत्र्य मिळणार नाही हेच खरं काहीतरी वेगळा मार्ग शोधला पाहिजे...'

विचारांची उलट-सुलट आंदोलने आझादांच्या मनात बरेच दिवस सुरू होती. नेमके काय करावे, हे कळत नव्हते. काही सहकाऱ्यांनी राष्ट्रीय शाळेत जाण्याचा आग्रह धरला. तात्पुरती योजना म्हणून त्यांनी गांधी विद्यालयात नावही घातले. पण आंदोलनाची सवय झालेले मन शिक्षणात रमेना. देशस्वातंत्र्याचे विचार स्वस्थही बसू देईनात.

एक वीर बालक म्हणून त्यांची कीर्ती बनारसमध्ये पसरली असली, सगळे जण त्यांच्याकडे आदराने पाहत असले तरी या गोष्टी त्यांना वरच्या वर्गात प्रवेश मिळवायला उपयोगी पडल्या नाहीत. त्यांना खालच्या वर्गात प्रवेश मिळाला. त्या वर्गातली सगळी मुले त्यांच्यापेक्षा खूप लहान होती. वयाने आणि शरीरानेही! त्यांची स्थिती अवघडल्यासारखी झाली. शिंग मोडून वासरांत शिरल्यासारखी! भिंतीशी एका कोपऱ्यात ते गप्प बसून राहात. विचारांच्या गर्तेत कुठेतरी खोलखोल बुडून गेल्यासारखे भासत.

***

मधल्या सुट्टीची घंटा झाली. सगळी मुले धावत पळत, आरडाओरडा करत बाहेर पडली. आझादांना त्याची जाणीवच झाली नाही. आपल्याच विचारांत ते गढून गेले होते. गॅलरीतून जाताना प्रणवेशने ते पाहिले.

प्रणवेश जबलपूरचा. त्याच शाळेत वरच्या वर्गात शिकत होता. वयाने आझादांच्याच वयाचा होता. आंदोलनात भाग घेतलेला, धाडसी. देशभक्तीने भारावलेला एक कुमार म्हणून तो आझादांना ओळखत होता. शाळेत आझादांविषयी कधी-कधी चर्चाही होत असे. त्यात तोही भाग घ्यायचा पण प्रत्यक्ष ओळख नव्हती.

ही वेळ योग्य आहे असे पाहून तो वर्गात त्यांच्याजवळ गेला. खांद्यावर हात ठेवून म्हणाला, ''मी प्रणवेश... प्रणवेश चटर्जी! अरे, मधली सुट्टी झालीय. सगळे बाहेर गेलेत. तू एकटाच बसलेला दिसलास म्हणून आलो.''

''आपल्याच तंद्रीतून जागे होत आझादांनी त्याच्याकडे पाहिले.''

''माझ्या लक्षातच आलं नाही.''

''कसला विचार करत होतास? काही अडचण?''

आझाद क्षणभर गप्पच राहिले. प्रणवेशला जाता येताना ते पाहत होते; पण वर्ग वेगळे असल्याने बोलण्याची वेळ आली नव्हती आणि आज अचानक तो आपण होऊन जवळ येऊन विचारत होता. साहजिकच, बोलावे की बोलू नये या विचाराने ते गप्प होते.

तोच पुन्हा म्हणाला, ''मित्रा, सांगण्यासारखं नसेल तर...''

''नाही, तसं काही नाही रे! पण विचार करत होतो, हे असं एक एक इयत्ता करत शिकून आणखी किती वर्षे घालवायची यात...''

''म्हणजे शाळा सोडायचा विचार आहे की काय?''

''अजून काहीच ठरत नाही. वर्गातली ही लहान-लहान मुलं, त्यांच्यात बसायचं. वावरायचं. अवघडल्यासारखं होतं आणि शिकण्यातही रस वाटत नाही हेच खरं... काहीतरी वेगळं करावं असं वाटतं पण....''

प्रणवेशने ओळखले, ''आपले अंदाज बरोबर आहेत. दोस्ती केली तर उपयोग होईल.'' विषय बदलून तो म्हणाला.

''बरं, ते जाऊ देत. चल... बाहेर तर चल.''

दोघेही बाहेर पडले. क्रीडांगणावर गेले. एका बाजूच्या एका झाडाखाली बराच वेळ बोलत बसले. दोघांनाही शाळेचे फारसे प्रेम नव्हतेच. समवयस्क मित्र मिळाल्यामुळे आझादांचे मनही मोकळे झाले.

त्या दिवसापासून ते रोज एकमेकांना भेटत. बोलत. त्या बोलण्यातून आझादांचे देशप्रेम, त्यासाठी कोणताही त्याग करण्याची, प्रसंगी प्राणार्पण करण्याची तयारी या गोष्टी प्रणवेशच्या लक्षात आल्या. पुढे आझादांनी शाळा सोडली तरी त्यांचे भेटणे चालूच होते. गंगेच्या तीरावरील मनकर्णिका घाटावर त्यांच्या गप्पा रंगत.

एके दिवशी गप्पांच्या ओघात प्रणवेशने विचारले, ''वाचनाची आवड वगैरे आहे की नाही?''

''आवड अशी नाही; पण वाचतो.''

''मग, पुस्तकं देऊ वाचायला?''

''चालेल.''

प्रणवेशने बंकीमचंद्रांची *'आनंदमठ'* कादंबरी दिली. देशप्रेमाने ओथंबलेली,

भरलेली नि भारलेली! स्वातंत्र्यलढ्याला *'वंदे मातरम्'* सारखा वेदमंत्र देणारी! वाचून आझादही भारावले. त्यांच्या त्या अवस्थेची कल्पना येताच प्रणवेश आणखीही पुस्तके देऊ लागला.

'गुरू गोविंदसिंग', 'राजा शिवाजी', मॅक्सिम गार्कीची *'मदर'*, *'एशिया निवासियों के प्रती युरोपियनोंका बर्ताव'*, *'बंदी जीवन'*. आझादांच्याकडे पुस्तके येत होती. ते ती चाळत होते. आवडले की मन लावून वाचत होते. सार ग्रहण करत होते. त्यातून आधीच तयार असलेल्या मनाला खतपाणी मिळत होते. ध्येयाचा धूसर रस्ता स्पष्ट होत होता.

प्रणवेशशी गप्पागोष्टी, चर्चा सुरू होत्या. परिचय दृढ झाला होता आणि एक दिवशी प्रणवेशने विचारले, ''शेखर, एक विचारू?''

''विचार ना... परवानगी लागते विचारायला?

''क्रांतिसंघटनेबद्दल तुला काय वाटतं?''

''कायऽऽ?''

''दचकलास की काय? अरे, क्रांतिसंघटनेचा मी कार्यकर्ता आहे म्हणून विचारलं...''

''छे, काही तरीच काय सांगतोस?''

''खरंच, विश्वास नाही बसत. तुझ्याशी खोटं बोलेन का?''

''तसं नाही रे. पण...''

''विश्वास ठेव. मी खरंच क्रांतिसंघटनेत आहे. गांधीजींनी आंदोलन सुरू केल्याने आम्ही आमचं काम बंद ठेवलं होतं. दोघांचंही उद्दिष्ट एकच होतं, त्यामुळे त्यांच्या प्रयत्नाने जरी स्वातंत्र्य मिळालं असतं तरी आपल्याला हवंच होतं. आमच्या कारवायांनी त्यात बाधा यायला नको म्हणून आम्ही गप्प बसलो होतो. एवढंच नाही तर आमच्यातल्या अनेकांनी या लढ्याला सक्रिय साहाय्यही केलं. पण त्या चळवळीचं काय झालं हे आपण पाहिलं. तू तर ते अनुभवलंसही! आता आमचं निश्चित मत बनलंय की, सशस्त्र क्रांतीशिवाय आपल्याला स्वातंत्र्य मिळणार नाही.''

असहकार चळवळीचा उल्लेख येताच आझाद त्वेषाने म्हणाले, ''माझंही मत तेच झालंय. असहकार चळवळीत मनापासून भाग घेतला पण गांधीजींच्या अवसानघातकी नेतृत्वाने नि अहिंसेच्या भोंगळ कल्पनांनी स्वातंत्र्य मिळेल असे

मला वाटत नाही. एका वर्षात स्वराज्य मिळवून देण्याची घोषणा त्यांनी केली होती. काय झालं? मिळालं स्वराज्य? उलट, चळवळच बंद केली. माझा तर त्यांच्यावरचा विश्वासच उडून गेलाय. मीही खूप सभा ऐकल्या. वर्तमानपत्रातले अनेक लेख वाचले नि माझंही मत, सशस्त्र क्रांतीशिवाय इलाज नाही, असंच झालंय. पण..''

''पण काय?''

''या मार्गाबद्दलही माझ्या मनात काही शंका आहेत.''

त्यावेळी त्या विषयावर प्रणवेश फारसे बोलला नाही. जमिनीची मशागत बरीचशी झालेली आहे असे पाहून त्याच्या मनात आले, 'याचं शंका-समाधान करायचं असेल तर एखाद्या खास माणसाची भेट घडवून आणली पाहिजे.' त्याने मन्मथनाथ गुप्तांच्या कानावर ही गोष्ट घालून त्यांना सांगितले, ''मन्मथ, तू जर एकदा निवांतपणे त्याची भेट घेऊन बोललास तर काम फत्ते होईल असं वाटतं.''

''जरूर! कधी ठरवतोस?''

''या दोन-तीन दिवसांत? तवा तापलेला असतानाच...''

''चालेल.''

''हे बघ, तू सहज आल्यासारखं दाखव. थोडा वेळ आपण बोलू. मग मी काहीतरी निमित्त काढून तेथून जाईन. तुम्ही बोला.''

''ठीक आहे.''

गंगातीरावरील मनकर्णिका घाट. शुद्ध पक्षातली दशमी-एकादशी असावी. बरीच रात्र झाल्यावर प्रणवेश आझादांना घेऊन तेथे आला. नेहमीच्या सवयीप्रमाणे ते घाटाच्या पायरीवर बसले. समोरून गंगेचा प्रवाह शांतपणे वाहत होता. चांदण्याने त्या शुभ्र-धवल पाण्याला एक वेगळेच सौंदर्य प्राप्त झाले होते. लाटालाटांनी आपल्या हृदयी चंद्रबिंब धरले होते नि नितळ चांदण्याचा लेप लावला होता. जवळच एका बाजूला स्मशान होते. तिथे एक-दोन चिता धडधडत होत्या. दोघांनाही हे दृश्य नवे नव्हते. शांतपणे त्यांचे बोलणे सुरू होते. तेवढ्यात कोणाच्यातरी पावलांची चाहूल लागल्याने प्रणवेशने वर पाहिले आणि आश्चर्य वाटल्यासारखे दाखवून तो म्हणाला, ''कोण... तू होय! ये... बस ना!''

''काय, गप्पा चालल्यात वाटतं?'' त्याने विचारले.

''हो. थांब तुझी ओळख करून देतो हं!'' असं म्हणत तो आझादांना

म्हणाला, ''हा मन्मथनाथ गुप्त! आपल्याच शाळेतला.''

''पाहिलंय मी यांना. बोलणं मात्र झालं नाही. ''

''आणि हा..''

''बनारसमध्ये याला कोण ओळखत नाही? बरं झालं, आज शांतपणे गाठ पडली. पण, बाकी तुझ्या धैर्याचं कौतुकच केलं पाहिजे हं....''

''जाऊ दे... ती गोष्ट आता जुनी झाली. आपलं कर्तव्य आपण केलं. पण...''

गाडी रुळावर येत आहे असे पाहून, प्रणवेश म्हणाला, ''मन्मथ, शेखर, अरे एका महत्त्वाच्या कामाची एकदम आठवण झाली बघ. आत्ताच मला जायला पाहिजे. तुमची ओळख झाली आहेच. तुम्ही बसा.''

प्रणवेश निघून गेला. दोघांचे थोडेफार इतर बोलणे झाले. स्वातंत्र्यप्राप्तीच्या विषयावर गाडी येताच मन्मथनाथांनी क्रांतिकारी संघटनेची बांधणी करण्याची आवश्यकता, तिचे देशव्यापी जाळे विणणे, या क्रांतिकार्याला सर्व स्तरातून जनाधार मिळवून देणे अशा कितीतरी गोष्टी अतिशय प्रभावीपणे आझादांपुढे मांडल्या. त्या ऐकून आझादही भारावून गेले. मनातल्या शंका-कुशंकांचे जाळे नाहीसे झाले. त्यांची मनोभूमिका तयार होतीच. दिशा मिळण्याची आवश्यकता होती. या बोलण्यातून तीही त्यांना सापडली.

गप्पा संपवून उठताना एका कृतनिश्चयाने ते म्हणाले, ''मन्मथ, तू म्हणतोस ते खरं आहे. आता आपल्याला सशस्त्र क्रांतीशिवाय पर्यायच राहिलेला नाही.''

मध्यरात्र उलटून गेली होती. चंद्र पश्चिमेला झुकला होता. गंगेवरून येणारा गार वारा अंगाला झोंबत होता. स्मशानात पेटलेल्या चितांच्या ज्वाळा वाऱ्याने फरफरत उंचउंच चढत होत्या. आझादांच्या त्या निश्चयी बोलण्याने मन्मथनाथांचा चेहरा उजळून गेला होता. आझादांच्या आगमनाने संघटनेला एक नवीन बळ मिळाले होते. उत्साह मिळाला होता. त्या तृप्त मन:स्थितीतच त्यांनी घाटाच्या पायऱ्या चढायला सुरुवात केली.

आणि आझाद सशस्त्र क्रांतीच्या मार्गावर वाटचाल करू लागले.

•••

३

''जोगेशजी, आपलं ध्येय एक आहे. उद्दिष्ट एक आहे मग संघटनेत वेगळेपणा कशाला ठेवायचा? आपल्या दोन्ही संघटना एकत्र आल्या तर आपली ताकद वाढेल. मोठा कार्यक्रम हाती घेता येईल. शत्रूस जेरीस आणून ध्येय लवकर गाठता येईल. तुम्हाला नाही असं वाटत?...'' सचीन्द्रनाथ संन्याल जोगेशचंद्र चतर्जींना विचारत होते. त्यांच्यासारखा जिवाभावाचा मित्र आपल्या संघटनेत सामील करून घेण्याकरिता ते बरेच दिवस प्रयत्नात होते.

काही दिवसांपूर्वीच ते अंदमानच्या तुरुंगातून सुटले होते. बनारसकटात त्यांना जन्मठेपेची शिक्षा झाली होती; तरी १९२०मध्ये दिलेल्या सार्वत्रिक माफीच्या राजघोषणेने त्यांची सुटका झाली. काही दिवस विश्रांती झाली. नंतर मात्र त्यांचे क्रांतिकारक मन त्यांना स्वस्थ बसू देईना. 'एकदा शिक्षा झाली म्हणून काय झालं? हाती घेतलेलं मातृभूमीच्या मुक्तीचं कार्य काय अर्धवट सोडणार? या जन्मात ते कार्य पूर्ण झालं नाही तर पुन्हा-पुन्हा जन्म घ्यावा लागला तरी चालेल पण या क्रांतिपथावरून आता माघार नाही.' या निश्चयाने त्यांनी पुन्हा संघटना बांधायला सुरुवात केली होती.

वेगवेगळ्या महाविद्यालयात जाऊन, क्रांतिकारी विचारांच्या युवकांना ते भेटत. त्यांच्याशी चर्चा करत. विचारविनिमय करत. योग्य त्या व्यक्तींचा समावेश करून संघटना मजबूत करण्याचा प्रयत्न करत होते. अशातच आज

जोगेशचंद्रांची गाठ पडली. पूर्वीपासूनची ओळख असल्याने त्यांनी मनापासून त्यांना विचारून पाहिले.

जोगेशचंद्रही क्रांतिपथावरचे जहाल युवक होते. मॅट्रिकच्या वर्गापासूनच त्यांनी क्रांतिकार्यात भाग घ्यायला सुरुवात केली होती. अनुशीलन समितीचे ते सक्रिय सदस्य होते. १९२०ला तुरुंगवासाच्या शिक्षेतून त्यांचीही सुटका झाली होती. १९२२-२३च्या सुमारास ते बनारसला त्या समितीचे कार्य करण्यासाठी आले होते. त्यावेळी हे दोघे क्रांतिकारक एकत्र आले नाहीत, तरीही त्यांची कार्ये स्वतंत्रपणे चालूच होती.

एके दिवशी जोगेशचंद्रांची राजेंद्र लाहिरींची गाठ पडली. त्यांची गोल चेहरा, हसरे आणि मोठे तीक्ष्ण डोळे यांच्याकडे पाहताच त्यांना विवेकानंदांच्या डोळ्यांची आठवण झाली. छाप पाडणाऱ्या त्यांच्या व्यक्तिमत्त्वाने ते भारावून गेले. त्यांची ओळख करून घेतली. तेही बंगालचे. त्यांचे वडील देशभक्त, तीच देशभक्ती त्यांच्याही अंगी उतरलेली. शिक्षणाकरता बनारसला आले होते. इतिहास, अर्थशास्त्र घेऊन 'बनारस हिंदू विद्यापीठा'तून बीए झाले होते आणि इतिहास विषय घेऊनच एमएचा अभ्यास करत होते. जोगेशचंद्रांची ओळख झाल्यावर लाहिरींच्या अंगीही नवा उत्साह संचारला. चैतन्याच्या सळसळीने तेही क्रांतिकार्याला लागले.

सचीन्द्रनाथ बक्षी हेही बनारसच्या शाखेचे काम करत होते. हे कार्य करायला वडिलांचा विरोध होता. त्यांच्याशी भांडून एकदा त्यांनी घरही सोडले होते. क्रांतिकार्यामुळे त्यांचे नावही पोलिसांच्या काळ्या यादीत गेले होते. त्यांच्या कार्यपद्धतीमुळे तेही जोगेशचंद्रांचे विश्वासू सहकारी बनले होते.

सचीन्द्रनाथ संन्यालांचेही कार्य सुरू होते. प्रणवेश चटर्जी, मन्मथनाथ गुप्त हे त्यांच्या संपर्कात आले होते. जोगेशचंद्र आणि सचीन्द्रनाथांच्या गाठीभेटी होत होत्या. विचार होत होता.

सचीन्द्रनाथांनी पुन्हा विचारल्यावर दोन्ही नेते एकत्र आले. दोन्ही संघटना एकाच विचाराने कार्यप्रवण झाल्या. सचीन्द्रनाथांनी संघटनेची घटना तयार केली. ती सर्वांना बंधनकारक राहणार होती. आता या संघटनेचे नाव होते, 'हिंदुस्थान रिपब्लिकन असोसिएशन!', संघटनेचे ध्येय होते सशस्त्र क्रांतीने हिंदुस्थानला स्वातंत्र्य मिळवून देणे आणि तेथे प्रजासत्ताक राज्याची स्थापना

करणे. संघटनेत घटना वाचून दाखवण्यात आली. सर्वांनी ती मान्य केली. त्याप्रमाणे समित्या तयार झाल्या आणि चैतन्याने सळसळणाऱ्या नि उत्साहाने ओसंडून वाहणाऱ्यान मनांनी 'हिंदुस्थान रिपब्लिकन असोसिएशन'च्या कार्याला सुरुवात झाली.

***

''आपण एक अनुभवी क्रांतिकारक आहात. शस्त्रास्त्रांची खरेदी, त्याची देखभाल याची आपल्याला उत्तम जाण आहे. मैनपुरीच्या कटात आपण सहभागी झाला होता. तेव्हा या अनुभवाचा फायदा दलाला निश्चित होईल. त्यामुळे आम्हाला मनापासून वाटतं की, आपण पुन्हा आमच्या क्रांतिदलात सहभागी व्हावेत.'' जोगेशचंद्रांनी रामप्रसादांना विनवले. पुन:पुन्हा विनवले. त्यांनाही मनोमनी ते पटत होते आणि तरीही त्यांची द्विधा मन:स्थिती होत होती.

रामप्रसादांचे मन मूलतः क्रांतिकारकाचे! त्यामुळे त्यांचे एक मन त्यांना या कार्याकडे ओढत होते आणि आजपर्यंतचे अनुभव त्यांना त्यापासून परावृत्त करत होते. त्यांनी दोन-तीन दिवस विचार केला आणि अखेर क्रांतिकार्यात पुन्हा सहभागी होण्याचा निश्चय केला.

जोगेशचंद्रांना 'होकार' दिल्यावर लगेचच त्यांच्या डोळ्यांसमोर अशफाक उल्लाखान आणि ठाकुर रोशनसिंग यांचे नाव आले. दोघेही त्यांचे जीवश्चकंठश्च मित्र! त्यांची नावे येताच त्यांच्या कितीतरी गोष्टी त्यांना आठवल्या. अशफाकच्या सायीसारख्या दाट आणि स्निग्ध होत गेलेल्या मैत्रीचे कितीतरी स्तर त्यांच्या डोळ्यांसमोरून तरळून गेले. ठाकुरांचे नाव आठवताच, त्यांची हुशारी, व्यवहार कुशलता, मातृवेदी संस्थेतील सहकार्य, तलवार चालवण्याचे आणि नेमबाजीचे कौशल्य आणि अगदी दरोडे घालण्यातले अनुभवही आठवले. ते दोघांनाही घेऊन जोगेशचंद्रांकडे गेले. त्यांचा परिचय करून दिला आणि रामप्रसादांच्याबरोबर ते दोघेही क्रांतिकार्यात सहभागी झाले.

***

क्रांतिकारक संघटनेच्या प्रचाराचे काम सुरूच होते. माणसे ओळखीने, पारखून घेतली जात होती. थोड्याच दिवसांत बरेच क्रांतिकारक हिंदुस्थान रिपब्लिकन असोसिएशनच्या ध्वजाखाली एकत्र आले.

गोविंदचरण यांना पवना गोळीबार केसमध्ये आठ वर्षांची काळ्यापाण्याची

शिक्षा झाली होती. तुरुंगात खूप आजारी पडले म्हणून १९२०मध्ये त्यांची तुरुंगातून सुटका झाली. औषधोपचाराने बरे होताच पुन्हा दलात सहभागी झाले. क्रांतिकार्याचा छंद सुटला नाही.

विष्णुशरण दुबलीश हे आर्यसमाजी. काँग्रेसचे निष्ठावंत कार्यकर्ते. असहकार आंदोलनात भाग घेतला. एका आंदोलनाचे नेतृत्व करताना इंग्रज अधिकाऱ्याने त्यांना अमानुष मारहाण केली. शिक्षा झाली. जेलमध्ये असतानाच क्रांतिकारक झाले. बाहेर पडल्यावर हिंदुस्थान रिपब्लिकन असोसिएशनचे सभासद झाले.

प्रेमकृष्ण खन्ना हे शहाजहानपूरचे! इंजिनिअर होते. सुखवस्तू होते पण रामप्रसादांशी संबंध आला. मातृवेदी संस्थेचे सभासद झाले. दिल्लीत क्रांतिकार्य करू लागले होते. रामप्रसादांबरोबरच नव्या संघटनेत आले.

मुकुंदलाल गुप्ता हे इटाव्याचे! मैनपुरी अभियोगात सहा वर्षांची शिक्षा झाली होती. सुटका झाल्यावर सचीन्द्रनाथांची गाठ पडली आणि दलात आले. वीरभद्र तिवारी कानपूरच्या राष्ट्रीय शाळेचे मुख्य शिक्षक होते. तेही या संघटनेचे सभासद झाले.

साथींचे काम सुरू झाले. नवीन साथी मिळत होते. चंद्रशेखर आझादांनी क्रांतिकार्यात प्रवेश केला त्यावेळी हिंदुस्थान रिपब्लिकन असोसिएशनला बराच चांगला आकार आला होता. ध्येय ठरले होते. मार्गही ठरला होता.

रात्रीच्या पहिल्या प्रहरात आकाशाच्या अंगणात एक-एक करत तारकांचा मेळा जमावा नि सारे आकाश तेजोमयी तारकांनी व्यापून जावे, तसेच या क्रांतीच्या प्रांगणात हळूहळू अनेक क्रांतिकारक जमा झाले. त्यांच्या तेजस्वी हालचाली सुरू झाल्या. फरक होता तो तारकांच्या शांत, शीतल, मोहमयी क्रीडांच्याऐवजी इथे होता मातृभूमीच्या स्वातंत्र्यासाठी निर्मिलेल्या रणांगणावरील तेजस्वी, देदीप्यमान नि दाहक आविष्कार!!

***

हिंदुस्थान रिपब्लिकन असोसिएशनमध्ये आल्यापासून आझादांनी उत्साहाने, तडफेने कामाला सुरुवात केली होती. त्यांच्या व्यक्तिमत्त्वाची छाप समोरच्या माणसावर पडायची आणि त्यांचे मधाळ, आत्मीयतेचे बोलणे त्याला आपलेसे करून टाकायचे. असहकार चळवळीत पोळलेल्या, निराश झालेल्या अनेक लोकांना त्यांनी संघटनेत आणले होते. मन:शांतीसाठी संन्यासमार्गाचा

अवलंब करून परतलेल्या आणि क्रांतिकार्याची पार्श्वभूमी नसलेल्या एका 'साधू' पुरुषाला, रामकृष्ण खत्रींना जसे त्यांनी आपलेसे केले तसेच योगेंद्र शुक्लांनाही! ते तर अहिंसेचे सच्चे उपासक होते. काँग्रेसचे एकनिष्ठ सेवक होते. आझादांनी त्यांच्याशी सतत संपर्क ठेवला. त्यांचे मन राखले, जाणले. त्याला आपल्याला हवी तशी दिशा दिली आणि एक दिवस त्यांनाही क्रांतिकारक केले. आझादांनी एका लोहाराला संघटनेत सामील करून घेतले होते. आपल्या कारखान्यात देशी बंदुका तयार करून तो त्या दलाला देत असे. त्यांच्या संघटनकौशल्याने जिवाला जीव देणारे अनेक साथी संघटनेला मिळाले.

हळूहळू आझादांचा बनारसमधील राजेंद्र लाहिरी, सचीन्द्रनाथ बक्षी, कुन्दनलाल, महावीरसिंग, मनमोहन गुप्त, रवीन्द्र मोहनकर अशा महत्त्वपूर्ण क्रांतिकारकांशी परिचय करून देण्यात आला. काही दिवसांतच त्यांचा परिचय वाढला. ऊठ-बस वाढली. विश्वास वाढला आणि आता त्यांच्याच सहवासात ते रात्रंदिवस राहू लागले.

राजेंद्रनाथ लाहिरी संघटनेचे जिल्हाधिकारी होते. एक दिवशी रामप्रसाद बिस्मिल, अशफाक आणि रोशनसिंग त्यांच्याकडे आले होते. संघटनेच्या भावी योजनांची चर्चा सुरू होती. एवढ्यात आझाद तेथे आले. लाहिरींनी त्यांची ओळख करून दिली. थोड्याच वेळात फार जुनी ओळख असावी अशा थाटात गप्पांना रंग चढला.

संघटनेचे उमलत चाललेले रूप आझादांच्या डोळ्यांसमोर क्रांतीची उदात्त नि भव्य स्वप्ने चितारीत होते.

***

रात्र अंधारली होती. कल्याण-आश्रमातली वर्दळ वाढली होती. दिवे प्रकाशले होते. लावलेल्या उदबत्त्यांचा सुगंध रस्त्यावरच्या जाणाऱ्या येणाऱ्यांनाही जाणवत होता. पेटी-तबला वाद्यांचे सूर जुळवले जात होते. थोड्याच वेळात एकाने भावार्द्र शब्दांत भजन म्हणायला सुरुवात केली. वातावरण भक्तिरसात न्हाऊन निघू लागले. काहीतरी धार्मिक कार्यक्रम असावा, अशी लोकांची समजूत झाली आणि त्याच वेळेला आतल्या खोलीत, दार लावून, हिंदुस्थान रिपब्लिकन असोसिएशनची बैठक सुरू होती.

सर्वांच्याच प्रयत्नाने दलात येणाऱ्या साथींची संख्या वाढत होती आणि

त्याचबरोबर एक महत्त्वाचा प्रश्न सर्वांना भेडसावत होता. 'दल चालवायला पैसा कोठून आणायचा?' हा प्रश्न सर्वांचीच डोकेदुखी ठरला होता. दरोडे घालून पैसा जमविण्याच्या काही योजनाही पुढे आल्या होत्या. योजना चांगल्या होत्या पण तितक्याच जोखमीच्याही होत्या. कित्येकदा तर मूळ काम बाजूला राहायचे नि या साधनालाच अधिक महत्त्व मिळायचे.

दलाचे महत्त्वाचे सभासद आले होते. इकडचे तिकडचे थोडेसे बोलणे झाले नि पैशांचा प्रश्न चर्चेला आला.

रामकृष्ण खत्री म्हणाले, "माझ्याकडे एक उपाय आहे."

"दरोड्याचा सोडून आहे ना?" तत्परतेने आझादांनी विचारले.

"होय. अगदी वेगळा... गाजीपूरला एक उदासी महंत आहे. त्याच्याकडे अमाप संपत्ती आहे. शिवाय त्याचा मठही खूप मोठा आहे. त्या मठाचीही संपत्ती खूप आहे."

"हो, पण आपल्याला त्याचं काय? तो आपल्याला संपत्ती देणार आहे थोडाच?" एका साथीने विचारले.

"आपण ती मिळवायची."

"कशी?"

"सांगतो ना! महंत खूप वृद्ध आहे आणि रोगीही आहे. लवकरच तो आपली इथली यात्रा संपवील असं वाटतं. सध्या तो एका तरुण शिष्याच्या शोधात आहे. मी उदासीपंथाचा चिटणीस होतो, तेव्हापासून माझी आणि त्याची ओळखही आहे. तेव्हा आपल्यापैकीच एकाने त्याचा चेला बनायचे. तो गेला की सारी संपत्ती चेल्याला पर्यायाने आपल्याला मिळेल. तसं झालं तर पैशांची ददात राहणार नाही."

योजना सर्वांनाच आवडली. आता प्रश्न होता, शिष्य कोणी व्हायचे? रंगरूप, आवाज साऱ्या गोष्टी त्याला अनुरूप असायला हव्या होत्या.

"कोण आहे?" विचार करता-करता नजरा आझादांच्याकडे वळल्या.

लाहिरींनी विचारले, "आझाद, तू..."

"छे, बाबा... हे असलं लचांड कोण गळ्यात घेणार नाही." आझादांनी कल्पना झिडकारून टाकली. मला मुळीच जमणार नाही.

"अरे पण जरा..."

''सांगितलं ना हे असलं पाखंडीपणाचं काम मला नाही जमायचं. शिवाय त्या साधूचा विश्वासघात करायचा म्हणजे...''

''यात विश्वासघाताचा प्रश्न येतोच कुठे?'' मन्मथनाथांनी शांतपणे बोलायला सुरुवात केली. ''हे बघ, तो साधू जिवंत असेपर्यंत तू त्याचा शिष्यच आहेस. तो गेल्यानंतर, तू त्याच्याजागी मठाधिपती झाल्यावर आपल्याला ते धन मिळणार आहे. यात पाखंडीपणाही नाही आणि विश्वासघातही नाही. यात दलाचा जर एवढा फायदा होणार असेल तर तू हे काम करायला पाहिजे.''

आझाद जरा गंभीर झाले. त्यांना विचाराक्रांत पाहून लाहिरींनी मन्मथनाथांच्या सांगण्याला दुजोरा दिला. इतरांनीही आझादांनीच हे काम केले पाहिजे असा आग्रह धरला. अखेर सहकाऱ्यांचा दबाव आणि दलाच्या अनुशासनाचा भाग म्हणून आझादांनी होकार दिला. क्षणार्धात त्या छोट्याशा खोलीतला तणाव मावळला आणि स्निग्ध स्नेहाचे सुरम्य चांदणे पसरले.

खत्रींनी गाजीपूरच्या महंताशी संपर्क साधला. त्याने भावी शिष्याला भेटायची इच्छा व्यक्त केली. आझादांना घेऊन खत्री गाजीपूरला गेले. तेथे गेल्यावर त्यांनी भगवी वस्त्र परिधान केली. गळ्यात रुद्राक्षांच्या माळा घातल्या. कपाळाला चंदनाचा टिळा लावला. या वेषात त्यांच्या व्यक्तित्वाला एक अनोखी भव्यता प्राप्त झाली होती. महंताच्या मठात जाताच खत्रींनी *'ॐ नमो ब्रह्मणे ॐ'* असे म्हणून महंताला अभिवादन केले. नम्रतेने त्याची चरणधुली मस्तकी लावली. आझादांनीही त्यांचे अनुकरण केले.

खत्रींनी सांगितले, ''ये सच्चिदानंदजी! आपके आश्वयमें आये हैं। आपकी कृपा पाकर आपके शिष्य बनना चाहते हैं।''

महंताने त्यांच्याकडे पाहिले. बलिष्ठ शरीर, मोहक, प्रभावशाली व्यक्तित्व, पाहता क्षणीच त्याला जाणवले, 'आपण अशाच शिष्याच्या प्रतीक्षेत होतो.'

तो खत्रींना म्हणाला, ''इन्हे शिष्य बनानेमें हमें आनंदही होगा। इनको देख लिया और मन से जान पडा, हम ऐसेही शिष्यकी प्रतीक्षा में थे।''

महंताचे उद्‌गार ऐकून दोघांचेही जीव भांड्यात पडले. खत्रींची धावपळ यशस्वी झाली. आणि आझाद महंतांचे शिष्य झाले.

त्याच दिवशी दुपारी दीक्षाविधी झाला. त्यांचे आश्रमातील जीवन सुरू झाले, पण स्वतंत्रवृत्तीच्या आझांदाना लवकरच त्याचा कंटाळा येऊ लागला

आणि ते त्या धार्मिक मठातल्या निर्जीव स्मशानवत वातावरणाला दोन महिन्यांतच कमालीचे कंटाळले. वैतागले.

त्यांनी खत्रींना पत्र पाठवून 'मला इथल्या वातावरणाचा उबग आला असून, माझी लवकर सुटका करावी असे कळविले.' त्याप्रमाणे खत्री आणि नवाब (मन्मथनाथ) त्यांना भेटून गेले. बनारसला गेल्यावर त्यांनी लाहिरींना ही गोष्ट सांगितली. पण बरेच दिवस त्यांच्याकडून काहीच हालचाल झाली नाही.

आझादांनी काही दिवस वाट पाहिली. काहीच बातमी येत नाही असे पाहून त्यांनी स्वतःच निर्णय घेतला. महंताला काहीच न सांगता ते तेथून निसटले नि बनारसला परत आले.

पुढे आठवडाभर त्या महंताच्या सुरस आणि चमत्कारिक कथा सांगून ते आपल्या सहकाऱ्यांना खदखदून हसवत राहिले.

दोन महिन्यांच्या आश्रमीय जीवनात त्यांनी अनेक अनुभव गाठीशी बांधले. मानवी स्वभावाचे अनेक पैलू पाहिले. त्यातून बऱ्याच गोष्टी शिकले. या अनुभवातून ते पूर्वीपेक्षा अधिक गंभीर झाले.

***

सचीन्द्रनाथ बक्षींनी क्रांतिकार्य सुरू केल्यानंतर काही दिवसांतच ते पोलिसांच्या काळ्या यादीत गेले होते. त्यांच्यावरची पोलिसांची नजर करडी झाली होती. त्यांना कोण कोण भेटते, त्यांच्याशी कोण बोलते ह्याच्याही नोंदी होऊ लागल्या. त्यांचीही नावे पोलिसांच्या डायरीत जाऊ लागली.

तेव्हा राजेंद्र लाहिरींनी त्यांना सांगितले, "सचीन्द्रजी, आता इथं राहून पोलिसांना चुकवत-चुकवत काम करण्यापेक्षा झाशीला जाऊन, तिथल्या शाखेत संघटना बांधणीचं काम करावं."

त्यांच्या सांगण्यावरून ते झाशीला आले. मास्टर रुद्रनारायण यांना भेटले. रुद्रनारायण तिथल्या सरस्वती पाठशाळेत चित्रकलेचे शिक्षक होते. ते उत्तम छायाचित्रकार आणि मूर्तिकारही होते. व्यायामाची विशेष आवड. कुस्ती, मल्लखांब यात ते निष्णात होते. त्यांनी सचीन्द्रनाथांचे स्वागत केले. आणि विचारले, "आज झाशीत कसं येणं झालं? काही विशेष."

त्यांनी आपल्या येण्याचे प्रयोजन स्पष्ट केल्यावर त्यांच्या तब्येतीची

विचारपूस केली. ''आता उत्तम! त्यावेळी आझादांनी लगेच औषधोपचार केला म्हणून बरं झालं.''

शहाजहानपूरला 'ॲक्शन'साठी सदस्यांची बैठक भरली होती. रुद्रनारायण तिला उपस्थित राहण्यासाठी येत असताना पोलिसांच्या लक्षात आले. त्यांचा डोळा चुकवून येण्याच्या खटपटीत, घराच्या काटेरी तारांच्या कुंपणामधून जाताना रक्तबंबाळ होऊन पडले. काट्यांनी सगळे अंग माखून गेले. त्यावेळी आझादांनी त्यावर मलमपट्टी केली. काही दिवस सेवाशुश्रूषा केली. बोलण्यातून स्नेहाच्या चांदण्याचा वर्षाव केला. त्यातूनच दोघांच्या हृदयवीणेच्या तारा अलगद जुळल्या.

सचीन्द्रनाथांच्या राहण्याच्या जागेची व्यवस्था होईपर्यंत दोन-तीन दिवस ते रुद्रनारायणांच्या घरीच राहिले. तेथेच त्यांनी विश्वनाथ वैशंपायन, सदाशिवराव मलकापूरकर आणि भगवानदास माहौर या तरुणांच्या ओळखी करून दिल्या. तिघेही सरस्वती पाठशाळेचे विद्यार्थी होते. सुस्वभावी होते. तिघांनाही व्यायामाची आवड होती. रुद्रनारायणच त्यांना व्यायामाचे धडे देत होते.

काही दिवसांनी किल्ल्याखालील व्यायामशाळेत सचीन्द्रबाबूही डबलबार शिकवू लागले. तिघांच्याही भेटीगाठी नियमित पडू लागल्या. परिचय वाढत गेल्यावर त्यांचे गुणही समजू लागले. वैशंपायनांची देशभक्ती, खादी वापरण्याची घेतलेली प्रतिज्ञा नि असहकार आंदोलनातील सहभाग त्यांना कळला. भगवानदासांची काव्यप्रतिभा, गोड गळा, पंजा लढविण्यातले प्रावीण्य त्यांच्या ध्यानी आले तर सदाशिवरावांचा सुशील, बुद्धिमान आणि धडपडणारा स्वभावही त्यांच्या लक्षात आला. सदाशिवराव त्यांच्या मेहुण्यांकडे श्रीधररावांकडे राहत होते. त्यांची अभ्यासाची स्वतंत्र खोली होती. मैत्रीची वीण घट्ट झाली होती. मनाने ते एकरूप झाले होते.

तिघांनाही पारखून घेतल्यानंतर सचीन्द्रनाथांनी क्रांतिसंघटनेची माहिती दिली आणि हळूहळू त्यांना क्रांतिकार्याची दीक्षा दिली.

***

''आझादांना झाशीला पाठवलं तर?'' लाहिरींनी रामप्रसादांना विचारले.

''हरकत नाही. अंगात जरा उतावळेपणा आहे. एवढंच...''

''त्यामुळेच तर तुम्ही त्याला 'क्विक सिल्वर' म्हणत ना?''

''हो... पण त्यामुळेच भीती वाटते. एखाद्या वेळी पोलिसांच्या कचाट्यात सापडला तर...''

''तरी काळजीचं कारण नाही. तो अगदी विश्वासू आहे. दलाचं एक अक्षर कोणाला कळणार नाही.''

''त्या बाबतीत मलाही खात्री आहे. त्यालाच पाठवू. जिल्ह्याबाहेरच्या कामाची माहिती होईल. आपली केंद्रही कळतील. अनुभवही वाढेल.''

१९२४ वर्ष सरत आले होते. दलाच्या कामासाठी आझाद झाशीला आले होते. जिल्हासंघटक सचीन्द्रनाथ बक्षींना भेटायचे होते. वर्षभराच्या वास्तव्यात त्यांनी काही नवयुवक तयार केले होते. त्यांचाही परिचय करून घ्यायचा होता.

मुकरयाना मोहल्ल्यातले घर. सचीन्द्रनाथांचे निवासस्थान. आझाद तेथेच राहिले होते. दोन-तीन दिवसांत इतर कामे उरकल्यावर आझादांनी विचारले, ''आपले नवे साथी दिसले नाहीत कुठे?''

''मुद्दामच त्यांना या दोन-तीन दिवसांत बोलावलं नव्हतं. आपली इतर कामं झालीत, आता आज रात्री बसू या!''

रात्रीचे जेवण झाले. ठरल्याप्रमाणे एक-एक करत सदाशिवराव, भगवानदास आणि विश्वनाथ तिघेही आले. सचीन्द्रनाथांनी त्यांचा परिचय करून दिला आणि थोड्याच वेळात खूप जुना परिचय असावा अशा रीतीने आझाद बोलू लागले. त्यांचा सरळ स्वभाव, बोलण्यातली आत्मीयता यांमुळे तिघेही त्यांच्याकडे आकर्षिले गेले.

भगवानदासांना जाणवले, आझादांचे व्यक्तिमत्त्व भव्य नि आकर्षक आहे. लांब-सरळ नाक, मोठे मस्तक, भरपूर काळे केस, सावळा वर्ण, त्यांची विशाल, तेजस्वी नि निश्चयी मुद्रा, कोणावरही प्रथमदर्शनीच छाप पाडेल अशीच आहे. बलशाली बाहू, पिळदार शरीर क्रांतिसंघटनेच्या नेत्याला शोभेल असे आहे. नकळत त्यांच्या मनात सचीन्द्रनाथांच्या काटक पण सडपातळ शरीरयष्टीशी आझादांशी तुलना होऊन गेली आणि क्रांतिकारकांवरील त्यांची श्रद्धा आणखी वाढली.

भगवानदासांचे आझादांच्या बोलण्याकडे लक्ष नाही याची जाणीव होताच सदाशिवरावांनी त्यांना सावध केले. आझादांच्या ते केव्हाच लक्षात आले होते.

आपल्या मिस्कील शैलीत ते म्हणाले, ''सदाशिव, माझ्याकडे नुसतं पाहून चालणार नाही. माझ्यासारखं बनलं पाहिजे. हे बघ, मला वाटतं, एक बलदंड माणूस शंभर विद्वानांना थरथर कापायला लावतो. तेव्हा आपण बलशाली असलं पाहिजे. अरे, प्रसंगी पाच-सहा पोलिसांना लोळवता आलं पाहिजे. आपण क्रांतिकारक. शत्रूपक्षाला आपला धाक वाटला पाहिजे.''

गप्पा रंगल्या होत्या. वेगवेगळे विषय आपली हजेरी लावीत होते. आझादांना झाशी आणि बुंदेलखंडाची भूमी मनापासून आवडली होती. ही भूमी गनिमीकाव्यासाठी फार चांगली आहे याचा उल्लेख ते पुन्हा पुन्हा करत होते. इथल्या खेड्यातून, डोंगरदऱ्यांतून आपल्या साथींना पिस्तुलाचं, बंदुकीचं शिक्षण देता येईल, नेमबाजीचा सराव करता येईल असे त्यांना वाटत होते.

ते बक्षींना म्हणाले, ''बक्षीजी, ही भूमी माझ्या मनात भरलीय. इथं खूप काम करता येईल असं वाटतं. साथींना नेमबाजीत तयार करता येईल.''

सचीन्द्रनाथांच्या हातात त्यावेळी पिस्तूल होते. ते हाताळत ते म्हणाले, ''हो ना, हातात पिस्तूल असलं म्हणजे नेम साधता येतो असं थोडंच आहे? त्यासाठी शिक्षण द्यायला पाहिजे. सराव करावा लागतो.''

सचीन्द्रनाथ नेमबाजीबद्दल बोलू लागले. बोलता-बोलता त्यांनी आपले बोट पिस्तुलाच्या ट्रिगरवर ठेवले. सगळ्यांचे लक्ष त्यांच्या बोलण्याकडे होते. आणि... आणि...

इतरांना काही समजायच्या आत आझादांनी विजेच्या वेगाने पुढे सरकून सचीन्द्रनाथांना एक धक्का दिला. पिस्तुलाचा रोख छताच्या बाजूला केला नि आपल्या दोन्ही हातांनी त्यांना घट्ट आवळून धरले. क्षणभर सारेच गोंधळले. काय होतंय हे कोणालाच काही कळले नाही.

परिस्थिती अशी होती की सचीन्द्रनाथ रिव्हाल्वरमध्ये काडतुसे पुन्हा भरून ठेवली आहेत, हे गप्पांच्या नादात विसरूनच गेले होते. त्यांनी अनवधानाने ट्रिगरवर बोट ठेवले होते आणि तो अर्धवट दाबला होता. घोडाही अर्धा वरती आला होता. एखाद्या सेकंदाचा जरी उशीर झाला असता तरी गोळी सुटली असती, अनर्थ झाला असता. भगवानदास कदाचित त्याचवेळी... पण आझादांच्या सावध, अष्टावधानी नजरेने आणि तत्काळ निर्णय क्षमतेने दुर्घटना टळली होती. सचीन्द्रनाथ आश्चर्यचकित होऊन पाहत राहिले होते. ते

पूर्वपदावर यायच्या आधीच आझादांनी त्यांच्या हातातले पिस्तूल काढून घेतले. व्यवस्थित ठेवून दिले.

दुसऱ्याच क्षणी आझादांनी भगवानदासांकडे बारकाईने पाहिले. त्याच्यावर या गोष्टीचा काही परिणाम झाला आहे का? हा घाबरला तर नाही ना? चाणाक्ष, पारखी नजरेने त्यांनी चेहऱ्यावरचे सारे बारकावे टिपले आणि मग गमतीने म्हणाले, ''बघू रे तुझा हात.''

आपला हात त्यांच्या हातात देत भगवानदासांनी विचारले, ''काय भविष्य सांगणार आहात का नाडी बघणार आहात?''

''दोन्हीही?''

आझादांनी एखाद्या निष्णात वैद्याप्रमाणे त्याची नाडी पाहिली. नंतर हात हातात घेऊन ज्योतिषाप्रमाणे हाताच्या रेषा बारकाईने पाहण्याचा आविर्भाव करून हसत-हसत म्हणाले, ''बेटा, बडे भाग्यशाली हो! ऐसे ही थोडे मर जाओगे, कुछ करके ही मरोगे। तुझे बहुत कुछ करना है ना?''

आझादांचे वाक्य पुरे होताच सचीन्द्रनाथही हसून म्हणाले, ''बरं झालं बाबा, आझाद इथं होते, नाहीतर माझी चूक तुला चांगलीच भोवली असती. अगदी जन्माची!''

''मला तर पुढच्या जन्मीच कळली असती,'' भगवानदासही हसत म्हणाले. ''पण भगवान, एक गोष्ट मात्र आम्हा साऱ्यांनाच कळली बरं का, तू सहजासहजी घाबरणारा नाहीस.''

वातावरणातला ताण नाहीसा होऊन मोकळेपणा आला होता. थोड्या वेळाने बैठक संपली. सर्व आपापल्या घरी गेले. आझादांचे काम झाल्यावर तेही बनारसला निघून गेले.

दोन-तीन दिवसांनी भगवानदास सचीन्द्रनाथांच्या घरी गेले होते. सदाशिवरावही बरोबर होते. आझादांच्या व्यक्तिमत्त्वाने आपण कसे भारावून गेलो आहोत, हे दोघेही सचीन्द्रनाथांना सांगत होते. गप्पांच्या ओघात मग सचीन्द्रनाथांनी सांगितले, आझादांच्या सांगण्यावरूनच पिस्तुलाचे नाटक त्या दिवशी जाणूनबुजून केले होते. भगवानची परीक्षा पाहण्यासाठी!!

***

जोगेशचंद्रांची खोली उघडी पाहून आझाद आत गेले. त्यांचा स्वयंपाक सुरू होता.

आत जाताच आझाद म्हणाले, ''काय, येऊ का मदतीला?''

''नको. कुठे पंचपक्वान्न करायचीत! दोन रोट्या भाजल्या नि डाळ केली की झालं! बसा.''

''दोन-तीन वेळा येऊन गेलो पण खोली बंद होती.''

''कानपूरला गेलो होतो. तिथं भगतसिंगाची गाठ पडली.''

''भगतसिंग? नाव ऐकलंय. बहुधा, पंजाबातल्या नौजवान संघटनेच्या कार्याच्या संदर्भात असावं.''

''होय. तिथं त्याचं काम चांगलं चाललंय. पण, कानपूरला आला तो घरातून पळून आला होता.''

''का? घरच्यांचा विरोध?''

''अगदी तसंच म्हणता येणार नाही; पण भगतने लग्न करावं असा घरच्यांचा आग्रह होता. वडिलांनी एक मुलगी बघितली. पसंत पडली. याला मात्र लग्नच करायचं नव्हतं, त्यावरून भांडण झालं. घर सोडून कानपूरला आला आहे. त्याच्या राहण्या-जेवणाची सोय गणेश शंकर विद्यार्थी यांच्या 'प्रताप' दैनिकाच्या कार्यालयात करून मग आलो.''

भगतसिंगाचे नाव ऐकल्यावर आझादांच्या आंतरहृदयातील तार कुठेतरी छेडली गेली. आतापर्यंत न पाहिलेल्या, अनोळखी व्यक्तीचे नुसते नाव निघताच असे तरंग का उठावेत हे त्यांनाही कळले नाही. त्याचे पंजाबातले कार्य थोडेफार कानावर होते इतकेच! भेट मात्र झालेली नव्हती. गंगा आणि यमुना आपल्या पाण्याने दोन्ही तीरांना सुखवीत, फुलवीत पुढे वाहात होत्या, पण त्यांचा प्रीतीसंगम मात्र अजून झाला नव्हता.

त्यांनी तो विचार बाजूला सारला. जोगेशचंद्रांशी थोडेफार बोलून ते मुद्दामच बाहेर पडले, नाहीतर त्यांनी जेवणाचा केलेला आग्रह मोडता आला नसता. स्वयंपाक तर त्यांच्या पुरताही दिसत नव्हता. एकादशीच्या घरी शिवरात्र पाहुणी तशातली गत! आझाद बाहेर पडले. जेवणाची त्यांचीही कुठे सोय नव्हतीच. खोलीवर येऊन पोटभर पाणी प्यायले नि शांतपणे झोपून राहिले.

या काळात दलाची आर्थिक स्थिती फारच हलाखीची झाली होती. नवे नवे

साथी येत होते पण त्यांच्या उदरनिर्वाहाची सोय करणेही कठीण जात होते. दलाकडून खर्चासाठी दरमहा दहा रुपये मिळत. तेवढ्यात भागवावे लागे. कधी कधी त्यातही काटछाट होई. मग कोणाकडून उधार, उसनवारी करून आपले आपल्यालाच भागवावे लागे. त्यामुळे कधी एकभुक्त तर कधी उपाशीच राहावे लागे. काहींनी चरितार्थासाठी किरकोळ नोकऱ्याही मिळवल्या.

प्रणवेश चटर्जींना शिकवणीची आवश्यकता होती. त्यांचे वडील दरमहा दहा रुपये द्यायला तयार होते. मन्मथनाथांना ही वार्ता कळताच त्यांनी ती शिकवणी जोगेशचंद्रांकरता मिळवली. वेष पालटून येणाऱ्या जोगेशचंद्रांना प्रणवेश कित्येक दिवस ओळखू शकला नाही. आझादांनी ग्यानचंद मुरब्बेवाला या लोणची विकणाऱ्याकडे हिशोब ठेवण्याचे काम अर्धवेळ करून पैसे मिळवले. पण नोकरी करून पैसे मिळणार किती नि दलाला देणार किती? तरीही आझाद काही पैसे दलाला देत होते.

एकदा दलाला चार हजार रुपयांची तातडीची गरज होती, पण एवढी रक्कम लगेच कशी उभी राहणार? सचीन्द्रनाथ, मन्मथनाथ, लाहिरी या विषयी बोलत असताना आझादही तेथे होते.

त्याच दिवशी पैसे आणण्याची जबाबदारी आझादांनी स्वीकारली. ते आपल्या एका जिवलग स्नेह्याकडे, दुर्गा प्रसादांच्याकडे गेले. त्याचा सावकारीचाच व्यवसाय होता. पैशांची मागणी करून सहा महिन्यांनी व्याजासह पैसे परत करण्याचे आश्वासन त्यांनी दिले. एवढे पैसे त्याच्याकडेही नव्हते. पण आझादांचा तो चाहता असल्याने त्यांचा शब्दही त्याला मोडवत नव्हता. अखेर त्याने दुसऱ्याकडून पैसे आणून आझादांना दिले. त्यावेळची दलाची गरज भागली.

नवे साथी दलात सामील होत होते. त्याचबरोबर आर्थिक संकटेही आपले अक्राळविक्राळ रूप दाखवत होती. साऱ्याच साथींना हालात, कष्टाने दिवस काढावे लागत होते आणि तरीही या अंगारांवरून निश्चयाने पावले टाकत रात्रीच्या गर्भातला उष:काल पाहण्याची त्यांची जिद्द कमी झाली नव्हती.

•••

४

‘नव्या नक्षत्राच्या जन्माच्या वेळी अंदाधुंदीचीच आवश्यकता असते आणि त्याच्या निर्मितीच्या वेळी वेदना, दुःख त्याच्या बरोबरच येतात!’ सचीन्द्रनाथ संन्यालांनी लिहायला घेतलेल्या पत्रकाची सुरुवात अशी जहाल शब्दांत करून लिहिले, ‘हिंदुस्थान सध्या एका अपरिहार्य परिस्थितीतून जात असून, देशातील क्रांतिकारक आंदोलन पूर्वीपेक्षाही सामर्थ्यशाली झाले आहे. त्यामुळे त्याचे भविष्य निश्चितच उज्ज्वल आहे. आता दडपशाहीने आणि शस्त्राच्या बळाने ज्यांनी आमचे स्वातंत्र्य हिरावून घेतले आहे,’ त्यांच्या तलवारींना हिंदुस्थानच्या तलवारीनेच उत्तर मिळेल.

संस्थेत आता बरेच युवक सहभागी झाले होते. उत्तर भारतात कलकत्त्यापासून लाहोरपर्यंत शाखांचा विस्तार झाला होता. आता किती दिवस गप्प राहायचं? कोणताच कार्यक्रम हाती घेतला नाही तर हे युवक कंटाळून जातील. संघटनेतील त्यांची रुची कमी व्हायला लागेल. मनामनांच्या भारावलेपणाला ओहोटी लागली की ध्येयाची वाटचाल धूसर होईल. संघटनेला सतत कार्यरत ठेवून युवकांच्या सळसळत्या रक्ताला नि रसरसलेल्या मनांना कार्याचे खतपाणी घातले तरच तेथे राष्ट्राच्या नवनिर्मितीचे कोंब तरारतील. त्यासाठी संघटनेतील तरुणांच्या मनापुढे संघटनेच्या भूमिकेचे, नियोजित कार्याचे स्पष्ट चित्र साकारावे, त्यातून जनजागृती व्हावी नि सरकारलाही जागृत करावे या हेतूने सचीन्द्रनाथ संन्याल यांनी एक पत्रक तयार करायला घेतले होते.

त्यात त्यांनी आंदोलनात देशातील असंख्य तरुण सहभागी झाले आणि त्यांनी त्याग, तपस्या, कष्ट यांची पराकाष्ठा केली तरच पारतंत्र्यांच्या या शृंखला तुटतील, हेही विशद केले. काही महत्त्वाच्या नेत्यांकडून त्या काळात क्रांतिकारकांवर दहशतवादी, अराजकवादी असे आक्षेप घेतले जात होते. समाजाला संघटनेच्या कार्याचे अंतरंग उकलून दाखवताना या दोन शब्दांचा परामर्ष घेणेही आवश्यक वाटल्याने त्यांनी पुढे लिहिले—

> 'दहशतवाद किंवा अराजकवाद हे दोन शब्द सध्या देशात फार मोठा संभ्रम निर्माण करत आहेत. क्रांतिकारकांचा उल्लेख करताना या शब्दांचा आवर्जून उल्लेख केला जातो.' पण क्रांतिकारक हे अराजकवादी किंवा दहशतवादी कधीच नसतात. अशी कृत्ये करून देशात दहशत किंवा अराजक माजवण्याचा त्यांचा कधीच हेतू नसतो. विशिष्ट परिस्थितीत त्यांच्या हातून असे एखादे कृत्य घडले तरी 'दहशतवादासाठी दहशतवाद' या तत्त्वावर त्यांचा कधीच विश्वास नव्हता आणि आताही तो नाही. पण तरीही सत्ताधाऱ्यांच्या दडपशाहीचा, दहशतीचा अतिदहशतवादानेच मुकाबला केला पाहिजे.'

अशा अनेक गोष्टी विशद करून झाल्यावर त्यांनी क्रांतिकृत्यांना आंतरराष्ट्रीय महत्त्व कसे असते, त्यामुळे इंग्रजांच्या शत्रूचे लक्षही हिंदुस्थानकडे तत्काळ वेधल्याने त्यांच्या मुक्ततेला गतिमानता कशी प्राप्त होते हेही विशद केले. मनात घोंघावत असणाऱ्या विचारांच्या वादकाला शब्दबद्ध केल्यावरच त्यांच्या मनाला काहीशी शांतता मिळाली.

देशवासीयांच्या आणि संघटनेतल्या तरुणांच्या मनापुढे संघटनेच्या भूमिकेचे, नियोजित कार्याचे स्पष्ट चित्र साकारावे यासाठी त्यांनी हे पत्रक लिहून काढले. त्याला नाव दिले 'क्रांतिकारक : हिंदुस्थानच्या क्रांतिकारक पक्षाचे मुखपत्र!' (The Revolutionary : An Organ of the Revolutionary Party of India) त्याचा हा पहिला अंक!

दलाच्या बैठकीत पत्रक वाचताच सारे प्रभावित झाले. त्याचा हिंदुस्थानभर प्रचार होणे आवश्यक होते. दलाने ठरवले की, पत्रक छापून घेऊन, पेशावरपासून

ते रंगूनपर्यंत सगळीकडे एकाच दिवशी, एकाच वेळी पत्रक वितरित करायचे. काम अवघड होते. कौशल्याने करायला हवे होते!

कलकत्त्याला पत्रके छापली गेली. पिवळ्या कागदावर! बनारसला पत्रकांचा मोठा गठ्ठा आला. आझाद आणि इतरांनी त्याचे लहान-लहान गठ्ठे करून ती सर्व ठिकाणी पाठवून दिली. तयारी पूर्ण झाली आणि दि. ३१ जानेवारी १९२५ला ही पत्रके वितरित करायचे ठरले.

त्या दिवशी, उत्तर भारतात पेशावरपासून ते रंगूनपर्यंत प्रत्येक जिल्हा कार्यालयांच्या दरवाजावर, हायस्कूल, कॉलेज, मंदिर, मशिदी, चर्च, बाजार अशा सर्व सार्वजनिक ठिकाणी ही पत्रके लावण्यात आली. दलाच्या कित्येक सदस्यांनी अति सावधानतेने ती अनेक ठिकाणी स्वत: वाटली.

बनारसमध्ये आझाद आणि रवीन्द्र मोहनकर यांनी कमालच केली. काशी विद्यापीठाच्या प्रत्येक रजिस्टरमध्ये हे पत्रक सापडले. एवढ्या गुप्ततेने आणि प्रत्येक रजिस्टरमध्ये हे पत्रक कसे आले, कोणाला काही समजेना. काही दिवसांनी कळलं, आझादांच्या खास मर्जीतला एक शिपाई होता. त्याच्या मदतीने आझादांनी हे काम केले होते.

पेशावर ते रंगून एकाच वेळी वितरित झालेल्या या पत्रकाने सरकारची झोपच उडून गेली. पोलीस, गुप्तचर विभाग खडबडून जागे झाले. क्रांतिकारक संघटनेची पाळेमुळे इतकी खोलवर रुजली असतील, तिचा विस्तार साऱ्या हिंदुस्थानभर झाला असेल असे त्यांना स्वप्नातसुद्धा वाटले नव्हते. तपासाची चक्रे वेगाने सुरू झाली. सचीन्द्रनाथांना त्याची कल्पना असल्याने ते आधीच भूमिगत झाले होते. पोलिसांनी आपल्या तपासाने सारा प्रदेश पिंजून काढला. त्यात सचीन्द्रनाथ संन्याल यांचा पत्ता लागून त्यांना फेब्रुवारीमध्ये अटक झाली.

एक महत्त्वाचा मोहरा इंग्रजांचा बंदी झाला. त्यांच्या अटकेनंतर हिंदुस्थान रिपब्लिकन असोसिएशनचे नेतृत्व रामप्रसाद बिस्मिल यांच्याकडे आले.

***

जिल्ह्याजिल्ह्यांतून येणाऱ्या आर्थिक समस्येच्या बातम्यांनी रामप्रसाद अस्वस्थ झाले होते. संघटनेच्या शाखा अनेक जिल्ह्यांतून निघाल्या होत्या. त्यांना दरमहा मासिक खर्चासाठी पैसे पाठवावे लागत होते; पण अलीकडच्या काळात ते कठीण होत होते. नियमितपणे मदत करणाऱ्यांनीही हात आखडता

घेतल्याने आर्थिक संकट दिवसेंदिवस गडद होत होते. सुरुवातीला काही दिवस जिल्हासंघटकांनी कर्जाचा आश्रय घेतला नि आला दिवस वाटेला लावला. रामप्रसादांनीही जवळ-जवळ पाचशे रुपये कर्ज काढले होते; पण कर्ज काढून किती दिवस हा गाडा पुढे रेटणार? कर्ज काढणे हा काही समस्येवरचा उपाय नव्हता. काही दिवसांनी कर्ज मिळणेही मुश्किल झाले. रामप्रसाद कार्यकर्त्यांची समजूत घालीत होते. पैशांसाठी प्रयत्न करायला सांगत होते. कार्यकर्त्यांनी नोकरी करून काही भाग दलाला द्यावा, धनवानांकडून पैसे जमा करावेत अशी पत्र पाठवत होते. तरीही त्याचा फारसा उपयोग होत नव्हता.

साहजिकच दलाची आर्थिक स्थिती दिवसेंदिवस गंभीर बनत चालली. दोन वेळचे जेवण तर बाजूलाच राहिले. चणे-मुरमुरे घेऊन पोट भरणेही कठीण होऊ लागले. काही जण देवळात किंवा अन्य धार्मिक स्थळी होणाऱ्या अन्नदानाचे ठिकाणी जेवण करू लागले. काही भिकाऱ्यांना होणाऱ्या अन्नदानाचे ठिकाणी जाऊन भूक भागवू लागले. कपड्यांचाही तोच प्रकार. साथींच्या अंगावर कपडेही धड राहिले नाहीत.

रामप्रसादांकडे साथी येत आणि दीनवाण्या चेहऱ्याने दर्दभऱ्या आवाजात विचारत, "पंडितजी, अब क्या करे?" त्यावेळी त्यांच्या दयार्द्र हृदयाचे पाणी पाणी होई. डोळ्यांच्या कडा ओलावत नि मनात येई, 'देवा, मातृभूमीच्या स्वातंत्र्यासाठी सर्वस्व अर्पण करणाऱ्यांची काय ही अवस्था? ...दोन वेळच्या जेवणालाही हे महाग व्हावेत? दोन पैशांच्या सातूच्या पिठावर यांना आपली भूक भागवावी लागावी? अंगावर जाडेभरडे का होईना, पण तसेही धड कपडे मिळू नयेत? किती अंत पाहणार आहेस...'

रामप्रसाद गेली पंधरा वर्षे एक वेळेला जेवत होते आणि रात्री फक्त दूध घेत होते. साथींची ही अवस्था पाहून त्यांना जेवण जाईना. दूध पिण्याचे धाडस होईना. त्यांनीही इतरांबरोबर सातूच्या पिठावर उदरनिर्वाह करायला सुरुवात केली.

आणि अशाच अस्वस्थ नि व्यथित मनाने आर्थिक प्रश्नावर उपाय शोधण्यासाठी त्यांनी दलाची बैठक बोलावली. बैठकीला राजेंद्र लाहिरी, मन्मथनाथ, सचीन्द्रनाथ बक्षी, आझाद आणि इतरही काही सदस्य उपस्थित होते. त्यांनाही ही अडचण भेडसावत असल्याने त्यांचे चेहेरेही उदास, खिन्नच

होते. रामप्रसादांनी विषय काढताच सभासदांनी आपापली मते मांडायला सुरुवात केली. बरीच भवतिन्भवती झाल्यावर अखेर दरोडे घालून या राष्ट्रकार्यासाठी निधी उभा करावा असे ठरले. सभासदांचा कल पाहून रामप्रसादांनीही त्याला नाइलाजाने अनुमती दिली. पण हे कार्य करत असताना शहर सोडून खेडेगावातील श्रीमंतांवरच दरोडे घालावेत, सुरक्षिततेच्या दृष्टीने दरोडेखोर जसे वागतात तसेच वागणे-बोलणे असायला हवे, लूट करताना कोणाचीही हत्या करता कामा नये तसेच माता-भगिनींना कोणत्याही प्रकारे मारहाण करणे किंवा दुर्व्यवहार करणे खपवून घेतले जाणार नाही अशी काही पथ्येही पाळायला सांगितले. दलाचा नेता या नात्याने रामप्रसादांनी बारकाईने सर्व सूचना दिल्या आणि नाईलाजाने दलाने राष्ट्रकार्यासाठी दरोडे घालण्याच्या योजनेला संमती दिली.

दलाने पहिला दरोडा प्रतापगडजवळच्या एका खेड्यातील धनाढ्य व्यापाऱ्यावर, भवानीप्रसादांच्या घरावर टाकायचे नियोजन केले. त्याप्रमाणे मन्मथनाथ, आझाद असे चार-पाच जण त्यांच्या घरात शिरले. एकाने पिस्तुलाच्या धाकाने भवानीप्रसादांना खिळवून ठेवले पण मन्मथनाथ आणि आझादांना मात्र एका विलक्षण आणि अनपेक्षित प्रसंगाला सामोरे जावे लागले. घरातील स्त्रियांना दोघांनी पिस्तुलाचा धाक दाखवला. बाकीच्या स्त्रिया नि मुले निमूट बसली पण दोघीजणी चवताळून त्यांच्या अंगावर आल्या. त्यांनी पिस्तूल घेतलेली दोघांची मनगटे इतकी घट्ट धरली की त्यांना हात हलवणेही अशक्य झाले. मन्मथनाथांनी कसातरी हात सोडवला पण आझादांना ते अशक्य झाले.

त्या स्त्रीने त्यांच्या हातातील पिस्तूल काढून घेतले पण स्त्रियांना काहीही त्रास द्यायचा नाही अशी ताकीद असल्याने दोघांनाही गप्प बसण्यावाचून पर्याय नव्हता. दलाची आज्ञा पाळण्याकरिता आझादांना आपले पिस्तूल गमावण्याची वेळ आली. शिवाय लाहिरींना तिजोरीतून जमा केलेले मोठे घबाडही शे-दीडशे गावकऱ्यांनी पाठलाग केल्याने रस्त्यातच टाकून द्यावे लागले आणि हाती मात्र काहीच लागले नाही.

दलाला अडचण होती म्हणून आझादांनी दुर्गाप्रसाद नावाच्या त्यांच्या मित्राकडून चार हजार रुपये सहा महिन्यांसाठी आणले होते. पण त्याला तातडीची गरज भासल्याने त्याने आझादांकडे त्याची मागणी केली. अशावेळी दरोड्याशिवाय अन्य मार्गच त्यांना उपलब्ध नव्हता. त्यांनी चांदणी चौकातल्या

हिरालाल छोटूभाईच्या सोन्या-चांदीच्या पेढीवर यशस्वी दरोडा घालून पैसे मिळवले नि दुर्गाप्रसादांना दिले. पण असा एखादा अपवाद सोडला तर दरोडे घालण्याच्या प्रकारातून येणारे अनुभव क्रांतिकारकांना बरेच काही शिकवून जात होते. वेगवेगळ्या बऱ्याच क्लृप्त्या वापरूनही यश येत नव्हते.

हा 'जबरदस्ती चंदा' दलाला खूपच महाग पडत होता. यासाठी क्रांतिकारक जी जोखीम घेत होते, त्यासाठी जे कष्ट घेत होते त्यामानाने हाती फारसे काही लागत नव्हते. कित्येक वेळा तर रिकाम्या हातानेच परत फिरावे लागत होते. ज्या घरात लुटालूट करायची त्या घरातील पुरुष सदस्यांना मारहाणही करावी लागत असे. स्त्रियांच्या बाबतीत दलाचे नियम अगदी काटेकोर होते. तरीही एकदा एकाला एका सुंदर युवतीचा मोह झालाच. लूट करण्याचे सोडून तो तिच्याशी लगट करायला लागला. आझादांनी त्याला समज दिली. उपयोग झाला नाही. नाइलाजाने त्याला गोळी घालून, त्यांना त्या युवतीची क्षमा मागावी लागली आणि रिकाम्या हातीच परतावे लागले.

यातून महत्त्वाचे कार्य बाजूलाच राहिले आणि भलत्याच कामात दलाची शक्ती खर्च होऊ लागली होती.

आणखीही एक धोका दिसत होता, पकडले गेले किंवा लोकांनी ओळखले तर समाजाची सहानुभूती गमवावी लागली असती. समाजाने आपल्याला 'दरोडेखोर' म्हणून ओळखावे असे कोणालाच वाटत नव्हते. आवडतही नव्हते. 'क्रांतिकारक' म्हणूनच समाजाने ओळखावे अशीच त्यांची इच्छा होती.

आत्तापर्यंत दरोड्यातून आलेली असफलता आणि साथींच्या भावना लक्षात घेऊन दलाने गावावर, गावकऱ्यांवर दरोडे न घालण्याचा एक महत्त्वपूर्ण निर्णय घेतला. त्यामुळे दलाच्या कार्यप्रणालीने एक नवे वळण घेतले.

***

'शस्त्रखरेदीची ही सोन्यासारखी संधी पैशांअभावी हातची जाणार का? ... नाही... ही संधी सोडता कामा नये...

सहारनपूर-लखनौ गाडीने रामप्रसाद लखनौला जात होते. गाडीला बरीच गर्दी होती. गार्डाशेजारच्या डब्यात त्यांनी कशीबशी जागा मिळवली होती. दाराजवळच ते बसले होते. गाडीच्या खडखडाटात त्यांचे विचारचक्र वेगाने फिरत होते.

अशातच त्यांना खात्रीलायक बातमी कळली होती की, एका जहाजात लपून-छपून, चोरून शस्त्रांचा खूप मोठा साठा आला आहे. पैसा मिळाला तर सारं भांडार पदरात पाडून घेता येईल. 'संधी दारी आली आहे, ती दवडता कामा नये.' त्यामुळेच रामप्रसाद विचारात गढून गेले होते.

गाडीचे ब्रेक आवळले गेले. एक धक्का देत गाडी थांबली. कुठलेतरी स्टेशन आले होते. लोक खाली उतरल्याने डब्याचे दार मोकळे झाले. हवेचा एक झोत आला. रामप्रसादांची नजर बाहेर गेली. फलाटावर जाणाऱ्या-येणाऱ्यांची वर्दळ होती. तेवढ्यात स्टेशनमास्तर आले. त्यांच्या हातात एक मोठी थैली होती. ते गार्डच्या डब्यात चढले आणि ती थैली लोखंडी पेटीत टाकल्याचा आवाज झाला.

रामप्रसाद खाली उतरले. पाहिलं, गार्डाच्या डब्यात एक भली मोठी लोखंडी पेटी ठेवलेली होती. 'यातच ती थैली टाकली असावी', मनात येऊन गेले. पुढच्या स्टेशनवर गाडी थांबताच ते त्या डब्यापाशी येऊन उभे राहिले. त्याही स्टेशनवर स्टेशनमास्तरांनी थैली त्या लोखंडी पेटीत टाकली. लखनौ स्टेशन आले. रामप्रसाद खाली उतरले. डब्याजवळ उभे राहून निरीक्षण करू लागले. कुलूपही हमालांनी ती लोखंडी पेटी उतरवली. ती साखळीने बांधलेली नव्हती. नव्हते. आणि त्याचवेळी त्यांच्या मनात विजेच्या वेगाने कल्पना चमकून गेली, 'या खजिन्यावर हात मारला तर? प्रत्येक स्टेशनवर थैल्या येत असतात. दहा- बारा हजार रुपये सहज मिळून जातील.' विचार करतच ते स्टेशनबाहेर पडले.

त्यांनी दलाच्या उच्च समितीची बैठक तातडीने बोलावली आणि समितीने बऱ्याच विचारांती हा खजिना लुटण्याचा निर्णय घेतला.

***

''राम, आज दलाच्या उच्च समितीची बैठक झाली म्हणे?'' अशफाकने रामप्रसादांना विचारले.

''हो!''

''सरकारी खजिना लुटायचा निर्णय घेतलात?''

''हो!''

''निर्णय घेताना फार घाई केलीत तुम्ही.''

''अरे, पैशांसाठी दलासमोर दुसरा कोणताच मार्ग राहिला नव्हता आणि

दलाचं काम चालवायला, शस्त्रखरेदीला...''

''पैशांची नितांत आवश्यकता होती. असंच ना? राम, तरीही मला वाटतं तुम्ही हा निर्णय घ्यायला नको होता.''

''का?''

''अरे, असं करण्यात आपण आपल्याच हाताने आपल्या पायावर धोंडा पाडून घेणार आहोत बघ!''

''तुझं आपलं काही तरीच!''

''राम, तुमच्या लक्षात कसं येत नाही, सरकारी तिजोरीवर डल्ला मारला की आपण सरकारला समोरासमोर आव्हान दिल्यासारखे होईल.''

''कधी ना कधी हे करावं लागणारच ना?''

''पण म्हणून आत्ता नव्हे! माझं स्पष्ट मत आहे की, आजपर्यंत आपण जसं लपून-छपून कार्य करतो आहोत, तसंच आणखी काही दिवस करावं. आपलं सामर्थ्य वाढवावं नि योग्य वेळ आली की प्रकट व्हावं. सामर्थ्याने, पूर्ण शक्तिनिशी प्रकट होऊन योग्य वेळी सरकारला आव्हान द्यावं. अजून ती वेळ यायची आहे. आज आम्ही हे धाडस केलं तर सरकार आपली पाळंमुळं खणून काढायचा प्रयत्न करेल. आपली मुळं अजून खोलवर रुजली नाहीत त्यामुळे त्यांच्या पहिल्या, प्रखर हल्ल्यातच आपण उन्मळून पडू. मला वाटतं, तुम्ही अजूनही पुन्हा विचार करावा.

''भैय्या, समितीने निर्णय घेतला आहे. आता तो बदलणं अवघड आहे.''

अशफाकचा युक्तिवाद बिनतोड होता. रामप्रसादांनाही मनोमनी तो पटला. पण आता समितीने घेतलेला निर्णय बदलणे किंवा त्याचा फेरविचार करणे त्यांच्या आवाक्यातले नव्हते.

''हे बघ, समितीने आता निर्णय घेतला आहे. आपण तो अमलात आणायला नको का? या मोहिमेचं नेतृत्व मलाच करायचं आहे. मग मला मदत करणार नाहीस का? तुझ्याशिवाय....''

''राम, तसं मनातही आणू नकोस. अरे, तू नि मी काय वेगळे आहोत? तुझा निर्णय तोच माझा निर्णय. सरकारशी समोरासमोर टक्कर द्यायला मी घाबरतो आहे असं नाही. मी भ्याड नाही. पण हे युद्ध आहे. ते जिंकायचं असेल तर दोघांच्याही बलाबलाचा विचार करायलाच हवा, म्हणून माझं मत मी स्पष्टपणे

मांडलं... ठीक आहे. काळजी करू नकोस. मी सतत तुझ्या पाठीशी राहीन.''

''प्यारे भाई...''

रामप्रसादांचा गळा दाटून आला. डोळ्यांत पाणी दाटले नि त्यांनी अशफाकला प्रेमाने घट्ट मिठी मारली.

***

९ ऑगस्ट १९२५!!

दुपार टळून गेली होती. आकाशातल्या काळसर, धुरकट ढगांच्या गर्दीमुळे अंधारल्यासारखे झाले होते. मधून-मधून पावसाच्या सरी कोसळत होत्या; त्यामुळे हवेत गारठा चांगलाच जाणवत होता. हवा कुंद होती. सहारनपूरहून लखनौकडे जाणारी आठ डाऊन पॅसेंजर गाडी आपल्या नेहमीच्याच वेगाने धावत होती.

काल रात्री ठरल्याप्रमाणे सारे साथी सहारनपूरच्या दिशेने, लखनौच्या अलीकडच्या जंक्शनवर आधीच आले होते. गाडी स्टेशनवर असतानाच खजिना लुटणे धोक्याचे होते. त्या योजनेसाठी अधिक माणसांची आवश्यकता होती. शिवाय त्यात काही साथींच्या जिवावरही बेतले असते म्हणूनच पूर्वी ठरवलेली ही योजना पंडितजींनी बदलली होती. गाडी यायची वेळ होताच सगळे सावरून बसले. स्टेशनवर तशी फारशी गर्दी नव्हती तरी गाडी येताच मरगळलेल्या स्टेशनला अचानक जाग आली. चैतन्य संचारले आणि डब्यात घुसण्याकरता लोकांची धावपळ सुरू झाली. त्या गर्दीतून वाट काढीतच अशफाक, राजेंद्र लाहिरी आणि सचीन्द्रनाथ बक्षी हे दुसऱ्या वर्गाच्या डब्यात शिरले.

नव्या योजनेनुसार साखळी ओढून गाडी रस्त्यात थांबवायची होती. तिसऱ्या वर्गातल्या साखळ्यांवर विसंबून राहणे काही वेळा धोकादायक ठरू शकते. साखळी ओढूनही कित्येकदा गाडी थांबत नाही. दलाला तो धोका पत्करायचा नव्हता. त्यासाठीच तिघे जण दुसऱ्या वर्गाच्या डब्यात शिरले होते. साखळी ओढून गाडी थांबवण्याची जबाबदारी त्यांच्यावर होती. इतर साथी तिसऱ्या वर्गाच्या वेगवेगळ्या डब्यात जाऊन बसले. गार्डने हिरवे निशाण फडकवले. एक कर्कश्यऽऽ शिट्टी आसमंतात घुमली आणि गाडी सुरू झाली.

गाडीने आणखी एक-दोन स्टेशने सोडली. आता संध्याकाळ होत आली होती. संधीप्रकाश काळोखात विरत होता. पश्चिम क्षितिजावरचे, मावळतीच्या

सूर्यकिरणांनी तांबडेलाल झालेले मोठमोठाले ढग आपला रक्तरंजित रंग सोडून पुन्हा काळेकुट्ट दिसू लागले होते. झाडांचे तजेलदार काळसर हिरवे रंगही काळोखात बुडू लागले होते. गाडीतून कधीमधी दिसणाऱ्या नि मागे पडणाऱ्या झोपड्या धूसर दिसू लागल्या होत्या. त्यांच्या कौलारू छपरातून वर जाणारा धूर वातावरणातला काळोख गडद करत होता. ओलावलेली कातरवेळ अंधाराशी नाते जोडीत होती आणि त्या कुंद हवेत एक अनामिक हुरहुर दाटून राहिली होती.

काकोरी स्टेशन जवळ येत होते. गाडीची साखळी ओढली गेली. 'क... क' करत ब्रेक आवळले गेले आणि एक धक्का देत गाडी एकाएकी उभी राहिली. गाडी उभी राहताच सारे साथी खाली उतरले. क्षणभर अशा नजरेने इकडे तिकडे पाहत होते की, जणू त्यांना 'गाडी का थांबली आहे' याचे रहस्य उलगडायचे होते. पण क्षणभरच! दुसऱ्याच क्षणी त्यांना नेमून दिलेली कामे ते यंत्रवत करू लागले.

अशफाक आणि मन्मथनाथ गार्डाच्या डब्याकडे धावले. राजेंद्र लाहिरींनी आझादांना घेऊन इंजिन गाठले. तिथे पोहोचताच हवेत दोन-दोन गोळ्या झाडून गाडीतल्या प्रवाशांना ओरडून सांगण्यात आले की, 'आम्हाला कोणत्याही प्रवाशाला त्रास द्यायचा नाही किंवा कोणाचीही चीज वस्तू लुटायची नाही. आम्हाला फक्त सरकारी खजिना हवा आहे. म्हणून कोणीही गाडीतून खाली उतरू नये किंवा खिडकीतून बाहेर डोकावून बाहेर काय चाललं आहे हे पाहण्याचा प्रयत्न करू नये.'

पुन्हा हवेत दोन गोळ्या झाडल्या गेल्या. आधीच अंधार दाटत चाललेला, निर्जन ठिकाण आणि धडकी भरवणारा गोळीबार! सगळे आपापल्या डब्यात गप्प बसले. बाहेर येण्याचे, डोकावण्याचे धाडस कोणी केले नाही.

गार्ड खाली उतरला. ज्या डब्यातून साखळी ओढली होती त्या डब्याकडे जाऊ लागला तोच अशफाकने पिस्तूल रोखून त्याला अडवले. दरडावले, ''एक कदम भी आगे आया तो गोलीसे उडा दूँगा। यही पेटपर लेट जाव.. जल्दी..''

घाबरलेला गार्ड तत्काळ आडवा झाला. दोघे-तिघे गार्डाच्या डब्यात शिरले आणि खजिन्याची वजनदार लोखंडी तिजोरी ढकलून गाडीच्या खाली पाडली. येताना छिन्नी, हातोडा आणलेला होताच. तिजोरी खाली पडताच तिजोरीवर हातोड्याचे जोरदार घाव पडू लागले. क्षणाक्षणाने काळ पुढे सरकत होता. मधून-

मधून लोकांना आतच डांबून ठेवण्यासाठी हवेत गोळ्या झाडल्या जातच होत्या. गाडीत एक मेजर होता. त्याच्याजवळ बंदूक होती. शिवाय खजिन्याच्या रक्षणासाठी एक सशस्त्र पोलीसही होता. त्यांच्याकडून प्रतिकार होण्याची शक्यता होती. त्यामुळे सगळ्या गोष्टी सावधानतेने केल्या जात होत्या.

आणखी थोडा वेळ गेला. हातोड्याचे घाव पडत होते, पण अपेक्षेएवढे यश येत नव्हते. हे पाहून अशफाकने हातोडा हातात घेतला.

आता हातोड्याचे जोरदार घाव तिजोरीवर पडू लागले आणि तिला भेग पडली. क्षणाक्षणाला ती भेग रुंदावत होती. साथींच्या चेहऱ्यावर आनंदाची रेषा उमटली.

आणि तेवढ्यात लखनौकडून एक गाडी येत असल्याचा आवाज येऊ लागला. आता अंधार दाटला होता. दूरवर इंजिनाच्या वरचा प्रखर दिवा दिसत होता. प्रकाश हळूहळू त्यांच्याच दिशेने पुढे सरकत होता. ते पाहून रामप्रसादही तिजोरीजवळ आले. त्यांनी पाहिले आणि क्षणात त्यांच्या डोक्यात अनेक प्रश्नचिन्हांची गर्दी झाली, तरी तेथेच पाय रोवून उभे राहण्याचा त्यांनी निर्णय घेतला.

अशफाक आपले काम मन लावून करतच होते. घणाचे जोरदार घाव तिजोरीवर बसतच होते. तिला पडलेली भेग आता चांगलीच रुंदावली होती. काही क्षणांच्या प्रयत्नाने त्यातील थैल्या काढता येणे शक्य होते. सफलता समोर दिसत होती. म्हणूनच अशफाकचे घाव आणखी जोराने पडत होते आणि प्रवाशांनी आतच थांबावे यासाठी ठरल्या वेळेला हवेत गोळ्याही झाडल्या जात होत्या.

गाडी वेगाने पुढे सरकत होती. तिचा धडाडणारा आवाज साऱ्या वातावरणात भरून राहिला होता. 'क्षण... दुसरा क्षण! काय होणार पुढे? कोणास ठाऊक... कदाचित मृत्यू... कदाचित... काहीच नाही... पंडितजी कोणती आज्ञा देणार...? परत फिरायला सांगणार की एखाद्या झाडाचा आश्रय घ्या आणि शत्रूचा अखेरपर्यंत सामना करा, असं सांगणार...? भविष्यात काय लिहिलंय...?'

गाडी आणखी जवळ येत होती. आणि त्याच वेळेला रामप्रसादांच्या लक्षात आले की ते जिथे उभे आहेत तिथे दुहेरी रेल्वेलाईन आहे. 'या वेळेला कोणती

गाडी?' त्यांना एकाएकी आठवले, ही रात्रीची पंजाब मेल आहे. त्यांची खात्री झाली. मनावरचा ताण एकदम हलका झाला. त्यांनी झटकन सगळ्यांना सांगितले, "घाबरू नका, ही रात्रीची पंजाब मेल आहे. सगळ्यांनी आपापली शस्त्रे लपवून ठेवा. अशफाक, हातोडा खाली ठेवून शांत उभा राहा. गाडीतून बाहेर कोणी पाहिलं तर वाटलं पाहिजे की, गाडी थांबली आहे म्हणून काही प्रवासी उतरले असतील! सगळेच शांत राहा."

गाडी वेगाने अगदी जवळ आली. इंजिनच्या दिव्याचा प्रखर प्रकाशझोत थांबलेल्या गाडीवर पडला. साथींचे चेहरे दिपून गेले. आणि धाड्ऽऽ धाड्ऽऽ करत गाडी आली तशी पुढे निघून गेली. बंदुकीच्या गोळीसारखी!

अशफाकच्या दमदार घावांनी तिजोरी फुटली. घामाने निथळणाऱ्या त्यांच्या चेहऱ्यावर हसू खुललं नि ते आनंदाने ओरडले, "लो... हो गया काम...."

पैशांच्या थैल्या काढल्या गेल्या. बरोबर एक मोठी चादर आणलेली होती. त्यात त्या बांधल्या. काम पूर्ण होताच पंडितजींनी आदेश दिला, "चलोऽऽ!"

परत फिरण्याचा आदेश मिळताच सगळे एका ठिकाणी जमा झाले. गाडीतल्या प्रवाशांची दिशाभूल करण्यासाठी सगळे जण लखनौच्या विरुद्ध दिशेने जाऊ लागले. थोड्या वेळात गाडी सुरू झाली. ती निघून गेल्यावर त्यांनी लखनौचा रस्ता धरला.

भोवताली काळाकुट्ट अंधार दाटला होता. पावसाने रस्त्यावर चिखल झाला होता. चालतानाही जपून चालावे लागत होते. सगळे जण शांतपणे रस्ता कापत होते. कोणीच कोणाशी बोलत नव्हते. काही अंतर गेल्यावर रामप्रसादांनी सर्वांना थांबायला सांगितले. चामड्याच्या थैल्यांतील पैसे काढून घेतले. रस्त्याच्या कडेला पाण्याची डबकी साठली होती. त्यात त्या थैल्या टाकून दिल्या.

"चौक की बाजूसे चलो" पंडितजींनी सांगितले आणि सगळे जण विखरून लखनौकडे जाऊ लागले.

'चौक!' लखनौची एक मोठी व्यापारी पेठ. दिवसभर उलाढाल होणारी. माणसांनी सतत गजबजलेली असायची. याशिवाय त्या भागात वेश्यांची वस्ती होती. सारे लखनौ रात्री झोपलेले असताना हा भाग मात्र जागा असायचा. येणाऱ्या जाणाऱ्यांची रात्री उशिरापर्यंत वर्दळ असायची. विशेष म्हणजे, 'तुम्ही कोण? इथं कशाला आलात? काय काम आहे?' असले फालतू प्रश्न कोणीच कोणाला विचारत नसत. त्यामुळेच साथींनी जाणूनबुजून या मार्गाने लखनौत

जायचे ठरवले होते.

लखनौत आल्यावर पैसे सुरक्षित जागी ठेवण्यात आले. पंडितजींनी सगळी शस्त्रे जमा केली. तीही योग्य स्थळी गेली. पैसे आणि शस्त्रे कुठे ठेवली आहेत, हे पंडितजी सोडून कोणालाही माहीत नव्हते.

ज्या साथींची रात्री लखनौत राहण्याची सोय होती ते आपापल्या स्थानी निघून गेले. मन्मथनाथ आणि आझादांची काही सोय नव्हती. ते एका बागेत आले. झाडाखालच्या बाकांवर त्यांनी दमले-भागलेले आपले शरीर झोकून दिले. झोप केव्हा लागली हे त्यांना कळलेही नाही.

लखनौतले काम संपले होते. राजेंद्र लाहिरी, मन्मथनाथ आणि आझाद यांनी पंडितजींची परवानगी घेतली आणि ते वाराणशीला परत आले.

***

काकोरीच्या रेल्वेच्या बातम्या वर्तमानपत्रात झळकल्या आणि इंग्रज सरकार खडबडून जागे झाले. क्रांतिकारकांनी केलेल्या या कृत्याचा शोध लावणे त्यांच्या प्रतिष्ठेचा प्रश्न बनला. त्यांनीही एक आव्हान म्हणून त्याचा स्वीकार केला आणि मि. हार्टन यांच्या निरीक्षणाखाली एक दल तयार केले.

पोलीस तपासाची चक्रे वेगाने फिरू लागली. त्यातून एक-एक गोष्टी समोर येऊ लागल्या. गुन्ह्याचे धागेदोरे गवसू लागले. घटनास्थळी मिळालेल्या साक्षी, रेल्वे पोलिसांचा रिपोर्ट यांतून एक गोष्ट निश्चित झाली होती की हे कार्य क्रांतिकारकांचेच होते. त्या दिशेने तपास सुरू झाला आणि क्रांतिकारकांच्या घरांवर पोलिसांची करडी नजर स्थिरावली.

सगळेच क्रांतिकारक आपापल्या केंद्रात पोहोचले होते. रामप्रसाद, अशफाकही शहाजहानपूरला आले होते. त्यांच्या घरावर पोलिसांची नजर होतीच. आणखी काही धागेदोरे हाती लागताच २६ सप्टेंबरला रामप्रसादांना अटक झाली. अशफाकना अटकेची कुणकुण लागताच ते जवळच असलेल्या आपल्या शेतात राहू लागले. तेथे त्यांना या सगळ्या बातम्या कळतच होत्या. रामप्रसादांना अटक होताच त्यांनी घराचा नि शेताचा निरोप घेतला आणि फरारी झाले.

शहाजहानपूरप्रमाणेच बनारसलाही पोलिसांनी आपले जाळे विणलेले होते. त्यांची पुरी खात्री झालेली होती की, लाहिरी, बक्षी, आझाद आणि मन्मथनाथ या कटात होते. ९ ऑगस्टला ते बनारसमध्ये नव्हते. २६ सप्टेंबरलाच या

संशयितांच्या घरावरही धाड पडली. पण लाहिरी बॉम्ब बनवण्याचे शिक्षण घेण्यासाठी कलकत्त्याला गेले होते. त्यामुळे ते त्या दिवशी सापडले नाहीत. दुर्दैव असे की, काही दिवसांनी कलकत्त्याच्या दक्षिणेश्वर भागातील एका घरावर पोलिसांनी छापा घातला. तिथे बॉम्ब बनवले जात असल्याचा सुगावा त्यांना लागला होता. त्या छाप्याच्या वेळी लाहिरींना अटक झाली.

बक्षी त्या दिवशी रात्री नाटकाला गेले होते. नाटक संपवून पहाटेच्या सुमारास ते घरी परतत होते. घराजवळ येताच त्यांना संशयास्पद वातावरण दिसले. घराजवळ पोलिसांची वर्दळ दिसली. त्यांना परिस्थितीची कल्पना आली आणि ते मागच्या मागेच पसार झाले. मन्मथनाथांना मात्र त्याच दिवशी अटक झाली.

आणि चन्द्रशेखर आझाद! परिस्थितीची कल्पना त्यांना पूर्वीच आली होती. लाहिरी कोणताच आदेश देणार नाहीत आणि फारसं काही करू शकणार नाहीत, हेही त्यांनी जाणले होते. कोणाच्याही आदेशाची वाट न पाहता त्यांनी फरारी होण्याचा निर्णय स्वतःच घेतला. २६ तारखेला पोलीस त्यांच्या खोलीवर गेले तेव्हा खोली रिकामी होती.

शेजाऱ्यापाजाऱ्यांनी सांगितले, ''बऱ्याच दिवसांत त्यांना आम्ही पाहिलेच नाही.'' पक्षी पिंजऱ्यातून केव्हाच उडून गेला होता नि पोलीस रिकाम्या खोलीची झडती घेत होते.

काकोरी कटात भाग घेतला होता फक्त दहा जणांनी पण पोलिसांनी मात्र चाळीस जणांना अटक केली त्यात रोशनसिंग ठाकुरही होते. आजपर्यंत अनेकदा त्यांनी पोलिसांच्या हातावर तुरी दिल्या होत्या. त्यामुळे ते त्यांच्यावर खार खाऊन होते. आता ते पोलिसांच्या कचाट्यात सापडले होते; जणू मागचा सगळा हिशेब पूर्ण करण्यासाठी!

ज्या लोकांचा या आंदोलनाशी काही संबंध नव्हता अशा काही लोकांना नंतर सोडून देण्यात आले. शेवटी चोवीस लोकांच्यावर खटला दाखल झाला. अशफाक, बक्षी आणि आझाद फरारी म्हणून घोषित करण्यात आले.

दलाचे अनेक महत्त्वाचे मोहोरे पोलिसांच्या हाती लागले होते आणि नुकत्याच बाळसं धरू लागलेल्या संघटनेच्या मुळावरच सरकारने कठोर प्रहार केला होता. नुकतीच रुजू लागलेली मुळं पूर्णपणे उखडून टाकण्यासाठी!

•••

५

“भगत, तुला भाई परमानंदांनी उद्या भेटायला बोलावलं आहे,” किसनसिंगांनी हे भगतसिंगाला सांगताच त्याचा गोरापान चेहरा आनंदाने उजळला. त्याचे बारीक, तेजस्वी डोळे अधिकच तेजस्वी झाले नि क्षणभर तो वेगळ्याच विश्वात वावरू लागला.

असहकाराचे आंदोलन अचानक बंद झाले नि 'आता पुढे काय?' हा प्रश्न इतर अनेकांप्रमाणे त्यालाही अस्वस्थ करत होता. असहकाराच्या ज्वाला भडकू लागल्यावर त्याच्या मुठी वळल्या होत्या. इंग्रजांविरुद्धचा द्वेष, क्रोध उफाळून आला होता. जालियनवाला बागेतील हत्याकांड त्याने पाहिले नव्हते पण दुसऱ्याच दिवशी आपल्या मित्राबरोबर तो तेथे गेला होता. हुतात्म्यांना अभिवादन करून, त्यांच्या रक्ताने लाल झालेली माती एका बाटलीत भरून त्याने घरी आणली होती.

अमृतसरला देशबांधवांवर होत असलेले अत्याचार, छळ त्याने डोळ्यांने पाहिला होता. त्याच वेळी संतापाने त्याचा चेहरा लाल झाला होता. आवेशाने बालमुठी वळल्या होत्या. पण त्यावेळी काय करावे, हे त्याला सुचलेच नव्हते. संताप, शोक इंग्रजांबद्दलचा द्वेष या साऱ्या भावनांना मनात खदखदत ठेवूनच तो घरी परतला होता. घरी आल्यावर शहिदांच्या रक्ताने रंगलेली माती तो रोज पाहत होता. मनोमनी भावकुसुमांची फुले त्यांना वाहत होता आणि दुष्मनांशी

लढण्याची, त्यांना हाकलून देऊन मातृभूमी स्वतंत्र करण्याची प्रतिज्ञा रोज स्मरत होता. त्यामुळेच असहकाराचे आंदोलन सुरू होताच त्याने त्यात स्वत:ला झोकून दिले. गांधीजींच्या आवाहनाला प्रतिसाद देताना, शिक्षणाच्या आवडीची ऊर्मी बाजूला ठेवून, नवव्या इयत्तेतच शाळा सोडून दिली. मोर्चे-आंदोलनांतून आपण बलाढ्य इंग्रज सरकारला आव्हान देतो आहोत, घोषणांतून त्यांना निर्वाणीचा इशारा देतो आहोत आणि परदेशी कपड्यांच्या होळीतून आपण त्यांच्याशी जणू युद्धच करतो आहोत असे त्याला वाटत होते.

आंदोलनाच्या वाढत्या वणव्याने त्याचा उत्साहही वाढत होता. एक वर्षात स्वातंत्र्य मिळणार याचा त्यालाही विश्वास वाटत होता आणि अशात गांधीजींनी एकाएकी आंदोलन मागे घेतले. त्याच्या उत्साहावर पाणी पडले. स्वप्नांचा चक्काचूर झाला आणि भोवताली नैराश्याचा काळाकुट्ट अंधार दाटला.

काही दिवसांनी त्या आघाताची तीव्रता कमी झाली. अभ्यासाच्या आवडीने नि वाचनाच्या छंदाने त्याला विरंगुळा मिळू लागला. घरी असणारे सरदार अजितसिंग, लाला हरदयाळ, सुफी अंबाप्रसाद यांचे क्रांतिकारी साहित्य त्याने वाचून काढले. त्यातून त्याच्या विचारांना दिशा मिळाली. तरीही त्याला काही उणीव जाणवत होती.

'गुरूशिवाय ज्ञान नाही. कोणीतरी उत्तम मार्गदर्शक हवा. काय करावं?' दोन वर्षांच्या खंडानंतर पुन्हा शाळा शक्य नव्हती आणि कॉलेज? मॅट्रिक पास झाल्याशिवाय कॉलेजमध्ये घेणार कोण? तो अस्वस्थ होता. बेचैन होता. ही बेचैनी किसनसिंगांना जाणवत होती. त्यामुळेच ते नॅशनल कॉलेजमध्ये गेले नि भाई परमानंदांना भेटून आले.

भाईंचे नाव ऐकताच भगतचे मन त्यांच्याबद्दलच्या आदराने भरून गेले. काही प्रसंगी त्याने त्यांना पाहिले होते पण भेटीचा योग आला नव्हता. अत्यंत साधी राहणी. इस्त्री न केलेल्या धोतर, कुडत्यातले त्यांचे प्रसन्न व्यक्तिमत्त्व वैशिष्ट्यपूर्ण वाटायचे. तपाच्या तेजाने तळपणारा, शांत तेजस्वी चेहरा समोरच्या माणसाच्या मनात त्यांच्याबद्दल आदर निर्माण करायचा. लोक तर त्यांना त्यागमूर्ती भाई परमानंदच म्हणायचे! भगतनेही त्यांच्याबद्दल अनेक गोष्टी ऐकल्या होत्या.

कर्तारसिंग, लाला हरदयाळ, विष्णुपंत पिंगळे यांच्या बरोबरीने त्यांनीही गदर

चळवळीत भाग घेतला होता. त्यासाठी जन्मपेठ काळ्या पाण्याची शिक्षा भोगली होती. सुटून आल्यावर मात्र ते अध्ययन-अध्यापनात रंगून गेले होते. अशा एका थोर क्रांतिकारकाची उद्या गाठ पडणार, त्यांच्याशी बोलायला मिळणार, ते आपली परीक्षा घेणार, केवढं अप्रूप! दुसऱ्या दिवशी तो अशा भारावलेल्या मनानेच भाईंच्याकडे गेला.

भाई परमानंदांनी बोलता-बोलता त्याच्या तयारीचा अंदाज घेतला. त्याची आवडनिवड, वाचन याची चौकशी केली. क्रांतिकारी साहित्याचे सखोल वाचन असल्याचे पाहून ते मनोमनी सुखावले. त्याची जिद्द, अभ्यासाची ओढ, तळमळ याचा त्याच्याशी बोलताना प्रत्यय आला.

बऱ्याच वेळाने ते म्हणाले, ''ठीक आहे. उद्यापासून ये वर्गात!''

कॉलेजमध्ये प्रवेश मिळाल्याच्या आनंदातच भगतसिंग भाई परमानंदांच्या खोलीबाहेर पडला. त्याची कार्यकक्षा वाढली होती. क्षितिज विस्तारले होते.

***

''कोण, भगत... ये ना!''

जयदेवने दार उघडतच त्याला सांगितले. त्यानेही आत येऊन सरळ पलंगावरच बैठक मारली. यशपाल शेजारीच खुर्चीवर वाचत बसला होता. त्याचे लक्षच नव्हते. लक्ष वेधण्याकरिता भगत म्हणाला, ''वाचन चाललंय वाटतं! इंटरेस्टिंग दिसतंय पुस्तक...''

''हं...'' करत त्याने पुस्तक टेबलावर ठेवले. आता वाचन होणार नाही याची त्याला कल्पना होती. तो काही बोलणार एवढ्यात भगतनेच पुन्हा विचारले, ''सुखदेव दिसत नाही रे?''

''बारा पिंपळावरचा मुंजोबा तो. तो इथं कसा असणार?'' जयदेव.

''गेलाय कुठं?''

''सांगून जातोय थोडाच?''

शीशमहल वसतिगृहातील ही खोली. यशपाल, सुखदेव आणि जयदेव तिथे राहत होते. जयदेव सुखदेवचा चुलत भाऊ. दोघेही जण मॅट्रिक पास होऊन नॅशनल कॉलेजमध्ये जाण्यासाठी लायलपूरहून आले होते. यशपालही नॅशनल कॉलेजमध्येच त्यांचे सहाध्यायी होते. चौघेही एकाच वर्गात असल्याने त्यांची दाट मैत्री झाली. त्यांचे आणखी एक मित्र म्हणजे भगवतीचरण. ते मात्र कॉलेजात

दोन वर्षांनी पुढे होते. भगवतीचरणांनाही वाचनाची खूप आवड. ग्रंथसंग्रहही दांडगा होता. गोड बोलणं नि वक्तृत्वही मधाळ, अभ्यासू! ऐकत राहावे असे! या पाच जणांचा ग्रुप होता. सतत बरोबर असल्याने नि एकमेकांवरील गाढ प्रेमाने सहाध्यायी, शिक्षक त्यांना 'पंच पांडव'च म्हणत असत.

भगतसिंगाचा बराचसा वेळ वसतिगृहातील या खोलीवरच जात असे. घर फक्त जेवणापुरते आणि रात्री झोपण्यापुरते होते. बऱ्याचदा स्वारी झोपायलाही घरी जात नसे. इथेच त्याचे लेखन-वाचन चालायचे. गप्पागोष्टी रंगायच्या. थट्टा-मस्करीला ऊत यायचा आणि अगदी हमरीतुमरीवर येऊन वादविवादही इथेच व्हायचे.

आताही भगत आल्यामुळे वाचन होणार नाही याची यशपालला कल्पना आली आणि त्याने पुस्तक ठेवून दिले. जयदेवही पलंगावर बसला. गप्पांना सुरुवात झाली. तेवढ्यात नुसतंच लोटलेले दार धाडकन उघडून रक्तबंबाळ झालेला सुखदेव आत आला. सगळ्यांचेच लक्ष तिकडे गेले. त्याच्या कुडत्यावर रक्त सांडले होते. सारे अंग सुजले होते. नाका-तोंडातून थोडसे रक्त ठिबकत होते. डोळा माराने सुजला होता.

त्याच्या त्या अवस्थेकडे पाहून जयदेवने विचारले, ''सुखदेव, काय झालं रे?''

''धडपडलास की काय कुठं? का कोणाचा मार खाऊन आलास?'' भगतनेही गमतीने त्याला विचारले पण लगेचच तो पुढे झाला. त्याला धरून त्याने पलंगावर झोपवले. जवळच असलेल्या माठातले गार पाणी प्यायला दिले. क्षण-दोन क्षण शांततेत गेल्यावर जयदेव पुन्हा म्हणाला,

''हं! सांग आता...''

''हे माझ्या प्रयोगाचं फळ?''

''म्हणजे?''

''सांगतो. जरा सबुरीने घ्या.''

सुखदेव जरा उठून, उशीला टेकून बसला आणि सांगू लागला

''काल मी 'जुजुत्सु'चं एक पुस्तक वाचलं. तुला सांगतो भगत, अगदी अप्रतिम! लिहिलेला शब्दन्‌शब्द खरा आहे बघ!''

''पण त्याचा तुझ्या प्रयोगाशी काय संबंध?''

''तेच तर सांगतो आहे. त्यात कुस्ती, जपानी डावपेच याबद्दल माहिती दिली आहे. लेखकाने सांगितलंय, मारामारी करताना जर आपल्यापेक्षा एखाद्या जबरदस्त ताकदवान माणसाची गाठ पडली तर त्याच्या नाकावर जोरदार ठोसा हाणावा. माणूस कितीही बलवान असला तरी घायाळ होतो. बेशुद्ध होतो. त्यावेळी आपण पुन्हा त्याच्यावर चढाई करावी किंवा आपली डाळ शिजणार नाही असं वाटत असेल तर सरळ पळून जावे. आत्मरक्षणाचा हा एक चांगला मार्ग आहे''

''खरं आहे त्याचं म्हणणं!''

''अरे, पण तो सांगतो म्हणून आपण विश्वास ठेवायचा?''

''मग काय प्रत्येक वेळी अनुभव घ्यायचा?'' यशपालने विचारले.

''हा भाई, अनुभवाशिवाय ज्ञान नाही.''

''कोणावर प्रयोग केलास बाबा?'' भगतने विचारले.

''नावगाव कोणाला माहीत आहे? आज भटकायला म्हणून बाहेर पडलो.'' जाता-जाता एक चांगला दांडगा माणूस समोरून आला. मला एकदम काल वाचलेल्या पुस्तकाची आठवण झाली. म्हटलं, बघावा प्रयोग करून. तो जवळ येताच, त्याला कळायच्या आत, जीव खाऊन त्याच्या नाकावर असा जोरदार ठोसा लगावला की तोंड धरून तो माणूस मटकन् खालीच बसला. अंधारी आली असणार डोळ्यांपुढे!

''तुझा प्रयोग यशस्वी झाला; पण तू मार कसा खाल्लास? पळून नाही का यायचं?''

''प्रयोग अर्धवट सोडून? अरे, ठोशाचा परिणाम किती वेळ टिकतोय ते नको का बघायला?''

''धन्य आहे तुझी.. तू तिथेच थांबला होतास?''

''हो. दोन-तीन मिनिटांतच तो सावध झाला. उठला. मी तिथे जवळच उभा होतो. त्याने माझ्याकडे असं काही बघितलं म्हणतोस! रागाने डोळे लाल झालेले. दात-ओठ खाऊन माझ्यावर धावून आला. मी पळालो. पण सकाळपासून काही खाल्ले नव्हते. पळून-पळून पळणार किती? पाठलाग करून मला पकडलं आणि 'बोल, मला का मारलंस?' असं पुन्हा पुन्हा विचारत मला बेदम मारू लागला. मीही काही प्रतिकार केला नाही.

मी म्हणालो, ''मी तुला मारलंय... तूही मला मार... मला कोणी सोडवलं नसतं तर हे सांगायला मी इथपर्यंत आलोच नसतो. पण बरं का यश, भगत, सत्यशोधन करायचं असेल तर एवढी किंमत द्यायलाच हवी. नाही का?''

त्याच्या या बोलण्यापुढे हसावे की रडावे तेच इतरांना कळेना. क्षणभर थांबून भगतसिंग म्हणाला, ''खरंच, विक्षिप्त आहेस तू सुखदेव! प्रत्येक गोष्टीची काय अशी शहानिशा करायची असते? विषाने खरंच प्राण जातो का हे शोधायला तू विष पिऊन बघशील बाबा! अरे, सगळ्याच गोष्टींचे अनुभव घ्यायचे नसतात. इतरांच्या अनुभवावर, सांगण्यावर काही वेळा विश्वास ठेवायचा असतो.''

''ते आमच्या बंधुराजांना जमायचं नाही हं!'' जयदेव म्हणाला.

''मार खाण्याची ही पहिली वेळ थोडीच आहे?''

''आणखी कसला प्रयोग केला होता? कसली परीक्षा घेतली होती?'' यशपालने जयदेवाला विचारले.

''सहनशक्तीची परीक्षा घेतानाही असाच एकदा सैनिकांकडून मार खाल्ला होता.''

''कधी रे?''

''एकदा हा लायलपूरहून लाहोरला येत होता. गाडीत बसताना सैनिकांचा डबा मोकळा दिसला म्हणून त्यात चढला. चार-दोन सैनिक आत होते. ते त्याला आत येऊ देईनात. झालं याने वाद घालायला सुरुवात केली. ते कसले ऐकताहेत? त्यांनी याला बुटांनी तुडवला. सुखदेव मार खात राहिला. पण त्याने कोणावरही हात उचलला नाही की कोणालाही मदतीला बोलावलं नाही. शिपायांनी त्याला उचललं आणि प्लॅटफॉर्मवर ठेवून दिलं. गाडी निघून गेली. हा जाणाऱ्या गाडीकडे शांतपणे बघत राहिला.''

''हा भंपकपणाही तू मुद्दामच केला असशील?'' भगतने खोचकपणे विचारले.

''अर्थात! आपलं ध्येय गाठण्यासाठी सत्याग्रहाचा मार्ग कितपत उपयोगी आहे हे पाहायचं होतं मला!''

''मग...?''

''माझ्या लक्षात आलं की, भीती आणि आत्मरक्षण ही माणसाची स्वाभाविक प्रवृत्ती आहे. त्यामुळेच त्याच्याविरुद्ध आचरण करून आत्महनन करणं नि

त्याला सत्याग्रह म्हणणं हे चुकीचंच आहे. लोकांना सत्याग्रहाच्या मार्गाचा अवलंब करा हे सांगणं सोपं आहे, पण मोजक्या लोकांच्यासाठीच तो मार्ग योग्य ठरू शकतो आणि तोही त्यांना आम जनतेचं पाठबळ आणि सहानुभूती असेल तर! सर्वसामान्य जनतेला हा मार्ग पेलणारा नाही. त्यांच्यात तेवढी सहनशक्ती नसते.''

''वाऽऽ! दार्शनिकच झालास की तू! फार मोठं तत्त्व अनुभवलंस. पण वेड्या, आमच्या हे कधीच लक्षात आलं होतं. चोरीचौरा प्रकरण त्यासाठी पुरेसं नव्हतं का?''

सगळ्याच गोष्टी आज आपल्या अंगावर येत आहेत हे पाहून सुखदेवाने एकदम विषय बदलून म्हटलं, ''अरे, आज मला उपवास आहे पण तुम्हा सगळ्यांनाच उपवास आहे की काय? जेवाय-बिवायचं नाही की काय?''

ते ऐकताच खूप उशीर झाल्याचे सर्वांनाच जाणवले. एकदम लक्षात येऊन भगत म्हणाला, ''बापरे! मला घरी लवकर यायला सांगितले होते. आता काही खैर नाही...'' तो लगबगीने उठला आणि कोणाशीच बोलण्यात न रेंगाळता झटकन खोलीच्या बाहेर पडला.

***

नॅशनल कॉलेजमध्ये समविचारी विद्यार्थ्यांचा गट तयार झाला होता. वातावरण देशभक्तीने भारलेले होते. गुप्तसंघटन आणि सशस्त्र क्रांतीचे वारे तरुण रक्तात सळसळत होते. त्यातूनच गुप्त संघटनेकरिता पार्श्वभूमी तयार करण्यासाठी आणि जनतेत उग्र राष्ट्रीय भावना निर्माण करण्यासाठी भगतसिंग, भगवतीचरण, सुखदेव, यशपाल, जयदेव या मित्रांनी 'नौजवान भारत सभे'ची स्थापना केली होती. या सभेचे कार्य प्रकट रूपाने होणार होते. त्यामुळे त्यांच्या गुप्तसंघटनेचा सार्वजनिक जीवनाशी संपर्क राहणार होता. त्याचबरोबर विविध क्षेत्रांतील नामवंत व्यक्ती सभेच्या कार्यात सहभागी झाल्या होत्या. होत होत्या. त्यातून त्यांची सहानुभूतीही मिळत होती.

भगतसिंग सभेचे सरचिटणीस (जनरल सेक्रेटरी) होते, तर भगवतीचरण प्रचार विभागप्रमुख होते. सभेचे कार्य देशव्यापी करायचे होते. त्यासाठी प्रांताप्रांतात सभेच्या शाखा काढायच्या होत्या. गांधीजींच्या समझौता नीतीवर टीका करून जनतेच्या मनात क्रांतिकारी आंदोलनाबद्दल सहानुभूती निर्माण करणे

हे संघटनेचे उद्दिष्ट होते. तसे पाहिले तर ही नौजवान भारत सभा म्हणजे त्यांच्या गुप्तसंघटनेचा सार्वजनिक आधार होती. राजकीय, सामाजिक स्वरूपाच्या वेगवेगळ्या कार्यक्रमांतून क्रांतिकार्याचा जेवढा प्रचार करणे शक्य होते तेवढा प्रचार या सभेमार्फत केला जात होता. त्यासाठी विविध कार्यक्रमांचे आयोजन केले जात होते.

नौजवान भारत सभेचे कार्य चालू होते. तिच्या कार्याचा प्रचारही पंजाब प्रांतात होत होता. तथापि भगतसिंग, भगवतीचरण, सुखदेव केवळ एवढ्याच कामावर संतुष्ट नव्हते. काहीतरी क्रियात्मक पाऊल उचलले पाहिजे, असे त्यांना मनोमन वाटत होते. जाणवत होते. दिल्ली, कानपूरच्या क्रांतिकारकांशी संपर्क साधण्यासाठी, त्यांच्याशी विचारविनिमय करून भावी योजना ठरवण्यासाठी भगतसिंग कानपूरला गेला. सुरुवातीला काही दिवस वर्तमानपत्र विकून त्याने उदरनिर्वाह केला. थोड्याच दिवसांत गणेश शंकर विद्यार्थी यांच्या 'प्रताप' या नियतकालिकात तो काम करू लागला. अजूनपर्यंत क्रांतिकारी नेत्यांपर्यंत तो पोहचू शकला नसला तरी इतरांशी विचारविनिमय होत होता. दलाच्या भावी कार्याची रूपरेखा मनात आकार घेत होती. आशेचा एक नवा किरण भोवतालच्या अंधारात प्रकाशाची वाट शोधत होता.

***

''भाभी ए भाभी...''

''आले... आले...''

मास्टर रुद्रनारायणांच्या पत्नी मुन्नीदेवी बाहेर आल्या आणि पाहतच राहिल्या. आझाद पुढे झाले. वाकून नमस्कार करत म्हणाले, ''येतो भाभी...''

तिला काही कळेचना हा सारा प्रकार आहे तरी काय?

आझादांनी भगवी वस्त्रे घातली होती. दाढी मिशा लावल्या होत्या. खांद्यावर एक घोंगडी होती आणि हातात 'रामचरितमानस'ची पोथी! तिने आश्चर्यानेच विचारले, ''देवरजी, या वेशात... आणि निघालात कुठे?''

''देवीजी, त्यांना काही विचारू नका.

रुद्रनारायणांनी समजावणीच्या स्वरात सांगितले, तरी तिची उत्सुकता तिला गप्प बसू देईना. तिच्या तोंडून शब्द गेलेच, ''पण... या वेशात...''

''देवीजीऽऽ!''

रुद्रनारायणांनी दटावले, क्षणभर त्या गप्प बसल्या पण मनात अनेक विचार गर्दी करू लागले. ''कुठं चालले असतील... कशासाठी? घरी परत येणार की नाही? कधी...'' त्याच स्थितीत त्यांनी पुन्हा विचारले,

''आता पुन्हा...''

''काय सांगू? कदाचित लवकरच... कदाचित पुन्हा...''

बोटानेच दटावीत ती म्हणाली, ''हं... असं बोलू नका...''

बोलताना तिचे डोळे डबडबले. आझादांनी ते पाहिले आणि तिथे न रेंगाळता, पाठ फिरवून रुद्रनारायणांना म्हणाले,

''चला, निघायला हवं!''

''जरा बाहेर जाऊन येतो. कदाचित उशीरही लागेल. काळजी करू नका.'' रुद्रनारायणांनी पत्नीला सांगितले. दोघेही बाहेर पडले.

अश्रूंनी ओथंबलेल्या डोळ्यांना आझादांची मूर्ती अस्पष्ट दिसत होती; तरी ती त्यांच्याकडे तशीच पाहत राहिली. मनात आले, 'थोड्याच दिवसांत किती लळा लावला होता... सगळ्यांनाच आपलंसं केलं होतं. अगदी मामंजींनाही! अगदी घरचेच होऊन राहिले होते... घरचेच कसले अगदी ह्यांच्या सख्ख्या भावासारखे! पण सुरुवातीला मी मात्र...'

वळणावर वळल्याने दोघेही दिसेनासे झाले. तरी तिच्या डोळ्यांसमोर मात्र आझाद घरी आल्यापासूनचे प्रसंग दिसू लागले.

***

काकोरी कटातील संबंधितांची धरपकड सुरू झाली. आझाद बनारसहून निसटले ते अलाहाबादला आले. कुंदनलाल यांच्या खोलीवर काही दिवस राहिले पण तिथेही असुरक्षितता जाणवल्यावर ते उठले आणि एक दिवस झाशीला मास्टर रुद्रनारायणांच्या दारात दत्त म्हणून उभे राहिले. त्यांना पाहताच आनंदाने मोहरून जाऊन त्यांचे स्वागत करत मास्टरजी म्हणाले,''आईए भाईसाब! आज बडा भाग्य का दिन है।''

त्यांना पलंगावर बसवत मास्टरजींनी त्यांची विचारपूस केली. आवश्यक तेवढी माहिती देऊन आझाद म्हणाले, ''काही दिवस झाशीतच काढावे लागतील, असं दिसतंय.''

''अवश्य! हे घर आपलंच आहे. कुठेही जाऊ नका. इथेच राहा.''

आझादांनी तिथे राहायचे ठरवले.

मास्टरजींना एक छोटी मुलगी होती. गुड्डी! एक-दोन दिवसांतच तिला त्यांचा ळळा लागला. ते तिच्याबरोबरीने, काही वेळा तिच्याहीपेक्षा लहान होऊन, तिच्याशी खेळू लागले. तिला गोष्टी सांगू लागले. तिला आपल्या मनासारखे खेळणारा, आपले ऐकणारा 'काका' मिळाला. त्यामुळे आईने सांगितलेल्या एखाद्या छोट्या कामाकडे ती दुर्लक्ष करी. खेळायच्या नादात विसरून जाई आणि अभ्यास? त्याचा आनंदच होता. मग कधीकधी मुन्नीदेवी तिला रागावत. अंगावर ओरडत, "गुड्डी, सारखं कसलं ग खेळणं? सांगितलेलं एखादं कामही ऐकत नाहीस?"

काका मदतीला धावून यायचे. म्हणायचे, "भाभी, जाऊ दे ग! लहान आहे अजून! काय काम आहे? सांग मी करतो."

"तुम्ही कशाला? मी करीन पण देवरजी, तुम्हीच सांगा, मुलीची जात. तिला बारिकसारीक कामं नकोत का यायला?"

"येतील... मोठी झाली की करेल."

"आता लहान आहे का घोडी? चांगलं आठवं संपून नववं वर्ष लागलंय आणि देवरजी, तुम्ही तिचे लाड करू नका. अशाने बिघडेल ती!"

आणि याच गोष्टीवरून त्यांचे काही वेळा वाद व्हायचे. अगदी मास्टरजींपर्यंत जायचे. मग ते दोघांची समजूत घालायचे. एकदा तर वाद इतका वाढला की, मुन्नीदेवी ऐकायलाच तयार होईनात. अखेर आझाद म्हणाले, "भाभी, चूक झाली. क्षमा मागतो. माफी नाही करणार?" अन् त्यांनी चटकन त्यांचे पाय धरले.

"अहो, हे काय? ह्यांना कळलं तर काय म्हणतील?"

"मग... क्षमा केली म्हणा."

"बरं... केली क्षमा!"

"नुसतं म्हणून नाही चालणार...."

"मग?"

"मी सांगेन ते कराल?"

"काय?"

"आज जेवायला भाताबरोबर कढी केली पाहिजे आणि त्यात पकोडे घातले पाहिजेत. तर तुम्ही क्षमा केलीत असं समजेन."

आझादांना कढीभात अत्यंत प्रिय अन् कढीत पकोडे असतील तर काय पक्वान्नच!!

मुन्नीदेवींनी त्यांच्या मनाप्रमाणे स्वयंपाक केला आणि आझाद खूश झाले.

रुद्रनारायणांचे वडीलही त्यांच्याकडेच राहत होते. आझादांचे हे मनमोकळे वागणे नि थेट स्वयंपाकघरापर्यंत असणारा वावर त्यांना मुळीच आवडत नव्हता. उत्तर प्रदेशात त्यावेळी पडद्याची प्रथा होती. घरात तरणीताठी सून अशा स्थितीत पाहुण्यांचे असे वागणे जुन्या विचारांच्या वृद्धांना कसे सहन होणार? यावरून बाप-लेकात वादविवाद सुरू झाला. वादविवाद वाढणे धोक्याचे होते. कारण काकोरी कटानंतर त्यांच्या घरावर बारकाईने लक्ष ठेवण्यात येत होते.

कमोदसिंग नावाचा पोलीस त्यांच्या घरावरून सतत फेऱ्या मारत असे. त्याला हे कळले तर? पण जेव्हा आझाद कोण आहेत हे वडिलांना कळले आणि त्यांना इथे घरच्यासारखे का राहावे लागत आहे हे समजले तेव्हा मात्र सारे वातावरण बदलले आणि आझादांच्या तशा वागण्याला त्यांनी आनंदाने संमती दिली. हा बदल आझादांनाही जाणवला आणि तेही निश्चिंत झाले. त्या घरातले त्यांचे पारिवारिक मूल्य आणखी वाढले.

कमोदसिंगानेही एकदा-दोनदा पाहुण्यांसंबंधी चौकशी केली होती. पण आझाद इतके घरच्यासारखे वागत होते की, रुद्रनारायणांच्या, तो माझा भाऊ आहे, यावर त्याचा विश्वास बसला. अनेक वेळा मुद्दामच तो रुद्रनारायणांकडे गप्पा मारायला येत असे. आझादही त्या गप्पात सामील होत होते.

कित्येकदा तो आझादांविषयी बोलत असे. तो पोलिसांना कशा हुलकावण्या देतो, हातोहात फसवून कसा पळून जातो, याच्या रसभरीत कहाण्या तो आझादांनाच ऐकवत असे. आणि आझादही आश्चर्य व्यक्त करत तो निश्चित सापडेल असा विश्वास त्याला देत असत. तो निघून गेल्यावर तेही बाहेर पडत आणि सदाशिवरावांच्या खोलीवर येऊन मित्रांना सारा किस्सा रंगवून सांगून खळखळून हसायचे.

आझादांचे काही दिवस चांगले गेले पण काकोरी कटाच्या चौकशीत क्षमेच्या साक्षीदारांकडून पोलिसांना समजले की, झाशीमध्येही क्रांतिकारकांचे एक केंद्र आहे. सरकारचे झाशीवरचे लक्ष वाढले. पोलिसांची वर्दळ वाढली. झाशी तापली. रुद्रनारायण आणि आझादांच्या हे लक्षात आले.

मास्टरजी म्हणाले, ''आता इथं राहणं धोक्याचं आहे. काही दिवस तरी दूर गेलं पाहिजे.''

''मलाही तसंच वाटतं.''

दुसऱ्याच दिवशी सुरक्षित जागा शोधायला ते बाहेर पडले. शोधता-शोधता त्यांना एक शांत, निवांत जागा सापडली. तिथे शहरी वर्दळ नव्हती. सातार नदीचा किनारा. त्या जवळ ढिमरपूर नावाचे गाव. एका बाजूला असणारे हे गाव त्यांना आवडले. वेशांतरही आवश्यक होते. ते पूर्वी साधुवेशात राहिलेले होते. त्यामुळे साधू म्हणून राहण्यात कोणतीच अडचण येणार नव्हती. सगळ्या गोष्टी ठरवूनच ते घरी आले. वेशांतर करून भाभीचा निरोप घेतला. पिताजींचाही निरोप घेतला नि ते घराबाहेर पडले.

***

पहाट झाली. दिशा उजळल्या. साधुमहाराजांनी सातार नदीच्या प्रवाहात प्रवेश केला. पाणी बरेच खोल होते. त्यांनी स्नान केले. उगवत्या सूर्याला अर्घ्य दिले. पात्राबाहेर येऊन खडावा घातल्या आणि तोंडाने काहीतरी पुटपुटत ते किनाऱ्यावर असणाऱ्या झोपडीच्या दिशेने निघाले. ढिमरपुऱ्यालाही जाग आली होती.

लेकी-सुना पाणी भरायला नदीवर येऊ लागल्या. काही लोकही धोतर काखोटीला मारून अंघोळीला नदीवर आले. कालपर्यंत न दिसणारी झोपडी पाहून त्यांनाही आश्चर्य वाटले नि त्यांनी झोपडीत जाऊन चौकशी केली. आत साधुमहाराज ध्यानस्थ बसले होते. चाहूल लागताच त्यांनी डोळे उघडले.

गावकऱ्यांनी चौकशी करताच त्यांनी सांगितले, ''हां, भाईऽऽऽ! हिमालय से निकलकर तीर्थयात्रा कर रहा था! यहाँ देखा, ये स्थान बहुत भाया!! सोचा यही रहेंगे!!!''

साधुमहाराज आल्याची बातमी गावात पसरली. लोकांनी नाव विचारताच त्यांनी सांगितले, हरिशंकर ब्रह्मचारी, साधुमहाराजांनी रामायण सांगायला सुरुवात केली. गावात लवकरच शाळा सुरू केली.

मुले 'अ-आ-इ...' शिकू लागली. बुवांच्या प्रेमळ वागण्याबोलण्याने नि निसर्गाच्या सहवासाने मुले शाळेत रमली. लहानपणी शिक्षणापासून पळून जाणारे आझाद स्वतः शिक्षक होऊन मुलांना शिकवू लागले. *कालाय तस्मैः नमः*, दुसरं

काय! पण त्यामुळे बुवांबद्दलचा प्रेमादर, आत्मीयता आणखी वाढली. गावाला त्यांचा आधार वाटू लागला. आता त्यांना उदरनिर्वाहासाठी मधुकरी मागायची आवश्यकता राहिली नाही. गावातली सगळीच घरे हक्काची झाली. कोणाकडेही जावे आणि 'जेवायला आलो आहे' म्हणून सांगावे. त्यांनीही प्रेमाने आग्रहाने जेवू घालावे, असा दिनक्रम सुरू झाला. दोन-तीन महिन्यांत त्यांचे बस्तान चांगले बसले.

आणि आझादांनी आपल्या कामाला सुरुवात केली. काकोरी कटानंतर सारी संघटनाच विस्कळीत झाली होती. मोत्यांच्या हारातील सूत्र काढून घेतल्यावर मोती जसे सैरभैर होतात तशी!! संघटना पुन्हा उभी करायला हवी होती. त्यांनी झाशीतल्या आपल्या सहकाऱ्यांना तिथे बोलवायला सुरुवात केली. सुरुवातीला काकोरी कटातील क्रांतिकारकांच्या धरपकडीच्या बातम्या, खटल्याची सुनावणी यांची वर्तमानपत्रातली कात्रणे घेऊन काही जण सायकलवर येऊन, आठवड्यातून दोन-तीन वेळा भेटू लागले. भगवानदास, सदाशिवराव, विश्वनाथ वैशंपायन, सोमनाथ, कालिकाप्रसाद अग्रवाल ह्या सहकाऱ्यांना सातार नदीच्या तीरावरील त्यांची झोपडी माहिती झाली होती. त्यांची जा ये सुरू झाली होती आणि भावी कार्याच्या चर्चा रंगू लागल्या होत्या.

***

सातार नदीच्या तीरावरील ढिमरपुरा गावाशी आझाद आता समरस झाले. रामायणाच्या चौपाया नि त्यावरच्या प्रवचनांनी गावकऱ्यांना आपलेसे केले. शाळा काढून मुलांना मार्गी लावले. आपल्या आचारविचारांनी लोकांवर छाप पाडली. गोड, मधाळ बोलण्याने नि लोकोपयोगी कामांमुळे प्रत्येकाच्या हृदयात आपले स्थान निर्माण केले. आझाद गावकऱ्यांच्या आदराचा, श्रद्धेचा विषय झाला होता.

त्यांच्या वागण्याबोलण्यावर गावातील एका धनाढ्य ठाकुराचे बारकाईने लक्ष होते. ठाकुर मलखानसिंह! कधी-कधी ते रामायण ऐकायला येत. प्रवचन संपल्यावर मुद्दाम थांबत. आझादांशी गप्पा-गोष्टी करत. काही वेळा घरगुती विषयावर बोलत. सल्ला घेत. त्यांच्या सरळ स्वभावावर, गोड बोलण्यावर आणि अचूक मार्गदर्शनावर ठाकुर खूश झाले. ते त्यांचे भक्तच बनले. ओळख वाढल्यावर त्यांनी आपल्या वाड्यातील ओटीची जागा त्यांच्या शाळेसाठी

दिली. आता शाळेच्या निमित्ताने त्यांचे ठाकुरांच्या घरी जाणे-येणे वाढले. त्यांची जेवणाचीही सोय झाली. दोन्ही वेळेला मलखानसिंग आपल्याबरोबर त्यांना स्वयंपाकघरात नेत आणि आपल्याबरोबरच जेवायला बसवत. आता घरच्या लोकांची ओळख झाली. ठाकुरांना तीन भाऊ होते. आझादांनी त्यांचाही विश्वास संपादन केला. तेही त्यांना आपला भाऊ मानू लागले. ठाकुरांना एक बहीण होती. ती त्यांचीही बहीण, जीजी बनली आणि पाच भावंडांची आझादांमुळे सहा भावंडे झाली. जणू एकाच फुलाच्या सहा पाकळ्या!

मलखानसिंह आणि त्यांचे भाऊ जंगल विभागात कामाला होते. कामामुळे कित्येकदा चार-चार, सहा-सहा दिवस घराबाहेरच राहावे लागायचे. एवढ्या मोठ्या वाड्यात जीजी एकटीच असायची. तसे नोकरचाकर होते पण शेवटी ते नोकरच! किती विश्वास टाकणार? अशा वेळी अगदी खास विश्वासातले पुरुष माणूस घरी असणे केव्हाही चांगले. सर्व भावांनी विचार केला, ब्रह्मचारीजी आपल्या घरी राहातील तर बरे होईल. त्यांनी आझादांना तसा आग्रह करून सांगितले, ''ब्रह्मचारीजी, आमचा विश्वास आहे तुमच्यावर. म्हणून तर आम्ही आग्रह करतो आहोत. आपण इथं आलात तर आम्हाला निश्चिंत मनाने जंगलात राहाता येईल. जिजीची, घराची काळजी राहणार नाही.''

आझादांनी होकार दिला. ते तेथेच राहायला आले. घरातलेच एक होऊन गेले. इतके की, ठाकुरांच्या तिजोरीची चावी ब्रह्मचारीजींच्या जानव्याला जाऊन बसली आणि त्यांच्या बंदुका, पिस्तुलंही त्यांच्या देखरेखीखाली आली. तेही आपल्यावर आलेली जबाबदारी कसोशीने सांभाळू लागले. 'पैन्पै'चा हिशोब लिहू लागले.

ठाकुरांच्या घरी गेल्यावरही त्यांच्या दिनक्रमात फरक पडला नाही. भल्या पहाटे उठावे. सातार नदीवर स्नानास जावे. नंतर बराच वेळ मेहनत. पाचशे जोर आणि हजार बैठका रोजच्याच असत. त्यानंतर मुद्गलाचे हात करणे. घरी आल्यावर नाश्ता होईपर्यंत मुले येत. त्यांना शिकवणे सुरू होई. ठाकुरांच्या बंदुका त्यांच्याचजवळ असायच्या. नेमबाजीचा सराव, कधी कधी शिकारीला जाणे या गोष्टीही चालत.

ठाकुर घरी नसले की झाशीहून क्रांतिकारी त्यांना भेटायला येत असत. आझाद त्यांना घेऊन जंगलात जात. तेथे त्यांना नेमबाजीचे शिक्षण देत .

त्यांच्याशी चर्चा करत. भावी कार्याची कल्पना देत. गप्प बसणे हा त्यांचा स्वभावच नव्हता. दलाची जडणघडण सुरू होती.

आझादांचे ठाकुरांच्याकडचे दिवस आनंदात चालले होते आणि अशातच एके दिवशी एक वादळ घोंघावत आले. ब्रह्मचारीजींची सत्त्वपरीक्षा घेण्यासाठी!!

जीजींची एक सहेली काही कामानिमित्ताने त्यांच्या घरी आली होती. काही दिवस त्यांच्याकडेच राहणार होती. बाई तशा तिशी-पस्तीशीच्या होत्या तरी तारुण्याचा बहर अजूनही अंगावर रेंगाळत होता. दिसायला सुंदर, लाघवी. कुणीही मोहात पडावे असे व्यक्तिमत्त्व. बोलणं गोड. विधवा. दोन मुलांची माता. जीजींच्याकडे नेहमी जाणे-येणे असल्याने घरात मोकळेपणाने वावरत असत.

ब्रह्मचारीजीही ठाकुरांच्या घरात आता मोकळेपणाने वावरत असत. त्यांचे अस्तित्व बाईंच्या लक्षात आले. त्यांचा बलदंड देह, वागण्यातला मोकळेपणा, सहज सरळ स्वभाव त्यांना आवडला. प्रसंगोपात्त बोलण्यातून त्यांच्या बोलण्यातला जिव्हाळाही जाणवला अन् त्या त्यांच्यावर मोहित झाल्या. पाच-सहा दिवस झाले. ओळख वाढली नव्हे त्यांनी ती हेतुतःच वाढवली. संधी साधून त्यांच्या सहवासात त्या अधिकाधिक येऊ लागल्या.

ब्रह्मचारीजींना याची काहीच कल्पना नव्हती. जशा जीजी तशाच या! त्यामुळे ते मोकळेपणाने त्यांच्याशी बोलत. त्यांनी मात्र वेगळीच कल्पना करून घेतली. जाण्यासाठी त्यांचा पाय निघेना. त्यांचे रेंगाळणे जीजींच्याही लक्षात आले. त्यांना जीजींनी वेळीच समज दिली.

उन्हाळ्याचे दिवस होते. घरातले सगळे पुरुष कामानिमित्त जंगलातच राहिले होते. घरात होत्या त्या फक्त स्त्रिया. ब्रह्मचारीजी घरचेच होते. रात्रीची जेवणे झाली की ते गच्चीवर झोपायला जात असत. नेहमीप्रमाणे ते झोपायला गेले. घरातली कामे उरकली. सामसूम झाली. ते पाहून या बाई चोरपावलांनी जिना चढून गच्चीवर गेल्या. वर जाताच गच्चीचा दरवाजा लावून घेतला.

आझादांना याची काहीच कल्पना नव्हती. रात्र चांदणी होती. वाऱ्याची झुळूक मनाला शांतवत होती आणि आझाद दलाच्या, संघटनेच्या विचारात गढून गेले होते. तेवढ्यात दरवाज्याच्या आवाजाने त्यांची तंद्री भंगली. त्यांनी सावध होऊन तिकडे पाहिले. पाहुण्याबाई गच्चीवर एकट्याच आल्या होत्या. काहीच न बोलता त्या त्यांच्या खाटेवर धपकन बसल्या.

आझादांनी त्यांना विचारले, "आपण कशासाठी आलात? काही काम होतं का?"

त्यांच्या डोळ्यांत वेगळाच भाव तरळू लागला होता. त्या आझादांच्या जवळ सरकल्या. आझादांना हा साराच प्रकार नवीन होता. त्यांना काहीच समजेनासे झाले. त्या बाई पुन्हा आणखी थोड्या जवळ सरकल्या. त्यांचे ते निर्लज्जपणाचे वागणे पाहून आझाद शांतपणे त्यांना म्हणाले, "आपण असं एकटीने इथं यायला नको होतं. आपलं काही काम असेल तर सांगा आणि कृपा करून ताबडतोब खाली जा. मला एकट्याला इथं राहू द्या."

ते ऐकून त्या त्यांच्याकडे पाहत गोड हसल्या. नेत्रकटाक्ष टाकतच त्या त्यांच्या आणखी जवळ सरकू लागल्या. आता आझाद खाटेच्या अगदी दुसऱ्या टोकाला आले होते. त्यांनी आणखी जवळ सरकण्याचा प्रयत्न करताच ते ताड्कन उभे राहिले आणि जरा दटावणीच्या सुरात म्हणाले,

"आपण खाली जाणार आहात का मी जाऊ?"

"छे... छे... आपण जाऊ नका... आणि... आणि मीही जाणार नाही."

निर्लज्जपणे ती म्हणाली.

"काय?"

"खरं तेच सांगते."

गच्चीच्या दाराला कुलूप लावून आल्याने त्या निर्धास्त होत्या.

आझाद क्षणभर बघतच राहिले. अगदीच अनोख्या प्रसंगात ते सापडले होते. तोच पुन्हा त्यांचे शब्द कानावर आले, "आता बस्स झालं हं! आता जर माझं ऐकलं नाही तर मी रडेन. आरडाओरडा करीन. लोक जमा करून तुमची बदनामी करीन. तेव्हा ऐका माझं..."

त्या धमकावणीला आझाद भीक घालणार होते थोडेच! ते सरळ गच्चीच्या रस्त्याच्या बाजूला आले. तेथून सरळ खाली उडी मारली आणि धावतच ते आपल्या झोपडीत येऊन बसले.

ते पाहून पाहुण्या बाई वरमल्या. असे काही घडेल याची त्यांना कल्पनाही नव्हती. त्यांचा हिरमोड झाला. खाली आल्यावर जीजींनी त्यांची चांगलीच कानउघडणी केली आणि दुसऱ्या दिवशी हकलून दिले. दुसऱ्या दिवशी आझाद मुलांना शिकवायला आले पण जेवायला थांबले नाहीत. जीजी काय समजायचे ते समजल्या. झोपडीवर जाऊन त्यांची पुन्हा पुन्हा क्षमा मागितली.

आझादांनी ठाकुरांना यातले काहीच सांगितले नाही, तरी त्यांना सगळ्या गोष्टी कळल्या. त्यांच्या मनात आझादांच्याबद्दलचा आदर दुणावला. त्यांनी घरी परतण्याचा आग्रह धरला. आता त्या बाईही तेथे नव्हत्या. आझाद पुन्हा ठाकुरांच्या घरी राहायला आले.

***

ढिमरपुऱ्यात राहत असताना आपल्या संघटनकौशल्याने आझादांनी दलात बरीच सुसूत्रता आणली होती. संघटना नव्याने आकार घेऊ लागली होती. सदस्यही वाढत होते. काकोरी कटातील कुंदनलाल आणि आझाद दोघेच पोलिसांच्या ससेमिऱ्यातून बचावले होते. दलात कुंदनलालना 'नंबर एक' म्हणून संबोधित असत. साहजिकच आझाद 'नंबर दोन' झाले.

झाशीचे काही साथी त्यांना ढिमरपुऱ्याला येऊन भेटत होतेच. एके दिवशी कुंदनलाल आझादांच्या शोधात झाशीला आले. त्यांनी सदाशिवरावांशी संपर्क साधला. मग आझादांच्या संमतीनेच ते त्यांना ढिमरपुऱ्याला घेऊन गेले. आझादांना पाहताच त्यांनी त्यांना कडकडून मिठी मारली. बऱ्याच दिवसांनी झालेल्या भेटीने दोघेही भारावून गेले होते. काही क्षण त्याच स्थितीत गेल्यावर क्षेमकुशल झाले. मग कुंदनलाल म्हणाले, ''भैय्या! हा अज्ञातवास आता संपवायला हवा.''

''तोच विचार चालू आहे.''

''भगतसिंगाचा निरोप घेऊन आलोय. त्यालाही तुम्हाला भेटायचयं!''

''पंजाबचा! जोगेशचंद्रांकडून नाव ऐकलंय. कार्यही कानावर आलंय. काय म्हणतोय?''

''आपल्याशी संपर्क साधून नवी पार्टी संघटित करावी. आपल्या नेतृत्वाखाली!''

''नेतृत्वाचं बघू नंतर पण पार्टी मात्र संघटित करायला हवी. माझे प्रयत्न सुरूच आहेत. त्या दृष्टीने झाशी केंद्राच्या कामात खूपच सुसूत्रता आली आहे. नवे साथीही मिळाले आहेत.''

''पंजाबात भगतसिंगाबरोबर सुखदेव, भगवतीभाई कार्यरत आहेत. तसेच यूपीतही शिव वर्मा, विजयकुमार सिन्हा, सुरेंद्र पांडे एकत्र येऊन कार्य करत आहेत. आता सगळ्यांनी एकत्र येऊन कामाची दिशा ठरवायला हवी. आपणही

दिल्ली, कानपूर, बनारस, लाहोर या केंद्रांना भेटी दिल्यात, दलाची स्थिती डोळ्यांखालून घालतीत तर बरे होईल.''

बराच वेळ दोघांची चर्चा सुरू होती. लवकरच कार्याला गती मिळेल या विश्वासानेच कुंदनलालांनी आझादांचा निरोप घेतला. ते गेल्यावरही आझाद बराच वेळ आपल्या विचारात बुडून गेले होते.

आणि त्याच सुमारास ढिमरपुऱ्यात एक दरोडा पडला. दरोडेखोरांनी लूट तर केलीच पण प्रतिकार होताच एकाचा खूनही झाला. तक्रारी गेल्या. भोवतालच्या जंगलातच हे दरोडेखोर लपलेले असावेत असा दाट संशय पोलिसांना होता. तपासयंत्रणा सुरू झाली. पोलिसांची वर्दळ वाढली. गावकऱ्यांचे जाबजबाब झाले. झडत्या झाल्या. तपासात मलखानसिंग ठाकुरांचा वाडाही सुटला नाही. त्यांच्याही वाड्याची झडती झाली. घरातल्या लोकांचे जाबजबाब झाले. आझादही तेथेच होते. हरिशंकर ब्रह्मचारी!! त्यांचीही चौकशी सुरू झाली.

आझादांनी शांतपणे, गंभीर शब्दांत दिलेल्या उत्तराने आणि ठाकुर, गावकरी यांनी 'ब्रह्मचारीजी साधुपुरुष आहेत, सज्जन आहेत' अशा शब्दांत दिलेल्या पुष्टीमुळे पोलिसांनी त्यांचा नाद सोडला. पण त्याचवेळी त्यांनी विचार केला की, आता ब्रह्मचारी अवताराचा शेवट केलाच पाहिजे. नाहीतर इथेच पोलिसांशी संघर्ष करायची वेळ येईल आणि ठाकुर परिवाराला निष्कारण त्रास होईल.

आता काकोरी कटाची सुनावणी सुरू झाल्यामुळे पोलिसांची धावपळ थंडावली होती. त्यांनी परिस्थितीचा वेध घेतला. एके दिवशी आपल्या जटा, दाढी, भगवी वस्त्रे सातार नदीला अर्पण केली आणि धोतर, शर्ट, कोट, डोक्यावर टोपी, पम्पशू घालून ढिमरपुऱ्याचा निरोप घेतला आणि झाशीला प्रस्थान ठेवले.

•••

६

''रामानंदजी, एक काम करणार?''

''असं काय विचारताय कधी नाही म्हणालो आहे का?''

''तसं नाही... पण जोखमीचं आहे. म्हणून...''

''सांगा तर खरं!''

''हे हरिशंकरजी! गावाकडून आले आहेत. त्यांना मोटार मेकॅनिकचं काम आणि ड्रायव्हिंगही शिकायचं आहे. तेव्हा तुझ्या कंपनीत...''

''शिकवू की, त्यात अवघड काय आहे? रामदयाल नाही का शिकत?'' ''ते खरं आहे पण तो आमच्याकडे कामाला आहे. ह्यांची गोष्ट मात्र जरा वेगळी आहे.''

मास्टर रुद्रनारायण रामानंदाच्या कानात काही कुजबजुले नि पुन्हा म्हणाले, ''आणि राहायची सोयही...''

''अहो, एवढी कशाला काळजी करताय? माझ्या घरीच राहतील. अगदी सुखरूप! माझे भाऊ म्हणून! मग तर झालं...''

मास्टरजींचे डोळे भरून आले. रामानंद हा त्यांच्या विश्वासातला माणूस. त्यांच्याकडे नेहमी येणारा. सदर बाजारातील बुंदेलखंड मोटार कंपनीत नोकरीला होता. उत्तम मेकॅनिक! मास्टरजींच्याकडे त्यांची गाडी कधीमधी बंद पडली तर दुरुस्तीला यायचा. घरी बायको लहान मुलगा. टिकमगडहून कामाला म्हणून

झाशीला आला तेव्हा मित्राबरोबर रेल्वेलाईनवरील एका लहान खोलीत राहत होता. मास्टरजींची ओळख झाली. ओळखीचे रूपांतर मैत्रीत झाले. त्यांच्याकडचा नोकर रामदयाळ, त्याच्या मदतीने, त्याच्याच घराशेजारी दोन खोल्या भाड्याने मिळाल्या. मास्टरजींचा माणूस, त्यातने 'विशेष माणूस' म्हटल्यावर त्याने लगेच त्यांच्या राहण्याची सोयही करून टाकली.

आझाद ढिमरपुऱ्याहून आले ते पुन्हा रुद्रनारायणांच्याकडेच आले. त्यांना परत आलेले पाहताच मास्टरजींना आश्चर्य वाटले, पण मनोमनी ते समजले, 'तिकडे निश्चितच काहीतरी गडबड झालेली असणार म्हणूनच त्यांनी असा निर्णय घेतला असणार.' घरावरची पोलिसांची पाळत लक्षात घेऊन त्यांनी आझादांची वेगळी व्यवस्था करायचे ठरवले. त्यांच्याशी चर्चा करून ठरलं की, 'काहीतरी काम करून, वेगळं राहिलं की कोणाच्या डोळ्यांवर येणार नाही.' रामानंद त्यांच्या खास विश्वासातला होता. म्हणून मास्टरजींनी त्याला शब्द टाकला होता.

आझाद रामानंदाच्या घरी राहायला आले. त्याचा भाऊ म्हणून! आणि बुंदेलखंड मोटार कंपनीत मोटार दुरुस्तीचे काम आणि मोटार चालविण्याचे शिक्षण घ्यायला सुरुवात केली.

सिराजुद्दीन आणि कल्लू पुरोहित त्यांना शिकवत होते. तेही मन लावून सांगितलेले काम करत. शिकण्याचा प्रयत्न करत. गुरूंच्याबद्दल त्यांच्या मनात नितांत आदर होता, श्रद्धा होती. त्यात त्यांनी हिंदू-मुसलमान असा भेदभाव कधीच केला नाही. सिराजुद्दीन मुसलमान असूनही त्यांना मानत होते.

दोन-तीन दिवस आझाद पाहत होते, सिराजुद्दीन बेचैन आहेत. अस्वस्थ आहेत.

शेवटी न राहवून त्यांनी विचारले, ''आपण काही अडचणीत आहात का?''

''तशी अडचण नाही. पण...''

''सांगा तर खरं...''

''माझ्या मुलीचं लग्न ठरलंय.''

''मग, काही पैशांची अडचण आहे का?''

''नाही. पैशांची अडचण नाही. ओरछाहून तूप आणायचं होतं. किती?''

''अठरा-अठरा शेराची दोन पिंप आहेत. सांगून ठेवलंय; पण आणायचं कसं हा प्रश्न आहे.''

''का?''

''या छोट्या-छोट्या संस्थानांमध्ये तूप स्वस्त मिळतं म्हणून सांगितलं. पण ते संस्थानाबाहेर नेता येत नाही. बंधने आहेत. कस्टम अधिकाऱ्यांचा डोळा चुकवून आणायचं म्हणजे जंगलातल्या रस्त्याने यावं लागणार. त्याला कोणी तयार होत नाही म्हणून काळजी पडलीय.''

''एवढंच ना...? तुम्ही काही काळजी करू नका. मी आणतो.''

एखादी गोष्ट इतरांना करता येत नाही, अवघड वाटते असे कानावर आले की, ते त्यांना आव्हान वाटायचे आणि आव्हान स्वीकारणे हा तर त्यांचा स्वभाव होता. त्यांनी रामानंदांना बरोबर घेतले.

अठरा-अठरा शेराच्या दोन पिंपांची कावड केली आणि चौदा-पंधरा मैलाचा जंगलाचा रस्ता तुडवत, कस्टम अधिकाऱ्यांचा डोळा चुकवून ते तूप सिराजुद्दीनला आणून दिले. आझादांनी तुपाची पिंपे आणून दिल्यावर त्यांचे आभार कसे मानावेत, हेच त्याला कळेना. गळा दाटून आला आणि आभाराचे शब्द भरल्या गळ्यातच अवरुद्ध होऊन राहिले.

***

''जेवायचा नका आग्रह करू. मी बाहेर जेवत जाईन.''

''तुम्ही कुणी परके का आहात? मास्टरजींचे पाहुणे म्हणजे आमचेच पाहुणे... आणि मी तर त्यांना सांगितलंय की माझे भाऊ म्हणून राहतील. भावाला काय बाहेर जेवायला पाठवायचं?''

''तसं नाही... पण सध्या नको... बघू पुढे...''

रामानंदांनी राहायची व्यवस्था केली हेच फार झाले, असे आझादांना वाटत होते. जेवणही तिथेच घेऊन त्यांना आणखी त्रास देऊ नये असे त्यांना वाटायचे. शिवाय त्यांचीही परिस्थिती बेताचीच, त्यात आणखी एका माणसाची भर कशाला? म्हणून त्यांनी बाहेर जेवायचे ठरवले. आझादांकडे तरी बाहेर जेवायला पैसे होते कुठे? अन् नोकरी नुकतीच लागलेली. पगाराला बराच अवकाश होता. त्यामुळे जेवणाचा आनंदच होता. कित्येक दिवस ते एक आण्याचे चणे-फुटाणे घेऊन खात आणि पोटभर पाणी पिऊन त्यावर गुजराण करत.

असाच एक दिवस. त्यांच्याकडे फक्त एक आणा शिल्लक होता. त्यामुळे फक्त एक दिवसाची भूक भागू शकणार होती. मनात आले, 'आज हा एक आणा

खर्च केला तर उद्या काय? पण नाही केला तर आजची भूक कशी भागवणार?' थोडा विचार केला. विचाराने भूक भागते थोडीच? पोटात कावळे कोकलत होते. उठले. बाजारात गेले आणि एक आण्याचे चणे आणले. खाऊ लागले. खाताखाता शेवटची मूठ भरली तर त्यात गोल वस्तू दिसली. पाहिली. तो एक आणा होता!

तो आणा पाहिला आणि त्यांना हसू आले. मनात विचार आला, 'चला, उद्याची सोय झाली.' एका आणा तसाच हातात होता. त्याकडे पाहता पाहता दुसरा विचार मनात आला, 'अरे, ही अणेली तर त्या चणे विकणाऱ्याच्या कष्टाची कमाई आहे. त्याच्यावर माझा काय अधिकार आहे? त्याचे पैसे त्याला परत नकोत करायला?' चणे संपवले. पाणी प्याले आणि पुन्हा चणेवाल्याकडे आले. त्याला वाटले आणखी काही हवे असेल.

''बोलो साब और कुछ...''

''नको. मघाशी तुझ्याकडून चणे घेतले होते...''

''मालूम है...''

''त्यात हा एक आणा आला होता.'' तो द्यायला आलो आहे.''

दुकानदाराने त्यांच्याकडे आश्चर्याने पाहतच तो एक आणा हातात घेतला. त्यांच्याकडे पाहून त्याने स्मित केले. आझादांनीही स्मित केले आणि रस्त्याने निघून गेले.

आझादांचा उद्याच्या भुकेचा प्रश्न तसाच अनुत्तरित राहिला होता. सलग काही दिवस दोन्ही वेळेला व्यवस्थित जेवण मिळणे ही गोष्ट त्यांच्यासाठी दुर्मीळ होत होती. निराहार दिवसच आत्मीयतेने त्यांची संगत सोबत करत होते.

आणि एक दिवस ही गोष्ट रामानंदांच्या लक्षात आली. ते म्हणाले, ''हरिशंकरजी, हे काय चालवलं आहे? मास्टरजींना कळलं तर ते मला काय म्हणतील? मोठ्या विश्वासाने त्यांनी आपल्याला माझ्याकडे सोपवलं आहे. मी आता काही एक ऐकणार नाही. आजपासून माझ्याच घरी जेवायचे. जी भाजीभाकरी असेल ती सगळे मिळून खाऊ.

आझादांना त्यांची तळमळ, आस्था समजत होती. अधिक बोलण्यात काही अर्थ नव्हता. आझादांनी त्यांच्याकडे जेवायला सुरुवात केली. आता जेवणाच्या निमित्ताने आझाद रात्रीच्या वेळी घरीच राहू लागले.

रामानंदांच्या शेजारीच रामदयाळ राहत होता. मास्टरजींच्याकडे त्याची ओळख झाली होतीच शिवाय मोटार चालवायला शिकायला तो बुंदेलखंड मोटार कंपनीत येत होताच. तसा तो प्रामाणिक आणि चांगला माणूस होता. दुर्गुण एकच होता, दारू! रात्री दारू पिऊन आला की त्याच्यातला 'माणूस' संपून जायचा. जनावर व्हायचा! आणि मग बायकोला बेदम मारायचा. तो पिऊन आला की बायका-पोरं थरथर कापायला लागायची. मारहाण, रडारड, गोंधळ रोजचेच झाले होते. शेजारच्या घरात आझादांना ते असह्य व्हायचे. कित्येकदा त्याची बायकापोरे रडायला लागली की त्यांच्या दुःखामुळे आझादांना जेवण गोड लागायचे नाही. ते तसेच उठायचे.

एके दिवशी ते त्याला समजावून सांगू लागले, ''तू रात्री दारू पिऊन आलास की काय करतोस याचं भान तुला राहात नाही. नशेत तू अगदी जनावरासारखा वागतोस बघ!''

''मग...''

''अरे, तुला दारू प्यायची असेल तर पी पण बायकोला मारहाण करू नकोस. तिच्या रडण्याने लोकांना त्रास होतो बघ....''

ते ऐकताच रामदयाळ खवळला.

''हरिशंकरने आपल्या बायकोची बाजू घ्यावी? काय म्हणून?''

त्याला असह्य झाले नि तो गरजला, ''हरिशंकर, मी माझ्या बायकोला मारतो. ती माझी बायको आहे. मी तिला मारीन नाही तर तिचा जीव घेईन तुला काय करायचंय? तिची बाजू घ्यायला ती तुझी कोण लागते रे?''

ते ऐकताच आझादही रागाने लाल झाले, आणि त्यांनी त्याला चांगलाच इंगा दाखवला.

***

आझाद काही दिवस मुंबईला मजूरवस्तीत राहिले होते. त्यामुळे त्यांच्या सुखदुःखांची, हालअपेष्टांची त्यांना चांगलीच माहिती होती. त्यांच्याबद्दल त्यांना सहानुभूती होती, आस्था होती. इथेही ते त्यांच्यातले एक होऊन राहिले होते. त्यांच्या सुखदुःखात सहभागी होत होते. अडीअडचणीला मदत करत होते. त्यामुळे वस्तीला त्यांचा फार मोठा आधार वाटायचा.

धनिराम त्यांचा एक शेजारी. बायकोमुलांना घेऊन राहत होता. सुतारकाम

करून पोट भरायचा. कमाई बेताचीच. कधीकधी कर्जही काढायला लागायचे. आझादांची आणि त्याची तोंडओळख. दिसला तर नमस्कार व्हायचा. एखाद् दुसरा शब्द बोलायचा, इतकंच!

एकदा तो पंधरा दिवस आजारी असल्याने काम करू शकला नाही. त्यामुळे त्याने काढलेल्या कर्जाचा शेवटचा हप्ता द्यायचा राहिला होता. त्या दिवशी तो कामाला निघताच खानबाबा नावाचा पठाण वसुलीला आला. धनिरामने गयावया करून परिस्थिती समजावून सांगितली. कामावरून उचल घेऊन पंधरा दिवसांत हप्ता देतो, हे ही सांगितले. पण तो ऐकायलाच तयार होईना. आझाद हे सारे पाहत होते. त्यांनीही समजावून सांगितले पण तो हमरीतुमरीवर आला आणि बायका-मुलांना वीक; पण माझे पैसे दे, असे म्हणायला लागताच आझाद कमालीचे संतापले.

त्यांनी त्याला असा ठोसा लगावला की, त्याच्या डोळ्यांपुढे काजवेच चमकायला लागले. तो वरमला नि शिव्या-शाप देतच निघून गेला. आझादांसारखा बलदंड माणूस वस्तीतल्या लोकांना आधार देतो आहे हे पाहून, भांडण ऐकण्यासाठी जमलेल्या लोकांना दिलासा मिळाला.

आझाद मात्र एक शब्दही न बोलता, धोतराचा छोर हातात धरून तेथून बाहेर पडले. लोकांच्या मनात आझादांबद्दलची श्रद्धा, आस्था आणखीनच वाढली.

***

अन्यायाचा प्रतिकार करताना आझादांनी तारतम्य कधी सोडले नाही. प्रतिकार करताना आपण क्रांतिकारक आहोत हे उघडकीस येत असेल किंवा आपल्या कृतीमुळे क्रांतिकार्याविषयी काही संशयास्पद परिस्थिती निर्माण होत असेल तर ते आपल्या भावनांवर नियंत्रण ठेवत असत. ते कधी भावुकतेची शिकार बनले नाहीत.

एक दिवस आझाद अचानक भगवानदासांकडे आले. चेहरा संतापाने लाल झाला होता. हात थरथरत होते. काहीतरी भयंकर घडल्याची जाणीव होत होती. ते आले आणि खिशातले पिस्तूल काढून भगवानदासांच्या हातात देत म्हणाले, ''हे घे. तुझ्याजवळ ठेव.''

भगवानदासांना आझाद असे का करत आहेत ते कळेना. 'काय झालं असावं?' प्रश्नाचे उत्तर सापडेना. पिस्तुलाशिवाय आझाद ही कल्पनाही त्यांना

करता येत नव्हती. त्यांनी फक्त प्रश्नार्थक मुद्रेने त्यांना विचारले, ''हे काय करताय..?''

''अरे, आज माझं डोकं ठिकाणावर नाही.''

''का? काय झालं?''

''अरे, थोड्या वेळापूर्वी सदर-बाजारातून जात होतो. तिथे काही इंग्रज सैनिकांनी लोकांना फारच त्रास दिला. स्त्रियांची छेडछाड केली. लोकांनाही खूप मारलं आणि शिव्यांची तर लाखोली वाहिली.''

''पण का?''

''त्यांना काही कारण लागतं का? त्यांच्या त्या उन्मत्त, बेजबाबदार वागण्याने माझा संताप संताप होत होता. अनेक वेळा माझा हात खिशात पिस्तुलाकडे जात होता. राहून राहून मला वाटत होतं की आज काही खरं नाही. मी स्वतःवर ताबा ठेवू शकणार नाही. काही तरी गडबड होणार....''

'' मग?''

''मोठ्या मुश्किलीने मी स्वतःवर ताबा ठेवला. शांत राहिलो आणि इकडे निघून आलो. तू हे तुझ्याजवळ ठेव. मला पुन्हा कामाला तर गेलेच पाहिजे.''

''पण भैय्या, तुम्ही त्यांना आज मोकळं सोडायला नको होतं. चांगला हात दाखवायला हवा होता....''

''वेडा आहेस झालं... मी असं काही केलं असतं तर गोंधळ झाला असता. त्यांचे अत्याचार वाढले असते. अरे, ते पंधरा-वीस जण होते.''

''म्हणून काय आपल्या डोळ्यांदेखत अन्याय होऊ द्यायचा?''

''प्रत्येक अन्यायाचा, अत्याचाराचा प्रतिकार आपण थोडेच करू शकणार आहोत? जर भावनेच्या भरात मी काही करून बसलो असतो तर इकडे तुमची परिस्थिती कठीण झाली असती. बरं एवढ्यावरच निभावलं असतं तरी हरकत नव्हती, पण एखाद्या वेळी सगळ्या दलावरच बेतलं असतं. दलाच्या अस्तित्वावरच गंडांतर आलं असतं.

कोणत्याही गोष्टीचा पूर्ण विचार केल्याशिवाय आणि ॲक्शनची पूर्ण तयारी केल्याशिवाय भावनेच्या भरात एखादी कृती करणं धोक्याचं ठरतं. अविचाराने कोणता लाभ होणार? तसं पाहिलं तर बदमाश, दुष्ट लोक आपल्याला पावला पावलागणिक दिसतात म्हणून आपण सगळ्यांचा प्रतिकार करू शकणार आहोत

का? एखादी बदमाशी, दुर्व्यवहार आपल्या डोळ्यांनी पाहिल्यावर राग येणं, संताप होणं स्वाभाविक आहे. म्हणूनच मी तुझ्याकडे निघून आलो. तुझ्याशी बोललो. मन मोकळं केलं. आता मला शांत वाटतंय. जातो आता.''

आझादांनी भगवानदासांकडे पिस्तूल ठेवले आणि ते पुन्हा आपल्या कामाला निघून गेले.

***

इतरांनी केलेली शारीरिक बळाची कामे आझादांना सहन होत नसत. त्यांना ते आव्हान वाटायचे. आव्हान स्वीकारून स्वतः ते काम करून बघत असत आणि जेव्हा त्यांची खात्री होई की, आपण ते काम करू शकतो, तेव्हा त्यांना चैन पडत असे.

साहसाची कामे करताना आझाद नेहमीच पुढे असत. 'अशक्य' हा शब्द त्यांच्या शब्द कोशातच नव्हता.

एक दिवस मोटार कंपनीत आझाद काम करत होते. शेजारी इतरही कामे करत होते. दुरुस्तीला आलेली एक मोटार सुरू होत नव्हती. तिला हँडल मारून मारून सगळे थकले पण काही उपयोग होत नव्हता. आझादांनी विचारले, ''क्या चल रहा है रे?''

दुसऱ्याने सारी परिस्थिती सांगताच ते म्हणाले, ''इतनीसी तो बात है। चल... हट्... देखता हूँ कैसे स्टार्ट नहीं होती?'' आझाद पुढे होताच त्यांना इतरांनी विरोध केला पण त्याला न जुमानता त्यांनी जोरात हँडल मारला. गाडी स्टार्ट झाली पण दुर्दैव असे की तो तितक्याच वेगाने मागे फिरला आणि आझादांच्या मनगटावर जोरात बसला. त्याचा जोर इतका होता की, त्यांच्या मनगटाचे हाड मोडले. वेदना असह्य होऊ लागल्या. लोकांनी दवाखान्यात नेले. डॉक्टरांनी सांगितले, ''हातावर शस्त्रक्रिया करावी लागेल.''

हे ऐकताच त्यांच्या लक्षात आले, शस्त्रक्रिया म्हणजे भूल द्यावी लागणार! ते त्यांना संकट वाटत होते. कारण त्यांनी ऐकले होते की, भूल उतरताना, त्या गुंगीत माणसे असंबद्ध बोलतात. कित्येकदा महत्त्वाच्या अनेक गुप्त गोष्टीही त्यांच्या तोंडून बाहेर पडतात. आपलेही तसेच काही झाले तर अनर्थ ओढवेल. दलाचे जबरदस्त नुकसान होईल आणि आजवर केलेली सारी तपश्चर्या मातीमोल होईल. धोका कशाला पत्करायचा? आणि हाताला असह्य वेदना होत असतानाही

ते डॉक्टरांना म्हणाले, ''डॉक्टर, कृपा करा नि मला भूल देऊ नका. तसंच हाड बसवा. मला काहीही होणार नाही.''

पण त्यांचे कोणीच ऐकले नाही. आझाद चिडले. संतापले. त्यांना क्लोरोफॉर्म घ्यावाच लागला.

भूल दिली गेली. त्यांच्या हातावरील शस्त्रक्रियाही व्यवस्थित पार पडली; पण आझादांच्या मनात आलेली शंका मात्र खरी ठरली होती. त्या गुंगीत ते काही ना काही गुप्त गोष्टी बोलले होते. कारण शुद्धीवर आल्यावर झालेला बदल त्यांना चटकन जाणवला. डॉक्टर त्यांच्याशी आस्थापूर्वक, प्रेमाने बोलत होते. त्यांनी अत्यंत आदराने त्यांना सांगितले, ''काही काळजी करू नका, आता तुमचा हात अगदी व्यवस्थित झाला आहे. मला खात्री आहे. आता या हाताचा उपयोग तुम्हाला देशकार्यासाठी निश्चित करता येईल. अगदी शूरवीराप्रमाणे!!''

डॉक्टरांचे हे बोलणे ऐकताच आझाद काय समजायचे ते समजले. अधिक काहीच न बोलता त्यांनी डॉक्टरांचे मनापासून आभार मानले आणि ते दवाखान्यातून बाहेर पडले.

***

त्या काळात त्यांचा जनतासंपर्क सुरूच होता. काँग्रेसचे नेते धुळेकर, सीताराम भागवत यांच्याशीही त्यांनी संपर्क साधला. जाणे-येणे वाढले. तेही आझादांना मदत करत असत. थोड्याच दिवसांत झाशीत दलाचे सदस्य आणि सहानुभूती दाखवणारे लोक यांची संख्याही बरीच वाढली. क्रांतिकारकांना झाशी एखाद्या किल्ल्यासारखी सुरक्षित जागा झाली.

बुंदेलखंड मोटार कंपनीत काम करत असताना आझाद मोटार दुरुस्तीचे काम शिकले आणि मोटार चालवायलाही शिकले. त्या काळात मोटार चालवायचे लायसेन्स पोलीस सुपरिटेंडेंटकडून घ्यावे लागे. त्यासाठी परीक्षा असे. आझादांनी ती परीक्षा देऊन लायसेन्सही मिळवले. विशेष म्हणजे त्यावेळी ते फरारी होते. त्यांना पकडण्यासाठी हजारो रुपयांची सरकारी इनामे होती.

***

मास्टर रुद्रनारायणांनी आझादांचा परिचय महाराज जुदेवांशी करून दिला होता. एका मोटारविक्रीच्या व्यवहारानिमित्त रुद्रनारायण महाराजांकडे गेले होते. परिचय वाढला. जाणे-येणे वाढले आणि त्यांच्या लक्षात आले की, महाराज

राष्ट्रीय विचारांचे आहेत. क्रांतिकारकांबद्दल सहानुभूती बाळगणारे आहेत. संघटनेला त्यांचा उपयोग होईल या कल्पनेने ते आझादांना त्यांच्याकडे घेऊन गेले, पण मोटार मेकॅनिक म्हणून! आझादांनी आपल्या वागण्या बोलण्याने त्यांच्यावर छाप पाडली. काही दिवसांतच त्यांना शंका आली नि त्यांनी मास्टरजींना विचारले, ''मास्टरजी, हा हरिशंकर कोण आहे?''

''मोटार मेकॅनिक! का?''

''तसा तो वाटत नाही. तुम्ही खरं सांगताय?''

मास्टरजी किंचित हसले. त्यांच्याजवळ गेले आणि हळू आवाजातच त्यांनी आझादांचा एक क्रांतिकारक म्हणून परिचय करून दिला. त्या दिवसापासून महाराजांची त्यांच्याकडे पाहण्याची दृष्टीच बदलली. अत्यंत आदराने, श्रद्धेने ते त्यांच्याशी बोलत. त्यांना बरोबरीच्या नात्याने नव्हे, भावाच्या नात्याने वागवत. आझादही त्यांच्याशी आत्मीयतेने, जिव्हाळ्याने वागत.

परिचय दाट झाल्यानंतर त्यांनीच भोवतालच्या समविचारी इतर काही संस्थानिकांची, ठाकुरांची ओळख करून दिली, अर्थात हरिशंकर या नावाने!

संस्थानिकांना, ठाकुरांना शस्त्र बाळगण्याची मुभा असे. त्यांना शिकारीचाही नाद असे. आझादांनी आपल्या साथींना शस्त्रांचे शिक्षण देण्याकरिता या केंद्रांचा उपयोग करण्याचे ठरवले. अत्यंत विश्वासू साथींना ते इथे शिकारीच्या निमित्ताने आणीत आणि त्यांना नेमबाजीचे धडे शिकवीत.

महाराजांच्या मनातले आझादांचे स्थान उंचावत होते. कृतीतूनही ते दिसून येत असे. महाराज जेवायला बसायच्या तयारीत असतील, पान वाढले जात असेल आणि तेवढ्यात आझाद आले तर महाराज उठून त्यांचे स्वागत करत. त्यांना आपल्या शेजारी जेवायला बसवत. आपले ताट त्यांच्या पुढे सरकवून, स्वत:साठी दुसरे ताट वाढायला सांगत, मैत्रीचे, प्रेमाचे हे बंध असे दृढ झाले होते.

आणि दरबारी ठाकुरांना हीच गोष्ट खटकत होती. एका सामान्य, फाटक्या माणसाला महाराज एवढा मान देतात, हा त्यांना त्यांचा अपमान वाटत होता. आझाद त्यांच्या डोळ्यांत सलू लागले होते. त्यांचा अपमान करण्याची, मान खाली घालायला लावण्याची संधी ते शोधत होते.

महाराजांच्या हवेलीसमोरच्या बागेत, एका डेरेदार वृक्षाखाली अनौपचारिक

दरबारच भरला होता. बरेच दरबारी ठाकुर आले होते. राजेसाहेबांचे मेहुणेही आले होते. त्याच दिवशी सकाळी आझादही महाराजांना भेटायला आले होते. आज त्यांच्याबरोबर मास्टरजी, भगवानदास, सदाशिवराव हेही आले होते. साहजिकच, दुपारच्या या कार्यक्रमाला तेही सगळे जण आलेले होते.

हवापाण्याच्या, शिकारीच्या गप्पा होता-होता गप्पांचा ओघ नेमबाजीच्या मजेदार, मनोरंजक गोष्टींकडे वळला. आपण नेमबाजीत कसे निष्णात आहोत हे पटवून देण्याची अहमहमिका लागली होती. गप्पा रंगात आल्यावर आझादांना ते आव्हानच वाटले. त्यांनीही गप्पांत भाग घेतला. आपल्या अचूक नेमबाजीच्या कथा सुनावल्या. 'ठाकुराई'साठी प्रख्यात असणाऱ्या इतर ठाकुरांना त्या थोड्याच सहन होणार? आता नेमबाजीची परीक्षा घेण्याची चांगली संधी चालून आली आहे असे त्यांना वाटले. त्यांचे एकमेकांना इशारे झाले आणि आझादांची नेमबाजीची परीक्षा घ्यायची योजना त्यांनी आखली. हेतू हा की, त्यांचा नेम चुकावा नि आपली ईर्षा तृप्त व्हावी, एक असुरी आनंद मिळावा!!

जवळच एक झाड होते. त्याच्या एका वाळलेल्या फांदीला एक डाळिंब खोचलेले होते. फार मोठे नव्हते, असेल आवळ्याएवढे! बरेच दिवस ते तसेच होते. या ठाकुरांनी त्याच्यावरच अनेकांची नेमबाजीची परीक्षा घेतली होती. त्यांनी संकेतांनी ठरवले की आझादांचीही परीक्षा इथेच घ्यायची.

ठाकुरांचे ते संकेत महाराजांच्या लक्षात आले. आझाद ही काय चीज आहे, हे त्यांना पुरते माहीत असल्याने, त्यांची 'परीक्षा' व्हावी असे त्यांना वाटत नव्हते. शिवाय त्यांच्या दृष्टीने आझाद आदरणीय होते. त्यांची परीक्षा घेणे त्यांच्या मनाला पटेना.

मास्टर रुद्रनारायण तिथेच होते. त्यांनाही परिस्थितीची कल्पना आली. आझादांची अशा रीतीने परीक्षा होणे त्यांनाही योग्य वाटले नाही. ते असभ्यपणाचे द्योतक होते. त्यातून काहीतरी मार्ग काढणे आवश्यक होते. नाहीतर त्यातून भलतेच संकट ओढवायची भीती होती. दिवाळीची होळीच झाली असती. त्यांनी शेजारी बसलेल्या भगवानदासांना इशारा केला. भगवानदासांनाही चाललंय ते योग्य वाटत नव्हते. त्या इशाऱ्यासरशी ते पुढे झाले.

भगवानदास पुढे होताच मास्टरजी म्हणाले, ''भगवान, हो पुढे हो... धर नेम! आज तुझी परीक्षा आहे.''

महाराजांनाही तेच हवे होते. त्यांनीही मास्टरजींच्या प्रस्तावाला दुजोरा देत भगवानदासांना प्रोत्साहन दिले. ठाकुर अडचणीत सापडले. त्यांना आझादांची परीक्षा घ्यायची होती. ते वैतागले. त्रागा करत त्यांनी आपापसात पण सगळ्यांना ऐकायला जाईल अशा आवाजात टोमणे मारायला सुरुवात केली. ते ऐकून आझादांचा चेहरा बदलत होता. ही गोष्ट भगवानदासांच्या लक्षात येत होती. त्यामुळेच क्षणाचाही विलंब न करता, इतरांचे वाक्प्रवाह तोडत ते म्हणाले, ''पंडितजी, नेम मी साधणार. बंदूक मला द्या.''

''अरे... पण...''

''नाही पंडितजी, शिष्य म्हणून हा माझा हट्ट आहे. नेम मीच साधणार. द्या पाहू ती बंदूक...'' मास्टरजी आणि महाराजही भगवानदासांच्या मागे ठामपणे उभे राहिले. त्यांनी आग्रह केल्यामुळे आझादांचा नाइलाज झाला. त्यांना मनात नसतानाही बंदूक भगवानदासांना द्यावी लागली. त्यांनी नेम धरला. मग गुरूच्या नात्याने आझादांनी त्यांना काही सूचनाही केल्या आणि क्षणार्धात ते डाळिंब खाली आले.

ते पाहताच मास्टरजी, महाराज यांनी भगवानदासांच्या नेमबाजीची प्रशंसा केली. आझादांनीही त्यांना शाबासकी दिली. पण ठाकुरांचा 'नेम' मात्र चुकला होता. त्यामुळे ते सारे चिडले. त्रागा करायला सुरुवात केली. पण महाराजांनी आणि रुद्रनारायणांनी आपल्या खेळकर स्वभावाने तो प्रसंग निभावून नेला.

इतका प्रकार झाल्यावर त्या 'ठाकुरांच्या राज्यात' आझादांनी राहणे सुरक्षित नव्हते. अखेर गोड बोलत, शिष्टाचार सांभाळत सारे जणच झाशीला परत गेले. महाराजांच्या मनाला मात्र झाली गोष्ट सलत राहिली.

आझादांशी मैत्री करण्याची फार मोठी किंमत महाराजांना चुकवावी लागली. सरकारचा रोष पत्करावा लागला. राज्याधिकारांना वंचित व्हावे लागले.

या घटनेनंतर काही दिवसांनी आझादांनी भगवानदासांना काही आर्थिक मदतीसाठी त्यांच्याकडे पाठवले होते. त्या वेळीही त्यांनी त्यांचे पूर्वीसारखेच स्वागत केले. महाराजांचे मोठेपण न्यारेच! त्यांनी अगदी मोकळेपणाने, निःसंकोच मनाने सरकारचे पत्रही त्यांना दाखवले. त्यात लिहिले होते, 'सरकारच्या काळ्या यादीमधील लोकांशी मैत्री असल्याच्या संशयावरून तुमचे शासनाधिकार काढून घेतले असून, प्रशासकाद्वारे सरकार कारभार चालवील.'

आझादांवरील निस्सीम प्रेमामुळे त्यांना त्याचेही दुःख वाटले नाही नि अधिकार जाताना त्यांच्या कपाळाला आठीही पडली नाही. त्यानंतरही आझाद त्यांच्याकडे जात होते आणि तेही त्यांचे भावभरल्या मनाने स्वागत करत होते.

***

झाशीच्या जवळ एक छोटेसे संस्थान होते. रुद्रनारायणांनी तेथील एका सरदाराशी आझादांची ओळख करून दिली होती. तिथे साथींच्या शिक्षणाची व्यवस्था केलेली असल्याने आझाद बऱ्याच वेळा तिथे जात असत. त्या सरदाराकडे राहतही असत. मैत्री जसजशी वाढत गेली तसतसा विश्वासही वाढत गेला. सरदारसाहेब मोकळेपणाने त्यांच्याशी बोलू लागले. अंतरीचे गुज सांगू लागले. आझादांनाही काही गोष्टी जाणवल्या होत्या; पण त्यांना तिथल्या राजकारणापेक्षा दलाचे काम, शिक्षण या गोष्टी महत्त्वाच्या होत्या. त्यामुळे ते तिकडे दुर्लक्ष करत होते.

सरदारसाहेब राजावर, त्याच्या कारभारावर रुष्ट होते. त्यांच्या दृष्टीने राजा बदफैली होता. विलासी होता. राज्यकारभारात त्याचे लक्ष नव्हते. त्यामुळे सगळी प्रजा त्रासली होती. कंटाळली होती. ही परिस्थिती पुन्हा-पुन्हा सांगून तो आझादांची मानसिकता तयार करत होता. एके दिवशी राजाला दूर करण्याचा इशारा त्याने बोलून दाखवला. त्यात त्यांनी मदत केल्यास तो दलाला भरपूर द्रव्य द्यायलाही तयार होता.

'प्रजाहित', 'प्रजेचं कल्याण' असे गोंडस शब्द तो जरी वारंवार वापरत असला तरी त्यापाठीमागे असणारा स्वार्थ, राज्यलोभ आझादांना स्पष्ट दिसत होता. म्हणून ते हा विषय टाळत होते. नुसतेच 'हो' ला 'हो' करत होते; पण सरदार पिच्छा सोडायला काही तयार नव्हता.

एवढे सांगूनही आझाद मनावर घेत नाहीत हे पाहून त्याने दलाच्या एका मान्यवर हितचिंतकाला ही गोष्ट सांगून आझादांचे मन वळवायला सांगितले. त्यालाही वरकरणी ही गोष्ट पटली आणि त्यानेही आझादांना सांगून पाहिले.

पण आझाद आपले बोलणे टाळत आहेत हे पाहून ते पुन्हा म्हणाले, ''पंडितजी, दलाची आर्थिक चणचण दूर होण्यासाठी आपण इतर उपायही करता. प्रसंगी दरोडेही घातले जातात. त्यात प्रसंगी एखाद्या निरपराध व्यक्तीचीही हत्या होते. मग या विलासी, दुराचारी राजाला उडवून पैसे घेतले तर वाईट काय आहे?''

दलात काम करत असताना, साथींच्या बरोबर वागताना आझाद स्पष्टवादी होते. नियमांचे काटेकोर पालन करणारे होते; पण दलाबद्दल सहानुभूती बाळगणाऱ्यांबद्दल त्यांचे वागणे वेगळे होते. ते अतिशय गोड आणि मुत्सद्दीपणाचे होते. ते कधीच कोणाला दुखावत नसत. मोठ्या कौशल्याने त्यांच्याशी वागत. त्यामुळे दलाच्या हितचिंतकाने हा प्रस्ताव सुचविल्यावर हसत-हसतच त्यात असणाऱ्या अडचणी त्यांनी सांगितल्या. त्यातला वाईट भाग दाखवून दिला पण त्यांचे मन दुखावले नाही. एकंदर परिस्थितीचे भान ठेवून आझादांनी त्या सरदाराशी असणारा संपर्क खूपच कमी केला.

दलातील साथींना या गोष्टीची काहीच कल्पना नव्हती. एके दिवशी गप्पांच्या ओघात हा विषय आल्यावर एकाने त्या विषयी विचारल्यावर मात्र त्यांचा चेहरा बदलला. चेहऱ्यावर एक प्रकारची दृढता आली आणि त्याचबरोबर त्या प्रस्तावाविषयी घृणाही!

ते कठोरपणे म्हणाले, ''एक लक्षात ठेवा, आपली संघटना ही आदर्शवादी क्रांतिकारकांची संघटना आहे. देशभक्तांची संघटना आहे. चोर-दरोडेखोरांची किंवा खुनी लोकांची नाही. आपल्याकडे पैसे असोत अथवा नसोत, आपल्याला उपाशी राहावं लागलं तरी चालेल, तशा स्थितीत आपल्याला कोणी फाशी दिलं तरी चालेल पण अशी घृणित कार्य आपण कधीच क़रायची नाहीत.''

आझादांचे जळजळीत शब्द ऐकून सारेच शांत बसले. पुढे बोलायचे कोणालाही धाडस झाले नाही.

***

''भगवान, तू ग्वाल्हेरला शिकायला जाशील का?''

''जाईन की... पण दलाचं काम...?''

''त्याचसाठी तुला तिथं पाठवतोय. माझ्या विश्वासातला म्हणून! तिथे व्हिक्टोरिया कॉलेजामध्ये प्रवेश घ्यायचा. तिथल्या विद्यार्थ्यांत संघटन करायचं. आपले गजानन पोतदार, दण्डपाणी तिथे आहेतच, त्यांचीही मदत घ्यायची. आता मलाही ग्वाल्हेरला वरचेवर यावे लागेल तेव्हा एका सुरक्षित जागेची आवश्यकता आहे. वसतिगृहाच्या तुझ्या खोलीवर मला उतरता येईल. इतर कोणी साथी आले तर त्यांचीही सोय होईल.''

आझादांनी भगवानदासांना सांगितले आणि त्यांनी ग्वाल्हेरला व्हिक्टोरिया

कॉलेजमध्ये बीएच्या वर्गात प्रवेश घेतला. डिग्रीचे वसतिगृह कॉलेजजवळच्या मैदानात होते. दहा-बारा खोल्या होत्या. तिथेही प्रवेश घेऊन ते वसतिगृहात राहायला आले. पोतदार, दण्डपाणीही वसतिगृहातच राहत होते. इंटरच्या मुलांचे वसतिगृह वेगळे होते. ते मात्र कॉलेजजवळ होते.

वसतिगृहातील विद्यार्थ्यांचा एक मनोरंजक कार्यक्रम म्हणजे 'भूत प्रोग्रॅम!' नवीन आलेल्या विद्यार्थ्यांना किंवा विद्यार्थ्यांकडे आलेल्या पाहुण्यांना भीती दाखवून, ते घाबरले की त्यांची मजा बघण्यात या मुलांना आनंद वाटायचा.

असाच एक दिवस. आझाद कामानिमित्त भगवानदासांच्या खोलीवर आले. नवीन माणूस पाहताच मुलांना वाटले, 'याचीही मजा करू या.' सगळ्यांना निरोप गेले. ते लक्षात येताच भगवानदास मात्र कात्रीत सापडले. ''या कार्यक्रमाचा काही उपयोग होणार नाही, हे त्याच्या पलीकडचे आहेत'' असे मित्रांना सांगावे तर त्यांची नाराजी ओढवून घ्यावी लागेल आणि दुसरी अडचण म्हणजे, पाण्यात राहून माशाशी वैर करणार कसे? बरं, आझादांना याची कल्पना दिली आणि सारा कार्यक्रम अयशस्वी झाला तरी पंचाईत! मित्रांच्या नाराजीबरोबरच त्यांचा रागही ओढवून घ्यावा लागायचा. शिवाय, आझादांना त्यात खरंच काही भीतीदायक वाटले आणि त्यांनी पिस्तूल चालवले तर? तर एखाद्या-दुसऱ्या मुलाला खरंच 'भूत' व्हावे लागायचे. भलतेच संकट निर्माण व्हायचे. 'काय करावं? इकडे आड तिकडे विहीर!' यातून मार्ग कसा काढावा हा प्रश्नच होता.

या अशा द्विधा मनस्थितीतही त्यांना एक कुतूहल मात्र निश्चित होते की, ''प्रत्येक संकटाला धैर्याने सामोरा जाणारा हा वीर ''भुतांना सामोरा कसा जातो आहे?'' त्यामुळे हा कार्यक्रम व्हावा असेही त्यांना वाटत होते. विचार करता करता, बऱ्याच वेळाने त्यांना एक कल्पना सुचली. ते आझादांना म्हणाले, ''पंडितजी, इथं जरा सावधच राहा बरं का!''

''का रे? कशासाठी?''

''इथली मुलं भारी खट्याळ आहेत. कोणाच्याही खिशात हात घालून खिसे चाचपत बसतात. तुमचं पिस्तूल वगैरे खिशात ठेवू नका. उगाच कोणी खिसा चाचपला तर भलतीच आफत यायची. तशी इथं भीती बाळगण्याचं काही कारण नाही तेव्हा ते बॅगेत बंद करून ठेवले तरी चालेल.''

पिस्तूल बॅगेत बंद करून ठेवण्याची कल्पना त्यांना रुचणारी नव्हती. त्यामुळे

भगवानदासांचे बोलणे ऐकताच ते चिडून म्हणाले, ''यह क्या बदतमीजी है? और ऐसे में कुछ हो जाए तो मैं योंही निहत्था बिना कुछ किए पकड लिया जाऊँ! तू छोड यह होस्टल, कहीं अलग मकान लेकर रह। ''ठीक आहे. मी वेगळी खोली घेऊन राहीन पण आजची परिस्थिती तर आपल्याला बदलता येणार नाही ना?''

नाइलाजाने आझादांनी आपले पिस्तूल भगवानदासांकडे दिले. त्यांनी ते बॅगेत बंद केले. तिला कुलूप घातले नि किल्ली आझादांकडे दिली. एका संकटातून सुटल्यामुळे त्यांना जरा हायसे वाटले.

रात्र अंधारी होती. ११ वाजून गेले होते. ठरल्याप्रमाणे विद्यार्थ्यांचा कार्यक्रम सुरू झाला. झाडांवरून निखाऱ्यांचा वर्षाव सुरू झाला. कॉलेजच्या दुसऱ्या मजल्यावरच्या गॅलरीतून एक अस्थिपंजर असलेला उंचच्या उंच सापळा काहीशा मंद प्रकाशात चालताना दिसू लागला. मध्येच काही काळ तो अदृश्य व्हायचा. थोड्या वेळाने पुन्हा दिसू लागायचा. जवळच कॉलेजची रसायन शाळा होती. तिच्या पाण्याच्या टाकीवर एकदम प्रखर प्रकाश दिसायचा. नाहीसा व्हायचा, पुन्हा दिसायचा. गॅस प्लँटजवळ ज्वाळा दिसू लागल्या. काही क्षणांनी त्या शांत झाल्या. पुन्हा धगधगू लागल्या. दूरवरून भीतीदायक आवाज ऐकू येऊ लागले. 'भुतां'च्या लीलांना चेव चढू लागला.

उन्हाळ्याचे दिवस असल्याने सगळेच विद्यार्थी वसतिगृहाच्या समोरच्या मोकळ्या आवारात आपापल्या बाजेवर बसले होते. काही जण झोपले होते. हा प्रकार सुरू होताच सगळे घाबरून उठून बसले. आझाद तेथेच एका बाजेवर झोपले होते. त्यांनी तो प्रकार पाहिला तरी ते शांतपणे पडून राहिले होते. पण भूतचेष्टांच्या वाढत्या प्रकारांबरोबर इतरांची भीतीही वाढू लागली. गजानन पोतदार आणि त्याचा एक मित्र 'घाबरून' आझादांच्या बाजेजवळ आला. त्याची बोबडी वळली नि तो आझादांच्या बाजेवरच पडला. आझाद नाइलाजाने उठून बसले. त्यांनी भगवानदासांकडे, दण्डपाणीकडे पाहून विचारले, ''काय रे, हा काय चावटपणा आहे? काय चालंलय काय हे?''

पुन्हा त्यांच्यापुढे प्रश्न! आता घाबरावं तर आझाद आपल्याला घाबरट म्हणतील. बरं, खरं तरी सांगणार कसं? ते विचारत होते, ''असं नेहमी होतं का? कशामुळे? काय रे, जवळपास कोणी गुंड, बदमाश लोक राहतात का?''

काय उत्तरे देणार? काही तरी थातुरमातुर उत्तरे देऊन वेळ निभावून नेण्याकरता त्यांनी बोलायला सुरुवात करताच आझाद म्हणाले, ''अरे चल, क्या पिन-पिन करता है, यहाँ जरूर कुछ बदमाशी है। इसकी खबर तुम अधिकारियोंको क्यों नहीं करते? यह भूत-बूत कुछ नहीं है, किसी की शरारत है। चलो हम देखते हैं, ये भूत असली है या नकली? चल....''

असे म्हणून ते उठले. उशाशी असणारा कोट अंगात अडकवला. जरा इकडे तिकडे पाहून, कोटाच्या खिशात बऱ्यापैकी मोठाले दगड भरले नि पुन्हा म्हणाले, ''चल पाहू.... बघू दे तुझी भुतं काय करतात ते?''

आता भगवानदासांना, साथींना आझादांबरोबर जाणे भाग होते. त्यांनी ओळखलं, 'आता काही खैर नाही. आज एखाद्या भुताचे डोके फुटणार... एखाद-दुसऱ्याचे तंगडे मोडणार.'

त्यामुळेच त्यांनी आझादांना थांबवण्याचा प्रयत्न करत म्हटलं, ''पंडितजी, तुम्ही कशाला लक्ष घालताय यात?''

''मी हे सारं पाहतोय, मला जाणवतंय यात बदमाशी आहे तरी मी लक्ष घालायचं नाही?''

''पण, आपल्याला काय करायचंय? थोड्या वेळाने भुतांची वेळ संपली की आपोआप बंद होतील सारे प्रकार...''

''वाऽऽ! धन्य आहे तुमची... तुम्ही हे सारं पाहत बसता, सहन करता म्हणून हे प्रकार पुन्हा पुन्हा होतात. ऊठ, चल माझ्याबरोबर, हे विद्यार्थी बघ किती घाबरले आहेत, आज खरा प्रकार काय आहे हे समजलंच पाहिजे. चल... का तुझे पायही लटपटायला लागलेत?''

आता त्यांच्याबरोबर जाणे भागच होते. थोडे पुढे जाताच झाडावरून निखारे बरसू लागले. आझादांनी एकदा त्या झाडाकडे बारकाईने पाहिले. पुन्हा जेव्हा तो प्रकार सुरू झाला तेव्हा दोन-तीन दगड त्या दिशेने अशा काही वेगाने गेले की, निखाऱ्यांचे सारे सामान खालीच कोसळले. नंतर त्यांनी आपला मोर्चा पाण्याच्या टाकीकडे वळवला. त्या दिशेनेही एक वेगवान दगड गेला. भुताच्या कानाला एवढ्या वेगाने चाटून गेला की तो तिथेच पालथा पडला. पुन्हा उठण्याचा त्याने प्रयत्नही केला नाही; पण तेवढ्यातही दोन-चार दगड डोक्यावरून सण्... सण्... करत निघून गेले. गॅलरीतला अस्थिपंजर सापळा दिव्याच्या मंद प्रकाशात

मोठ्या दिमाखात चालला होता. त्याच्या दिशेने दगड जाताच त्याने तेथून पळच काढला आणि पाच-सात मिनिटांत सगळी भुतं पळू लागली. आझादांचे शरसंधान सुरूच होते. आता मात्र भगवानदास, साथी वेगळ्याच कारणाकरता घाबरले. त्यांना खरे सांगितले नाही तर एक-दोघांना तरी जबरदस्त प्रसाद मिळाला असता. एखाद्या वेळी जन्माची अद्दल घडली असती. परिस्थिती ओळखून ते सारे हसू लागले, मग त्यांनी आझादांना धरून दगड मारण्यापासून परावृत्त करत सांगितले, ''पंडितजी, जाऊ द्या. मारू नका. ते सारे आपलेच लोक आहेत.''

''आपले लोक?''

''हो.''

''गाढवांनो, मग आधी सांगायला काय झालं होतं? माझ्यापुढे भुतं टिकत नसतात. मीच एक महाभूत आहे समजलात.''

असे म्हणून तेही मोठ्याने हसू लागले. एव्हाना सारी भुतं वसतिगृहात जमा झाली होती. भूतविजेत्या आझादांना भेटल्यावर साऱ्यांनाच आनंद वाटला. या कार्यक्रमाची मनापासून वाहवा करत ते म्हणाले, ''वाऽऽ भाई! हा भूत प्रोग्रॅम फारच छान करता हं! मनापासून आवडला. अरे, भुतांचा धटिंगणपणा शब्दांनी समजावून सांगता येणार नाही; पण तुमचा हा सारा कार्यक्रम पाहिला की लोकांच्या ताबडतोब लक्षात येईल. एखाद्याच्या मनातून भुताची भीती घालवण्याची ही पद्धत खरंच चांगली आहे. आवडली मला! माझं काय आहे, हे असले प्रकार मी दोन-चार वेळा अनुभवले आहेत. त्याचं रहस्य काय असतं, हे मला माहीत होतं. म्हणून मला त्याचे काहीच वाटले नाही. छान... मजा आला आज....''

आझादांच्या व्यक्तिमत्त्वाची छाप सगळ्या विद्यार्थ्यांवर पडली. मग त्यांनी पुढे सांगितले, ''अरे, झाशीतदेखील अनेक ठिकाणी भुतं आहेत अशा कहाण्या सांगितल्या जायच्या. तिथे जाऊन आम्ही पाहिलं पण आम्हाला कधीही भुतं दिसली नाहीत की, कोणी आम्हाला पछाडलंही नाही. ओरछाच्या जंगलात, खंडहर प्रदेशातही आम्ही रात्र-रात्र भटकलोत तरी एकाही भुताचं दर्शन झालं नाही. आम्हीच भुतं. आम्हाला भुतं काय करणार?''

तिथे सगळ्यांची ओळख झाली पण अशी सगळ्यांची ओळख होणे अडचणीचे होते. आझादांनी भगवानदासांना वेगळी खोली घेऊन राहायला

सांगितले. 'खोलीचा पत्ता कोणालाही सांगू नकोस' हे सांगायलाही ते विसरले नाहीत. त्यांनी सुगने चंद्रवदनी नाक्याजवळ एक घर भाड्याने घेतले. भगवानदास होस्टेल सोडून तिकडे राहायला गेले.

•••

७

''विशू, मला अजिबात आवडत नाही.''

''काय?''

''त्या हरिशंकरशी, तू तासन्‌तास गप्पा मारत असतोस. त्याच्याबरोवर फिरत असतोस. अरे, तू कॉलेजात जाणारा, तो मोटार मेकॅनिक...''

''अग आई, तो चांगला माणूस आहे. तू समजतेस तसं काही नाही... विश्वनाथ वैशंपायन आझादांशी असलेल्या मैत्रीबद्दल आपल्या आईला समजावून सांगत होते पण तिला ते पटत नव्हते.

शेवटी ती म्हणाली, ''तू काही म्हण विशू पण मला नाही पटत.''

त्यांच्या घरी मधून-मधून याविषयी बोलणे व्हायचे. तरी विश्वनाथाच्या आणि आझादांच्या गाठीभेटीत खंड पडला नाही. आझाद आपली पत्रेही त्याच्याच नावावर मागवत असत. वडीलही पत्र न फोडता विश्वनाथला देत. पत्रव्यवहार दिवसेंदिवस वाढत चाललेला पाहून त्यांना शंकाही आली होती.

एक दिवशी पोस्टाचा शिक्का पाहून त्यांनी विचारले,''विशू, तुझे मित्र बरेच दूर-दूरचे दिसताहेत. बऱ्याच प्रांतातून पत्रं येतात...'' ''हो. मी स्काऊटच्या कॅम्पला अमृतसरला गेलो होतो ना, तिथे वेगवेगळ्या प्रांतातली मुलं आली होती. त्यांच्याशी मैत्री झाली. त्यांची पत्रं येतात मधून मधून.''

कारण पटण्यासारखे होते. वडिलांनी मग पुन्हा कधी विचारले नाही. पत्र न फोडता विश्वनाथाच्या हातात मिळत असत.

विश्वनाथप्रमाणेच भगवानदास आणि सदाशिवशीही आझादांची दाट मैत्री होती. रोज सर्वांच्या गाठी पडायच्या. भगवानदासकडे आणि सदाशिवकडे गप्पाष्टके रंगायची. दलाच्या कामाच्या चर्चाही व्हायच्या.

त्यावेळी आझादांचे वय होते वीस-एकवीस वर्षांचे आणि भगवानदासांचे सोळा-सतरा वर्षांचे! साहजिकच आईवडील त्याला लहान समजायचे. आझादांची मात्र गोष्ट वेगळी होती. त्यांनी त्या घरात एक अनुभवी, प्रौढ व्यक्ती अशी प्रतिष्ठा मिळवली होती. एवढेच नाही तर ते भगवान दासाचे थोरले भाऊ बनले होते. त्यांच्या आईचे थोरले चिरंजीवच बनले होते. त्यामुळे घराबाहेर जाताना, रात्रभर घराबाहेर राहायचे असेल तर किंवा झाशीबाहेर जायचे असेल तर आई-वडिलांपेक्षा हरिशंकरची परवानगी घ्यावी लागायची.

पुढे पुढे तर भगवानदास 'मी हरिशंकरला विचारलंय बरं का!' असे सांगूनच घराबाहेर पडे. हरिशंकर सांगतोय म्हणजे ते योग्य आहे, चांगले काम आहे अशीच आईची धारणा असे. आझादांनी गोड बोलून, नम्रतेने वागून, घरातील लहान-मोठी कामे लगेच करून आणि घरच्यासारखे वागून हा अधिकार कौशल्याने मिळवला होता. आईपेक्षाही भगवानच्या भविष्याची चिंता आपल्याला अधिक आहे असा विश्वास त्यांनी संपादन केला होता.

त्यांच्या घरात कॉलेजमध्ये जाणारे ते एकटेच असल्याने त्यांना जरा विशेष मान असायचा, घर तसं छोटं असलं तरी त्यांची अभ्यासाची खोलीही स्वतंत्र होती. त्यांना मोकळेपणाही होता. त्यामुळे दलाच्या कामाला झाशीबाहेर पाठवायची वेळ आली तर भगवानदासांना पाठवले जाई. काही वेळा आझादही बरोबर असायचे. घरात हे माहीत नसल्याने काय घडेल याची आझादांना कल्पना असायची. मग ते भगवानला म्हणायचे, ''थांब! मला आधी घरी जाऊ दे.''

ते घरी जायचे. इकडे तिकडे पाहून आईला विचारायचे, ''भगवान घरी नाही का? बाहेर गेला आहे?''

तो रात्रभर घरी नसल्याने आईचा पारा चढलेलाच असायचा. संताप अनावर होऊन त्या म्हणायच्या, ''कुठे गेला आहे कोणास ठाऊक? रात्रभर घरात नाही.

एकदा घराबाहेर पडला की घरची अगदी शुद्ध नसते त्याला. मी इथं काळजी करत बसते, कळायला नको त्याला? आता लहान का आहे घोडा...?''

हरिशंकरचा चेहरा बदलायचा. भगवानच्या काळजीचे जाळे त्यांच्या चेहऱ्यावर उमटायचे आणि चिंतित स्वरात ते म्हणायचे, ''काय, रात्रभर घरात नाही? कमाल आहे! माताजी, त्याला चांगलीच समज द्यायला हवी. असं वागणं मुळीच चांगलं नाही....''

क्षणभर थांबून, विचार केल्यासारखे करून मग पुन्हा म्हणायचे, ''पण माताजी, त्याची परीक्षा वगैरे तर आली नाही ना? एखाद्या वेळी अभ्यासाकरता थांबला असेल मित्राकडे... त्या हरदासाकडे तर नसेल गेला? रात्री अभ्यास करता करता उशीर झाला असेल. तिथेच जेवला असेल आणि उशीर झाला म्हणून त्याच्या आईवडिलांनी त्याला घरी येऊ दिले नसेल... त्याला काय, पसरला असेल तिथेच... थांबा हं, मी पाहून आणतो त्याला.''

असे सांगून ते बाहेर पडायचे. शोधण्याच्या 'नाटकात' काही काळ जायचा. दोघेही घरी यायचे.

भगवानला आईसमोर नेत ते म्हणायचे, ''माताजी, मी म्हटलं नव्हतं हा हरदासाकडे असेल म्हणून! झोपला होता मी गेलो तेव्हा!! मी गेलो नसतो तर किती वेळ पसरला असता कोणास ठाऊक? आणि तुम्ही मात्र इकडे त्याची काळजी करत बसला असता!''

मग भगवानदासाकडे वळून दटावणीच्या सुरात म्हणायचे, ''भगवान, माताजींना न सांगता, असं रात्र-रात्र घराबाहेर राहणं चांगलं नाही. तुला अभ्यासालाच जायचे असेल तर खुशाल जा, नको कोण म्हणतंय पण सांगून जाण्याची काही पद्धत? अभ्यासाला जातो म्हणून मला जरी सांगितलं असतं तरी मी सांगितलं असतं माताजींना! अरे, तिकडे तू खाऊनपिऊन आरामात झोपला होतास आणि इकडे माताजी तुझ्या काळजीने उपाशी अन् रात्रभर जाग्या! हे बरं आहे का? मूर्ख कुठला! पुन्हा असं करू नकोस... काय?''

आईचे रागावण्याचे काम आझादच करायचे आणि त्या हे सगळे पाहत शांतपणे उभ्या राहायच्या.

अशी नाटके मधून-मधून होत असायची. सुरुवातीला भगवानदासाला आपले हसू बळेच दाबून धरायला लागायचे. मनातल्या मनात आझादांना

कोपरापासून नमस्कार करून तो म्हणायचा, ''वा ऽऽ महाराज! धन्य आहे तुमची, आमचा अगदी मृदुंग करून टाकताय!''

नंतर त्याचीही सवय झाली. 'त्या' नाटकांतून त्याची भूमिकाही उत्तम सादर होऊ लागली. या नाटकातील अभिनयासाठी आझादच त्याचे गुरू झाले होते.

***

भगवानदासांचे घर पक्के सनातनी होते. सोवळेओवळे अगदी कडक होते. भगवानदास कॉलेजमध्ये जाणारे होते. कित्येकदा त्याकडे दुर्लक्ष करायचे. त्यामुळे घरचे नियम पाळण्यात काही चूक झाली की आईची बोलणी खायला लागायची. आझादांनी घरची तंत्रे मात्र उत्तम सांभाळली होती. भगवानदासांच्या घरी आले की, हातपाय धुतल्याशिवाय ते कधी पाणीही पीत नसत आणि तेही तांब्याच्या किंवा पितळ्याच्या स्वच्छ भांड्यातून! माठातले पाणीसुद्धा पीत नसत. भगवानदासांच्या अंगी सुधारणांचे वारे खेळत असल्याने या बारीकसारीक गोष्टींच्याकडे त्यांचे दुर्लक्ष व्हायचे. साहजिकच आई रागवायची. अशा वेळी आझाद त्यांना 'आपला धर्म, आचारविचार, नीतिनियम' यांवर छानपैकी उपदेश करायचे. आई जवळच असल्याने त्यांना सारे निमूटपणे ऐकून घ्यावे लागायचे आणि आईच्या दृष्टीने मात्र आझाद आदर्श ठरायचे.

सुरुवातीच्या काळात आझाद रामानंदांकडे जेवत असत पण रोज-रोज त्यांच्याकडे जेवणे त्यांना मानवणारे नव्हते. गोड बोलून त्यांनी त्यातून त्यांची सुटका करून घेतली होती. त्यामुळे जेवणाचा प्रश्न पुन्हा गंभीर बनला होता. आर्थिक अडचण पाचवीला पुजलेली होती. बरं, भगवानदास, सदाशिव आणि विश्वनाथ यांचीही परिस्थिती अशी नव्हती की, दरमहा काही पैसे देऊ शकतील. त्यामुळे साथींना आपल्याच पानातल्या पोळ्या बाजूला ठेवून, चोरून आझादांना द्याव्या लागायच्या. तिघांच्याही घरी सोवळे कडक. ठरावीक ठिकाणीच जेवायला बसायला लागायचे त्यामुळे पोळ्या अधिक घेऊन त्या लपवून घराबाहेर नेणे हे मोठे कौशल्याचे काम होते.

सदाशिव, विश्वनाथ दोघेही आपापल्या घरातून पोळ्या, लोणचं, भाजी घेऊन भगवानदासाकडे येत. आझादही तिथे येत आणि मग गप्पा मारता मारता सगळ्यांचे सहभोजन चाले.

असाच एक दिवस. चौघेही गप्पा मारत होते आणि एकाच थाळीत जेवत

होते. हसण्याखिदळण्यात वेळ कसा चालला होता कोणालाच कळत नव्हते. एवढ्यात भगवानदासाचा लहान भाऊ राधाशरण, असेल नऊ-दहा वर्षांचा, अचानक तेथे आला. त्याने हा असला प्रकार कधीच पाहिला नव्हता.

'एका थाळीत अन् चौघे-चौघे जेवत आहेत? अधर्म... अधर्म!!' तो आश्चर्यचकित होऊन पाहतच राहिला आणि एकदम ओरडला, "आईऽऽ!"

आझाद एकदम सावध झाले. त्यांनी तोंडातला घास तसाच गिळला आणि आपण त्या गावचेच नाही अशा थाटात एकदम बोलायला सुरुवात केली, "ऐकत नाही का? किती वेळ समजावून सांगतोय पण काही उपयोग आहे का? खातच राहिले आहेत. राधाशरण, जा रे आईला बोलाव.... धर्म-अधर्म यांना काही नाहीच.... खुशाल एका थाळीत जेवताहेत. मूर्ख कुठले?"

राधाशरणच्या लक्षात आले की, हरिशंकर या भानगडीत नाहीत. तो आईला बोलवायला निघून गेल्यावर आझाद मिस्कीलपणे हसले. आई आल्यावर चांगलीच हजेरी झाली. आझाद मात्र नामानिराळे राहिले. या अधर्मी लोकांत तेच एक धार्मिक राहिले आणि भगवानदासांच्या आईच्या नजरेत, अत्यंत धार्मिक वृत्तीचा म्हणून त्यांचे स्थान आणखीनच उंचावले!!

***

त्या काळात आझादांना अशा प्रकारे आपली पोटपूजा करायला लागायची. कधी पोळ्या पुरत नसत. कधी भाजी थोडी असायची तर कधी नुसते लोणच्याशी, चटणीशीच जेवायला लागायचे. रोजचा हा प्रकार पाहून भगवानदासांना वाईट वाटायचे.

एक दिवशी न राहवून ते म्हणाले, "भैय्या, एका विचारू?"

" काय?"

"मास्टरसाहेबांकडे आपल्याला सारं व्यवस्थित मिळत होतं. सर्वांबरोबर जेवणही मजेत व्हायचं. तिथेच कायमची व्यवस्था केली तर?"

"ए, तुम्हाला जेवण आणायचा कंटाळा आलाय का?"

"तुमच्यासाठी जेवण आणायचा कंटाळा येईल का कधी? पण.."

"मग झालं तर... आणि हे बघ..."

आझाद थोडे गंभीर झाले. क्षणभर थांबले. मग म्हणाले, "खरंच तू या भानगडीत पडू नकोस. तुला नाही समजायचं ते! अरे कोणाच्याही घरी रोजरोज

जेवायला जाणं चांगलं नाही. मास्टरजींच्या घरी मला खूप आदर मिळतो. भरभरून प्रेम मिळतं. मायेने जेवण मिळतं. तुम्ही लोक तिथे आलात की पडदा पाळला जातो पण मला मात्र सगळीकडे मोकळेपणाने वावरता येतं. पण म्हणून मी जर रोजच तिथे जेवायला गेलो तर हे वातावरण राहणार नाही. अतिपरिचयाने अवज्ञा होते, वारंवार जाण्याने अनादर होतो. उपेक्षा होते. आपली उपेक्षा झालेली कोणालाही आवडेल का? म्हणून आपणच काही पथ्यं पाळायची असतात.''

ते बोलायचे पुन्हा थांबले. गांभीर्य झटकून टाकले. चेहऱ्यावर खेळकर भाव खेळवीत ते पुन्हा म्हणाले, ''जाऊ देत.... हे सारं अजून तुला नाही कळायचं. खरंच, तू इकडे मुळीच लक्ष देऊ नकोस. मी मजेत आहे आणि मजेत जेवणखाण करत असतो. तेव्हा माझी आबाळं होते, मला धड खायला मिळत नाही असं काही तू चुकूनसुद्धा मनात आणू नकोस... आणि तू या असल्या भलत्या विषयावर काय बोलत बसलास? मी तुला दलातल्या काही जणांना भेटायला सांगितलं होतं. त्यांच्यावर सोपवलेल्या कामाचं काय झालं?''

आझादांनी हलकेच विषय बदलला आणि ते दलाच्या कामाबद्दलच्या विचारविनिमयात गढून गेले.

***

भगवानदासाप्रमाणेच सदाशिवचीही अभ्यासाची खोली स्वतंत्र होती. त्याच्या मेहुण्याचे शिंप्याचे दुकान होते. तिथे सगळे जण एकत्र जमायचे. थोड्याफार गप्पा व्हायच्या मग हळूहळू, इतरांच्या लक्षात येणार नाही अशा पद्धतीने सदाशिवच्या खोलीवर जायचे, दलासंबंधी, काही महत्त्वाच्या गोष्टीसंबंधी तिथे चर्चा व्हायची. अशा वेळी दार बंद केलेले असे.

अशा बैठकांच्या वेळी काही वेळा आझाद पिस्तूल, रिव्हॉल्वर आणायचे. सगळ्यांना दाखवायचे, त्याच्या उपयोगाबद्दल, आतल्या मशिनरीबद्दल माहिती द्यायचे. एक दिवशी आझाद सगळ्यांना नव्या पिस्तुलाची माहिती देत होते. त्याच्या उपयोगासंबंधी बोलत होते. जवळच सदाशिवाचा दोन-अडीच वर्षांचा भाचा बसला होता. 'लहान मूल, त्याला काय कळतंय' असे म्हणून साऱ्यांनीच त्याच्याकडे दुर्लक्ष केले होते. माडीवर कोणी येऊ नये म्हणून दार बंद केले होते. बाहेरच्या लोकांनाही काही दिसू नये म्हणून खिडक्याही लावल्या होत्या.

त्या मुलासमोरच पिस्तूल काढले होते. बोलणी सुरू होती. त्याने या सगळ्या

गोष्टी आपल्या छोट्या नजरेत साठवल्या होत्या. कानावरून गेलेल्या शब्दांचा अर्थ मात्र आतपर्यंत पोहोचला नव्हता.

योगायोग असा की सदाशिवचे मेहुणे काहीतरी कामानिमित्ताने माडीवर आले. दार बंद दिसले म्हणून कडी वाजवली. 'कोणीतरी आलंय' हे पाहून आझादांनी हातातले पिस्तूल झटकन तक्क्याखाली लपवले. एकाने खिडकीचे दार उघडले नि मग सदाशिवने कडी काढली. ते आत आले.

त्यांना पाहताच मुलगा धावतच त्यांच्याकडे गेला आणि ओरडतच म्हणाला, "बाबाऽऽ बाबाऽऽ दम्बुक... दम्बुक..."

ते ऐकताच सारे सुन्न झाले. 'आता या पोरामुळे कोणतं संकट कोसळणार कोण जाणे', त्यांच्या मनात प्रश्न उभा राहिला. त्यांचे चेहरे अपराधी भावनेने झाकोळून गेले. ते एकमेकांकडे पाहू लागले.

आझादांच्या चेहरामात्र तसाच होता. मुलाच्या ओरडण्याचा कोणताच परिणाम तेथे नव्हता. ते पट्कन उठले. त्याच्याशी खेळायच्या पवित्र्यात त्याच्याजवळ गेले. म्हणाले, "हा... हा, उडव बरं बंदूक, बघू तुला येते का बंदूक उडवता..."

कोणाच्या लक्षात यायच्या आत त्यांनी आपल्या डाव्या हाताच्या बोटांना बंदुकीचा आकार दिला. उजव्या हाताच्या करंगळीने आंगठ्याला वेढा दिला आणि मधले बोट आणि अंगठ्याने चुटक्या वाजवून तोंडाने 'ठोऽऽठो.... ठोऽठो...' असा आवाज करू लागले. जणू काही खेळच चालला आहे अशा थाटात ज्या तक्क्याखाली पिस्तूल ठेवले होते त्यावर बसून, त्यांनी त्याला आपल्या मांडीवर बसवले.

तक्क्याच्या दुसऱ्या दिशेला त्याचे तोंड करून त्याला म्हणाले, "हां बेटे, तुम भी बनाओ बंदूक।"

असे म्हणून त्याच्या हाताची बंदूक केली आणि चुटक्या वाजवून कितीतरी वेळा 'ठोऽऽठोऽऽ' आवाज केला. मुलगा खेळात रंगून गेला आणि खऱ्या बंदुकीचा विषय विसरून गेला. आझाद बराच वेळ त्याच्याशी खेळत बसले होते.

आझादांच्या प्रसंगावधानाने त्या दिवशीचे संकट टळले होते. त्यांच्या वागण्यामुळे सदाशिवच्या मेहुण्यांना जराही संशय आला नव्हता की,

तक्क्याखाली खरोखरचे पिस्तूल आहे, थोड्या वेळापूर्वी आपल्या मुलाने ते पाहिले आहे आणि तो त्याच्याकडेच इशारा करतो आहे!

आझादांचा खेळ संपला. मुलाला घेऊन त्याचे वडील खाली जेवायला गेले.

दाराला पुन्हा कडी लावल्यावर आझाद म्हणाले, ''पाहिलंत, काही वेळेला ही लहान मुलंच कसला प्रसंग आणतात ते? अरे, मुलंच काय पण कुत्र्या-माजरांसमोरसुद्धा कोणतेही गुप्त काम करणं धोक्याचं असतं. समजलं...''

क्षणभर थांबून ते पुन्हा म्हणाले, ''अन् काय रे! चेहरे असे पाडून काय बसला होतात? जसा काही फार मोठा अपराध केला आहे आणि सगळ्यांना पकडून आणलंय... अरे, खरं म्हणजे हसत-हसत त्याला बंदुकीच्या गप्पात रंगवायचं... खेळवायचं... कडेवर घेऊन बाहेर न्यायचं का अपराध्यासारखं बसून राहायचं? संशय आला नसता का?''

त्यानंतर मात्र अशा काही गुप्त गोष्टी सांगताना, करताना आझादांनी लहान मुलांच्या बाबतीत कायमच सावधगिरी बाळगली होती.

***

''सदूऽऽ!... चल तुला माझं घर दाखवून आणतो.''

''काय....? तुमचं घर...?''

आझादांनी सांगितल्यावर सदाशिवचा त्यांच्या शब्दांवर विश्वासच बसेना. आश्चर्याने तो कितीतरी वेळ त्यांच्या तोंडाकडेच पाहत बसला होता. आजपर्यंत आझादांनी आपल्या घरासंबंधी कोणालाही, कधीही, काहीही सांगितलेले नव्हते. त्यामुळे साऱ्या साऱ्या साथींची अशी कल्पना होती की त्यांना घरदार, आई-वडील कोणीही नाहीत. दलाच्या नियमाप्रमाणे कोणालाही खासगी गोष्ट विचारताही येत नसे. एखाद्याने चुकून एखादी खासगी बाब सांगितली तर गोष्ट वेगळी. त्यामुळेच त्यांनी 'घर दाखवून आणतो' असे म्हणताच सदाशिवला आश्चर्य वाटले. जे भाग्य इतरांना लाभले नाही ते आपल्याला मिळणार म्हणून आनंदही झाला. ते आपल्याला अगदी जवळचे समजतात, विश्वासपात्र समजतात या भावनेने त्याच्या अंगावर मूठभर मांस चढलं!

तो त्याच विचारात विहरत असताना आझाद पुढे म्हणाले, ''मुझे विश्वास है तुम भूल कर भी मेरे घरके विषय में कभी किसीसे न कहोगे।''

''नाही... तुमच्या विश्वासाला तडा जाईल असं माझ्या हातून कधीही घडणार नाही.''

“अबे, लुक-लुक मत कर। मुझे मालूम है। चल....”

आझादांच्या त्या विश्वासाने तो खरोखरच भारावून गेला. आत्मगौरवाच्या भावनेत एका वेगळ्याच विश्वात विहार करू लागला. जीवन धन्य कृतार्थ झाल्याच्या मनःस्थितीतच तो त्यांच्याबरोबर झाशी स्टेशनवर कधी आला, हे त्याला कळलेही नाही.

फरारी असतानाचा प्रवास. एखाद्या गावाला सरळमार्गाने जाणे धोक्याचे. आडमार्गाने जावे लागायचे. भोपाळ, उज्जैनीवरून ते दोहदला आले. गाडी प्लॅटफॉर्मवर येत होती. वेग खूपच कमी झाला होता. आझादांची नजर भिरभिरत होती. एका व्यक्तीकडे इशारा करत ते म्हणाले, “सदू, त्यांना पाहिलंस ते आपल्याला न्यायला आलेत!”

गाडी थांबताच आझाद झटकन खाली उतरले. स्टेशनच्या बाहेर पडले. सदाशिवने सामान घेतले. तो प्रतिक्षालयात आला, तोच ते गृहस्थ आले. त्यांनी प्रश्नार्थक मुद्रेने पाहताच सदाशिवने सांगितले, “आझाद आले आहेत. स्टेशनच्या बाहेर आहेत. ”

थोड्या वेळात आझाद आले. त्यांनी पायावर डोके ठेवून त्यांना नमस्कार केला. त्यांना वरती उठवताना त्या गृहस्थांचे डोळे डबडबले. गळा सद् गदित झाला. ते पाहून काय बोलावे हे आझादांनाही सुचेना. स्वतःला सावरून त्यांनी विचारले, “गुरुजी, माँ.... दादा?”

“ठीक.... तुझीच वाट पाहत आहेत.”

नंतर सदाशिवाकडे वळून ते म्हणाले, “सदू, हे मनोहरलाल त्रिवेदीजी! माझे गुरुजी...”

सदाशिवानेही त्यांना वाकून नमस्कार केला. थोड्याच वेळात गाडीत बसून सारे भावऱ्याला आले. मनोहरलालजींनी त्यांना आधी आपल्या घरी नेले. सामान खाली ठेवून आझाद म्हणाले, “आम्ही आधी घरी जातो.”

“नको. इथेच थांबा. त्यांना कळविले आहे. येतीलच इतक्यात...”

आईवडिलांना भेटायला अधीर झालेल्या आझादांना एक-एक क्षण युगासारखा वाटत होता. त्यांचे डोळे दाराकडे लागून राहिले होते. आणखी काही वेळ गेला. काही अंतरावरून एक ऋषितुल्य वृद्ध गृहस्थ घाईघाईने पावले टाकत तिकडेच येत होते. गव्हाळ रंग, बेताची उंची, डोक्यावरचे आणि दाढीचे केस

पांढरे झालेले. चेहऱ्यावर सुरकुत्या पडलेल्या. डोळ्यांत प्रतीक्षा... ओढ! ते घरात येताच आझाद झटकन पुढे झाले. त्यांनी त्यांच्या पायावर डोके ठेवले. त्यांनी आझादांना उठवले आणि कडकडून मिठी मारली. त्या मायेच्या मिठीतून पितृवात्सल्य त्यांच्या हृदयाला भिडत होते.

वडिलांनी स्वत:ला आवरण्याचा खूप प्रयत्न केला; पण भेटीलागी आसुलेल्या जिवाला ते कठीण गेले. डोळ्यांला धारा लागल्या अन् काही क्षणातच ते हमसून हमसून रडायला लागले. ते पाहून मातृ-पितृवेड्या आझादांचा गळा दाटून आला. आवाज सद्गदित झाला. काय करावे हे त्यांनाही कळेना. थोड्या वेळाने ते एवढेच म्हणाले, ''दादाऽऽ दादाऽऽ!''

त्या दोनच शब्दांत कितीतरी अर्थ साठवला होता. त्यांना सांगायचे होते. 'दादाऽऽ, भावनावेग आवरला पाहिजे. मी कशा स्थितीत इथं आलो आहे हे माहीत आहे ना? मी इथं आलो आहे हे कोणालाच कळता कामा नये. नाही तर पोलिसांपर्यंत बातमी जायला कितीसा वेळ लागणार आहे?'

सीतारामजींनाही सारे कळत होते. तेही स्वत:ला सावरण्याचा प्रयत्न करत होते. जवळजवळ आठ वर्षांनी पिता-पुत्रांची भेट होत होती आणि तीही अशा विचित्र परिस्थितीत! मनोहरलाल आणि सदाशिव यांच्याही भावना दाटून आल्या. भावनांना बांध घालून मनोहरलालजींनी दादांचा हात धरला. म्हणाले, ''दादा, आत चला, एवढ्यात काकूही येतीलच...''

थोड्याच वेळात आझादांची आई आली. आतल्या खोलीत गेली. तोच आझादांनी खाली वाकून, पायाला स्पर्श करून नमस्कार केला. हाताला धरून खाली बसवले. आईने भावनावेगाने मुलाचे डोके आपल्या हृदयाशी घट्ट दाबून धरले. डोळ्यांतून अश्रुधारा वाहत होत्या आणि त्यात आझादांचे डोके भिजत होते. त्या मुसमुसत होत्या. मोठ्याने रडण्याचीही चोरी होती. तोंडातून शब्द फुटत नव्हता. शब्द अबोल झाले होते. कोणीच कोणाशी बोलत नव्हते. स्पर्शाने सारे उमगत होते नि डोळ्यांत सारे दिसत होते. मनोहरलालजी आणि सदाशिव आझादांची त्यांच्या माता-पित्यांशी झालेली भेट आपल्या भावभरल्या डोळ्यांत साठवून ठेवत होते. स्वत:ही भारावून गेले होते.

आझाद आणि सदाशिव मनोहरलालजींच्या घरीच थांबले. त्यांचे पाहुणे म्हणून! तेच योग्यही होते आणि आवश्यकही! त्या दिवशी जेवणे तेथेच झाली

पण आझादांच्या आईला ते कसे पटणार? 'आज इतक्या वर्षांनी मुलगा आला आहे, त्याला काय फक्त लोकाच्या घरी जाऊन भेटायचं? पाहुण्यासारखे? त्याला स्वतःच्या हाताने करून जेवूही घालायचं नाही?' रात्री त्या मनोहरलालजींकडे पुन्हा आल्या.

आझादांना म्हणाल्या, ''घरी नाही यायचं? आपल्या घरी जेवायचं सोडून...?''

''अम्मा मी घरी येणारच आहे; पण जेवणाचा आग्रह करू नकोस गं!''

''हे काय भलतंच? इतक्या वर्षांनी भेटलास आणि घरी आईच्या हातचं न जेवताच जाणार?''

आझादांनी तिला सगळे समजावून सांगितले. पण काही केल्या तिला ते पटेना. आपला हेका सुरूच ठेवत ती म्हणाली, ''तिथंच तुला पकडायला येतील होय? त्यांना काय इथं येता येणार नाही? मी काही एक ऐकणार नाही. उद्यापासून जेवायला घरीच आले पाहिजे.'' तो प्रेमळ आग्रह डावलणे त्यांना शक्यच नव्हते.

''बरं... येईन उद्या जेवायला. मग तर झालं?''

''या पाहुण्यालाही घेऊन ये. नाहीतर एकटाच येशील. काय...?'' का

''अगं, त्यालाही घेऊन येईन. काळजी करू नकोस...''

दुसऱ्या दिवशी दोघेही जेवायला घरी गेले, जेवणे झाली. मनात साठवून ठेवलेल्या भावनांना शब्दांनी साथ दिली. गप्पा बराच वेळ झाल्या.

दुपार टळून जायला लागली तसे आझाद म्हणाले, ''अम्मा, दादा तुमचं दर्शन झालं. जेवणं झाली. मनातलं बोलणं झालं. मन मोकळं झालं. खूप समाधान वाटलं. आता जायला हवं आम्हाला.''

ते ऐकताच आईने इतका आग्रह केला की, त्यांचे पाऊल उचलेना. त्या दिवशी ते तिथेच राहिले.

दुसरा दिवस उजाडला. पुन्हा सारे तेच! आझादांचा पाय निघेना. ते धाडसी होते. साहसी होते, पण आई-वडिलांच्या या प्रेमविव्हल अवस्थेने त्यांना जखडून ठेवले होते. कमलिनीचे हे जाळे त्यांना भेदून जाता येईना. अति कठीण लाकडाचा भेद करणाऱ्या भ्रमराला या पंकजकोशातून बाहेर पडता येईना. ते विचार करत होते, हे बंधन तोडायचं कसं? इथून जायचं कसं? दुसरा दिवसही असाच गेला.

आणि त्याच दिवशी तहसीलदार कचेरीत शिपायांची वर्दळ वाढलेली

जाणवली. रोजच्यापेक्षा अधिक शिपाई तैनात केलेले दिसले. मनोहरलालजींनी ते पाहिले आणि त्यांना शंका आली.

ते आझादांना म्हणाले, ''तू इथं आल्याची खबर पोलिसांना कळली तर नाही? आज पोलिस- ठाण्यातील संख्या वाढलेली दिसते.''

''तर मग आत्ताच निघायला हवं. इथे थांबणे धोक्याचे आहे.'' आझाद म्हणाले.

वेळ संध्याकाळची होती. आकाश ढगांनी गच्च भरले होते. पावसाची रिमझिम सुरूच होती. पाऊस केव्हा वाढेल हे सांगता येत नव्हते. 'अशा पडत्या पावसात रात्रभर राहणार तरी कोठे? आणि होती ती केवळ शंका! शंकेसाठी रात्रभर पावसात भिजत जंगलात भटकायचं का? पण शंका खरी ठरली तर? आई-वडिलांच्या प्रेमासाठी आपल्यासह साऱ्या योजनाच मातीमोल व्हायच्या! काय करावं?'

आझादांनी क्षणभर विचार केला आणि ते म्हणाले, ''मनोहरलालजी, रात्री इथं राहणं धोक्याचं आहे. आम्ही रात्री गावाबाहेर राहतो आणि सकाळी काही गडबड दिसली नाही तर गावात परत जातो. यात आता बदल होणार नाही.''

रात्री घरी जेवायला जाणे आवश्यक होते. जेवायला गेले नाही तर आईला वाईट वाटेल, यापेक्षाही ती जर बोलवायला इथे आली तर आणखी काही घोटाळा होऊन बसेल, या भीतीने जेवायला जायचा विचार केला. तरी त्यात एक मोठी अडचण होती. घर तसे जवळच होते. फर्लांग-दीड फर्लांग अंतरावर! पण रस्ता; तहसीलदार कचेरी नि पोलीस ठाण्यावरून! तो टाळता येणे अशक्य होते.

रात्र अंधारली होती. पावसाळी काळ्या ढगांनी अंधार अधिकच गडद झाला होता. वाऱ्याचा जोरही होताच. मधूनच एखादी वीज चमकायची. अंधार उजळून जायचा पण काळजात धस्स व्हायचे. पावसाची रीप्... रीप्... सुरूच होती. जेवायला जायला हवे होते. दोघेही घरी जायला निघाले. थोडेसे अंतर चालून गेले. कचेरी जवळ आली आणि..... बुटांचा लयबद्ध आवाज त्यांच्या कानावर आला. ते थबकले. डोळे ताणून ताणून पाहू लागले. अंधारात थोडे चालले की डोळेही सरावतात. त्यांना अंधुकसे दिसले. ते तीन-चार शिपाई होते. दोघांच्या खांद्याला बंदूक लटकावलेली होती. ते रस्त्याने जात होते. सावध होऊन आझादांनी सदाशिवचा हात पकडला. म्हणाले, ''सदूऽऽ, दो.....''

संकेत ओळखून त्यांनी पिस्तूल आझादांकडे दिले. पिस्तूल आपल्या खिशात ठेवून ते म्हणाले, "सांभाळून, माझ्या मागे राहा..."

खरं म्हणजे, सदाशिव त्यांचा अंगरक्षक! त्याने पुढे राहायचे आणि खरोखरच एखादे संकट आले तर त्याचा प्रहार प्रथम आपण झेलायचा नि नेत्याला सांभाळायचं! त्यासाठी तर पिस्तूल त्यांच्याकडे होते; हा झाला नियम! पण संकटाचा सामना करायची वेळ यायची तेव्हा आझाद हा नियम गुंडाळून ठेवायचे आणि संकट अंगावर झेलायला सगळ्यात पुढे यायचे. कोणी त्यांना विरोध केला तर चिडायचे. रागवायचे!

आजही तसेच घडले. ट्रिगरवर बोट ठेवून आझाद पुढे झाले आणि सदाशिव मागून चालला होता. मोठ्या रस्त्यावर शिपाई थांबले होते. जणू त्यांचीच प्रतीक्षा करत होते. तेही याला सरावलेले. काही विशेष नसल्यासारखे भासवीत, नेहमीच्याच सहजतेने पुढे जात होते, अंतर कमी कमी होत होते.

जवळ जाताच शिपायांनी दरडावून विचारले, "कुठे चाललात रे?"

त्यांनीही सहजपणाने उत्तर दिले, "यांच्या घरी."

आणि जराशा बेफिकीरीनेच ते पुढे निघाले. इकडे सदाशिवची छाती मात्र धडधडत होती. 'पुढे काय होणार' या कल्पनेने तो धास्तावला होता. तरीही जाता जाता दोघांनीही पोलीसठाण्याकडे नजर टाकलीच. काही कमी-अधिक आहे का याचा अंदाज घेऊन ते पुढे सटकले.

दोघेही घरी आले. पाने वाढून आई त्यांची वाटच पाहत होती. त्यांनी कपडे काढले. हात-पाय धुऊन जेवायला बसले. सदाशिवाने आपले ताट जरा मागे ओढून घेतले. आता त्याला दार आणि बाहेरचा रस्ता व्यवस्थित दिसत होता. इतक्यात त्याच्या लक्षात आले पिस्तूल कोटाच्या खिशात बाहेरच राहिले आहे. त्याने कोट आणून तो आपल्याजवळच ठेवला. ते पाहताच सीतारामजींचा चेहरा बदलला. 'कोट जवळ ठेवून जेवण?' त्यांना ते खटकले.

त्यांनी विचारले, "बेटा, क्या बात है?"

सदाशिव काहीतरी उत्तर देण्याच्या तयारीत होता. ते लक्षात येताच घाईघाईने आझादच म्हणाले, "दादाऽऽ"

त्यांच्या लक्षात आले. ते गप्प झाले. दोघांची जेवणे सुरू झाली. सदाशिवाचे लक्ष जेवणापेक्षा बाहेरच्या रस्त्यावरच अधिक होते. त्यांनी पाहिले बाहेर एक शिपाई उभा होता.

त्याने आझादांना इशारा करताच ते म्हणाले, ''सदू, तू जेव. मी पाहून येतो काय आहे ते.''

ते जायला निघणार तोच आईने दटावले, ''हे बघ, वाढलेल्या पानावरून उठून जाऊ नकोस. आधी जेव बघू. मी पाहते काय आहे ते.... तुम्ही जेवा.''

जेवताना दोघांनाही वाटणारी अस्वस्थता पाहून दादा आधीच बाहेर गेले होते. त्यांनी शिपायाजवळ चौकशी केली. तो शेजारच्या माणसासाठी थांबला होता. तो येताच ते दोघेही निघून गेले. जेवणे व्यवस्थित पार पडली. आई-वडिलांना सांगून दोघेही मनोहरलालजींच्या घरी आले.

एवढ्या गोष्टी घडल्यानंतर आता तिथे रात्र काढणे अवघड होते. त्यांनी मनोहरलालजींचा निरोप घेऊन अंधारातच जंगलाचा रस्ता धरला.

गावापासून थोड्या अंतरावर एक तलाव होता. मोठमोठ्या वृक्षांनी वेढलेला. तेथूनच डोंगराच्या जंगलाला सुरुवात होत होती. तलावाच्या किनाऱ्याला त्या घनदाट वृक्षराईतच शंकराचे एक छोटेसे देऊळ होते; देऊळ कसले, एक झोपडी होती नि आत शंकराची पिंड! पाणी भरायला आलेल्या स्त्रियांना विसाव्याला आधार होता. तिथेच रात्र काढावी असा दोघांनी विचार केला. तिथे एक घोंगडी टाकली आणि त्यावरच ते लवंडले. पडल्या पडल्या आझादांना झोप लागली. ते घोरू लागले. पण सदाशिवाला मात्र झोप येईना. तो तळमळत होता.

सकाळ झाली. पाऊस उघडला होता. रात्री झालेल्या पावसाने झाडे तजेलदार दिसत होती. तलावातले पाणी शांत होते. दोघेही उठले.

थोड्याच वेळात मनोहरलालजी त्यांना शोधत तिथे आले. म्हणाले, ''तसं काही विशेष दिसत नाही; पण तरीही तुम्ही आता इथे राहू नका.'' ते त्यांच्याबरोबर गावात आले. कोठेही न रेंगाळता बसस्टॉपवर आले. मनोहरलालजी सामान घेऊन स्टँडवर आले होते.

आझाद गाडीत बसले. डोळे पाणावले. पुन्हा-पुन्हा ते गावाकडे पाहत होते. मनात येत होते, 'आता पुन्हा...? मन या प्रश्नाचं कोणतं उत्तर देणार होतं...?' मातृवेड्या आझादांना भावरा सोडताना आई-वडिलांचा निरोपही घेता आला नव्हता. अन् आई-वडील... कितीतरी वेळ त्याच्या वाटेकडे डोळे लावून बसले होते. त्याच्या येण्याची न संपणारी प्रतीक्षा करत!

•••

८

राजगुरू संस्कृत शिकण्यासाठी काशीला आले होते. दुसऱ्या दिवशी स्नानासाठी पंचगंगा घाटावर आल्यावर त्यांचा श्रीराम सावरगावकरांशी परिचय झाला. एकमेकांची माहिती एकमेकांना कळली. राजगुरूंची काशीला राहायची सोय नसल्याने ते त्यांना आपल्याबरोबर सिद्धेश्वरी नावाच्या अन्नछत्रालयात घेऊन गेले. सावरगावकर आपल्या मित्राबरोबर तेथेच राहात होते. राजगुरूही त्यांच्याबरोबर राहू लागले.

रोजच्या जिव्हाळ्याच्या गप्पांनी ते एकमेकांच्या अधिक जवळ येत होते. मैत्रीचे रेशीमबंध दृढ होत होते. दिवस कसे उलटत होते हे दोघांच्याही लक्षात येत नव्हते. राजगुरूंना काशीला येऊन दोन वर्षे होत आली होती. संस्कृत अध्ययनात अवर्णनीय प्रगती झाली होती. त्यांनी तर्कशास्त्राची मध्यमा परीक्षा दिली. विद्यालय महिनाभर बंद असल्याने ते खेडला जाऊन आईलाही भेटून आले.

सावरगावकर आणि राजगुरू दोघांनाही लहानपणापासूनच व्यायामाची आवड होती. काशीला 'भारत सेवामंडळ' ही व्यायाम शिकविणारी संस्था होती. तेथे जाऊन त्यांनी लाठी-काठी, दांडपट्टा, तलवार चालवणे यांत प्रावीण्य मिळवले. रंगनाथ जोशी हे धनुर्विद्येत निष्णात होते. त्यांच्याकडून दोघेही ती विद्या शिकले. राजगुरूंचा उत्साह दांडगा! त्यांनी नेमबाजीची एकलव्य साधना केली. चाळीस-चाळीस फुटांवरून, पन्नास-पन्नास फुटांवरून ते अचूक लक्ष्यभेद करत.

एवढेच नव्हे तर ज्या ठिकाणी बाण मारून लक्ष्यभेद केला असेल नेमका त्याच ठिकाणी ते दुसरा बाण मारत असत. बौद्धिक प्रगतीपेक्षाही राजगुरूंनी या सर्व विद्यांचा अधिक नेटाने, आत्मीयतेने अभ्यास केला आणि लाठीकाठी, कुस्ती, दांडपट्टा, धनुर्विद्या या कलांत अप्रतिम प्रावीण्य संपादन केले.

दोघांचाही दिनक्रम व्यवस्थित सुरू होता. एक दिवशी सावरगावकरांना कळले, बाबाराव सावरकर औषधोपचारासाठी तेथे आले आहेत. त्यांनी त्यांची गाठ घेतली.

बाबांनी विचारपूस केली. बोलता बोलता ते म्हणाले, ''मी वैद्य त्र्यंबकशास्त्र्यांचे औषध सुरू केले आहे. मला त्यांच्याकडे रोज जाणे जमणार नाही. औषध आणायला एखादा महाराष्ट्रीय विद्यार्थी मिळेल का?''

''दुसरा विद्यार्थी कशाला, मीच ते काम करीन ना!''

बाबांनी संमती दिली. सावरगावकर त्यांचे औषध आणू लागले. त्यांना पुस्तके वाचून दाखवू लागले. आत्मीयतेने सेवा करून लवकरच त्यांनी बाबांचा विश्वास संपादन केला. ते त्यांच्या आवडीचे बनले. दोघांनाही एकमेकांशिवाय करमेनासे झाले. ते बराच वेळ बाबांकडेच असत.

बाबांना भेटायला अनेक क्रांतिकारक येत. त्यात एक होते मुनीश्वरप्रसाद अवस्थी! ते खूप उंच असल्याने त्यांचे सहकारी त्यांना 'उंटसाहेब' म्हणत असत. त्यांचे अनेक वेळा जाणे येणे असल्याने सावरगावकरांची आणि त्यांची ओळख झाली. मैत्री झाली.

एक दिवस सावरगावकर म्हणाले, ''देशासाठी काही तरी करावं असं फार दिवसांपासून वाटतंय, पण अजून अशी संधीच आली नाही. तुम्हाला अशी एखादी क्रांतिकारी संघटना माहीत आहे का? अशा संघटनेच्या एखाद्या नेत्याशी आपला परिचय आहे का?''

''कोणाशी?''

''चंद्रशेखर आझादांशी!''

''काय? आझादांशी?'' त्यांनी भारावून जाऊन विचारले.

''हो!''

''माझी ओळख करून द्याल?'' अशा माणसाशी ओळख होणं, खरोखर भाग्याचं आहे.

''जरूर! ते इथं येतात कधी-कधी! आले की घेऊन जाईन तुम्हाला.''

१९२६च्या उन्हाळ्यात आझाद एकदा काशीला आले असताना मुनीश्वरप्रसादांनी सावरगावकरांची त्यांच्याशी ओळख करून दिली. बाबांचा आणि आझादांचा चांगला परिचय असल्याने, बाबांच्या विश्वासातील तरुण ही सावरगावकरांची माहिती आझादांना पुरेशी होती. पहिल्याच भेटीत सावरगावकरांनी आझादांवर चांगली छाप पाडली. एकमेकांच्या भेटीने दोघांनाही समाधान वाटले.

या दोन क्रांतिकारकांचा सावरगावकरांशी परिचय झाल्याचे राजगुरूंना समजले. त्यांनीही मग आपली त्यांच्याशी ओळख करून देण्यास सांगितले आणि सावरगावकरांनी आझादांशी त्यांची ओळख करून दिली.

बाबारावांशीही ओळख करून दिली. परिचय वाढला. बोलणी झाली. राजगुरूंचा धाडसीपणा, नेमबाजी बाबांच्या नजरेतून सुटली नाही. बाबांनी, दोघांनाही हिंदू-संघटनेला वाहून घ्यावे, असे सुचवले.

'कोणतेही त्यागाचे कार्य असले तर ते आम्ही करू. देश आणि धर्म यांसाठी बलिदान करण्यासही आम्ही सिद्ध आहोत', अशी त्यांनी प्रतिज्ञाही केली. त्यांच्याच सांगण्यावरून राजगुरू हनुमान व्यायाम मंडळाचा अभ्यासक्रम पुरा करण्यासाठी अमरावतीला गेले.

राजगुरू अमरावतीला गेल्यावर आझाद सावरगावकरांना भेटले. म्हणाले, ''अरे, तुझ्या मित्राबद्दल बाबाराव फार आपुलकीने बोलत होते.''

''राजगुरूबद्दल...?''

''हो. सांगत होते, पोरगा धाडसी आहे. नेमबाज आहे. मनापासून, तन्मयतेने काम करणारा आहे. आहे... दलाला चांगला उपयोग होईल.''

''मलाही काही काम सांगावं....''

''हे बघ श्रीराम, सध्या दलाला अडचण आहे ती पैशांची आणि शस्त्रांची! आमचे चार कोहिनूर काकोरी कटात अडकले आहेत. त्यांना सोडवायचं आहे. त्यासाठी शस्त्रं पाहिजेत. पैसा पाहिजे. बोल, तू काय मदत करू शकशील?''

''मी 'आर्म्स' मिळवून देतो.''

''वाऽऽ! बहुत अच्छा...''

आझादांना आश्वासन देऊन श्रीराम सावरगावकर आपल्या गावी गेले. तेथे

वडील भावाकडून दीडशे रुपये घेतले आणि हैद्राबादला गेले. प्राज्ञपाठशाळेत असताना ते निजामीत हिंडून आले होते. तेथे शस्त्रनिर्बंध नसल्याने पिस्तुलादिशस्त्रे काडतुसे मिळू शकतात हे त्यांना माहीत होते. ओळखीने त्यांनी जर्मन बनावटीची दोन सहा बारी रिव्हाल्वर्स आणि पन्नास काडतुसे मिळवली. त्या वस्तूंचा संशय येऊ नये म्हणून त्यांनी खादीचे धोतर, अर्धा सदरा आणि अंगावर शाल असा एखाद्या शास्त्रीबुवांसारखा पोशाख केला. ते काशीला आले. 'काम फत्ते', आझादांना निरोप गेला. एके रात्री, संकटहरणातील सावरगावकरांच्या खोलीवर आझाद आले. त्यांनी जिवापाड जपून आणलेली ती भेट आझादांना दिली.

ती भेट हातात पडताच आझादांनी त्या दोन्ही रिव्हाल्वर्सचे प्रेमाने चुंबन घेतले. त्यांच्याकडे पाहत आनंदातिरेकाने उद्गारले, ''याला म्हणतात शिवाजीमहाराजांचा सच्चा मराठा!'' आणि पुढे झेपावत त्यांनी सावरगावकरांना कडकडून मिठी मारली.

***

इतक्या पहाटेच कोण आलंय झोप मोडायला...? असे म्हणतच अशफाकने दार उघडले आणि थक्क होऊन ते दारातच खिळून उभे राहिले. पिस्तूल रोखून पोलीस उभे होते. अशफाक समोर दिसताच त्यांनी चपळाईने त्यांना पकडून गिरफ्तार केले. काय होतंय हे समजायच्या आत, प्रतिकाराविनाच त्यांच्या हातात बेड्या पडल्या होत्या. क्षणार्धात त्यांच्या सारे लक्षात आले, 'विश्वासघात...! मित्रानंच दगा द्यावा... ज्याच्या खांद्यावर विश्वासाने मान ठेवली त्यानंच गळा कापावा...? दुर्दैव! दुसरं काय...'

''चलोऽऽ!'' राकट आवाजातली आज्ञा आली. त्यांना चालणे भाग पडले.

'आता चाल म्हटलं की चालायचं... थांब म्हटलं की थांबायचं! आपल्या हातात आता आहे काय? साऱ्या हालचाली या बेड्या ठरवणार. आजपर्यंत कसा मुक्त विहार होता. वर्ष होत आलं शहाजहानपूर सोडून...'

त्यांनी एक दीर्घ निश्वास टाकला. पोलिसांच्या पहाऱ्यात ते चालू लागले; पण डोळ्यांसमोर मात्र शहाजहानपूर सोडल्यापासूनच्या घटना तरळत होत्या.

बनारस, बिहारमधील डाल्टनगंज, राजस्थान अशी बरीच भटकंती करून पुढे ते भोपाळला आपल्या भावाकडे काही दिवस राहिले. तिथे त्यांना वाटले आपण इंजिनियर व्हावे. त्यासाठी रशियाला जायचे ठरवले. पासपोर्ट वगैरे मिळवण्यासाठी

ते दिल्लीला आले. चितळी कबरीजवळ भाड्याची जागा घेऊन राहू लागले. ज्या मित्राच्या मध्यस्थीने ते हे काम करत होते, त्याची ये-जा वाढली. तेही त्याच्याकडे जाऊ लागले. ७ सप्टेंबरला त्याने अशफाकना जेवायला बोलावले. 'बढिया खाना खिलवला!' रात्री ११ वाजेपर्यंत ते त्याच्या घरी होते आणि विश्वासघात केला. ते घरी जाताच पोलिसांना खबर दिली. आणि पहाटेच पोलिसांनी त्यांना अटक केली.

दिल्लीहून त्यांना रेल्वेच्या दुसऱ्या वर्गाने लखनौला आणण्यात येत होते. त्यावेळी काकोरी केसचे स्पेशल मॅजिस्ट्रेट सैयद ऐनुद्दीन, सर्व संकेत धाब्यावर बसवून, अशफाकबरोबर राहिले.

प्रवासात त्यांनी अशफाकना कितीतरी समजुतीच्या गोष्टी सांगितल्या. म्हणाले, ''तुम तो अकेले मुसलमान हो, जो इन हिन्दुओं के साथ फाँसी पर लटकोगे! तुम इनका साथ छोड दो, मैं तुम्हें बचा लूँगा।''

समजावणीचा काहीही उपयोग झाला नाही. त्यांनी सारे ऐकून घेतले. शांत पण ठाम स्वरात सांगितले, ''क्यूँकी मैं अकेला मुसलमान हूँ इसलिए मेरी जिम्मेदारी और भी भारी है। मैंने कुछ गडबड की तो कुल मुसलमान व पठान कौम पर धब्बा लग जायेगा। मुझे बाइज्जत मर मिटने दो।''

गाडी लखनौला आली; अशफाकना सेंट्रल जेलमध्ये ठेवले. त्यांच्यावरील खटल्याची सुनावणी वेगळी सुरू झाली. खटला सेशन कोर्टाकडे वर्ग झाला. त्याच वेळेला सचीन्द्र बक्षी यांनाही भागलपूरमध्ये अटक झाली. त्यांनाही लखनौला आणण्यात आले. दोघांवरील खटल्याचे काम सेशन कोर्टात सुरू झाले आणि अज्ञात भवितव्याच्या मार्गावर त्या दोघा मित्रांची वाटचाल सुरू झाली.

***

महावीरसिंग उत्तर प्रदेशातील ईटा जिल्ह्यातील. कॉलेज शिक्षणासाठी कानपूरला डीएव्ही कॉलेजमध्ये आले होते. हसतखेळत वावरणारे, धिंगामस्ती करणारे, चेष्टामस्करत रमणारे आणि तारुण्यसुलभ उत्साहाने अखंड उसळणाऱ्या मनाचे एक तरुण! असहकार आंदोलन थांबले होते पण जनतेत असंतोष धगधगत होता. क्रांतिकारी संघटना सक्रिय झाल्या होत्या. म्यान केलेली शस्त्रे त्यांनी पुन्हा हाती घेतली होती आणि डीएव्ही कॉलेज क्रांतिकारी दलाचे एक केंद्र बनले होते. महावीरसिंगही त्या वातावरणाने भारले गेले. त्यांचा या दलाशी संबंध आला. ते

त्याचे सदस्य झाले. थोड्याच दिवसांत त्यांचा शिव वर्माशी परिचय झाला नि ते दोघे मित्र बनले.

एके दिवशी खिन्न, उदास मनाने शिव वर्मांकडे येऊन म्हणाले, ''वडील माझं लग्न ठरवताहेत. आता तूच सांग या लग्नाच्या खोड्यात अडकून मी क्रांतिकार्य कसं करणार? त्यापेक्षा कॉलेज सोडून मी दुसरीकडे जातो. तू माझी काहीतरी व्यवस्था कर. नाही तर हे लग्नाचे झेंगट माझ्या क्रांतिस्वप्नांची धुळधाण करील.''

त्या कळकळीच्या शब्दांनी शिव वर्माही विचारात पडले. थोड्या वेळाने म्हणाले, ''अरे, एकदम असा विचार करणं बरं नाही. तू या विषयावर पूर्वी कधी वडिलांशी बोलला होतास का?''

''नाही.''

''मग त्यांना तुझ्या मनाची काय कल्पना असणार? तू तुझं म्हणणं वडिलांना कळव. ते काय म्हणतात ते बघू आणि मग पुढं काय करायचं ते ठरवू.''

महावीरसिंगांना तो सल्ला पटला.

पाच-सहा दिवसांनंतरची गोष्ट. संध्याकाळची वेळ. आपले आवरून शिव वर्मा बाहेर जायच्या तयारीत होते. तेवढ्यात महावीरसिंग आनंदाने नाचतच त्यांच्या खोलीत आले. काहीही न बोलला त्यांनी शिव वर्मा यांना आवेगाने कडकडून मिठी मारली. भावावेग ओसरल्यावर ते बाजूला झाले. त्यांनी वडिलांचे पत्र त्यांना दिले. त्यात लिहिले होते,

> ''तू तुझं जीवन देशकार्यासाठी अर्पण करायचं ठरवलेलं वाचून मला अतिशय आनंद झाला. मला वाटत होतं की, आमच्या वंशात आता पूर्वजांचं सळसळतं रक्त राहिलेलंच नाही. त्यांनी मनाने गुलामी मान्य केली आहे; पण तुझं पत्र वाचून मी स्वतःला भाग्यवान समजू लागलो आहे.
>
> तू निवडलेला देशसेवेचा मार्ग म्हणजे एक तपश्चर्याच आहे. ती सुळावरची पोळी आहे. तू तो मार्ग निवडलाच आहेस तर त्या मार्गावरून आता कधीही मागे फिरू नकोस. आपल्या सहकाऱ्यांना धोका देऊ नकोस आणि तुझ्या वृद्ध पित्याला कमीपणा येईल असे वागू नकोस. तू जेथे असशील तेथे माझा आशीर्वाद सतत तुझी पाठराखण करील.''

पत्र वाचून शिव वर्मांनी भारावलेल्या मनाने नि पाणावलेल्या डोळ्यांनी महावीरसिंगांकडे पाहिले आणि क्रांतिमार्गावरचे ते प्रवासी पुन्हा एकमेकांच्या मिठीत सामावून गेले.

***

''शिव वर्मा इथेच राहतात ना?''

कोणी तरी आपली चौकशी करते आहे हे ऐकून, अभ्यास सोडून शिव वर्मा बाहेर आले. एक शीख तरुण बाहेर उभा होता. अंगावर मळकट कमीज आणि सलवार होती. उंचापुरा, गोरापान, लहानसे पण तेजस्वी डोळे, तीक्ष्ण नजर, त्या सुंदर चेहऱ्याला शोभणारी दाढी, डोक्यावरचे कुरळे केस, अर्धवट झाकणारी पगडी, त्या आकर्षक व्यक्तिमत्त्वाकडे शिव वर्मा पाहतच राहिले.

''हेच ते शिव वर्मा!''

शेजाऱ्याने सांगताच तो तरुण झट्कन पुढे आला आणि त्याने शिवला मिठीच मारली. जणू जिवाभावाचे मित्र खूप दिवसांनी भेटत होते. मग त्यानेच शिवचा हात धरला आणि त्याला खोलीत आणले. जमिनीवर भिंतीशी गादी टाकलेली होती. त्यावर निःसंकोचपणे बसत तो म्हणाला, ''माझं नाव रणजित. मी इथेच राहणार आहे चार-पाच दिवस. दिल्लीच्या तुझ्या मित्राने तुझी आणि जयदेवची माहिती सांगितली. मीदेखील तुमच्याच मार्गाने जाणारा आहे. तुमचा सहप्रवासी!''

दुपारी जेवायच्या वेळी जयदेवची ओळख झाली. ठरल्याप्रमाणे रात्री विजय आणि सुरेंद्र पांडे आले. ते येताच रणजितने त्यांनाही दृढालिंगन दिले.

''शिव, हा आपला जुना साथी भगतसिंग! आणि माझा अगदी खास दोस्त!

''बरं झालं बाबा तू हे सांगितलंस. अरे, सकाळी मी आलो तेव्हा हा गोंधळून गेला होता, मला काय गुप्त पोलीस समजत होता की काय कोण जाणे?''

सगळे जण खाली टाकलेल्या सतरंजीवर बसले. मग रामप्रसाद बिस्मिल यांना तुरुंगातून कसे सोडवायचे यावर चर्चा सुरू झाली. त्यांच्याशी संपर्क साधून योजना पक्की करण्याचे काम विजयवर सोपविण्यात आले. त्यासाठी पैशांची आणि शस्त्रांचीही गरज होती. त्याची व्यवस्था करण्यासाठी रणजित लाहोरला परत गेला.

विजयने आपल्या कामाला सुरुवात केली. पंडितजींशी संपर्क साधला. त्यांनी संमती दिली. योजना आखली गेली. पहारेकऱ्यांशी संधान बांधण्यात आले. दोन

एक महिने कधी संपले कळलेच नाही.

रणजित परत आला होता. योजनेवर अखेरचा हात फिरवला गेला. एके दिवशी दुपारी शिवने रणजितला विचारले, ''काय रे, ॲक्शनसाठी कोणाला बरोबर घेतलंस?''

''विजय आणि जयदेवला...''

''जयदेवला?''

''का रे?''

''काही नाही..''

''अरे, तो तब्येतीने चांगला आहे. मनानेही कणखर आहे आणि मारामारीत तरबेज आहे, हे तुला माहिती आहेच...''

ते ऐकताच शिव नाराज झाला. आपण पार्टीच्या कामाला योग्य ठरलो नाहीत याचे दुःख त्याच्या चेहऱ्यावर पसरले. थोडा वेळ तो बसला पण झोपेचे निमित्त करून तो तिथेच कुशीवर झोपला. तो झोपला नाही आणि झोपणारही नाही याची रणजितला कल्पना होती. त्याच्या मनात काय चालले आहे हेही त्याने जाणले. थोडावेळ जवळ असणाऱ्या पुस्तकाची पाने चाळत त्याने वेळ जाऊ दिला. थोड्या वेळाने शिवचा खांदा हलवीत त्याने हलकेच हाक मारली,

''शिव!''

''कायऽऽ!'' त्याच्याकडे तोंड करत त्याने विचारले.

''एक गोष्ट विचारू?''

''हंऽऽ''

''मला सांग. व्यक्तीचं नाव मोठं की दलाचं काम मोठं?''

''दलाचं काम...'' त्याने लगेचच उत्तर दिलं.

''आणि आपल्या दलाचे काम अविरतपणे चालण्यासाठी, आपल्या ॲक्शन नेहमीच यशस्वी होण्यासाठी, आपले कार्य देशवासीयांपर्यंत पोहोचण्यासाठी आणि स्वातंत्र्यासाठी मांडलेल्या या युद्धात आपण प्रत्येक आघाडीवर यशस्वी होण्यासाठी सर्वात महत्त्वाचं कोणतं काम आपण सर्वांनीच केलं पाहिजे असं तुला वाटतं?''

''एक मजबूत आणि व्यापक संघटना उभारली पाहिजे.'' शिव वर्माने पट्कन सांगितले.

''खरं आहे. संघटना तर मजबूत हवीच आणि त्याचबरोबर प्रचारही चांगला केला पाहिजे. आपण या दोन्ही बाबतीत आजपर्यंत उदासीन राहत आलो आहोत. देशातील जनता आमच्या कामाची, आमच्या साहसाची प्रशंसा करते, स्तुती करते पण आपण त्यांच्याशी संपर्क साधायला असमर्थ आहोत. आपण ज्या स्वातंत्र्याबद्दल बोलतो त्याची पुसटशी कल्पनाही आपण समाजाला देऊ शकलो नाहीत. आपल्या आंदोलनाला जर जनाधार द्यायचा असेल तर आपण आपलं ध्येय जनतेसमोर विशद करून सांगितले पाहिजे. आता आम्हाला जनताभिमुख व्हायला पाहिजे. जुन्या ढंगाने एखाद्या इंग्रज अधिकाऱ्याला किंवा एखाद्या फितुराला मारून आपण आपलं ध्येय गाठू शकणार नाही. आजपर्यंत आपण प्रचाराकडे दुर्लक्ष करून ॲक्शनवरच जोर देत आलोत. कामाची ही पद्धत आपल्याला बदलली पाहिजे आणि म्हणूनच संघटन आणि प्रचार या महत्त्वाच्या गोष्टींची जबाबदारी मी विजय आणि तुझ्यावर सोपवू इच्छितो. तुला ॲक्शनमधून वगळलं ते त्यासाठी!''

भगतसिंग थोडा वेळ थांबला. काही एक विचार करून पुढे म्हणाला, ''शिव, आपण सगळेच शिपाई आहोत, त्यामुळेच रणांगणावर जाण्याचा मोह सगळ्यांनाच पडतो. साहजिकच ॲक्शनमध्ये भाग घ्यायला सगळेच उतावीळ झालेले असतात. पण तूच विचार कर, आंदोलनाची दुसरी बाजू विचारात घेऊन काहींनी तरी हा मोह टाळायला नको का? मला मान्य आहे की, ॲक्शनमध्ये कामी येणाऱ्याला नि फाशी जाणाऱ्याला 'हौतात्म्या'चा मान मिळतो. लोक त्याच्यावर स्तुतिसुमनांचा, कीर्ती-सुमनांचा वर्षाव करतात. पण शिव, मला विचारशील तर ते केवळ इमारतीच्या प्रवेशद्वारावर जडवलेले हिरे-मोती असतात. इमारतीच्या दृष्टीने पाहिले तर पायात गाडल्या गेलेल्या दगडांच्यापुढे त्यांची किंमत काहीच नसते.''

भगतसिंग शिव वर्माच्या डोक्याजवळ भिंतीला टेकून बसला होता. मधून-मधून त्याच्या उजव्या हाताची बोटे शिवच्या केसातून फिरत होती. पडल्या पडल्याच तो भगतचे विचार ऐकत होता. काही वेळा भगत मध्येच थांबे. विचार करी आणि मग प्रकट चिंतन केल्यासारखा, समजावून सांगितल्याप्रमाणे शिवच्या हृदयाशी संवाद साधल्यासारखा मधाळ भाषेत बोलू लागे.

क्षणभर थांबून त्याने पुन्हा बोलायला सुरुवात केली.

हिरे इमारतीची सौंदर्यवृद्धी करू शकतात. पाहणाऱ्याची नजर स्तिमित करतात; त्यांच्या तेजाने नजर दिपून जाते पण म्हणून काही ते त्या इमारतीचा आधार होऊ शकत नाहीत. तिला दीर्घायुषी करू शकत नाहीत नि तिचा भार आपल्या खांद्यावर घेऊन तिला चिरस्थायी रूपही देऊ शकत नाहीत. आजपर्यंत आम्ही अनेक 'हिरे' मिळवले पण पायातले दगड नाही मिळवू शकलो. त्यामुळेच अजूनपर्यंत आम्ही या इमारतीचा पाया नाही तयार करू शकलो. आज आम्हाला गरज आहे ती अशा पायातल्या चिऱ्यांची!''

तो पुन्हा थांबला. पेरलेले विचार मनात रुजण्यासाठी! विचारांचा सांधा बदलण्यासाठी! क्षणाभराने तो पुन्हा म्हणाला, शिव, मला वाटतं, त्याग आणि बलिदान यांचीसुद्धा दोन रूपं आहेत. शत्रूच्या गोळीला बळी पडणं किंवा फासावर झुलणं हे एक रूप! यात झगमगाट फार असला तरी त्यामानाने त्रास कमी. हालही थोडे. त्यापेक्षा दुसरं रूप मात्र खडतर आहे. कष्टप्रद आहे. सत्त्वपरीक्षा पाहणारं आहे. मागे राहून इमारतीचा भार जन्मभर सांभाळत राहणं, क्षणाक्षणाने नि कणाकणाने झिजत राहणं आणि इमारतीच्या पायात स्वतःला गाडून घेणं हे दुसरं रूप! आंदोलनाच्या चढउतारात, प्रतिकूल परिस्थितीत काही क्षण असेही येतात की, एक एक करत सगळे साथी सोडून जातात. त्यावेळी माणूस सांत्वनाच्या दोन शब्दांनाही पारखा होतो अशा कठीण प्रसंगीही जे थोडेसुद्धा विचलीत न होता आपल्या ध्येयपथाची वाटचाल विश्वासाने करत राहतात, इमारतीचा भार सहन करताना ज्यांचे पाय लटपटत नाहीत, खांदे झुकत नाहीत त्यांचं धैर्य, त्यांची निष्ठा मोलाची नाही का?

आंदोलनाचा एकाकी, सुनसान रस्ता काळोखात बुडून जाऊ नये म्हणून, क्रांतीची पेटवलेली ज्योत मंदावू नये म्हणून जे लोक तिळतीळ झिजत असतात, जळत असतात त्यांचा त्याग, त्यांचं समर्पण पहिल्या रूपापेक्षा अधिकच नाही का?''

''शिव वर्माने त्याच्याकडे पाहिले. त्याने मंद स्मित केले.

''गप्पा बऱ्याच रंगलेल्या दिसताहेत.'' विजय आणि जयदेवने आत प्रवेश करत विचारले.

भगतचा गंभीरपणा एकदम कोठे गेला. मिस्किलपणे तो म्हणाला, ''गप्पा कसल्या आल्या आहेत, या तुझ्या मित्राने माझ्यावर चोरीचा आळ घेतला होता. इतका वेळ गैरसमज दूर करत होतो.''

तेवढ्यात सुरेंद्रही आला. तो आल्यावर भगतने विचारले, "विजय, काय झालं? पंडितजींची भेट झाली? तारीख..."

"रणजित, कठीण दिसतं आहे सारं. बहुधा, त्यांच्या केसचा निकाल लवकर लागणार असं दिसतंय.

"कशावरून?"

"त्यांच्यावरचे पहारे अतिशय कडक झाले आहेत. आणि मला आणखीही संशय येतो आहे."

"कोणता?"

"अधिकाऱ्यांना खात्रीने संशय आला असावा."

"काय?"

"होय भगत. कोणीही आत जाऊ शकत नाही. अधिकारी पंडितजींपर्यंत कोणालाही जाऊ देत नाहीत. डोळ्यांत तेल घालून जपताहेत."

आता मात्र भगतच्या चेहऱ्यावर निराशा पसरली. केवढ्या प्रयत्नांनी ही योजना आखली होती. त्यासाठी पैसे उभे केले होते. हत्यारे आणली होती. आता फक्त काही दिवसांचाच प्रश्न होता. पण विजयच्या आजच्या बातमीने त्यांच्या सगळ्या स्वप्नांवर पाणी फिरले होते. खोलीत शांतता पसरली. काय बोलावे कोणालाच सुचत नव्हते.

थोड्याशा हताश शब्दांतच भगत म्हणाला, "विजय, पुन्हा प्रयत्न करून पाहा एकदा. एखाद्या वेळी निघेल काही ना काही मार्ग...."

दोन-तीन दिवस तसेच गेले. अस्वस्थता वाढत होती आणि त्या दिवशी विजय आला. त्याचा चेहरा निराशेने झाकोळला होता.

"काय झालं, विजय?" भगतने विचारले.

तो गप्पच राहिला.

"विजय?"

तरी तो गप्पच राहिला. त्याने खिशातून एक कागद काढला आणि भगतला दिला. रामप्रसादांचे अक्षर पाहताच त्याने उतावळेपणाने वाचायला सुरुवात केली. ती एक गझल होती.

"मिट गया जब मिटने वाला फिर सलाम आया तो क्या?
दिल की बरबादी के बाद उनका पयाम आया तो क्या?"

त्याच्या हातातून कवितेचा तो कागद गळून पडला. मन निराश झाले. निर्जीव पुतळ्यासारखा तो भिंतीला टेकून उभा राहिला. दृष्टी एकटक अज्ञातात पाहू लागली. त्याला वाटले, पंडितजी आहेत अन् निराशेने सांगताहेत, ''अरे, तुम्हाला जर काही करायचं असेल तर लवकर करा. वेळ अगदी थोडा आहे. फाशी दिल्यावर माझ्या लटकत्या प्रेताला तुम्ही सोडवलंत तर त्याचा तुम्हाला काय उपयोग होणार आहे?'' काही वेळ तो तसाच उभा राहिला. सारेच गप्प होते. मग न बोलताच तो बाहेर आला, आणि गंगेच्या किनाऱ्यावर एकटाच जाऊन बसला.

मध्यरात्र उलटली तरी तो परतला नव्हता. शिव वर्मा, जयदेव त्याला शोधत गंगाकिनारी आले. तो रेतीवर हात टेकून निर्जीव पुतळ्यासारखा बसून राहिला होता. शिव पुढे झाला. खांद्यावर हात ठेवत म्हणाला,

''रणजित, खोलीवर येतोस ना?''

तो उठला. पावले सावकाश टाकत त्यांच्या मागून खोलीवर आला आणि कोणाशीही न बोलता सतरंजीवर पडून राहिला!

सकाळ झाली आणि भगतसिंग उठला तो नव्या उत्साहाने! त्याने हाक मारली, ''शिव.... जयदेव...''

दोघेही उत्साहाने उजळलेल्या त्याच्या चेहऱ्याकडे पाहत राहिले. 'हाच का तो निराशेने ग्रासलेला नि खिन्न मनाने गंगाकिनारी बसलेला भगत?' त्यांना प्रश्न पडला होता.

तोच भगतसिंग म्हणाला, ''दोस्त... अरे, अपयशाने खचून गेलोत तर आपलं क्रांतिकार्यच बंद पडेल! त्या मार्गातल्या दगडगोट्यांना बाजूला करून पुढे जाण्याच्या ऐवजी आपणच त्या मार्गातले गोटे होऊन मार्ग अवरुद्ध करून टाकू... असं हताश होऊन कसं चालेल? काही तरी नवीन मार्ग शोधू...''

त्या आत्मविश्वासपूर्ण शब्दांनी त्या दोघांच्या मनातली निराशेची जळमटे नाहीशी झाली. खोलीतले वातावरण बदलून गेले. त्या दिवशी रात्री त्याने इतरांनाही बोलावले. संघटन आणि प्रचार यावर चर्चा झाली. भावी कार्याची रूपरेखाही ठरवली. 'लवकरच परत येतो', असे सांगून भगतसिंग कानपूरहून लाहोरला परतला.

***

आझादांनी बाहेरच्या खोलीत पाऊल टाकताच ते थबकले. त्यांनी पाहिले, गणेश शंकर विद्यार्थीच्या जवळ एक अनोळखी पण तेजस्वी शीख युवक बसला आहे. काहीतरी महत्त्वाच्या गोष्टी ते त्याला हळू आवाजात सांगत होते. गोरापान, उंचापुरा, अंगापिंडाने सुदृढ, लहान लहान पण तेजस्वी डोळ्यांचा! त्या युवकाने आझादांना आकर्षित केले.

चाहूल लागताच विद्यार्थीजींनी दाराकडे पाहिले. आझाद दारातच थांबले होते. त्यांच्याकडे पाहत ते म्हणाले, ''आईए पंडितजी...''

त्या शब्दांमुळे कामात बुडून गेलेल्या त्या युवकाने आपली दृष्टी वर केली आणि त्याला भव्य, रुबाबदार, तेजस्वी व्यक्तिमत्त्वाचे दर्शन घडले. क्षणभर चकित नजरेने तोही त्यांच्याकडे पाहतच राहिला.

आझाद बाहेरच्या खोलीत आले. विद्यार्थीजींनी त्यांना आपल्याजवळ, गादीवर बसवत विचारले, ''याला ओळखता? हा भगतसिंग...''

भगतसिंगाचे नाव ऐकताच अनामिक जिव्हाळ्याच्या लहरी त्यांच्या अंत:करणात उसळल्या. जणू युगा-युगाची प्रतीक्षा संपली होती.

''आणि हे चंद्रशेखर आझाद...'' विद्यार्थ्यांनी सांगितले.

ते शब्द कानावर पडले अन् भगतसिंग उठून उभा राहिला. डोळे प्रेमाश्रूंनी डबडबले. तो पुढे झाला. आझादही उठले आणि दोघांनीही एकमेकांना कडकडून मिठी मारली. कितीतरी वेळ ते त्याच स्थितीत होते. जणू एकमेकांची हृदये एकमेकांत विरघळवून टाकत होते. संगमोत्सुक सरिता एकमेकांना भेटल्या होत्या. एकमेकांत मिसळून गेल्या होत्या.

''भगत.... पंडितजी...'' विद्यार्थीजींनीच हाक मारली.

दोघेही भानावर आले. ''आओ भाई...'' म्हणत आझादांनी भगतसिंगाला आपल्या जवळ बसवले. मग त्यांच्या दिलखुलास गप्पा झाल्या. त्यांच्या गप्पा रंगताहेत हे पाहून विद्यार्थी कामासाठी बाहेर निघून गेले आणि मिळालेल्या एकांताच्या साक्षीने त्यांनी दलाचं संघटन, प्रचार, भावी कार्याची दिशा अशा कितीतरी विषयांवर विचारविनिमय केला.

तेवढ्यात सुखदेव तेथे आला. भगतसिंगाने त्याचीही ओळख करून दिली. एका तृप्त मन:स्थितीतच, लवकरच पुन्हा भेटण्याचे ठरवून, ती भेट संपली.

***

''एक आनंदाची बातमी आहे.''

''कोणती?''

''नंबर दोन आले आहेत. आज रात्री नऊ वाजता भेटायचं ठरलं आहे.'' सुरेंद्र पांडेने शिव वर्मांना सांगताच त्यांच्या अंगातून जणू वीज चमकून गेली. त्यांनी आझादांसंबंधी खूप ऐकले होते. त्यावरून त्यांनी आझादांची एक प्रतिमा तयार केली होती. त्यांच्या डोळ्यांपुढे ती सतत तरळत असायची. आज ती सजीव होणार होती. चैतन्यमय होणार होती.

शिव वर्मा पोलिसांच्या झंजटातून अजून मोकळे असले तरी आज त्यांनी विशेष सावधानता बाळगली होती. संध्याकाळपासूनच आपल्यावर कोणाची पाळत नाही ना हे पाहायला सुरुवात केली होती. वेळेच्या खूप आधी ते बाहेर पडले. इकडे-तिकडे खूप भटकले. गल्लीबोळातून फिरले. बागेत जाऊन बसले. आपला कोणीही पाठलाग करत नाही ना याची खात्री करूनच ते उठले. रात्री बरोबर नऊ वाजता राधामोहन गोकुळजींचा दरवाजा वाजवला. त्यांनी दार उघडले. काहीही न बोलता फक्त गच्चीकडे हात दाखवला. ते जिना चढून वर गच्चीवर गेले.

१९२७चा उन्हाळा होता. चांदणी रात्र, मोकळी-ढाकळी, चांदण्यात न्हाऊन निघालेली गच्ची! चटई पसरलेली नि त्यावर मांडी घालून उघड्याबंब अंगाने एक व्यक्ती बसली होती. कोणाचीतरी वाट पाहत! त्यांच्या उजव्या गुढघ्याजवळ त्यांचे रिव्हॉल्वर काढून ठेवलेले होते. जणू एखादे पाळीव जनावर आपल्या धन्याच्या पायाशी सुरक्षितपणे विश्रांती घेत असावे! शिव वर्मांनी त्यांना पाहिले. सावळ्या रंगाचे, कमावलेले तगडे शरीर, लहान पण भेदक डोळे आणि चेहऱ्यावर देवीचे वण! ते आझाद होते. शिव वर्मांच्या मनात आले, 'ज्यांचे नाव ऐकताच ब्रिटिश सरकार चळचळा कापते, ज्यांची मान हातात यावी म्हणून इंग्रज सरकार आकाश- पाताळ एक करत आहे. तोच हा महापुरुष!'

त्यांचे मन लवले. नम्रतेने ते पुढे गेले. त्यांच्या पायावर डोके ठेवले. त्यांना उठवत आझादांनी जवळ अंथरलेल्या चटईकडे बोट दाखवले. स्निग्ध स्वरात म्हणाले, ''आओ भाई!'' मग प्रश्नार्थक मुद्रेने विचारले, ''प्रभात?''

''जी!'' असे म्हणत ते चटईवर बसले.

''विजय आणि सुरेंद्र येतीलच इतक्यात, मगच बोलू'' असे सांगून ते थोडा

वेळ गप्प बसले; पण नंतर म्हणाले, ''विजयने तुझ्याबद्दल आणि तुझ्या कार्याबद्दल माहिती दिली आहे. निरनिराळ्या क्रांतिसंघटना एकत्र करून एक नवीन संघटना करण्याचे तुमचे जे प्रयत्न सुरू आहेत ते खरोखर चांगले आहेत. त्यामुळे असं वाटतं की, अजून सारं संपलं नाही. थोड्याच दिवसांत आम्ही काही करण्यास समर्थ होऊ.''

थोड्याच वेळात विजय आणि सुरेंद्र आले. विजयने कामाची माहिती दिली. त्यात येणाऱ्या अडचणी सांगितल्या.

शिव वर्मा मात्र शांत राहून आझादांकडे एकटक बघत होते. त्यांना आपल्या डोळ्यांत साठवून ठेवत होते. आत्तापर्यंत त्यांनी आपल्या मनोमंदिरात त्यांची जी मूर्ती निर्मिली होती ती निःसंशय सुंदर होती पण अप्राप्य होती. तिची आराधना होऊ शकत होती पण तिच्याशी मैत्री होऊ शकत नव्हती. तिच्यासारखे बनून तिच्याशी एकरूप होता येत नव्हते. परंतु या पहिल्या भेटीतच त्यांचे भावलेले चित्र हे अधिक सुंदर होते. आकर्षक होते. त्यांना जाणवले की, आझाद त्यांच्यासारखेच तरुण आहेत. कोमल हृदयाचे आहेत. विनोदप्रिय आहेत. दृढनिश्चयाचे नि करारी वृत्ताचे आहेत. आझाद म्हणजे पूजेची निर्जीव मूर्ती नसून क्रांतिमार्गावर दृढतेने चालणारे आमचे सहप्रवासी आहेत. मृत्यू समोर दिसत असतानाही मुखावरील स्मित ढळू न देणारे मृत्युंजयी आहेत. वयाने मोठे आहेत पण मोठेपणाच्या अहंकाराचा लवलेशही नसणारे आहेत!!

विजयचे सगळे बोलणे त्यांनी एकाग्रतेने ऐकले. त्यावर विचार करून त्यांनी काही सूचना दिल्या. कोणत्याही गोष्टीत घाई न करता प्रत्येक पाऊल जपून आणि सावधानतेने टाकण्यासंबंधी इशारा दिला. भेट संपली.

तिघेही एका वेगळ्याच धुंदीत बाहेर पडत होते. त्यांच्या मनात एक नवा उत्साह संचारला होता.

•••

१

५ एप्रिल १९२७! काकोरी कटाच्या निकालाची तारीख उद्यावर येऊन ठेपली आहे, हे लक्षात येताच रामप्रसाद, रोशनसिंग, मन्मथनाथ यांच्या बराकीत गडबड उडून गेली होती.

अजून कितीतरी गोष्टी करायच्या राहिल्या होत्या. त्यांचा खजिना म्हणजे पुस्तके! वाचायची राहिलेली पुस्तके त्यांनी आपापसात बदलली. ती वाचून पूर्ण करायचा प्रयत्न सुरू झाला. रोशनसिंग बंगाली शिकत होते. त्या भाषेची बऱ्यापैकी जाण त्यांना आली होती.

'उद्या आपल्या गुरूची आणि आपली ताटातूट झाली तर?' विचाराने ते व्याकुळले. वाचन, गप्पा यात दुपार कधी उलटून गेली हे समजलेच नाही.

संध्याकाळ झाली. मन्मथ आणि खत्री बोलत बसले होते. बोलता-बोलता मन्मथनाथ थोडे गंभीर झाले. म्हणाले, ''आजची ही कातरवेळ कशी वेगळीच वाटते नाही?''

''का? उद्याच्या शिक्षेची भीती मनात भरून राहिल्यामुळे?''

''नाही रे! जे आपण बुद्धिपुरस्सर केलं त्याची शिक्षा भोगायची भीती का वाटावी?''

''मग... घरची आठवण येते?''

''हो... कितीतरी दिवस झाले आपण त्यांना दुरावलो आहोत. शिक्षा

ऐकल्यावर त्यांची स्थिती काय होईल, या विचाराने भावना कशा हळव्या होताहेत.''

''खरं आहे... शेवटी आपणही माणसंच आहोत ना? ध्येयमार्गाच्या या वाटचालीत नात्याचे, स्नेहाचे रेशीमबंध कधी-कधी मन व्याकूळ करतात. त्यामुळेच भावना कशा दाटून येतात... उद्या आपल्यातल्या काही साथींचीही ताटातूट होईल. रस्ते वेगळे होतील... आणि कदाचित... कदाचित काय?''

''काहींची पुन्हा या जन्मात भेटही होणार नाही. हे दीड वर्षं कसं गेलं कळलंही नाही. हां, काही वेळा कंटाळा आला, काही त्रास वाटला पण सगळ्यांच्या स्निग्ध सहवासात तो केव्हाच नाहीसाही झाला. पण आता मात्र... भावी विरहाची वेदना नाही म्हटलं तरी काळीज पोखरून टाकतेऽऽ''

नकळत त्या दोघांचेही डोळे पाणावले. त्यांचा संवाद आणखीही काही साथी ऐकत होते. तेही भावार्द्र झाले.

तेवढ्यात जेवणाची वेळ झाली. सगळे जेवायला बसले. मग मात्र वातावरण बदलले. खेळीमेळीच्या वातावरणात, थट्टा-मस्करी-गप्पागोष्टी करत जेवणं झाली. थोड्या वेळाने नेहमीची गाणी म्हटली आणि पुन्हा गप्पांना रंग चढत गेला.

तुरुंगातील वेळ सांगणाऱ्या घंटेने बारा टोल दिले.

''ताला, जंगला, लालटेन सब ठीक है हुजूर!'' तुरुंगरक्षकाची भसाड्या आवाजातली आरोळी त्या शांततेला चिरत तुरुंगाच्या आवारात घुमली.

मध्यरात्र झाल्याचे पाहून पंडितजी म्हणाले, ''उद्या निकालानंतर आपली मने स्थिर राहणार नाहीत. खूप ताण येईल. तेव्हा आता सगळ्यांनी झोपलेलं बरं!!''

साथी बिछान्यावर झोपले पण त्यांच्या अस्वस्थ मनाची स्पंदने कितीतरी वेळ, कारागृहाच्या भिंतींना जाणवत होती आणि बराकीत व्यापून राहिलेल्या अंधारालाही समजत होती.

***

''आज तुम्हाला जरा लवकरच निघायचं आहे. जेवणही लवकर दिलं जाईल.'' तुरुंगाधिकाऱ्यांनी सगळ्यांना सांगितले. तसे पाहिले तर सगळे जण लवकरच उठले होते. स्नान, प्रार्थना उरकून काही जण वाचनात गढून गेले होते, तोच ही सूचना मिळाली.

जेवण आले नि रामप्रसादांना कल्पना सुचली, ''सर्वांनी आज एकत्रच जेवलं तर? अखेरचं प्रीतिभोजन!'' कल्पना सगळ्यांनाच आवडली.

बंदिपालानेच एक मोठा थाळा आणला. अन्नपदार्थ आले. सगळे त्याभोवती बसले. भावनांनी ओलावलेला एक एक घास कधी स्वतः खात तर कधी साथींना भरवत त्यांनी ते प्रीतिभोजन साजरे केले. रोशनसिंग खरे राजविलासी! आज त्यांनी ठाकुरांचे गुलाबी पागोटे मोठ्या रुबाबात मस्तकी धारण केले होते.

कितीतरी दिवस उंची अत्तराची एक कुपी जपून ठेवली होती. ती उघडताच सगळीकडे सुगंध दरवळला. त्यांनी सर्वांच्या कपड्यांवर, मनगटावर अत्तर लावले. बराकीत त्याचा घमघमाट सुटला. तेवढ्यात सगळ्यांच्या पायात बेड्या ठोकण्यासाठी तुरुंगाधिकारी दोघा-तिघांना घेऊन आले.

बेड्या ठोकण्याचा, त्यांची तोंडे वळवण्याचा कार्यक्रम सुरू असतानाच आणखी एक अधिकारी आला.

तुरुंगाधिकाऱ्याला म्हणाला, ''न्यायालयाचा आदेश आलाय.''

''काय?''

''फाशीच्या बंद्यांच्या तीन कोठड्या राखून ठेवायला सांगितल्या आहेत.''

ते वाक्य साथींनी ऐकले. 'तिसरा कोण?' काहींना वाटलं मन्मथनाथ तर नसतील? आणि मग एकेकाने त्यांच्या जवळ जाऊन काहीही न बोलता त्यांना दृढालिंगन दिले. शब्दापेक्षा स्पर्श बोलके असतात. क्षणभर मन्मथांच्या नाडीचा ठोका चुकला. हृदयात कालवाकालव झाली, पण दुसऱ्या क्षणी आपण खूप उंचीवर पोहोचल्याची जाणीव त्यांना झाली. त्यांचा चेहरा एका वेगळ्याच आनंदाने झळकू लागला.

सगळे तुरुंगाच्या फाटकापाशी आले. राजेन्द्र लाहिरींना आधीच तेथे आणण्यात आले होते. आधीच एका खटल्यात शिक्षा झालेली असल्याने त्यांना दुसऱ्या भागात ठेवले होते. त्यांना पाहताच साथींचे चेहरे बदलले. 'त्या तीन'मध्ये ते नक्की होते. त्यांच्या जवळ बसावे असे सर्वांनाच वाटत होते.

सगळ्यांनीच त्यांना घट्ट मिठी मारली. त्याचा अर्थ त्यांच्या लक्षात आला. पळभर तेही गंभीर झाले पण लगेचच स्वत:ला सावरून नेहमीसारखे बोलू लागले. हसू लागले. रोशनसिंग त्यांच्याजवळ गेले नि मोठ्या प्रेमाने त्यांना अत्तर

लावले. राहिलेली कुपी त्यांच्या कपड्यावर उपडी केली. जणू जिव्हाळ्याने, प्रेमाने ओतप्रोत भरलेले आपले अंत:करणच त्यांच्यासमोर उपडे केले.

सगळ्यांना गाडीत बसवले. गाडीत बसल्याबरोबर त्यांनी नेहमीची गाणी गायला सुरुवात केली. रस्त्यात गर्दी दिसली की ते घोषणा देत होते. जाताजाता घरगुती सामानाने भरलेली एक गाडी दिसली. सामानावर नाव होते, 'न्या. हॅमिल्टन!' त्याकडे पाहत एक दुसऱ्याला म्हणाला, ''अरे, ते पाहिलंस का?''

''काय?''

''हॅमिल्टनने आपलं चंबुगबाळं आवरून ठेवलंय बघ. निकाल दिला की, लगेच इंग्लंडला जायचा बेत दिसतोय.''

''डरपोक कहीं का... क्रांतिकारकांना इतका घाबरतो...?'' त्यावर सगळेच मनसोक्त हसले. थोड्याच वेळात गाडी न्यायालयाच्या आवारात आली.

न्यायालयाचे आवार माणसांनी फुलून गेले होते. पोलीस बंदोबस्तही कडक होता. बंद्यांना खाली उतरवून न्यायालयात जाण्यास सांगण्यात आले पण भोवतालची गर्दी पाहून त्यांनी जोरजोरात घोषणा दिल्या. घोषणा हवेत विरतात न विरतात तोच बिस्मिल अजिमाबादी यांचे आत्माहुती गीत पंडित राम प्रसाद बिस्मिल यांनी खड्या आवाजात म्हणायला सुरुवात केली....

सरफरोशी की तमन्ना अब हमारे दिल में है,
देखना है जोर कितना बाजू-ए कातिल में है?

गाणे म्हणतच सारे बंदी न्यायालयात शिरले. न्यायालयातले वातावरण गंभीर होते. बचावपक्षाचे वकील गोविंद वल्लभपंत, मोहनलाल सक्सेना, बॅ. चौधरी चिंताग्रस्त दिसत होते. क्षमेचे साक्षीदार दिवाभीतासारखे मान खाली घालून बसले होते. मान वरती करून क्रांतिसूर्याचे दर्शन घेण्याची त्यांना हिम्मत होत नव्हती. त्यांच्या तेजस्वी वृत्तीप्रवृत्तींनी ते दिपून गेले होते. सगळीकडे कमालीची शांतता पसरली होती. न्यायमूर्तींच्या खुर्चीच्या वर लावलेल्या घड्याळाची टिकटिकही स्पष्ट ऐकू येत होती. अकरा वाजले आणि न्या. हॅमिल्टनने आपली जागा घेतली. निर्णयपत्राचे पान उघडले. उत्सुकता शिगेला पोहोचली.

मागचा क्षण पुढच्या क्षणाला विचारत होता, 'काय...? काय शिक्षा होणार आहे या मातृभूमिभक्तांना? कैद... जन्मठेप... काळेपाणी की फाशी? पुढचा क्षण काय सांगणार होता...?' सारे जिवाचा कान करून ऐकत होते.

हॅमिल्टनने निर्णयपत्राचा सारांश वाचून दाखवला आणि मग शिक्षा सांगितल्या. पंडित रामप्रसाद 'बिस्मिल', राजेन्द्र लाहिरी, ठाकुर रोशनसिंग यांना फाशी! सचीन्द्रनाथ संन्याल जन्मठेप! मन्मथनाथ गुप्त १४ वर्षे सश्रम कारावास! इतर ११ जणांना दीर्घ मुदतीच्या शिक्षा ठोठावल्या आणि दोघांना निर्दोष सोडले. शिक्षा ठोठावून लगेच हॅमिल्टन आपल्या चेंबरमध्ये निघून गेला आणि प्रेक्षकात प्रक्षोभ उसळला.

तिघांना फाशीच्या कोठडीत आणि इतरांना त्यांच्या कोठडीत नेण्यात आले.

त्याच रात्री रामप्रसादांना गोरखपूरच्या, राजेंद्र लाहिरींना गोंडाच्या आणि ठाकुर रोशनसिंगांना अलाहाबादच्या तुरुंगात हलवण्यात आले.

...आणि सगळ्यांचाच पुढचा प्रवास सुरू झाला.

***

मुख्य काकोरी कटाचा निकाल लागला होता, तरी अशफाक आणि सचीन्द्र बक्षी यांच्यावरील अभियोग सेशनकोर्टात सुरूच होता. मुख्य खटल्यातील आरोपींना दिलेल्या कठोर शिक्षा पाहिल्यावर अशफाकना फाशीचीच शिक्षा दिली जाईल, यात फारसा संशय राहिलेला नव्हता. सेशनकोर्टात त्यांची बाजू कृपाशंकर हजेला मांडत होते.

१४ जुलै १९२७!

आज सेशन जज्ज बॅनेट अशफाक आणि बक्षी यांच्या खटल्याचा निकाल सांगणार होते. निकाल ऐकण्यासाठी कोर्टाचे आवार गर्दीने भरून गेले होते. 'काय शिक्षा होणार?' ही उत्सुकता सगळ्यांच्याच चेहऱ्यावर होती.

बरोबर ११ वाजता न्या. बॅनेट आले. त्यांनी आपल्या निकालपत्राचा सारांश वाचून दाखवला. आरोप सिद्ध झाले होते. त्यांनी अशफाकना काकोरी कटात आणि बिचपुरी दरोड्यात फाशीची शिक्षा सुनावली. दोन्ही वेगवेगळ्या!! आणि सचीन्द्रनाथ बक्षींना जन्मठेप काळ्यापाण्याची!!

दोघांनी धैर्याने शिक्षा ऐकल्या. अशफाक लगेचच न्यायाधीशाला म्हणाले, ''मी तुमचा आभारी आहे. यापेक्षा कमी शिक्षा मला मिळाली असती तर ते मला अपमानास्पद वाटलं असतं!'' ते ऐकून मि. बॅनेटही क्षणभर आवाक् होऊन त्यांच्याकडे पाहतच राहिले.

अशफाकना फाशी झाल्याचे ऐकून सचीन्द्रांना जाणवले, 'एका क्षणात

अशफाक आपल्यापेक्षा खूप उंचीवर पोहोचले आहेत.' पण दुसऱ्याच क्षणी त्यांचा गळा दाटून आला. ते म्हणाले, ''एक यात्रा में पृथक फल नहीं होना चाहिए, मुझे भी यही सजा मिलनी चाहिए थी।'' ते ऐकताच अशफाकनी त्यांच्या पाठीवरून हात फिरवून त्यांना धीर दिला. त्यांना समजावले. शिक्षा ऐकून लोक हळहळले. भावनाप्रधान लोकांना आपल्या डोळ्यांतले अश्रू थोपवता येईनात.

त्यांचे वकील कृपाशंकर हजेला आणि चंद्रभानू गुप्ता यांच्या जवळ गेले. भावार्द्र शब्दांत म्हणाले, ''क्षमस्व...! आम्ही आपल्याला नाही वाचवू शकलोत. वाईट वाटतं. पण... वकीलसाहेब, आपण नका वाईट वाटून घेऊ. अहो, त्यात वाईट वाटण्यासारखं काय आहे? मी हा मार्ग निवडला तेव्हाच त्याचे परिणाम मला माहीत होते. माझं काम मी केलं, आता जाण्याची वेळ आली आहे, इतकंच! या दिवसासाठी मी तयारच होतो. वकीलसाहेब, हा माझ्या आयुष्यातला भाग्याचा दिवस आहे.''

एवढ्यात पोलीस पुढे सरसावले. त्यांनी बेड्या घातल्या. चलण्याची खूण केली. ते पाहताच त्यांनी 'वंदे मातरम्'च्या घोषणा द्यायला सुरुवात केली. घोषणा देत असतानाच, गर्दीतून वाट काढीत पोलीस त्या दोघांना कोर्टाच्या बाहेर घेऊन गेले.

***

काकोरीच्या क्रांतिकारकांना फाशी होऊ नये म्हणून जनतेने उभारलेले आंदोलन अयशस्वी झाले. केंद्रीय ॲसेम्बलीच्या सभासदांचे सर्व प्रयत्न निरर्थक ठरले आणि सर्वांची फाशीची तारीख ठरली, १९ डिसेंबर १९२७!

राजेंद्र लाहिरी गोंडाच्या तुरुंगात होते. तुरुंग तसा एका बाजूला. फारसे पोलीसही नव्हते. क्रांतिकारकांनी ठरवले, 'तुरुंगावरच हल्ला करावा अन् लाहिरींना सोडवावं. अखेरचा प्रयत्न करून पाहावा.' काय झालं कळलं नाही पण सरकारला कुणकुण लागली होती. सरकार हादरलं आणि त्यांनी लाहिरींना १७ तारखेलाच फाशी द्यायचे ठरवले.

लाहिरींना हे कळवण्यात आले. ते शांत होते.

१७ डिसेंबर! काकोरी कटाचा पहिला बळी गेला.

***

''चलो, तुम्हारे माँ-बाप आये है। आखरी मुलाकात के लिये.... रामप्रसाद

शांत मनाने उठले. दरवाजाकडे जाऊ लागले. ''माते, इतका वेळ तुझ्या आठवणीने व्याकुळलो होतो... आता... आता जन्मदात्रीची भेट... अखेरची!!''

रामप्रसादांना भेटायला त्यांचे वडील शहाजहानपूरहून एकटेच निघाले होते. त्यांची अखेरची भेट घेताना त्यांच्या आईचे हृदय विदीर्ण होईल, हा आघात त्यांना सहन होणार नाही म्हणून त्यांनी तिला बरोबर घेतलेच नव्हते. पण अठरा तारखेला सकाळी तुरुंगाच्या दाराशी पाहतात तो पत्नी आधीच आलेली. त्यांना आश्चर्यच वाटले.

त्यांनी विचारले, ''तू...? तू इथं कशी आलीस? अग, तुला...''

''अहो, मला कसं राहवेल न भेटता? आजची वेळ गेली तर काय वाटेल ते झालं तरी पुन्हा दृष्टीस पडेल का तो?''

जवळच शिव वर्मा उभे होते. त्यांच्याकडे पाहत त्यांनी विचारले, ''आणि हा कोण?''

''हा त्यांच्या पार्टीचाच माणूस आहे. रामला भेटून पार्टीविषयी काही विचारायचंय म्हणतो. पुन्हा भेट होणार नाही. जाऊ बरोबर घेऊन. बहिणीचा मुलगा म्हणून!''

समोर उभ्या असणाऱ्या आईला रामप्रसादांनी डोळे भरून पाहिले आणि त्यांना रडूच कोसळले. मातेचे प्रेम त्यांच्या डोळ्यांतून ओसंडू लागले, पण तिच्या डोळ्यांत मात्र अश्रूंचा थेंबही नव्हता. ती थोडी पुढे सरकली.

मोठ्या आवाजात म्हणाली, ''राम, तू रडतो आहेस? मला वाटत होतं की, ज्याचं नाव काढताच इंग्रज सरकारही थरथर कापते, तो माझा मुलगा शूरवीर आहे म्हणून! पण माझा भ्रमनिरास झाला. तो मृत्यूस डरतो आहे. तुला जर असं रडत-रडतच फाशी जायचं होतं तर तू या क्रांतीच्या फंदात उगीच पडलास.''

ते ऐकताच रामप्रसादांनी स्वत:ला सावरले. डोळे टिपून ते म्हणाले, ''आई, तुझ्यासारख्या वीर मातेचा पुत्र असा डरपोक कसा असेल? विश्वास ठेव आई, मृत्यूला घाबरून मी रडत नाही. आई, आज सकाळीच मातृभूमीच्या होणाऱ्या विरहाने मन हेलावले. त्या भावना बघ या कागदावर उतरवल्या आहेत...''

तो कवितेचा कागद आईच्या हातात देऊन ते पुढे म्हणाले, ''आई, कविता लिहून पूर्ण झाली नि तू आल्याचं कळलं. मातृभूमीच्या इतकंच तुझ्यावर प्रेम आहे. तुझ्यावर असणारं नितांत प्रेम डोळ्यांतून झरत होतं. या शेवटच्या क्षणी

वाईट एवढंच वाटतं की, तुझं आणि मातृभूमीचं ऋण मी फेडू शकलो नाही. खरं म्हणजे, त्या ऋणातून मी कधीच मुक्त होऊ शकणार नाही, परंतु थोडं फार उतराई होण्यासाठी परमेश्वराला माझी एवढीच प्रार्थना आहे की, मला पुन्हा याच देशात आणि तुझ्याच पोटी जन्म दे!''

असेच बोलत राहिलोत तर भेटीची वेळ संपेल हे लक्षात येताच शिव वर्मांकडे निर्देश करून त्या म्हणाल्या, ''याला ओळखतोस ना? पार्टीसंबंधी सांगायचं असेल तर...''

''पंडितजी, आझादांनी...''

''लक्षात आलंय. आता त्यांचंच मार्गदर्शन घ्या. त्यांना सारं माहीत आहे. नवी संघटना उभारा. फितुरी फार वाढली आहे. सावधतेने पावलं टाका.''

कुजबुजत्या आवाजात त्यांनी आणखीही काही गोष्टी सांगितल्या. रामप्रसादांच्या वडिलांनीही त्यांचे बेड्या घातलेले हात हातात घेत त्यांना आशीर्वाद दिला.

वेळ संपली. तिघेही जड अंत:करणाने बाहेर पडले आणि त्यांची ती अखेरची भेट संपली.

***

२९ डिसेंबर १९२७!

रामप्रसाद, अशफाक आणि ठाकुर रोशनसिंग तिघांनीही मोठ्या धैर्याने फासाचे चुंबन घेतले आणि आत्माहुती दिल्या.

चार क्रांतिकारकांना फासावर लटकवून आणि अनेकांना बंदिखान्यात पाठवून काकोरी कटाचे पर्व संपले. रेल्वेच्या त्या एका लुटीने हादरलेल्या इंग्रजी साम्राज्याने सुटकेचा नि:श्वास टाकला. पण ती नव्या वादळापूर्वीची शांतता होती. स्वातंत्र्ययुद्धाची परिणती स्वातंत्र्य मिळवूनच होत असते. क्रांतिकारकांच्या या बलिदानाने क्रांतीचे नवे नेते निर्माण केले.

चंद्रशेखर आझादांच्या क्रांतिकारक मूर्तीची जडणघडण याच कटातून झाली. त्यांना मिळालेली भगतसिंग, भगवतीचरण यांची संगतसोबत याच बलिदानातून मिळाली आणि भविष्यातही स्वातंत्र्यवेदी धगधगत राहिली, नव्हे तिने पुढे प्रलंयकारी रूप धारण केले.

•••

१०

जुलै, १९२८मध्ये क्रांतिदलाची बैठक कानपूरला झाली होती. बैठकीला आझाद, कुंदनलाल, भगतसिंग, सुखदेव, डॉ. गयाप्रसाद, शिव वर्मा आदी सभासद आले होते. 'वेगवेगळ्या प्रांतात काम करणाऱ्या क्रांतिसंघटनांनी एकत्र यावे. त्यांची एक विशाल संघटना तयार करावी आणि सर्वांनीच एकत्रित काम करावे.' असे बरेच दिवस अनेक सभासदांच्या मनात घोळत होते. त्या विचाराला मूर्तरूप मिळाले. विचार पक्का झाला आणि ८ सप्टेंबरला सर्व संघटनांच्या प्रतिनिधींची बैठक दिल्लीला घ्यायचे ठरले. त्यामुळे कार्याला गती येणार होती. ध्येयमार्गाच्या वाटचालीला वेग येणार होता.

त्यासाठीच शिव वर्मा बंगालला जाऊन आला होता. तेथील अनुशीलन समितीच्या प्रतिनिधींना निमंत्रण द्यायला. पण त्यांनी अटी घातल्या. सर्व आंदोलन अनुशीलन समितीच्या नेतृत्वाखालीच चालले पाहिजे आणि सध्या फक्त संघटन करून शस्त्रे जमवायची. 'ॲक्शन' मात्र कोणतीच करायची नाही. अर्थात या अटी कोणालाच मान्य होण्यासारख्या नव्हत्या.

शिव वर्मा भगतला सांगत होता. तोपर्यंत बैठकीची वेळ होत आली होती. क्षण-दोन क्षण शांततेत गेल्यावर शिव वर्मा म्हणाला, ''आपल्याला निघायला हवं आता. बैठकीची वेळ होत आली आहे.''

''हो.... पण आझाद अजून आले नाहीत. ते आले की निघू...''

''ते येतील असं वाटत नाही.''

''का? मला तर 'येतो' म्हणाले होते.''

''म्हणाले होते तसं, पण आज त्यांचे डोळे खूप दुखताहेत. सकाळीच गेलो होतो त्यांच्याकडे. त्यावेळी म्हणाले, 'जमलं तर येईन. पण नाही आलो तर तुमच्या सर्व ठरावांना माझी संमती आहे, असं समजा!''

'' हे चांगलं झालं बघ!''

''अरे, ते येणार नाहीत हे बरं झालं?''

''तर काय! आता त्यांना आपला नेता म्हणून निवडणं आपल्यासाठी सोपं जाईल. बैठकीला आले असते तर त्यांनी ते सहजासहजी मान्य केलं नसतं. 'मी अनपढ. मला काय जमणार ते? मला आपली अॅक्शन सांगा!' असं म्हणून टाळलं असतं. होतंय ते बरं होतंय म्हणायचं.''

त्यांचे बोलणे सुरू असतानाच सुखदेव, विजयकुमार त्यांना शोधत तेथे आले. म्हणाले, ''अरे, तुम्ही अजून इथेच गप्पा मारत बसला आहात होय. बैठकीची वेळ होत आली ना!''

त्याबद्दलच बोलत होतो. चला... निघू या सगळेच... भगतसिंग म्हणाला नि सारेच बैठकीसाठी बाहेर पडले.

९ सप्टेंबर १९२८! दुपार टळून गेली होती.

''दिल्लीच्या फिरोजशहा तुघलक किल्ल्याचा उद्ध्वस्त परिसर. निर्जन आणि शांत! इतिहासाचे भग्नावशेष इतस्ततः विखुरलेले. अशा पार्श्वभूमीवर भारताचे भवितव्य उज्ज्वल करण्याच्या आकांक्षेने, देशाला पारतंत्र्याच्या विळख्यातून मुक्त करण्याच्या इच्छेने विविध प्रांतातील नवयुवक एकत्र आले होते. हिंदुस्थानच्या नवीन जडण-घडणीची स्वप्ने पाहत होते. या बैठकीला पंजाबमधून भगतसिंग, सुखदेव, राजस्थानमधून कुंदनलाल गुप्त, संयुक्त प्रांतातून शिव वर्मा, जयदेव कपूर, विजयकुमार सिन्हा, ब्रह्मदत्त मिश्र, सुरेंद्र पांडे आणि बिहारमधून फणीन्द्र घोष, मनमोहन बॅनर्जी आदी सभासद उपस्थित झाले होते.

आझाद आले नसल्याने भगतसिंगांनी सभेची सुरुवात केली. शिव वर्मा उभे राहिले. त्यांनी उपस्थितांचे स्वागत केले.

त्यानंतर विजयकुमार सिन्हा उभे राहिले. काकोरी कटानंतरच्या देशाच्या स्थितीचे वर्णन करताना ते म्हणाले, ''काँग्रेस ब्रिटिशांकडून स्वातंत्र्य मिळवण्याची

भाषा करते. पण त्यांच्या दृष्टीने 'स्वराज्य' या शब्दाचा नेमका अर्थ काय, ते कशासाठी, कोणासाठी मिळवायचं या गोष्टी ते स्पष्ट करत नाहीत. त्यामुळे जनतेच्या नजरेतून 'स्वराज्य' शब्दाचं आकर्षण कमी होत चाललं आहे. आज शेतकरी जमीनदारांच्या, सावकारांच्या जुलमाविरुद्ध आणि आर्थिक दुरवस्थेविरुद्ध ठिकठिकाणी उठाव करत आहेत. मिलमजूर, रेल्वे कर्मचारी आपल्या मागण्यांसाठी हरताळ पाळताहेत. पण देशाचे नेतृत्व मजुरांच्या, शेतकऱ्यांच्या या संघर्षाला देशाच्या स्वातंत्र्यलढ्याचा एक अविभाज्य घटक बनवायला तयार नाही. जनतेच्या या असंतोषापेक्षा नेतृत्वाचं लक्ष, भांडवलदारांच्या हिताचं, अधिकारांचं संरक्षण ब्रिटिशांकडून कसं होईल याकडे लागले आहे.

त्यामुळे स्वातंत्र्याची ही लढाई संघटित करणं आणि त्या लढाईला जनाधार देण्याची जबाबदारी क्रांतिकारकांवर येऊन पडली आहे आणि ती जबाबदारी पूर्ण करणं आपलं कर्तव्य आहे.''

विजयकुमारानंतर भगतसिंग बोलायला उभे राहिले. आपली स्नेहमयी दृष्टी सर्वांवर टाकली. सगळेच त्यांच्या भाषणासाठी आतुर झाले होते. सुरुवातीला त्यांनीही विविध प्रांतातून आलेल्या सभासदांचे स्वागत केले.

मग म्हणाले, ''भाईयो! आजच्या सभेचं कारण आपल्याला माहीत आहे. आपल्या सर्वांच्या अंत:करणात उत्कट देशप्रीती उचंबळत आहे, आपले बाहू अमर्याद शौर्याने संपन्न आहेत आणि मने धैर्यवान आहेत. क्रांतीच्या धगधगणाऱ्या ज्वालांत सर्वस्वाचा होम करण्याची आपणा सर्वांचीच तयारी आहे. एवढी प्रचंड शक्ती आपण सर्व सामर्थ्यानिशी आपल्या ध्येयाच्या मागे उभी केली तर आपल्याला अशक्य काय आहे?

''आपल्या मातृभूमीच्या स्वातंत्र्याचं स्वप्न आपणच साकार करू! यासाठी बंगाल-बिहारची अनुशीलन आणि युगांतर समिती, संयुक्त प्रांताची हिंदुस्थान प्रजातंत्र सेना नि बनारस रेव्हल्युशनरी पार्टी, पंजाबची नौजवान भारत सभा या सर्वांनी एकत्र यावं आणि एकत्र येऊनच यापुढे काम करावं. सर्वांची एकच संघटना असावी.''

''आपल्याला हे मान्य असेल तर सर्वांपुढे मी आणखी एक प्रस्ताव ठेवतो की, ही संघटना 'हिंदुस्थान समाजवादी प्रजातंत्र सेना'(हिंदुस्थान सोशॅलिस्ट रिपब्लिकन असोसिएशन) या नावाने ओळखली जावी.''

हे ऐकताच फणींद्र घोष, मनमोहन बॅनर्जी यांनी नावात बदल करू नये असे सुचवले. त्यावर चर्चा झाली आणि मग नावात असलेल्या 'सोशॅलिस्ट' शब्दाच्या आवश्यकतेबद्दल भगतसिंगांनी आपली भूमिका विशद केली.

''नाव बदलण्यामागे माझी काही भूमिका आहे. ती आपण समजावून घ्यावी आणि मग काय करायचं ते आपण सर्वानुमते ठरवू.''

> आपल्या 'हिंदुस्थान रिपब्लिकन असोसिएशन' या दलाच्या नावातून ध्वनित होणारी 'स्वराज्या'ची कल्पना काँग्रेसच्या कल्पनेपेक्षा अधिक स्पष्ट असली तरी ते नाव जुने झालं आहे. 'स्वराज्या'ची कल्पना सर्वार्थाने स्पष्ट होण्यासाठी दलाच्या नावात 'सोशॅलिस्ट' या शब्दाची आवश्यकता आहे. हा शब्द योजून जनतेला आपण आश्वासन देऊ इच्छितो की, हिंदुस्थानचे हे क्रांतिकारी आंदोलन समाजवादी राज्याची स्थापना करणार असून, त्यात या देशाची जनता स्वातंत्र्य आणि समानाधिकार प्राप्त करेल. आम्हाला कशा प्रकारचं राज्य हवं आहे, त्याचं प्रतीक म्हणजे हा 'सोशॅलिस्ट' शब्द! आजच्या काळात या गोष्टीच्या स्पष्टीकरणाची आवश्यकता आहे. आम्हाला या देशात केवळ गोऱ्या नोकरशाहीऐवजी काळी नोकरशाही आणायची नाही. कारण त्यातही भांडवलदार आपलं प्रभुत्व स्थापन करून सामान्य लोकांचं, गोर-गरिबांचं शोषण करू शकतात. 'रिपब्लिकन' शासनव्यवस्थेत अशी गोष्ट होणे शक्य आहे.
>
> आम्ही हे क्रांतिकारी आंदोलन हळूहळू जनतेचं आंदोलन करू इच्छितो. तेच आमचं अंतिम ध्येय आहे. त्यामुळे ज्या जनतेने या आंदोलनात सहभागी होऊन आपलं बलिदान करावं असं आम्हाला वाटतं. त्यांना हे सांगणं आवश्यक आहे की, त्यांनी केलेल्या बलिदानाचा लाभ कोणाला मिळणार आहे. म्हणून मला असं वाटतं की, 'सोशॅलिस्ट' शब्दाची पूर्वी कधी नव्हती एवढी आवश्यकता आता आहे.

''तुझं म्हणणं पटत असलं तरी हे नाव सचीन्द्रनाथ संन्याल, रामप्रसाद

बिस्मील यांच्यासारख्या नेत्यांनी निश्चित केलेलं आहे. त्यात बदल करणं योग्य वाटत नाही.'' फणींद्र घोषने पुन्हा आपला विरोध पुढे रेटला.

''या नेत्यांबद्दल आपल्या सर्वांच्याच मनात नितांत आदर आहे. तो आदर ठेवूनही मी असं म्हणेन की, काळ बदलतो. काळाची गरजही बदलते. त्यानुसार आपण काही गोष्टी बदलत असू तर त्यात आपण त्यांचा अपमान करतो आहोत, असं मला तरी वाटत नाही. उलट, त्यांनी आपल्या हाती जी ठेव दिली आहे त्यात आपण भरच घालीत आहोत. त्याची आपण वाढच करत आहोत. त्यांचीही हीच अपेक्षा आहे.''

सभासदांच्या सर्व शंकांवर बरीच चर्चा झाल्यानंतर सभासदांच्या शंका संपल्या.

भगतसिंगचे स्पष्ट, प्रभावी प्रतिपादन सर्वांनाच मनापासून भावले होते. 'समाजवादा'ची स्पष्ट कल्पना भगतसिंग सोडून इतरांना जरी स्पष्टपणे आलेली नसली तरी त्यांचे विचार सर्वांचीच मने भारावून टाकून गेले. सगळ्यांनाच जाणवले, 'ज्या स्वातंत्र्यात गरीब प्रजेला कोणतेच अधिकार नसतील, आपल्या भवितव्याचा निर्णय घ्यायचं स्वातंत्र्य नसेल ते स्वातंत्र्य काय कामाचं? असून नसून सारखंच!!'

आणि मग सगळ्यांनीच 'हिंदुस्थान सोशॅलिस्ट रिपब्लिकन असोसिएशन' हे दलाचे नवे नाव टाळ्यांच्या गजरात मान्य केले.

याच बैठकीत दलाचे दोन विभाग करण्यात आले. एक सैनिकी विभाग आणि दुसरा संगठन विभाग! एकच नेता न निवडता दलाचे नेतृत्व करण्यासाठी केंद्रीय समिती नेमण्यात आली. शस्त्रे आणि पैसा या समितीच्या हवाली करण्यात आला. चंद्रशेखर आझाद यांना सैनिक विभागाचे सेनापती (कमांडर इन चीफ) म्हणून नियुक्त केले. भगतसिंग आणि विजयकुमार यांच्यावर आंतरप्रांतीय संबंध प्रस्थापित करण्याचा भार सोपविण्यात आला. कुंदनलाल संघटनेचे सरकार्यवाह झाले.

शस्त्रास्त्रे वापरून किंवा डाके घालून आझादांच्या नेतृत्वाखाली कार्यकर्त्यांनी पैसा मिळवावा; पण अशी कृती केंद्रीय समितीने संमती दिली तरच करावी. ॲक्शनसाठी शस्त्रे केंद्रीय समितीने पुरवावीत, पण काम झाले की ती त्यांच्याकडे परत द्यावीत. दरोडे घालायचे ते बँका किंवा सरकारी खजिन्यांवरच घालावेत.

देशाच्या राजकीय प्रश्नाशी निगडित असेल अशीच ॲक्शन करावी. असे कितीतरी महत्त्वपूर्ण निर्णय या बैठकीत घेण्यात आले.

बैठक संपत आली असतानाच विजयकुमारांनी आणखी एक ठराव मांडला. काकोरी कटातील जोगेशचंद्र चतर्जी आणि सचीन्द्रनाथ संन्याल यांना सोडवण्याचा आणि त्या कटातील विद्रोह्यांना शासन करण्याचा!

ठराव एकमताने पास झाला. मग भगतसिंगानीही आणखी एक ठराव मांडला. ते म्हणाले, "गुप्त संस्थेच्या प्रतिष्ठेच्या दृष्टीने आणि समाजाची सहानुभूती मिळवण्याच्या दृष्टीने मी हा ठराव मांडतो आहे. हिंदुस्थानला कोणकोणत्या राजकीय सुधारणा द्याव्यात याचा अभ्यास करून रिपोर्ट देण्यासाठी ब्रिटिश सरकारने नेमलेले सायमन कमिशन लवकरच हिंदुस्थानात येईल, तेव्हा त्यावर कोणाचाही विश्वास नाही हे दाखवण्यासाठी निदर्शनात दलाने पुढाकार घ्यावा." हाही प्रस्ताव संमत झाला.

आता यानंतर सर्वांनाच काही ना काही कृती करावी लागणार होती. पोलिसांचा आणि त्यांचा पाठशिवणीचा खेळ सुरू होणार होता. त्यामुळे नावावरून ओळख पटू नये यासाठी प्रत्येकालाच वेगळ्या नावाने संबोधणे आवश्यक होते. तसे पाहिले तर काही जणांना दलात टोपण नावे होती. त्याच नावाने ते दलात परिचित होते, पण काही सदस्य नवीन आले होते. त्यांना ही नावे माहीत होणे आवश्यक होते. आपापसात बोलताना सदस्यांनी याच टोपणनावांचा उपयोग करावा असेही ठरवण्यात आले.

चंद्रशेखर आझादांना तीन नावे मिळाली. 'पंडितजी', 'महाशय' आणि 'नंबर दोन.' पुरोहितासारखा वेष करत म्हणून 'पंडितजी.' सर्वांच्या आदराचे स्थान म्हणून 'महाशय' आणि कुंदनलाल आधीच 'नंबर एक' होते. म्हणून आझाद 'नंबर दोन' झाले. भगतसिंग 'रणजित' बनला. खेडवळासारखा हिंडणाऱ्या सुखदेवांना 'व्हिलेजर' हे नाव मिळाले. कुंदनलाल 'नंबर एक' किंवा 'प्रताप', शिव वर्मा 'प्रभात', विजयकुमार सिन्हा 'बच्चू', फणीन्द्र घोष 'दादा', राजगुरूंना 'रघुनाथ' किंवा बनारसला ते 'महाराष्ट्रीय' युवक होते म्हणून 'एम!' सदाशिवराव सदू' आणि विश्वनाथ वैशंपायन 'बच्चन!'

सर्वांची 'बारशी' झाली. कार्याच्या दृष्टीने दलाचे हेडक्वार्टर झाशी येथून हलवून ते आग्रा येथे न्यावे असे ठरवण्यात आले. अनेक महत्त्वाचे निर्णय घेऊन बराच वेळ चाललेली ही महत्त्वपूर्ण बैठक संपली.

रात्रीचा काळोख आसमंतात भरून राहात असतानाच शुक्ल पक्षातला द्वादशी- त्रयोदशीचा चंद्रमा त्या अंधारावर आपले अधिराज्य गाजवत होता. अंधारालाही प्रकाशवाटा सापडल्या होत्या. सदस्यांचे चेहरे आनंदाने उजळले होते. कृतीसाठी बाहू स्फुरण पावू लागले होते. एका आगळ्यावेगळ्या चैतन्य रसात न्हाऊनच सर्वांनी त्या स्थानाचा निरोप घेतला. कोणालाही संशय यायला नको म्हणून वेगवेगळ्या दिशेने एक-एक जण पांगले; जणू कोणाची कोणाशी ओळखही नव्हती!!

***

''पंडितजी एक खास खबर आहे.''

''बोल...''

केंद्रीय समितीची बैठक सुरू होती. विविध विषयांवर चर्चा झाल्यानंतर आर्थिक बाबींवर गाडी आली ते पाहून एका सदस्याने सांगितले, ''कानपूरजवळ गंगाकिनारी एका साधूची मठी आहे. त्याच्याजवळ एक अमूल्य रत्न आहे. हजारो रुपये किमतीचे''

''मग..?''

''मला वाटतं आपण ते मिळवावं. दूर कोठेतरी राजस्थान भागात ते विकावं. त्यातून दलाची सध्याची गरज भागेल आणि शस्त्रास्त्रखरेदीचा प्रश्नही काही प्रमाणात सुटेल.''

''पण बातमी खात्रीशीर आहे का?''

''अगदी खात्रीशीर! शंकाच नको.''

ते ऐकून आझाद जरा विचारात पडले आणि काही एक विचार करून म्हणाले, ''तुमच्या सगळ्यांची इच्छा असेल तर काहीच हरकत नाही.''

आझादांची संमती मिळताच भगतसिंग म्हणाले, ''प्रभात, तू या प्रांताचा संघटक आहेस. मला वाटतं, ॲक्शनची सगळी योजना तू तयार करावीस. पंडितजींनी मान्यता दिली की रघुनाथला आणि कैलाशला घेऊन तू हे काम करावंस.''

''जरूर....! माझी तयारी आहे.''

आपल्याशिवाय 'ॲक्शन' हा विचार आझादांना पटला नाही. पण, सगळ्यांनीच भगतसिंगाचे म्हणणे उचलून धरले. आझादांना काही बोलता येईना.

अखेर थोड्या निराशेनेच ते म्हणाले, ''ठीक आहे. तुम्ही म्हणता तसं करा.''

धोकादायक, जोखमीच्या कामात आझाद नेहमीच सर्वांच्या पुढे असत. पण दलाचे नेतृत्व त्यांच्याकडे असल्याने, शिवाय त्यांच्यावर वॉरंट असल्याने छोट्या-मोठ्या धोकादायक ॲक्शनमध्ये त्यांनी सहभागी होऊ नये असे साथींना वाटे. ते त्यांच्या सुरक्षिततेची सतत काळजी घेत. आझादांचे मत मात्र अगदी याच्या विरुद्ध! त्यांना वाटायचे, 'मी जर दलाचा नेता आहे तर त्याने मागे राहून कसं चालेल? इतर कोणाही साथीचा जीव संकटात घालण्याआधी मी संकटात उडी घेतली पाहिजे. मी ते काम केले पाहिजे. धोका पत्करला पाहिजे.' शिवाय संकटाच्या किंवा धोक्याच्या निर्णायक क्षणी मन शांत ठेवून निर्णय घेण्याच्या बाबतीत, इतरांपेक्षा त्यांचा स्वत:वर विश्वास अधिक होता.

ते स्वतः कोणत्या ॲक्शनवर जात नसतील तर त्या ॲक्शनच्या सफलतेबद्दल त्यांना कधी विश्वास वाटत नसे, 'हे लोक काही गडबड तर करणार नाहीत ना?' या शंकेने ते सतत त्रस्त असायचे. आताही त्यांनी तिघांना जायला संमती दिली पण मनातून ते खूप उदास झाले, किरकोळ गोष्टींवरून चिडचिड करू लागले. त्रागा करू लागले.

ते पाहून, त्यांना नाराज करायला नको म्हणून शिव वर्मांनी त्यांना बरोबर येण्याची विनंती करताच ते उत्साहाने ॲक्शनमध्ये सामील झाले.

परिस्थितीची पाहणी करण्यासाठी त्या साधूच्या झोपडीत गेले. तिथल्या ऊबदार वातावरणात त्यांना जरा बरे वाटले. त्या साधूला त्यांनी नमस्कार केला. भक्तांच्या घोळक्यात जाऊन बसले. राजगुरूंनीही त्यांचेच अनुकरण केले. खाली बसताच त्यांचे डोळे परिस्थितीचा वेध घेऊ लागले. झोपडीभर भिरभिरू लागले. जवळ जवळ वीस-पंचवीस मिनिटे त्यांनी बारकाईने निरीक्षण केले. सावधतेने उठून झोपडीच्या बाहेर पडले आणि आपल्या साथींकडे आले. ते त्यांचीच वाट पाहत होते. त्यांची उत्सुकताही शिगेला पोहोचली होती. ॲक्शनसाठी हात शिवशिवत होते.

आज्ञा ऐकण्यासाठी कान अधीर झाले होते. आझाद आले. सगळे भोवती जमा होताच इशारा करत ते म्हणाले, ''ॲक्शन नहीं होगा।''

''क्यों?'' एका साथीने विचारले.

''कारण, इथे दोन-चार लोकांना तरी ठार करावं लागेल; त्याशिवाय यश मिळणं कठीण दिसतंय! आणि या छोट्याशा कामाकरता कोणालाही ठार मारावं असं मला वाटत नाही. शिवाय, ज्या अमूल्य रत्नासाठी आपण इथे आलोत, ते रत्नही त्या साधूकडे आहे का नाही हेही निश्चित सांगता येणे कठीण आहे. अशा अनिश्चित स्थितीत ॲक्शन करून प्राणहानी करणं मला योग्य वाटत नाही.''

''आम्हाला कोणाला त्यांच्या मुलीशी लग्न थोडंच करायचं आहे? कोणाला मारूनच आपलं काम होणार असेल तर मारून टाकू... त्यात एवढं विचार करण्यासारखं काय आहे?''

स्थानिक साथींच्यापैकी एकाने दिलेले हे उत्तर ऐकताच आझादांचा राग अनावर झाला. नकळत त्यांचा हात पिस्तुलाकडे गेला.

ते कडाडले, ''इन्हें कौन लाया है?'' ''हे धंदेवाईक लोक आहेत. क्रांतिकारकांशी यांचा काय संबंध?'' असे म्हणत त्यांनी शिव वर्मांकडे पाहिले.

त्या नजरेचा अर्थ त्यांच्या लक्षात येताच उत्तरादाखल त्यांनी ज्याने त्या लोकांना आणले होते त्याच्याकडे दृष्टी वळवली. पण त्या वातावरणात पसरलेली शांतता भंग करण्याचे साहस मात्र कोणालाच झाले नाही. थोडा वेळ तशाच शांततेत गेला नि मग आझाद पुन्हा म्हणाले, ''चलो...!''

सारे जण परत फिरले. भाडोत्री आलेले लोक अंधारातच पसार झाले. बराच वेळ फक्त पावलांचाच आवाज येत होता. कोणालाही कोणाशीही बोलायचे धाडस होत नव्हते. त्या शांततेत एक-एक क्षणही युगासारखा भासत होता. चालता चालता त्या शांततेचा भंग करत आझादच म्हणाले,

''इस समय दलके लिए पैसा बडा कीमती है, लेकिन इन्सान के प्राणोंका मूल्य भी तो कुछ कम नहीं होता। और इन पेशेवर लोगों से तो हर हालत में हमें दूर ही रहना होगा। ये हमारे सारे आंदोलन को गेंदला कर देंगे और समय पडने पर हमारे माथे पर कलंक का टीका लगाकर स्वयं अलग हो जायेंगे।''

कधीही भावनेच्या आहारी जाऊन किंवा अतिउत्साहाने आझाद कोणतेच काम करत नसत. परिस्थितीचा शांतपणे वेध घेण्याची अद्भुत शक्ती त्यांच्यात होती. त्यामुळेच सारी परिस्थिती समजावून घेऊन, ऐनवेळी त्यांनी साथींना ॲक्शन न करण्याचा हुकूम दिला. ते जर त्या ठिकाणी नसते तर भगवानदास, राजगुरू अति उत्साहाने काहीतरी करून बसले असते. दोन-चार माणसे मारली

गेली असती आणि कदाचित हाती काहीही लागले नसते, पण आझाद असल्यामुळे विपरीत प्रसंग टळला.

ती रात्र जवळच्याच एका मंदिरात काढली. सकाळी उठून सारे मुक्कामाकडे निघाले. ॲक्शन अयशस्वी झाल्याचे दुःख सगळ्यांच्याच चेहऱ्यावर दिसत होते. हात रिकामे होते आणि मने उदास होती. भगवानदासांना ते शल्य अधिकच जाणवत होते. जाताना आझादांच्या ते लक्षात आले, मग काही विनोद करून, चेष्टा करून ते सगळ्यांचाच मूड बदलण्याचा प्रयत्न करू लागले.

साथींच्या मनातले मळभ, उदासी निघून जाऊन त्यांच्या चेहऱ्यावर पुन्हा हास्य फुलवण्याचा प्रयत्न करतच ते मुक्कामाकडे परत येत होते.

दलाची आर्थिक अडचण दूर होत नव्हती. आशा-निराशेचा पाठशिवणीचा खेळ सुरूच होता. जोगेशचंद्रांना सोडवण्याची योजना आखायला हवी होती. सायमन कमिशनचे पडघमही वाजत होते आणि आझाद या सगळ्याच आघाड्यांना तोंड कसे द्यायचे याच्या विचारात गढून गेले होते.

•••

११

नुसती ‘छात्र संघटना’ तयार होऊन उपयोग नाही. या तरुणांना काही कार्यक्रम दिला पाहिजे; त्याशिवाय संघटनेत चैतन्य येणार नाही. कार्यक्रमही असे असले पाहिजेत की आपल्या क्रांतिकार्याला साहाय्यभूत ठरतील.’ भगवतीचरण आणि सुखदेवराज यांची चर्चा सुरू होती.

सुखदेवराज एस.डी. कॉलेजचा विद्यार्थी. लाला लजपतराय ‘इंडिपेंडट काँग्रेस’ पक्षातर्फे असेंब्लीची निवडणूक लढवत असताना एका सभेत त्याची भगवतीचरणांची गाठ पडली. सभेनंतर दोघेही भगवतीचरणांच्या घरी आले. घरगुती जिव्हाळ्याच्या गप्पा झाल्या आणि पहिल्याच भेटीत भगवतीभाईंच्या आत्मीयतेच्या वागण्याने त्याच्या मनाला मोहवून टाकले. त्यांच्या रूपाने त्याला एक खंबीर आधार तर मिळालाच पण त्याच्या जीवनाची दिशाच बदलली. देशभक्तीचे बीज पेरले गेले नि तो भगवतीचरणांचा भक्तच बनला. त्यांच्या घरी जाणे-येणे वाढले. तेथेच मग धन्वंतरी, आयुर्वेदिक कॉलेजचा विद्यार्थी, त्याची ओळख झाली. मैत्री झाली. भगतसिंग, टंडन, एहसान इलाही यांच्याही ओळखी झाल्या. सगळेच भगवतीचरणांच्या घरी यायचे आणि भगवतीभाई नि दुर्गा भाभी त्यांचे आत्मीयतेने, स्नेहाने स्वागत करायचे. आदरातिथ्य करायचे. जणू सारे एकाच कुटुंबातील आहेत.

नौजवान भारत सभा तरुणांच्या मनात देशभक्तीची भावना जागृत करत

होती. क्रांतीची ज्वाला चेतवत होती. तरीही भगवतीभाईंना वाटत होते विद्यार्थ्यांची एक स्वतंत्र संघटना असावी. तिने विद्यार्थ्यांच्या सामाजिक, राजनैतिक, आर्थिक समस्यांवर विचार करावा. त्या सोडवण्याचा प्रयत्न करावा. त्या दृष्टीने प्रचार करून, वर्तमानपत्रात लेख लिहून, सुखदेवराजच्या मदतीने 'लाहोर स्टुडंटस् युनियन' नावाची विद्यार्थी संघटना स्थापन केली. सुखदेवराज तिचा कार्यवाह झाला. हळूहळू वीरेंद्र, रणवीर, दुर्गादास खन्ना, अविनाशचंद्र बाली, हंसराज वोहरा हे कार्यकर्तेही संघटनेत आले. संघटनेने चांगलेच बाळसे धरले. पण अजून तिने असे कोणतेच कार्य केले नव्हते की तिचे अस्तित्व जाणवावे. तिच्या चैतन्याची प्रचिती यावी.

अशाच वेळी सायमन कमिशन भारतात आले. त्याने मुंबईत पाय ठेवले आणि देशभरातल्या सगळ्या राजकीय संघटनांनी देशव्यापी हरताळाचा आदेश दिला. लाहोरमध्येही या आदेशाचे प्रतिध्वनी घुमले. लाहोर स्टुडंटस् युनियननेही हरताळाचा आदेश दिला. सगळे विद्यार्थी आपापले वर्ग सोडून बाजारात आले. दुकाने बंद करायला लावण्यात सक्रिय झाले. सुरुवातीला पोलिसांनी त्याला नुसता विरोध केला पण ते ऐकत नाहीत असे पाहून सुखदेवराज, अविनाशचंद्र यांच्यासह आणखी दोघांना अटक केली. सगळ्यांना अनारकली बाजार पोलीस ठाण्यात बंद केले.

धन्वंतरीने भगवतीचरणांना निरोप दिला. बिथरलेल्या विद्यार्थ्यांच्या जमावाने पोलीस ठाण्याला वेढा घातला. 'भारत माता की जय'च्या घोषणांनी सारा परिसर दुमदुमून गेला. स्थानिक नेत्यांच्या कानावर ही गोष्ट जाताच तेही तेथे आले. जामीन देऊन त्यांची सुटका केली. त्यानंतर एक जाहीर सभा झाली. नेत्यांनी मुलांची मुक्तकंठाने प्रशंसा केली. विद्यार्थ्यांचा उत्साह वाढला.

सायमन कमिशनच्या आगमनाचे पडसाद लाहोरमध्ये उमटले आणि त्याच्या विरोधाच्या ज्वाळा लाहोरमध्येही भडकल्या.

***

सायमन कमिशनचे 'स्वागत' दिल्लीमध्ये मोठ्या धूमधडाक्यात करावे असे ठरवून भगतसिंग, बटुकेश्वर दत्त, जयदेव कपूर हे तेथे सर्व तयारी करून गेले. त्यांनी बरेच प्रयत्न केले पण ते त्यांच्यापर्यंत पोहोचूच शकले नाहीत. खिशातली शस्त्रे खिशातच राहिली. त्यांचा वापर करण्याची संधीच मिळाली नाही. निराश

मनाने परतताना भगतसिंग म्हणाला, ''जयदेव, आपल्याजवळची एक कमतरता सतत जाणवते.. कोणती रे?''

''आपल्याजवळ बॉम्बसारखं काहीतरी हवं होतं. दुरूनच काम उरकता येण्यासारखं!''

''मलाही ते जाणवलं.....''

''रणजित, आपण याचा विचार आता करायलाच हवा. आपल्याला मोठ्या प्रमाणावर संघर्ष करताना अशा वस्तूंची हरघडी जरूर लागणार आहे.'' बटुकेश्वर दत्तने भगतसिंगच्या मताला पुष्टी देत आपला विचार मांडला.

बॉम्ब तयार करणे सोपे नव्हते. पैशांचा प्रश्न होता आणि दलाजवळ तर त्याची वानवा! तरीही आज ना उद्या हे काम हाती घ्यायचे ठरवूनच ते लाहोरला परतले.

मुंबईत आणि दिल्लीत काळ्या झेंड्यांनी आणि निषेधाच्या गगनभेदी घोषणांनी स्वागत झालेले सायमन कमिशन लाहोरलाही येणार होते. तारीख ठरली होती ३० ऑक्टोबर १९२८!

लाहोरलाही स्वागताची तयारी सुरू झाली. दोन्ही बाजूंनी! इथेही निदर्शने होणार होती. त्याच्या नियोजनासाठी २८ तारखेला ब्रॅडला हॉलमध्ये सभा झाली. लाहोर स्टुडंटस् युनियनच्या वतीने जनजागृतीसाठी विद्यार्थ्यांनी मिरवणूक काढली. तयारीच्या बातम्या गुप्त पोलिसांमार्फत सरकारच्या कानावरही जात होत्या. त्यांनीही काही डावपेच आखले. लाहोर रेल्वेस्थानकावर पोहोचण्याच्या सर्व रस्त्यांच्या तोंडापाशी पोलिसांनी तारेची कुंपणे घातली होती. तेथे लाठीधारी पोलिसांची पथके उभी केली होती. त्या सीमेपलीकडे कोणालाही जाता येणार नव्हते. त्यामुळे ही निदर्शने कमिशनला दिसणार नव्हती. दोन्ही बाजूंनी जोरदार तयारी झाली होती.

अशा वातावरणातच कमिशनच्या येण्याचा दिवस उजाडला.

३० ऑक्टोबर!! ते रेल्वेस्थानकावर पोहोचण्याच्या बऱ्याच आधी, मोची गेटाबाहेर नागरिकांची एक प्रचंड सभा झाली. लाला लजपतराय, पं. मदन मोहन मालवीय यांची कमिशनविरोधी भाषणे झाली. ती ज्वालाग्राही भाषणे ऐकून लोकांच्या अंगात उत्साह संचारला. बाहू स्फुरण पावू लागले; पण नेत्यांनी सर्वांना आवर्जून सांगितले होते, ''आपल्याला निदर्शने शांततेने करायची

आहेत. क्षोभ वाढवणारे प्रसंग निर्माण झाले तरी लोकांनी आपला संयम सोडू नये.'' सभा संपली. तो विराट जनसमुदाय लाहोर रेल्वे स्थानकाच्या दिशेने निघाला. जणू सागराच्या खवळलेल्या प्रलयंकारी लाटाच किनारा गिळंकृत करायला पुढे सरसावत होत्या. धरणीला व्यापून आकाशाला भिडणारा वादळवारा आषाढघनांवर आक्रमण करायला निघाला होता! क्षितिजापर्यंत विस्तारलेले सैन्य रणभेरींच्या कल्लोळात नि घोषणांच्या गर्जनेत शत्रुपक्षाचा वेध घ्यायला निघाले होते!!

मोर्च्याच्या अग्रभागी लाला लजपतराय होते. त्यांच्या भोवती तरुणांचा गराडा होता. भगवतीचरण, सुखदेव, धन्वंतरी, लाला हंसराज, एहसान इलाही हे मुद्दाम त्यांच्या भोवती होते. उन्हामुळे त्यांना त्रास होऊ नये म्हणून एकाने त्यांच्या डोक्यावर छत्री धरली होती. मोर्च्यामध्ये *'सायमन गो बॅक!' 'इंडिया फॉर इंडियन्स'* अशा घोषणांनी सारा परिसर दुमदुमून गेला होता. मिरवणूक लांडा बाजाराच्या रस्त्याने पावणेदोनच्या सुमारास रेल्वे स्थानकापाशी आली. लाठीधारी पोलीस सज्ज होतेच. त्यांनी ती ठरावीक ठिकाणीच अडवली. पंधरा-वीस मिनिटे घोषणा झाल्या नाहीत तोपर्यंतच गाडी आली. कमिशनचे सदस्य स्थानकावर उतरले. बाहेर पडून मोटारीने ते लगेचच राजभवनावर जाणार होते. निदर्शने त्यांना दिसू नयेत म्हणून सरकारने केलेले उपाय अपुरे होते. घोषणांचा आवाज फार मोठा होता. सदस्य आल्याचे कळताच तो आणखी वाढला. बहिऱ्याच्याही कानठळ्या बसतील एवढा! अस्मान भेदून पार जाईल एवढा मोठा!!

पोलिसांच्या अग्रभागी लाहोरचा जिल्हा पोलीस अधीक्षक स्कॉट आणि साहाय्यक पोलीस अधीक्षक सॉंडर्स असे दोन उर्मट इंग्रज अधिकारी होते. सॉंडर्स हा केवळ २४ वर्षांचा होता. उत्तम खेळाडू होता. इंग्लंडहून आला तो एकदम साहाय्यक पोलीस अधीक्षकाच्या जागेवरच! पंजाबातील छंगामंगा दरोडे प्रकरणात दाखवलेल्या कर्तृत्वाने त्याचा दबदबा वाढला होता. यशाने धुंद झाला होता. उन्मत्त बनला होता. लालाजींचे नेतृत्व त्या दोघांना खुपत होते. ते त्यांना शासन करण्याच्या नि निदर्शकांना चोपून काढण्याच्या पवित्र्यात उभे होते. संधीची वाट पाहत होते.

निदर्शने शांतपणे सुरू होती. घोषणांचा आवाज निनादतच होता. दोघाही

पोलीस अधिकाऱ्यांना तो अस्वस्थ करत होता. असह्य होत होता आणि एक क्षण असा आला की, स्कॉटचा संयम सुटला. त्याला काय वाटले कोणास ठाऊक, त्याने जवळ उभ्या असणाऱ्या पोलिसाच्या हातातली लाठी घेतली आणि तो निदर्शकांवर धावला. लालाजींसमोर आला. हात उंचावला. लालाजींना आता लाठीचा तडाखा बसणार इतक्यात लाला हंसराज विद्युतवेगाने पुढे आला आणि आपला डावा हात त्यांच्या डोक्यावर धरला. खवळलेल्या स्कॉटच्या लाठीचे दोन जबरदस्त तडाखे त्याच्या बोटांवर बसले. बोटेच मोडली. त्यामागोमाग सॉंडर्सनेही एक तडाखा मारला. त्या तडाख्याने तो थोडा बाजूला सरला तोच स्कॉटच्या आणखी एका तडाख्याने लालाजींच्या डोक्यावरची छत्री मोडली आणि तो तडाखा त्यांच्या खांद्यावर बसला. ते पाहताच त्याला जोर चढला. बेफामपणे त्याने तडाखे मारायला सुरुवात केली. ते तडाखे त्यांच्या छातीच्या डाव्या बाजूला, हृदयाजवळ बसले. तशात सॉंडर्सचेही तडाखे बसले आणि ते घायाळ झाले. त्या वयोवृद्ध, आदरणीय नेत्यावर लाठीचे झालेले प्रहार पाहून जमाव खवळला. त्याही स्थितीत त्यांनी जमावाला शांत राहायला सांगितले आणि त्या पोलीस अधिकाऱ्याला त्याचे नाव विचारले. दहा-बारा वेळा नाव विचारले तरी तो गप्पच! शेवटी लालाजीही चिडले. संतापले. दरडावून विचारले, ''तू जर खरा मर्द असशील तर तुझे नाव सांग ना!''

तरीही तो गप्पच राहिला. त्या खवळलेल्या जनसागरापुढे नाव सांगायची त्याची हिंमत झाली नाही. त्या प्रश्नांनी तो आणखी चिडला आणि इतर पुढाऱ्यांवरही त्याने बेछूट लाठीमार केला.

एव्हाना कमिशनचे लोक राजभवनावर निघून गेले होते. आता तेथे निदर्शने करण्यात आणि घोषणा देण्यात काहीच अर्थ नव्हता. त्यामुळे लालाजींनी सर्वांना तेथून निघून जाण्यास सांगितले. प्रक्षुब्ध मनानेच निदर्शक परत फिरले. इंग्रजांविरुद्ध चीड, संताप त्यांच्या मनात खदखदत होता. लोक गप्प बसले नाहीत. त्यांनी या लाठीहल्ल्याच्या निषेधार्थ प्रचंड मोर्चा काढला. ती रावी नदीच्या तीरावर आली. तेथे तिचे रूपांतर एका विराट सभेत झाले.

त्या वेळेपर्यंत लालाजींच्या अंगात चांगलाच ताप भरला होता. तरीही ते सभेला आले. त्या जनसमुदायासमोर वक्त्यांची सरकारच्या निषेधाची भाषणे झाली. शेवटी लालाजी बोलायला उभे राहिले. सगळीकडे कमालीची शांतता

पसरली. त्या वृद्ध नेत्याच्या मुखातील शब्द ऐकण्याकरता श्रोतृसमुदायाने सर्वांगाचे कान केले.

आपल्या घनगंभीर आवाजात ते म्हणाले, ''आमचे लोक शांततेने निदर्शने करत असताना ज्यांनी अमानुष लाठीहल्ला केला आणि जनतेच्या भावना भडकवल्या त्यांचा, पर्यायाने इंग्रजी सत्तेचा मी जाहीर निषेध करतो. या देशात आता जर क्रांती पेटली तर तिची जबाबदारी आज ज्यांनी हे राक्षसी वर्तन केलं त्या अधिकाऱ्यांवर राहील, असा इशारा मी सरकारला देतो आहे. त्यांच्या अशा वर्तनामुळे तरुण लोक आमच्या हातात राहिलेले नाहीत. स्वातंत्र्य मिळवण्यासाठी त्यांनी आता कोणत्याही मार्गाचा अवलंब केला तरी मला आश्चर्य वाटणार नाही.

Every blow that was hurled at us this afternoon was a nail in the coffin of the British Empire!''

(आज दुपारी आम्हाला मारण्यात आलेला प्रत्येक घाव हा ब्रिटिश साम्राज्याच्या शवपेटिकेस ठोकलेला खिळा होता!)

या सभेला डेप्युटी सुपरिंटेंडेंट नील आला होता. लालाजींचे ते उद्‌गार ऐकून तो हसत होता. दात विचकून हसत होता. त्याचे ते क्रूर हास्य यशपाल, सुखदेव, धन्वंतरी यांना ऐकवत नव्हते. रागाने त्यांच्या मुठी वळत होत्या. ओठ दाबले जात होते. मने पेटून उठली होती. याचा सूड घ्यायला हवा होता. पण काय? याचे उत्तर लगेचच्या लगेच त्यांना सापडत नव्हते. त्याच धगधगत्या विचाराने ते सभेतून बाहेर आले आणि दलाच्या खोलीच्या दिशेने जाऊ लागले.

***

सभा संपवून लालाजी घरी आले आणि त्यांनी अंथरूण धरले. भाषणाच्या वेळीच त्यांच्या अंगात चांगलाच ताप होता; तरीही त्यांनी भाषण केले होते. सरकारविरुद्धचा सारा संताप, चीड त्वेषाने व्यक्त केली होती. सकाळची निदर्शने त्यात लागलेले ऊन, लाठीहल्ला, त्याने निर्माण झालेला संताप, पुन्हा सभेतील संतप्त भाषण ही सारी दगदग त्यांना सहन झाली नाही. आधीच वृद्धावस्था, त्यात झालेले जबरदस्त शारीरिक आणि मानसिक आघात! त्यामुळे दिवसेंदिवस तब्येत खालावत चालली. औषधोपचार सुरू होते; पण थकलेले शरीर आणि दुखावलेले मन त्याला साथ देत नव्हते.

१७ नोव्हेंबर तारीख उजाडली. सूर्योदय झाला तो अंधार निर्माण करण्यासाठीच! लालाजींच्या हृदयाचे स्पंदन मंद होत चालले. आता आणखी काही काळ... भोवतालच्या लोकांच्या मुखावर काळजीची कृष्णछाया पसरली. घड्याळाचे काटे पुढे सरकत होते आणि एका क्षणी ते मंद मंद स्पंदन करणारे हृदय बंद पडले. सारे संपले! पंजाबचा पोलादी पुरुष अनंतात विलीन झाला. मृत्यूची वार्ता साऱ्या शहरभर वणव्यासारखी पसरली. साऱ्या शहरावर शोककळा पसरली. सर्वांचे चेहरे म्लान झाले. सूर्य आकाशात वरवर चढत होता पण त्याच्या वाढत्या प्रखर प्रकाशातही सगळ्यांच्या भोवती अंधार दाटला होता.

कोर्ट स्ट्रीटवरील त्यांच्या निवासस्थानी हजारो लोक जमा झाले. अंत्यदर्शनासाठी लोकांची रीघ लागली. शाळा-कॉलेजे बंद झाली. त्यामुळे शेकडो तरुण अंत्यदर्शनासाठी त्यांच्या निवासस्थानी जमा झाले. शहरातही कडकडीत हरताळ पडला. लोकांना आवरण्यासाठी शहरभर गोऱ्या सैनिकांचा पहारा बसला.

दुपारी एक वाजण्याच्या सुमारास अंत्ययात्रा निघाली. यात्रेच्या अग्रभागी असंख्य विद्यार्थी शोकाकुल मनाने चालत होते. मागे अनेक स्त्रियाही अश्रू ढाळीत संथपणे जात होत्या. अंत्ययात्रेत सर्व धर्मांचे गुरूही सहभागी झाले होते आणि सर्वपक्षीय नेतेही उपस्थित होते. संथगतीने यात्रा पुढे सरकत होती. अनारकली, लाहोरी गेट, पापडमंडी, शहाआलमी बझार, हिरामंडी या भागातून ती जात होती. लोक रस्त्यावर दुतर्फा उभे होते. घराची छपरे, गॅलऱ्या शोकाकुल लोकांनी भरून गेल्या होत्या. शवावर फुलांचा वर्षाव होत होता. यात्रा हिरामंडीत आली त्यावेळी तिच्यात दीड लाखाहून अधिक लोक सहभागी झालेले होते. संध्याकाळी पाच साडेपाचच्या सुमारास यात्रा गावाबाहेर रावी नदीच्या तीरावर पोहोचली.

चिता रचली गेली. त्यावर त्यांचा देह ठेवला होता. अनेक नेत्यांची लालाजींच्या गुणगौरवपर भाषणे झाली. सारेच वक्ते सरकारच्या अमानुष लाठीहल्ल्याचा निषेध करत होते. अविनाशचंद्र बाली थोडेच बोलले, पण आगीच्या ठिणगीसारखे! त्यांनी संतापून सांगितले, 'खून का बदला खून से लिया जाएगा!' अशा भाषणांनी तरुण प्रक्षुब्ध होत होते. त्यांच्या मुठी वळत होत्या.

देशबंधू चित्तरंजन दास यांच्या पत्नी वासंतीदेवी बोलायला उभ्या राहिल्या. त्यांना शोक, संताप अनावर झाला होता. त्यांनी भावपूर्ण आवाजात बोलायला सुरुवात केली; पण नंतर त्यांचा आवाज चांगलाच तापला. आवाजाला चांगलीच धार आली. एवढा प्रचंड जनसमुदाय पण त्यांचा प्रत्येक शब्द, प्रत्येक वाक्य आपल्या हृदयकुपीत साठवून ठेवू लागला. कमालीची शांतता पसरली होती. त्या बोलत होत्या,

> ''माझ्या देशातील तीस कोटी लोकांच्या आवडत्या नेत्यावर ब्रिटिश सरकारने हात टाकावा... हे धाडस त्यांनी करावं ही आम्हाला शरमेची गोष्ट आहे. लाजिरवाणी गोष्ट आहे. त्यांनी केलेल्या या घोर अपमानाच्या जाणिवेने माझ्या अंगाचा नुसता थरकाप होतो आहे. आमच्या देशातील सळसळणाऱ्या रक्ताचे युवक नाहीसे झाले की काय? आमचा सारा पराक्रम इतिहासजमा झाला की काय? आमची अस्मिता संपली की काय?
>
> बोला, लालाजींची चिता थंड होण्यापूर्वीच देशातील कोणी तरुण लालाजींच्या खुनाचा बदला घेणार आहे किंवा नाही?''

चिंगारीसारखे ते शब्द अनेकांची मने पेटवून गेले. प्रतिशोधाची ठिणगी टाकून गेले. थोड्याच वेळात चिता धडधडली. रसरसलेल्या लाल-पिवळ्या ज्वाळा आकाशाच्या दिशेने झेपावल्या. दमल्या भागल्या, श्रांत झालेल्या त्या वृद्ध महापुरुषाला त्या चिरविश्रांती देत होत्या. सुखदेव, भगतसिंग, यशपाल, धन्वंतरी हे सारे तरुण तेथे उपस्थित होते. सर्वांची मने क्षुब्ध झाली होती. सूर्यनेही लालाजींचा निरोप घेतला आणि मग जनसमुदाय पांगला. शोकाकुल अवस्थेत शिसं भरल्या पायांनी आपल्या घरी गेला.

रावीचे तीर रिकामे झाले तरी भगतसिंग आणि काही तरुण चितेपाशीच थांबणार होते. तिचे रक्षण करण्यासाठी!

रात्र वाढत होती. रावीचा प्रवाह संथपणे वाहत होता. वाऱ्याचा जोर थोडासा वाढला होता. चितेच्या आगीचा लालसर प्रकाश तेथल्या थोड्याशा भागावर पडला होता. रसरसते निखारे अपमानाचे शल्य प्रज्वलित करत होते. शोकाकुल अवस्थेत ते तिघे-चौघे जण बसले होते. कोणीच कोणाशी बोलत नव्हते. आणि

बोलणार तरी काय? जो तो आपल्याच विचारात गर्क झाला होता. चिता विझत होती आणि त्यांची मने पेटून उठली होती. त्या विझत्या चितेला साक्षी ठेवूनच ते मनोमनी संकल्प करत होते - लालाजींच्यावर झालेल्या अत्याचाराच्या सूडाचा! त्यांच्या झालेल्या अपमानाच्या बदल्याचा! आणि देशाच्या अस्मितेचा, पराक्रमाचा शत्रूला प्रत्यय देण्याचा!!

•••

१२

सकाळी ११ वाजण्याची वेळ होती. सुखदेवराज सायकलवरून कॉलेजला जात होता. तेवढ्यात सुखदेवाची नजर त्याच्यावर गेली. त्याने सुखदेवराजला हाक मारली. त्याची हाक ऐकून त्याने सायकल थांबवली. मागे वळून पाहिले आणि तो सुखदेव, रणजित यांच्याजवळ आला.

सुखदेव म्हणाला, ''भगवतीभाईंकडून पाचशे रुपये आणून देशील? फार गरज आहे.''

''अरे, हे मला सांगण्यापेक्षा तू त्यांच्याकडे जाऊन, त्यांच्याजवळच का नाही मागत?''

''नाही. भगवतीभाई सीआयडीचा माणूस आहे. आम्ही त्याच्या घरी नाही जाणार.''

''वाऽऽ! काय न्याय आहे. त्यांना सीआयडीचा माणूस म्हणायचं आणि त्यांच्याचकडे पैसे मागायचे? हा विक्षिप्तपणाच नाही का? अरे, त्यांच्यासारख्या देशप्रेमी माणसाला कोणाच्या तरी सांगण्यावरून तू सीआयडीचा माणूस म्हणतोस? तुला त्यांच्या वागण्यात कधी फरक जाणवला का? तू कधी त्याची शहानिशा केलीस का? उगीचच खोटा प्रचार करून एखाद्याला बदनाम करणं चांगलं नाही. मी हे खपवून घेणार नाही. समजलास..''

''म्हणजे तू हे काम करणार नाहीस तर?''

"नाही....!"

त्याचे ते स्पष्ट बोलणे ऐकून इतका वेळ गप्प बसलेला रणजित म्हणाला, "सुखदेव, जाऊ दे ना... याला पैसेबिसे आणायला काही सांगू नकोस. अरे हा पक्का त्याचा माणूस आहे."

गेल्या कित्येक दिवसांपासून क्रांतिदलात भगवतीचरणांना सीआयडीचा माणूस म्हणून ओळखले जात होते. कर्णोपकर्णी ही बातमी सगळ्या पंजाबात पसरली होती; एवढेच नव्हे तर युक्तप्रांतात, बंगालमध्येही मूळ धरू लागली होती. कोणी यावर शंका प्रदर्शित करून 'कशावरून हे खरं आहे?' असे विचारलेच तर त्याला, 'अगदी विश्वासातल्या माणसाकडून समजलंय' एवढेच मोघम उत्तर मिळायचे आणि 'कोणाला सांगू नकोस हं!' असेही सांगितले जायचे. तोही अगदी गुप्त बातमी म्हणून आपल्या इतर मित्रांना सांगायचा. याचे सूत्रधार होते जयचंद्र विद्यालंकार!

कित्येकदा राईचा पर्वत करून एखाद्याची फजिती करायची, त्याची संघटनेत छीः थूः होईल, त्याच्यावर कोणाचाही विश्वास राहणार नाही अशी परिस्थिती निर्माण करायची हा क्रांतिकारकांना एक शापच होता. त्याचेच हे उदाहरण!!

जयचंद्रजी त्या वेळी पंजाबच्या दलाचे नेते होते. काकोरी कटातील क्रांतिकारकांना सोडवायची योजना आखली जात होती. पैशांची आवश्यकता होतीच. पैसे गोळा केले जात होते. सुशीलादीदी त्यावेळी भगवतीभाईंकडेच राहत होत्या, त्यांच्याकडेही मदत मागितली.

त्या म्हणाल्या, "माझ्याजवळ पैसे कोठून असणार? पण या सोन्याच्या दोन बांगड्या आहेत. त्या देते. त्या मोडून त्याचे येणारे पैसे घ्या. येतील दोन-एकशे रुपये!"

असे ठरले की, भगवतीभाईंनी त्या बांगड्या विकायच्या, पैसे दलाला द्यायचे. त्यांनी त्याचे वजन केले आणि विकायचे ठरवत होते तोच जयचंद्रांकडून निरोप आला, 'बांगड्या विकल्या नसतील तर विकू नका, फक्त वजन करून किंमत किती येते आहे ते बघा.'

भगवतीभाईंना आश्चर्य वाटले. त्यांनी कारण विचारले, उत्तर मिळाले, "जयचंद्रांच्या भाचीचे लग्न आहे. ते बांगड्या घेऊन दलाला पैसे देतील. म्हणजे त्यांना घडणावळ द्यावी लागणार नाही."

ते ऐकून त्यांना वाईटही वाटले आणि त्या प्रवृत्तीचा संतापही आला. कृतनिश्चयाने ते म्हणाले, ''मी असं मुळीच करणार नाही. सुशीलादीदी जर बांगड्यांशिवाय राहू शकते तर जयचंद्रांच्या भाचीला राहायला काय हरकत आहे? शिवाय, बांगड्यांसाठी लागणारी रक्कमही जयचंद्रांनी दलाला दिली पाहिजे.''

या छोट्याशा गोष्टीवरून जयचंद्र चिडले. भगवतीभाईंना दलातून उखडून टाकण्याचे प्रयत्न सुरू झाले. काही लोकांनी या प्रचाराला त्यांना साथ दिली आणि हा विषारी, घाणेरडा प्रचार सर्व दूर पसरला. एक देशभक्त दुसऱ्याकडे संशयाने पाहू लागला. दलातील वातावरण बिघडले. दूध नासावे तसे नासले!

सुखदेवराजला हे माहीत होते त्यामुळेच त्या दोघांच्या शब्दशरांनी तो घायाळ झाला. व्यथित झाला. कॉलेजला जायचा विचार सोडून दिला आणि ते तडक भगवतीभाईंच्या घरी आले. झाला प्रकार शब्दशः त्यांना सांगितला. सगळ्या गोष्टी त्यांनी शांतपणे ऐकून घेतल्या. क्षणभर ते विचारात पडले नि मग गंभीर होऊन म्हणाले, ''तू पैसे नेऊन देणार नाहीस, असं सांगितलंस ते मला नाही पटलं! हे बघ, झालं ते झालं! मी पैसे आणून देतो तू तेवढे त्यांना नेऊन दे.''

''काय? मी पैसे नेऊन देऊ?''

''हो.''

''वाऽऽ! काय अजब आहे, ते तुम्हाला सीआयडीचा माणूस समजात आणि तुमच्याकडे पैसे मागतात? मला नाही पटत..''

''तुला नाही कळणार... भगतसिंगला पैसे पोहोचवणं आवश्यक आहे.''

''का... का आवश्यक आहे?'' गोंधळून जाऊन पण थोड्याशा रागानेच सुखदेवराजने विचारले.

''राज, भगतला वेळेवर पैसे मिळाले नाहीत तर त्याची अवस्था कदाचित अशफाकसारखी होईल आणि क्षुल्लक चुकीमुळे आपण भगतसारख्या साथीला गमावून बसू!'' थोडावेळ थांबून त्यांनी एक दीर्घ निःश्वास टाकला नि ते म्हणाले, ''राज, एक लक्षात ठेव, राष्ट्रहिताच्या आड व्यक्तिगत हेवेदावे, मत्सर, स्वार्थ हे काहीही येता कामा नये. व्यक्ती ही राष्ट्रापेक्षा मोठी नसते तर राष्ट्र व्यक्तीपेक्षा मोठं असतं. राज, माझ्याबद्दल तो काय म्हणतो, विचार करतो हे महत्त्वाचं नसून राष्ट्रासाठी तो काय करतो आहे, करणार आहे हे अधिक महत्त्वाचं आहे.''

ते बोलायचे पुन्हा थांबले. भूतकाळात गेल्यासारखे झाले नि भावार्द्र आवाजात पुढे म्हणाले, ''फरारी असताना अशफाक माझ्याकडे यायचा विचार करत होता. माझ्याकडून पैसे घेऊन तो काबुलला जाणार होता पण मी सीआयडीचा माणूस आहे असं कोणीतरी त्याला सांगितलं. त्यानंही सावधानतेसाठी त्यावर विश्वास ठेवला आणि बिचारा माझ्यापाशी आलाच नाही. कुठे कुठे उपाशीतापाशी फिरत होता कोण जाणे? शेवटी दिल्लीला गेला. पोलिसांच्या हाती सापडला आणि साऱ्या योजना मनातल्या मनात विरून गेल्या. कोणत्याही परिस्थितीत भगतची स्थिती अशफाकसारखी होता कामा नये. राज, मी पैसे देतो; तेवढे भगतला नेऊन दे.''

भगवतीचरण सुखदेवराजला समजावून सांगत होते पण काही उपयोग होत नव्हता. तो भगवतीचरणांना मनापासून गुरू मानत होता, साहजिकच त्यांच्या विरुद्ध काही बोललेले त्याला रुचत नव्हते. तो सहन करू शकत नव्हता. त्यातून हा अपप्रचार आहे, त्याचे कारण काय आहे हे त्याला माहीत होते. सुखदेव ज्या पद्धतीने त्याच्याशी बोलला ती पद्धतही त्याला आवडली नव्हती. शिवाय एवढे हक्काने काम सांगावे असा प्रेमाचा, मैत्रीचा अधिकारही त्याने कधी मिळवला नव्हता. हे पैसे रणजितने मागितले असते तर कदाचित सुखदेवराज आपल्या निर्णयाशी एवढा ठाम राहिलाही नसता.

रणजितच्या स्नेहामुळे त्याचा निर्णय विरघळूनही गेला असता. त्यामुळे तो नम्रपणे पण तरीही निश्चयाने म्हणाला, ''भाई, कृपा करून मला आग्रह करू नका. मला नाही जमणार ते.''

''ठीक आहे. जशी तुझी मर्जी! पण राज, नंतर आपली चूक आपल्याला कळली तर पश्चात्तापाशिवाय आपल्या हाती काही राहणार नाही बघ!''

भगवतीचरण उदास झाले त्यांचा चेहरा चिंताक्रांत दिसत होता. त्यांनी दुर्गाभाभींना हाक मारली. कपाटातून हजार रुपये काढले. त्यांच्याजवळ देत म्हणाले, ''दुर्गा, भगत किंवा त्याच्याकडून कोणी आले आणि पैसे मागितले तर हे त्याला दे. त्याला फार गरज आहे.''

सुखदेवराज हे सारे पाहत होता भगवतीभाईंचे आकाशासारखे विशाल हृदय आणि देशप्रेमाने ओथंबलेले उदात्त मन पाहून तो भारावून गेला. काय बोलावे, काय करावे हेच त्याला सुचेना. त्याचे डोळे भरून आले! अंत:करण सद्‌गदित

झाले. शब्द मुके झाले नि शब्दाविना डोळ्यांनीच दोघांचा निरोप घेऊन तो तेथून बाहेर पडला.

***

''तुम्हाला आझादांना भेटायचं आहे ना?'' सुखदेवने राजाराम शास्त्रींना विचारले. काशी विद्यापीठाची 'शास्त्री' ही पदवी प्राप्त करून ते लाहोरला आले होते. तेथेच द्वारकादास ग्रंथालयात काम करत होते. काम करता करताच भगतसिंग, सुखदेव, यशपाल, भगवतीचरण यांच्याशी त्यांची ओळख झाली. क्रांतिकार्यात रस घेत असल्याने सुखदेवला त्यांनी विचारले, ''आझाद इथं आले आहेत ना?''

''हो.''

''मी जरूर भेटेन. अरे, ते माझे जुने मित्र आहेत. काशी विद्यापीठात असल्यापासून! खूप वर्षांत गाठ नाही. आता भेटणार असतील तर भाग्यच म्हणायचं!''

त्याने सांगितल्याप्रमाणे राजाराम शास्त्री रस्त्यावरील पदपथावरून जाऊ लागले. समोरून आलेल्या आझादांना त्यांनी ओळखले. ते जवळ येताच त्यांनी दिशा बदलली. ते त्यांच्या बरोबर जाऊ लागले. आझादांनी ओळखून म्हटले, ''ठीक है, मैं समझ गया! चले चलो।''

जाता जाता पोलीस चौकी लागली. ते डीएव्ही कॉलेजजवळ आले. नंतर फिरत कॉलेजच्या पिछाडीला गेले. तेथे गेल्यावर शास्त्रीजींनी विचारले, ''पोलीस तुमच्या पाळतीवर आहेत आणि तुम्ही तर मृत्यूला आव्हान देत पोलिसचौकीसमोरून फिरत असता, हे कितपत योग्य आहे?''

आझाद हसले. मनापासून हसले नि म्हणाले, ''शास्त्रीजी, पोलीस समजत असतील की मी पकडला जाण्याच्या भीतीने एखाद्या खेडेगावात, एखाद्या शेतकऱ्याकडे लपून बसलेला असेल. त्याच्या डोक्यात थोडंच येणार की, हा आझाद पोलीस चौकीसमोरून बिनधास्त फिरत असेल. हे असंच चालतं. घाबरण्याचं काही कारण नाही.''

भटकंती सुरूच होती. बराच वेळ फिरल्यानंतर ते एका बागेत आले. झाडाखाली बसून बऱ्याच दिवसांच्या राहिलेल्या गप्पा सुरू झाल्या. थोड्या वेळ्यानंतर राजाराम शास्त्रींनी विचारले, ''पंडितजी, तुम्ही क्रांतिकार्य करत

असताना अनेक ठिकाणी फिरत असता. पोलीस सतत मागे लागलेले. राजरोस कोठेही फिरता येत नाही आणि तरीही फिरावं तर लागतं. या धावपळीच्या, अस्थिर जीवनात तुम्हाला तुमच्या आईची आठवण येत नाही का?''

तो प्रश्न ऐकताच आझादांचा चेहरा एकदम बदलला. डोळे भरून आले. कंठ दाटून आला. शब्द गळ्यातच गोठून गेले. काही वेळ ते गप्प बसले. एक शब्दही बोलले नाहीत.

भावनांना आवर घालीत मग ते म्हणाले, ''भाई, हेच तर माझ्या जीवनातलं सगळ्यात मोठं दुर्दैव आहे. मला जेव्हा आईची आठवण येईल तेव्हा मी लपून-छपून आईला भेटायला नक्की जाईन, हे पोलिसांना माहिती आहे. त्या वेळी मला पकडण्याची संधी पोलिसांना मिळू नये म्हणून मी आईला भेटायलाच जात नाही. माझ्या मातृप्रेमामुळे मी पकडला गेलो, तर आपल्या दलाचे किती नुकसान होईल... नाही सांगता येणार...''

एक आवंढा गिळून ते पुढे म्हणाले, ''जेव्हा मी आईच्या आठवणीने व्याकूळ होतो, तेव्हा मी माझं डोकं जमिनीवर टेकवतो. तिची मानसपूजा करतो. तिला नमस्कार करून म्हणतो, 'आई, मी तुला विसरलो नाही ग! पण मी तुझ्यापर्यंत पोहोचू शकत नाही. मला क्षमा कर.' अश्रूंना वाट मोकळी करून देऊन दु:खी मनाचं सांत्वन करतो.''

ते पुन्हा गप्प झाले. पाझरत्या डोळ्यांनी धरतीकडे पाहू लागले. राजाराम शास्त्र्यांचे मनही भरून आले. त्यांनी विषय बदलला. थोड्या वेळाने दोघेही उठले आणि बागेबाहेर पडले.

***

'खरं काय नि खोटं काय? विश्वास तरी कोणावर ठेवायचा? आपला माणूस म्हणून नि:शंकपणे ज्याच्या खांद्यावर विश्वासाने मान ठेवावी त्यानेच केसाने गळा कापावा?... खरंच भगवतीभाई सीआयडीचा माणूस असेल?'

आणि असला तर... याचा अर्थ आज इतके दिवस आम्ही सरकारच्या हस्तकाच्या तालावर कळसूत्री बाहुलीप्रमाणे नाचत होतो... तसा तो असणं अशक्यही वाटत नाही. रशियन राज्यक्रांतीच्या वेळी नाही का, क्रांतिकारकांना शोधून शोधून पकडून देण्यासाठी झारची माणसंच त्याच्या विरुद्ध कारस्थान रचायची? तसंच काही नसेल ना? एका माणसामुळे आज सारी संघटना

विसकटून जायची वेळ आली आहे.. आणि असं किती दिवस चालणार.... दलात एखादा विचार मांडावा, एखादी योजना मांडावी की जयचंद्र लगेच आपल्या ओठावर बोट ठेवून सांगतात, 'हां... जपून हं! भगवतीचरणला कळेल...' आणि पुन्हा गाडी तिथंच. गतीच मिळत नाही! एका माणसामुळे दलाचं काम महिनोनमहिने ठप्प होणार असेल, तर दलाच्या हितासाठी त्याला संपवायलाच हवं... व्यक्तिगत मैत्री दलाच्या हिताआड येता कामा नये...

...पण खरंच तो सीआयडीचा माणूस असेल का? का कोणी हितशत्रू मुद्दामच असा प्रचार करत असतील? पण जयचंद्रजीच स्वतः सांगतात... का त्यांचाच काही स्वार्थी हेतू...? भगवतीभाईंचे काम, त्याची वाढणारी लोकप्रियता हे तर त्यांना सलत नसेल? का आणखी काही कारण...

भगवतीभाईच्या वागण्याबोलण्यावरून तर तसं मुळीच वाटत नाही.

'आपुलकीने वागणं... आत्मीयतेने बोलणं... गंगाजलाच्या पावित्र्याची जाणीव होते. मन तसं मानायला तयारच होत नाही... आतला आवाज आक्रंदून सांगतो... इतर म्हणतात म्हणून तूही म्हणतोस? कशावरून? काही पुरावा... तू काही पाहिलंस? आणि तरीही...'

भगतसिंग खोलीत अस्वस्थपणे फेऱ्या मारत होता. स्वत:वरच चिडत होता. मध्येच आपल्याच तळहातावर दुसऱ्या हाताची मूठ आपटत होता. विचारांचा ताण असह्य होत होता. एवढ्यात यशपाल दार ढकलून आता आला. त्याला येरझारा घालताना पाहून त्याने विचारले, ''कसला एवढा विचार करतो आहेस?''

''विचार...? या विचारांनी मेंदू पोखरून टाकलाय अगदी!''

''कोणत्या ते तर सांगशील?''

''यश, सच बता दे, वह कम्बख्त सीआयडी का आदमी है या नहीं सगळे लोक म्हणतात... मी तरी नाही कसं म्हणू? कदाचित त्यांच्याकडे काही पुरावा असेलही.''

''तू पाहिलास? तू तिथं नेहमी जातोस. हसतोस खिदळतोस... खातोस पितोस... आणि तुला खरं काय हे अजमावून नाही पाहता येत? किती दिवस या ताणाखाली काढणार? एक गोळी घातली की काम संपेल आणि ताणही!''

''रणजित, असं काही करशील तर जबाबदारी तुझी!''

एक दीर्घ श्वास घेऊन भगतसिंग गप्प झाला. तेवढ्यात सुखदेव आत आला.

त्यालाही काय चाललंय ते समजले. तो म्हणाला, "भगवती के इस झगडे का फैसला करना ही होगा। कसा?"

"राज हे बघ, तू त्याच्याकडे नेहमी जातोसच. उद्या रणजित भगवतीला घेऊन सांड्याला जाईल. तू त्याच्या घरी जायचं आणि सगळ्या कागदपत्रांची झडती घ्यायची. किंवा अन्य कोणत्या मार्गाने पत्ता लावता आला तर लावायचा; पण शंकेला मुळीच जागा ठेवायची नाही. काय निर्णय असेल तो उद्या लागला पाहिजे. समजलास?"

दुसऱ्या दिवशी यशपाल ठरल्याप्रमाणे भगवतीचरणांकडे गेला. दार बंद होते. कडी वाजवली.

माडीवरच्या खिडकीतून दुर्गाभाभींनी विचारले, "कोण आहे?"

"मी... भगवतीभाई आहेत?"

"बाहेर गेले आहेत. जेवायच्या वेळेपर्यंत येतील."

त्यांनी खाली येऊन दार उघडले. बसायला सांगितले.

"भाभी, तब्येत जरा बरी नाही. हा काढा उकळून, तयार करायचा आहे."

"तुम्ही बसा. मी स्वयंपाक करते आहे. तो झाला की ठेवीन चुलीवर..."

"औषधं कुटायलाही लागतील."

"ठीक आहे."

भाभी वरती जाताच यशपालने माडीवरच्या दरवाजाला हलकेच खिटी लावली आणि चाहूल घेत कामाला सुरुवात केली. कपाटातली एक-एक वस्तू, एक एक कागद बारकाईने पाहायला सुरुवात केली. कुठेही कुलपं नव्हती. एक-दोन कुलपं होती पण ती उघडीच होती. बरेच कागद मिळाले.

काही कागदांवर 'भारतीय क्रांती आंदोलनाच्या इतिहासाची' भूमिका लिहिली होती. त्यावरील पहिले वाक्य होते,

Rebellion is the Birth Right of every slave nation.

(बंड करणे हा प्रत्येक गुलाम राष्ट्राचा जन्मसिद्धहक्क आहे.)

काही कागदांवर पंजाबमधील 'गदरपार्टी'च्या संदर्भातील प्रशंसात्मक मजकूर होता. शेजारच्या खोलीत कपड्यांच्या ट्रंका होत्या. त्या पाहिल्या. न्हाणीघर, बंब ठेवायची जागा अगदी इंधन साठवण्याच्या खोलीपर्यंत बारकाईने पाहिले पण आक्षेपार्ह काहीही मिळाले नाही. आता पाहिलेल्या कित्येक कागदांवरचा मजकूर

तर भगवतीभाईंनीच यशपालला वाचून दाखवला होता. तो सीआयडीचा माणूस आहे अशी शंका येण्यापुरतेही काही सापडले नव्हते.

जवळ-जवळ तासभर पाहणी चालली होती. जिन्यात पावलांचा आवाज ऐकताच यशपालने खिटी उघडली. दुर्गाभाभींनी गरम काढा आणला होता. तो यशपालने घेतला. काम झाले होते.

मग तो म्हणाला, ''भाभी, भाई काही लवकर येतील असे दिसत नाही. निघतो मी. पुन्हा येईन...''

संध्याकाळी रणजित, सुखदेव दोघेही खोलीवर आले होते. यशपालने घडलेला सारा वृत्तांत सांगितला. सुखदेवाच्या मनातले सगळे मळभ गेले आहे; असे दिसले नाही; पण रणजितचा चेहरा उजळला होता. त्याच्या अंतर्मनाची साक्ष खरी ठरल्याचा प्रत्यय त्याच्या मुखावरून दिसत होता. मनावरचे ओझे उतरले होते. ताण नाहीसा झाला होता. हलक्या झालेल्या मनात येऊन गेले, 'दोन दिवसांपूर्वी सुखदेवराजशी बोलताना आपली थोडी चूकच झाली...!'

•••

१३

बँकेवरील दरोड्याची योजना फसली असली तरी दुसरी 'ॲक्शन' आकार घेऊ लागली होती. लालाजींच्या मृत्यूचा प्रतिशोध घेण्याची योजना आखली जात होती. खलबते सुरू होती. भगतसिंग, आझाद, राजगुरू, शिव वर्मा, सुखदेव आणि इतरही काही साथी लाहोरलाच होते. या योजनेसाठी राजगुरूंना तेथेच ठेवून घेण्यात आले होते. आझादांनी विजयकुमारांना सांगून भगवानदासांनाही लाहोरला आणले होते. ७ डिसेंबरला तेही लाहोरला आले.

लाहोरचेच साथी हंसराज वोहरा आणि जयगोपाळ हे दोघेही विचारविनियम करण्यासाठी मजंग हाऊसमध्ये अधूनमधून येत होते. हंसराज हा श्रीमंत कुळातला; दिसायला रूपवान, सुंदर, हुशार कॉलेज-तरुण होता. भगतसिंगच्या प्रेमातला होता. विश्वासू साथी होता. या दिवशीही कॉलेजमधून जाताना तो तेथे आला.

१० डिसेंबर १९२८ची रात्र!!

मोझँगमधील घरात दलाचे सगळे सभासद जमले होते. लालाजींच्या मृत्यूला तीन आठवडे उलटून गेले होते. अजून त्यांच्या मृत्यूचा सूड घेतला गेला नव्हता. अपमानाचा बदला घेतला गेला नव्हता. अनेकांच्या डोक्यात बरेच दिवस हा विचार खदखदत होता, त्याला मूर्तरूप यायचे होते. त्यासाठीच दलाची आजची बैठक होती.

सगळे जमलेत असे पाहून भगतसिंगाने बोलायला सुरुवात केली, ''भाईयों! आपल्या सर्वांच्या मनात धगधगत असणारा विचारच मी या बैठकीत मांडतो आहे आणि तो म्हणजे लालाजींच्या मृत्यूचा बदला! लालाजींचा मृत्यू म्हणजे राष्ट्राचा अपमान! आपल्या या कृतीला दुहेरी अधिष्ठान आहे. एक तर हा प्रतिशोध घेऊन आपण राजकर्त्यांना दाखवून दिले पाहिजे की, आमच्या नेत्याचा अपमान सहन करणारे आम्ही भ्याड, नादान लोक नव्हेत. आणि दुसरं म्हणजे, ज्यांनी हे भ्याड, नीच कृत्य केलं त्यांना शासन! त्यामुळेच राष्ट्राच्या अपमानाचा प्रतिशोध आणि त्याचबरोबर राज्यकर्त्यांना शासन अशा दुहेरी भूमिकेतून आपल्याला हे कार्य करायचे आहे. सगळ्यांची तयारी आहे ना?''

सगळ्यांनी संमती द्यायचा प्रश्नच नव्हता. प्रत्येकाच्या अंत:करणात उसळणाऱ्या लाव्हारसाचेच ते शब्दरूप होते. तीव्र भावनांचाच तो हुंकार होता!!

जयगोपाळनेही संमती दिली आणि विचारले, ''रणजित, हा सूड घ्यायचा हे नक्की. पण मनात एक शंका मात्र येते.''

''बोल. 'ॲक्शन'च्या आधी शंकानिरसन व्हायलाच हवं. बोल...''

''अरे, लालाजींच्या ध्येयधोरणावर आपण टीका करत होतो. तू तर त्यांना 'लॉस्ट लीडर' म्हणून म्हणत होता. निवडणुकीच्या वेळी तशी पत्रकं तू वाटली होतीस; आणि आता त्यांच्यासाठी प्राण पणाला लावायचे म्हणजे जरा विचित्रच नाही कां? तुला नाही तसं वाटत?''

''तुझी शंका अगदी बरोबर आहे. वरकरणी पाहिलं तर काहींना हे विचित्रच वाटेल. पण दोस्त, मला मात्र यात विचित्र वाटत नाही. अरे, या दोन्ही गोष्टी भिन्न आहेत. यांचा संबंध काय?''

''का संबंध का नाही?''

''तूच विचार कर. म्हणजे तुझ्या लक्षात येईल. त्यांचे आमचे जरूर मतभेद होते. तरी ते आमच्या राष्ट्राचे नेते आहेत. आमच्या पूज्य पिताजींसारखे आहेत. अशा स्थितीत त्यांचा अपमान तो आमचा, आमच्या देशाचा अपमान नाही का? आपल्या घरगुती गोष्टींचा विचार कर ना! वडील आणि मुलात मतभेद असले तरी बाहेरच्या कोणी जर त्यांचा अपमान केला, मारले तर मुलगा गप्प बसेल? त्याचा सूड घेतला नाही तर मुलाला ते लांच्छनास्पद होणार नाही का? मला वाटतं इथंही तीच गोष्ट नाही का?''

‘‘खरं आहे. पटलं मला. हा विचारच माझ्या मनात आला नाही बघ. आपण सरकारच्या या कृत्याचा सूड घेतलाच पाहिजे.’’

जयगोपाळचे समाधान झालेले पाहून रणजितने पुन्हा विचारले, ‘‘आता आणखी कोणाच्या मनात शंका नाही ना? असेल तर विचारा.’’

सर्वांनी नकार दिला. आता प्रश्न होता सूड घ्यायचा तो कसा?

पंडितजी म्हणाले, ‘‘हे पहा, सूड घ्यायचा म्हणजे नेमकं काय करायचं हे ठरवलं पाहिजे.’’

‘‘स्कॉटला ठार मारायचा.’’ सर्वांनी एकदम उत्तर दिले.

‘‘ठीक आहे. स्कॉटला मारायचा म्हणजे त्याच्या हालचालीचा बारीकसारीक तपशील आपल्याला कळला पाहिजे. एक लक्षात ठेवा, आपल्या या माहितीवरच पुढचं सगळं यश अवलंबून आहे. म्हणून हे काम जोखमीचं आणि अत्यंत जबाबदारीचं आहे.’’

‘‘ही जबाबदारी मी घेतो. त्याच्या हालचालींची सगळी तपशीलवार माहिती मी काढून आणतो.’’ पुढे सरसावत जयगोपाळने सांगितले.

‘‘बरं...! आता महत्त्वाचा प्रश्न म्हणजे....’’

‘‘त्याला गोळी कोणी घालायची, हाच ना? मीच स्कॉटला गोळी घालणार.’’ नेहमीच्या उतावीळपणाने रघुनाथने सांगितले.

रघुनाथ दलातला निष्णात नेमबाज असल्याने पंडितजींनी लगेच संमती दिली. आणि म्हणाले, ‘‘रणजित, रघुनाथच्या मदतीला आपण दोघे राहू.’’

‘‘ठीक. रघुनाथ गोळी घालेल, पण त्यातून तो निसटला तर?’’

‘‘माझ्या हातून निसटणं कसं शक्य आहे?’’ आत्मविश्वासाने रघुनाथ म्हणाला.

‘‘हे बघ रघुनाथ, तुझ्या नेमाबद्दल मला खात्री आहे. खरं म्हणजे, तू एखाद्यावर नेम धरल्यावर तो निसटणं शक्य नाही.’’

रघुनाथला समजावत पंडितजी पुढे म्हणाले, ‘‘पण तरीही योजना आखताना आपण सगळ्या गोष्टींचा बारकाईने विचार केला पाहिजे. त्यात त्रुटी राहता कामा नये. योजना सर्व तपशिलानुसार परिपूर्ण असेल तर यश मिळवणं सोपं जातं! समजा, गोळी मारताना काही कारणाने अपयश आले तर पर्यायी योजना तयार पाहिजे. कोणत्याही परिस्थितीत स्कॉट त्या दिवशी सुटता कामा नये. तुझी गोळी

लागली नाही, तर रणजित गोळी घालेल. त्यातूनही तो निसटून जाऊ लागला तर एक सायकल तयार ठेवलेली असेल. रणजित त्याचा पाठलाग करून त्याला गोळी घालेल.''

पंडितजी क्षणभर थांबले नि थोडा विचार करून पुन्हा म्हणाले, ''गोळ्या घालून तुम्ही निघून जाताना तुमचा जर कोणी पाठलाग केला तर त्याला अडवून धरण्याचे काम मी करीन. माझं मॉवजर तयार आहेच. आणखीही एक गोष्ट करावी लागणार आहे...''

''कोणती?'' रणजितने विचारले.

''पाठलाग करताना जर पोलीस चौकीतले तीन-चार पोलीस असतील तर त्यांना चिमट्यात पकडण्यासाठी मागच्या एका बाजूने सुखदेव आणि विजयकुमारने यावे आणि दुसऱ्या बाजूने कैलाशने आणि आणखी कोणीतरी यावे..''

''पंडितजी, ही योजना समजली. पण 'अॅक्शन' करायची केव्हा?''

''आज १० तारीख आहे. तीन-चार दिवस आपल्याला माहिती काढायला, इतर तयारीला लागतील. मलाही अॅक्शनच्या जागेचे निरीक्षण करून, काही गोष्टी ठरवून तुम्हाला सविस्तर सूचना द्याव्या लागतील...''

ते ऐकून रणजित म्हणाला, ''पंडितजी, १५ तारीख ठरवली तर?''

''ठीक आहे.''

योजना ठरली. विचारविनिमयात रात्र किती झाली होती हे कोणालाच कळले नव्हते. कंदिलाच्या मंद प्रकाशातही एका आगळ्या निश्चयाची प्रभा साऱ्यांच्या मुखावर पसरली होती आणि मने उजळून निघाली होती.

***

''रणजित, रघुनाथ, माझ्याबरोबर चला.''

''कुठं?'' रघुनाथने विचारले.

''ज्यादा लुकलुक करू नकोस...चल सांगितलं. चलायचं!''

तिघांनी सायकली घेतल्या. तिघेही लाहोर शहराच्या बाहेरच्या भागात आले. अनेक शिक्षण संस्थांचा आणि जिल्हा न्यायालयाचा हा परिसर! स्कॉटचे कार्यालयही याच भागात होते. डीएव्ही कॉलेजच्या वसतिगृहात त्यांनी सायकली ठेवल्या आणि ते पायीच बाहेर पडले. पटांगणातून बाहेर पडल्यावर समोरच

स्कॉटचे कार्यालय दिसत होते. जयगोपाळने दिलेल्या माहितीच्या आधारे त्यांनी त्या भागाचे बारकाईने निरीक्षण केले. त्यानंतरही त्यांनी त्या संपूर्ण भागाचे दोन-तीन वेळा निरीक्षण केले. ॲक्शनची जागा ठरवली. साथींनी कोठे उभे राहायचे, 'ॲक्शन' करून कसे निसटायचे या सगळ्या गोष्टी पंडितजींनी मनाशी पक्क्या केल्या. दलाच्या बैठकीत सगळ्यांना योजना समजावून सांगितली. तपशीलवार सूचना दिल्या.

१५ तारीख उजाडली!

जयगोपाळ आपल्या कामगिरीवर गेला. आज हंसराजही कॉलेजमध्ये गेला नव्हता. दुपार झाली. मनावरचा ताण वाढत होता. सर्व जण वेगवेगळ्या वेळेला बाहेर पडले. वाटाही वेगवेगळ्या पण चारच्या सुमारास सारे आपापल्या जागी हजर झाले. खाणाखुणा झाल्या. ताण वाढत होता. एक एक क्षण युगासारखा वाटत होता. प्रत्येक जण इशाऱ्याची वाट पाहत होता. घड्याळाचे काटे पुढे सरकत होते. आणि... आणि कळलं की स्कॉट त्या दिवशी कार्यालयात आलाच नाही! नाइलाजाने आणि निराशेने सगळे जण खोलीवर परत आले.

ते परत आले, तेव्हा त्यांनी तांबड्या लाल रक्तासारख्या अक्षरांत लिहिलेली हिंदुस्थान सोशॅलिस्ट रिपब्लिकन आर्मीची नोटीस लटकलेली पाहिली. त्यावर लिहिले होते-

Scott is Dead! Lalaji is avenged!

(स्कॉट मेला आहे. लालाजींच्या मृत्यूचा सूड घेतला आहे!)

खोलीवर राहिलेल्या साथींना स्कॉट आज नक्की मारला जाणार याचा केवढा विश्वास होता! केवढी खात्री होती!

१६ तारीख आली आणि तशीच गेली!!

१७ डिसेंबर १९२८!!

दुपारी बारा-साडेबाराची वेळ. जयगोपाळ धावतच आला. धावण्यामुळे त्याला चांगलाच दम लागला होता, तरीही त्याचा चेहरा मात्र आनंदाने फुलला होता. कधी खोलीत शिरतो आहे आणि पंडितजींना बातमी सांगतो आहे, असे त्याला झाले. खोलीत शिरताच त्याने हाक मारली,

"पंडितजी..."

"काय रे? धावत आलास... दम बघ किती लागला आहे. काही विशेष?"

"विशेषच... आज स्कॉटच्या कार्यालयात एक इंग्रज पोलीस अधिकारी जाताना पाहिला."

"अरे, पण तो होता कोण?"

त्याच्या कार्यालयात गेला तेव्हा तो स्कॉटच असणार! घाईघाईने लगेच सांगायला आलो.

ते ऐकताच खोलीत एकदम चैतन्य सळसळले. सारे आनंदाने वेडावले. उत्साहाने नाचू लागले. शेवटी पंडितजी म्हणाले, "अरे आनंद साजरा करायला अजून वेळ आहे. काम अजून व्हायचे आहे." पुढचा सगळा वेळ कल्पनेच्या साम्राज्यात दंग होण्यात कसा संपला हे कोणालाच कळले नाही. दुपारचे दोन वाजले. पंडितजींनी सर्वांना शस्त्रे दिली. रणजितला भरलेले एक ॲटोमॅटिक पिस्तूल दिले. रघुनाथला एक रिव्हॉल्वर, स्वतः आपले आवडते मॉवजर घेतले. काडतुसांचे आणखी एक मॅगझिन घेतले. 'ॲक्शन'वर जाणाऱ्या सगळ्यांना पुन्हा एकदा आयत्यावेळच्या महत्त्वाच्या सूचना दिल्या. तयारी झाली. सगळे निघाले."

जयगोपाळ आपल्या कामगिरीवर गेला. डीएव्ही कॉलेजच्या वसतिगृहाचे पटांगण स्कॉटच्या कार्यालयासमोरच संपत होते. स्कॉटचे कार्यालय स्पष्ट, व्यवस्थित दिसेल अशी जागा शोधून तो तिथे बसून राहिला. रणजित, रघुनाथ दोघे कॉलेजच्या वसतिगृहाच्या फाटकातून निघून त्या कार्यालयाच्या फाटकाच्या कुसवाच्या आड दबा धरून बसले.

पंडितजींनी आपली सायकल पटांगणाच्या भिंतीला लावून तिच्या शेजारी ते सावधतेने उभे राहिले. खिशात भरलेली शस्त्रे होती. त्यावर हात ठेवला होता. सगळे आल्याच्या खाणाखुणा झाल्या. आता प्रतीक्षा...! स्कॉट कार्यालयातून बाहेर पडण्याची प्रतीक्षा...!! प्रतीक्षा म्हणजे एकेका क्षणाला युगासारखी लांबवणारी घडी! सारे जण जीव मुठीत धरून सावजाची वाट पाहत होते. क्षणाक्षणाने मनावरचा ताण वाढतच होता.

किती वेळ वाट पाहायची? ती प्रतीक्षा नि त्यामुळे वाढणारा ताण रघुनाथला असह्य होऊ लागला. तो अस्वस्थ झाला. रस्त्याच्याच पलीकडे पंडितजी उभे होते. त्याने खूण करून विचारले, "पंडितजी, इथे किती वेळ थांबणार? मी आत जातो आणि काम फत्ते करून येतो. म्हणत असाल तर खरंच आत जाऊन

स्कॉटलाच काय पण आणखीही एक दोघांना मारून येईन.'' पण सिंहाच्या गुहेत जाऊन तो सुरक्षित परत येईल का? त्यांना साथी गमवायचा नव्हता. सगळ्या गोष्टी योजनेप्रमाणेच व्हायला हव्या होत्या. त्यांनी स्पष्ट नकार दिला. रघुनाथ मनातून हिरमुसला पण क्षणभरच! मनातल्या दुसऱ्या विचाराने त्याला लगेच सावध केले.

''आपण बेसावध असतानाच स्कॉट आला तर? रणजित गोळी घालील ना! आपली संधी जाईल... कायमची!'' त्याची शस्त्रावरची मूठ अधिकच घट्ट झाली.

आता चार वाजत आले होते. ऊन अजूनही रणरणत होते. सगळे वातावरण रखरखीत, रुक्ष होते. रस्त्यावर वर्दळ जवळजवळ नव्हतीच. एखाद-दुसरा माणूस दूरवर दिसत होता. घड्याळाचा काटा सेकंदागणिक पुढे सरकत होता.

इतक्यात समोरच्या कार्यालयात हालचाल जाणवली. आधीपासूनच सावध असणारा जयगोपाळ आणखी सावरून बसला. कार्यालयाकडे एकटक पाहू लागला. बारकाईने निरखू लागला.

एक इंग्रज पोलीस अधिकारी बाहेर पडला. त्याच्या पाठोपाठ एक तरुण शीख माणूस बाहेर पडला. उंच्यापुऱ्या आणि दणकट असणाऱ्या त्या माणसाकडे पाहून जयगोपाळच्या मनात आले, 'हा त्याचा शरीरसंरक्षक असावा.' अधिकारी रुबाबात कार्यालयाच्या बाहेर पडला. मोटारसायकलीपाशी येऊन ती सुरू केली. तो शीख मागे बसला. गाडीने थोडासा वेग घेतला. ती निघाली आणि जयगोपाळने खूण केली. त्यालाच स्कॉट समजून!!

खूण पाहताच दोघांनी आपली पिस्तुले रोखली. लक्ष फाटकाकडे लागले. फटफटीचा आवाज झाला. वाढला. ती फाटकात आली. रणजितने त्याला पाहिले आणि जयगोपाळची चूक त्याच्या लक्षात आली. तो स्कॉट नव्हता, सॉंडर्स होता! रघुनाथही दबा धरून होता. फटफटी फाटकाच्या दारात येताच ते पुढे झेपावले.

तोच रणजितचे शब्द त्यांच्या कानावर आले, ''अरे, यह वह नहीं मालूम होता है''

त्यांना वाटले, तो म्हणतो आहे, ''अरे, याला इतक्यात मारू नकोस, जरा पुढे येऊ दे.'' त्या निर्णायक क्षणीही त्यांच्या मनात आले, 'म्हणजे ही शिकार

त्याला करायची आहे तर? वा बच्चमजी... अशी संधी मी सोडीन होय... शक्यच नाही ते!' रणजितचे शब्द पूर्ण व्हायच्या आतच रघुनाथने पुढे झेप घेतली. रिव्हॉल्वर सॉंडर्सवर रोखले आणि चाप ओढलासुद्धा! गोळी सुटली. डोक्यातून आरपार गेली. तो खाली कोसळला आणि मोटारसायकल अंगावर! रक्ताच्या थारोळ्यात तो मरून पडला. रघुनाथच्या त्या थक्क करणाऱ्या लक्ष्यवेधाने पंडितजी खूश झाले. रणजितच्या मुखावर हास्य उमलले. तो पुढे सरसावलेला होताच. सॉंडर्स मेला आहे किंवा नाही याची कसलीच शंका राहू नये म्हणून त्याने आणखी गोळ्या झाडल्या. एक नाही.... दोन नाहीत... चांगल्या आठ! त्याच्या देहाची अगदी चाळणी झाली. काम संपले. धूर ओकणारे पिस्तूल घेऊन दोघेही डीएव्ही कॉलेजच्या आवाराकडे धावत सुटले.

गोळीबाराच्या धक्क्यातून तो शीख सावरला. त्याचे नाव छननसिंग! सॉंडर्स खाली कोसळताच, 'साहेब मारा गयाऽऽ' असे ओरडतच तो त्या दोघांचा पाठलाग करू लागला.

कॉलेजच्या पटांगणाच्या जवळ एका झाडाच्या आडोशाला आझाद उभे होते. रणजित, रघुनाथ धावत असतानाच रघुनाथ थबकला. दोन-चार पावले मागे जाऊन, काहीतरी उचलून पुन्हा धावू लागला. पंडितजींनी ते पाहिले आणि रागाने म्हणाले, ''अबे तू उल्टा किधर मरने गया था?'' काहीच न बोलता रणजितकडून खाली पडलेले रिकामे मॅगझिन त्यांना दाखवले. त्याच्या त्या अचाट धैर्याचा त्यांना खूप अभिमान वाटला, पण तो भावावेग आवरून ते त्याला म्हणाले, ''गिर गई तो गिर जाने दो'' रघुनाथ पुन्हा पळू लागला.

छननसिंग त्याचा पाठलाग करू लागला होता. पंडितजींनी ते पाहिले. आपले मॉवजर त्याच्यावर रोखून म्हणाले, ''खबरदार! पीछे हटो! अगर एक कदम भी आगे आया तो मौत के घाट उतार दिये जाओगे!''

त्या धमकीचा काहीही उपयोग झाला नाही. तो थांबला नाही नि मागेही फिरला नाही. रणजित सगळ्यात पुढे पळत होता. त्याच्या मागे रघुनाथ आणि त्याच्याही मागे छननसिंग! तिघांची जणू शर्यत लागली होती. पळता पळता छननसिंगने आपला वेग वाढवला. त्याने रघुनाथला मागे टाकले. त्याने असे का केले कोणास ठाऊक? तो पुढे पळत राहिला. रणजितला त्याने आपले लक्ष्य बनवले.

जिवाच्या आकांताने चाललेली मोठी विचित्र शर्यत होती ती! जणू जीवन आणि मरण यांचा पाठशिवणीचा खेळ! रणजितला आपला पाठलाग होतो आहे हे कळले आहे. तोही एका तगड्या शिखाकडून! त्यामुळे तो जोराने पळतो आहे. छननसिंगआपली सगळी शक्ती पणाला लावून त्याला पकडण्याची शर्थ करतो आहे आणि त्यावेळी छननसिंगला पकडून रणजितला वाचवण्याची शिकस्त करतो आहे रघुनाथ! कोण जिंकणार?

आपले सगळे सामर्थ्य पणाला लावून छननसिंग पळत होता. क्षणाक्षणाला तो रणजितच्या जवळ जात होता. दोघातील अंतर कमी कमी होत होते. रणजित त्याच्या अगदी टप्प्यात आला. त्याला पकडण्यासाठी त्याने आपले हात पुढे केले आणि तेवढ्यात एक गोळी सूं...सूं करत आली. त्याच्या मांडीत घुसून बाहेर पडली. रक्ताची धार जमिनीवर सांडू लागली. तरीही तो धावत होता. जखमेची तमा न बाळगता! तो थांबत नव्हता. रणजितला पकडणार तोच आणखी एक गोळी आली. तशाच वेगाने! त्याच्या पोटात घुसली आणि किंकाळी फोडीतच तो धाडकन खाली कोसळला.

रणजितने क्षणभर मागे वळून पाहिले. ओळखले, ही किमया केवळ पंडितजींचीच! कारण तीन माणसे जिवाच्या आकांताने अशी पळत असताना, पाठशिवणीचा खेळ सुरू असताना आपल्या शत्रूलाच केवळ टिपून मारणे हे त्यांनाच शक्य होते. ते सामर्थ्य फक्त त्यांच्याचकडे होते!!

रणजितने ज्या गोळ्या सॉंडर्सवर झाडल्या, त्यांचा आवाज ऐकून फर्न नावाचा एक ट्रॅफिक इन्स्पेक्टर बाहेर आला. त्याने सारा प्रकार पाहिला. तो बंदूक आणण्यासाठी आत गेला पण बंदूक मिळाली नाही. तो तसाच परत आला आणि त्या दोघांचा पाठलाग करू लागला. त्याचा पळण्याचा वेग विलक्षण होता. फर्न रघुनाथच्या अगदी जवळ आला. ते त्याच्या लक्षात येताच तो पळायचा थांबला. पिस्तुलाने नेम धरून चाप ओढला पण गोळी उडालीच नाही. ते जाम झाले होते. प्रसंग बाका होता. त्याने फर्नकडे पाहिले.

पिस्तूल खिशात टाकले आणि सरळ त्याच्या अंगावर झेप घेतली. रघुनाथचे कमावलेले आणि आखाड्यात कुस्त्या खेळलेले शरीर! त्याने फर्नला सरळ उचलले आणि दाणकन खाली आपटले. अनपेक्षित झालेल्या हल्ल्याने आणि जोरात आपटल्याने त्याच्या डोळ्यांसमोर काजवेच चमकायला लागले. तरीही

तो सावरून उठला. पाहिले. रघुनाथ निसटून दूर गेला होता. तो पुन्हा उठला. पाठलाग करू लागला. रणजितने हे पाहिले. त्याने गोळी झाडली. नेम चुकला तरी त्या आवाजाने तो पुन्हा एकदा कोसळला. जिवाच्या भीतीने. मग तो पुन्हा उठलाच नाही. पाठलाग संपला होता.

तिघेही डीएव्ही कॉलेजच्या आवारात आले. जिथे सायकली लावल्या होत्या तिथे. पाहिले तर सायकली नव्हत्या. निसटायचं कसं? पुन्हा अडचण! इतक्यात जयगोपाळ सायकलीवरून आला. पंडितजींनी त्याचीच सायकल घेतली. रघुनाथला त्यावर बसवले आणि त्यांनी सायकल वेगाने पिटाळली. रणजितनेही रस्त्यावरची कोणाचीतरी सायकल घेतली. थोड्यावेळाने सायकली मजंग हाऊसच्या आवारात थांबल्या.

ॲक्शन यशस्वी होताच सुखदेव, विजयकुमार, भगवानदास यांना निरोप गेले. आता कोणीही थांबण्याचे वा रेंगाळण्याचे कारण उरले नव्हते. सारेच तेथून निसटले. वेगवेगळ्या वाटांनी, कोणालाही कसलाही संशय येणार नाही अशा रीतीने एक एक तळावर पोहोचले.

कृतकृत्य झाल्याचा एक आगळा आनंद सगळ्यांच्याच मुखावरून ओसंडत होता.

***

"रघुनाथ... रघुनाथ... अरे, आज मला इतका आनंद झालाय की मला वाटतंय मीच सॉंडर्सला मारलंय! तुला अगदी कुठे ठेवू नि कुठे नको असं होऊन गेलंय बघ...."

ॲक्शन उरकून तळावर परत येताच कैलाशने रघुनाथला कडकडून मिठी मारली. त्याच्या एकाच गोळीवर काम फत्ते झाल्याची वार्ता सगळ्यांना समजली होती, त्यामुळे सगळेच त्याच्याकडे कौतुकाने पाहत होते. कैलाशला मात्र आपल्या भावनांवर ताबा ठेवता आला नाही. रघुनाथला आनंदाने उचलत तो पुढे म्हणाला, "दोस्त, तुला घेऊन खोलीभर नाचावसं वाटतं... आनंदाने गावंस वाटतं!"

"जाऊ दे रे!"

खाली उतरत नि त्याच्या मिठीतून स्वतःला सोडवून घेत रघुनाथ शांतपणे म्हणाला. त्याचा तो आनंदरहित चेहरा पाहून कैलाशला आश्चर्यच वाटले.

''कमाल आहे तुझी. अरे, एवढा जग हादरवणारा पराक्रम केलास आणि तरीही तुला काहीच आनंद झाला नाही?''

''नाही कसा? पण कैलाश खरं सांगू, मनाला एक रुखरुख लागून राहिली आहे बघ...''

''कसली रे?''

''भैय्या, आज माझा नेम बरोबर बसलाच नाही...''

''कायऽऽ! थट्टा करतोस होय रे माझी?''

''नाही रे, अगदी खरं तेच सांगतो आहे.''

''एका गोळीत साहेबाला मारलंस. अगदी वर्मी गोळी घातलीस आणि तरीही असं म्हणतोस? सगळ्यांनाच अशी नेमबाजी साधत नाही.''

''कैलाश, मी नेम धरला होता छातीवर आणि गोळी लागली डोक्यावर! आता तूच सांग, हा काय नेम झाला?''

कैलाश ऐकतच राहिला. त्याला वाटलं, 'यशाच्या आणि आनंदाच्या परमोच्च क्षणी इतका प्रामाणिकपणा असतो जगात? किती नितळ मनाचा आहे हा! एखादा असता तर आपल्या नेमबाजीचा डांगोरा पिटला असता. आनंदाने नाचत सगळ्यांना सांगत सुटला असता... पण हे सत्य त्याने कधीच कुणालाही सांगितलं नसतं.'

त्याला काय वाटलं कोणास ठाऊक, तो म्हणाला, ''रघुनाथ, तुझा नेम असा चुकायचा नाही... बघू तुझं पिस्तूल!'' कैलाशने पिस्तूल घेतले. त्यात बाकी असणारी काडतुसे बाहेर काढली. ती नीट बघून तो म्हणाला,

''रघुनाथ, अरे काडतुसं आणि बोर एकाच नंबरची नाहीत. ती सैल बसतात, म्हणून हा घोटाळा झाला. जाऊ दे. आपलं काम तर झालं ना?''

''कैलाश, नशीब बलवत्तर म्हणून काम झालं... पहिल्या वेळीही गोळी उडाली नसती तर... माझ्याच बाबतीत असं का होतं हे कळत नाही बघ! आता तूच बघ ना, रणजितने मोठं ॲटोमॅटिक पिस्तूल, पंडितजींनी मॉवजर घेतलं. मला मात्र हे पिटपिटं पिस्तूल आणि ही सैल बसणारी काडतुसं! अरे, निदान अशा महत्त्वाच्या कामाच्या वेळी तरी चांगलं पिस्तूल द्यायचं की नाही? पण नाही... रणजित त्यांचा अधिक लाडका ना? रणजित कहता है 'वाटर' तो सब उसे मान लेते है। और मैं कहता हूँ 'पानी' तो उसकी तरफ कोई ध्यान भी नहीं देता। जाऊ देत... असंच चालत आलंय नि पुढंही हे असंच चालायचं...''

निराश मनाने रघुनाथ म्हणाला. कैलाशने त्याला बराच वेळ समजावले. मग जरा कुठे तो मोकळा झाला. बोलू लागला. थोडा वेळ गेला आणि पुन्हा तो गप्प झाला. भूतकाळात हरवल्यासारखा! आश्चर्य वाटून कैलाशने पुन्हा विचारले, ''काय रे, आता काय झाले? पुन्हा चेहरा असा उदास का?''

''नीट विचार केलास तर तूही उदास होशील.''

''कशासाठी?''

''अरे, आज मी साँडर्सला मारलं... त्याला रक्ताच्या थारोळ्यात कोसळताना पाहिलं; पण भैय्या, बडा सुंदर नौजवान था वह! त्याच्या घरी जेव्हा ही बातमी कळेल तेव्हा तिथं आकाश कोसळेल. त्याची बायको-मुलं आक्रोश करतील. तो आक्रोश माझ्या डोळ्यांसमोर दिसतोय... त्याचं दुःख होतंय....''

कैलाश थक्क होऊन त्याच्याकडे पाहतच राहिला. या पिस्तुलाखाली एवढे कोमल अंतःकरण विसावले असेल याची त्याला कल्पनाही नव्हती. तो मातेच्या ममतेने हळुवार बनला होता. मानवतेच्या विचाराने भावविव्हल झाला होता. त्याला आधार द्यायला हवा होता. धीर देण्यासाठी तो म्हणाला,

''रघुनाथ, अरे क्रांतिकारकाने एवढं कोमल राहून कसं चालेल? आणि तू जे केलंस ते स्वतःसाठी थोडंच केलंस? जे केलंस ते देशासाठी!'' देशासाठी, स्वातंत्र्यासाठी पूर्वी महाराणा प्रताप यांनी, शिवाजीमहाराजांनी अनेक शत्रूंना ठार मारलं नाही का? तेव्हा तू मुळीच मनाला लावून घेऊ नकोस.''

''देशासाठी जरी हे केलं तरी माणसाला मारल्याचं काही एक दुःख वाटतंच ना? ते शल्य मनात खुपत राहतं बघ...''

''रघुनाथ ऽऽ ए रघुनाथ!''

पंडितजी हाका मारीतच खोलीत आले. त्यांनी पाहिलं, तो कैलाशशी बोलत होता. ते तसेच पुढे गेले.

त्याच्या पाठीवर शाबासकी देत म्हणाले, ''रघुनाथ, छान काम केलंस बघ तू आज!''

पंडितजींची शाबासकी मिळाल्यावर खरं म्हणजे त्याने खुलून जायचं; पण अजून त्याचा मूड लागतच नव्हता. तारा जुळतच नव्हत्या. संवादी सूर यावेत कसे? पंडितजींना पाहताच त्यांच्या बद्दलची नाराजीचीही त्यात भर पडली, त्याच स्थितीत तो म्हणाला, ''आम्ही काय चांगलं काम करणार? ते तुमच्या

रणजितकडे. आमच्या वाट्याला आपली बोलणी... तुम्हीच सांगा, रणजितने मेलेल्या माणसावर एक-दोन नाही, आठ गोळ्या झाडल्या; काही कारण होतं? आठ काडतुसं बेकार खराब केली पण त्याला तुम्ही बोलणार नाही, कारण तो तुमचा लाडका ना!''

पंडितजी मनापासून हसले. मनाशी म्हणाले, 'अजून दुपारची आठवण विसरलेला दिसत नाही. उगाच रागावतो. वेडा पोर! केवढा पराक्रम केलाय आज पण त्याचा काही आनंद आहे का? इथं बसला आहे रुसून! समजूत काढली पाहिजे.'

त्याला समजावत मग ते म्हणाले, ''रघुनाथ, अरे तू का माझा नावडता आहेस? उलट तुझ्याप्रमाणे विश्वासू, प्रामाणिक, सहनशील साथी शोधूनसुद्धा सापडायचा नाही, असं मी सगळ्यांना सांगत असतो. तुझा मला अभिमान वाटतो. पण कित्येकवेळा तुझा अतिउत्साह नडतो बघ! त्या भरात असा काही धांदरटपणा करतोस की बोलावंच लागतं! आणि तेही तुझ्या हितासाठी! तुझ्या सुरक्षिततेसाठी! आणि वेड्या, ते बोलणं मनापासून नसत, वरवरचं असतं!''

त्यांनी रघुनाथच्या पाठीवरून मायेने हात फिरवला. त्या प्रेमळ स्पर्शात अनेक भावना दाटल्या होत्या. त्या स्पर्शाने तो सुखावला. नाराजी वितळू लागली.

हात फिरवता-फिरवता ते पुढे म्हणाले, ''जाऊ दे भाई! असा रागावू नकोस. तुला असं पाहून मला बरं वाटेल का? आज आपण खूप मोठा विजय मिळवला आहे. तू खूप मोठा पराक्रम केला आहेस. अगदी जग हादरविणारा! आता हा सुतकी चेहरा टाकून हास बघू!!''

आता रघुनाथने वर पाहिले. पंडितजींकडे! त्या डोळ्यांत निर्मळता होती. मातेची ममता होती. चंद्राने आपल्या सहस्त्र रश्मींमधून अमृताचे सिंचन करावे तसे त्यांच्या नेत्रांतून स्निग्धतेच्या लहरी झिरपताहेत असे त्याला वाटू लागले. रघुनाथची कळी खुलली. ओठ विलग झाले. तो हसला आणि भावावेग असह्य होऊन त्यांच्या खांद्यावर मान टाकून तो रडू लागला. पंडितजींनीही त्याला जवळ घेतले. त्याच्या पाठीवर हलकेच थोपटू लागले. कैलाशचे डोळेही पाणावले. हे सारे भावनाट्य तो अनुभवत होता. दोन महान क्रांतिकारकांच्या मनाचे पापुद्रे उकलण्याचा प्रयत्न करत होता.

जयगोपाळ आत आला आणि ते पाहून पुतळ्यासारखा उभाच राहिला.

मग स्वत:ला सावरून तो म्हणाला, ''पंडितजी!''

''का रे?''

''तुम्हाला खूप शोधलं... काम होतं...''

''काय?''

''संध्याकाळच्या जेवणाचं काय? सकाळपासून सगळेच उपाशी आहेत. खरंच, या खटाटोपात जेवणाचं भानच राहिलं नाही.''

त्यांनी खिशात हात घातला. तो रिकामा होता. ते खिन्नपणे हसले. 'एवढा मोठा पराक्रम करून आलेल्या मुलांना खायला द्यायला आपल्याजवळ काहीही नसावं? दिवसभर उपाशी राहून, संध्याकाळच्या विवंचनेने त्यांना आपल्यापाशी यावं लागावं? हृदय दु:खाने भरून गेले.'

मनाला संयमाचा बांध घालीत ते म्हणाले, ''असं कर... रणजितकडे जा आणि...''

''त्याच्याकडूनच आलोय. त्याच्याकडे काही नाही म्हणून तर त्याने तुमच्याकडे पाठवले.''

''मग... तुझ्या मित्राकडे बघ ना पाच-दहा रुपये मिळाले तर....''

आत्तापर्यंत अनेक मित्रांकडे उधार-उसनवारी केली होती. आता कोणाकडे पैसे मागावेत याचा विचार करतच तो तेथून बाहेर पडला. बरीच पायपीट केल्यावर बन्सीलाल नावाचा त्याचा एक मित्र प्रसन्न झाला. त्याने दहा रुपये दिले. त्यामुळे तरी या देशभक्त मुलांची त्या रात्रीची खाण्यापिण्याची सोय झाली. रात्रीची सोय झाली पण उद्या? हा 'उद्या' कसा उगवणार होता कोणास ठाऊक! त्या वेड्या देशभक्तांनी 'उद्या'ची चिंता कधी केलीच नव्हती.

***

सॉंडर्सच्या वधाची वार्ता वाऱ्यासारखी शहरभर पसरली आणि लोक आनंदाने वेडावले. अंगावर रोमांच उभे राहिले. 'लालाजींच्या अपमानाचा सूड घेतला? कोणी?' लोक आश्चर्याने एकमेकांना विचारत राहिले.

आणि दुसऱ्या दिवशी गुलाबी कागदावर लाल शाईने लिहिलेली पत्रके लाहोर शहरात झळकली-

हिंदुस्थान समाजवादी प्रजातंत्र सेना

इन्कलाब जिन्दाबाद! क्रांती चिरायू होवो!!

जे. पी. साँडर्सच्या वधाने लाला लजपतरायांच्या हत्येचा बदला घेतला गेला आहे.

जे. पी. साँडर्ससारख्या एका सामान्य पोलीस ऑफिसरच्या नीच हातांनी, देशाच्या तीस कोटी लोकांच्या एका आदरणीय नेत्यावर हल्ला करून त्यांचे प्राण घेतले, ही किती दुःखद घटना आहे. राष्ट्राचा हा अपमान हिंदुस्थानातील नवयुवकांना आणि मर्दांना एक आव्हान होते.

आज जगातील लोकांना दिसलं की हिंदुस्थानीतील जनता चैतन्यहीन नाही. निष्प्राण नाही. त्यांच्या रक्तातील लहरी थंड झालेल्या नाहीत. ते आपल्या राष्ट्राच्या सन्मानासाठी आपल्या प्राणांची बाजी लावू शकतात; आणि देशातील नेते ज्यांची सतत निंदा करतात, अपमान करतात त्याच युवकांनी हे दाखवून दिले आहे.

एका मनुष्याची हत्या आम्हाला करावी लागली याचं आम्हाला दुःख होतं. परंतु आम्ही ज्याची हत्या केली तो माणूस एका निर्दयी, नीच आणि अन्यायी राज्यव्यवस्थेचं अंग होता की, जिचा नाश करणं आवश्यकच आहे. या माणसाचा जो वध करण्यात आला आहे तो हिंदुस्थानातील ब्रिटिश राजसत्तेचा प्रतिनिधी या नात्याने करण्यात आला आहे. ब्रिटिश सरकार हे जगातील सर्वांत अधिक अत्याचारी सरकार आहे.

माणसाचं रक्त सांडावं लागलं याचा आम्हाला खेद होतो, परंतु क्रांतीच्या स्थंडिलावर रक्ताचा अभिषेक करणं अनिवार्य होऊन बसतं. मनुष्याच्या द्वारा मनुष्याच्या होणाऱ्या शोषणाचा अन्त करणारी क्रांती घडविणे, हेच आमचे ध्येय आहे.

इन्कलाब जिन्दाबाद!!

१८ डिसेंबर १९२८

ह. बलराज,

हिं. स. प्र. से.

या पत्रकांनी प्रचंड खळबळ उडाली. सरकार चक्रावून गेले. एवढी सुरक्षाव्यवस्था असताना इंग्रज पोलीस ऑफिसरचा दिवसाढवळ्या वध होतो आणि तोही ऑफिसपासून केवळ पन्नास-साठ फुटांवर? सरकार कमालीचे चिडले, संतापले. लाहोरभर ठिकठिकाणी पहारे बसले. धरपकडी सुरू झाल्या. 'नौजवान भारत सभा' आणि 'स्टुडंट्स युनियन' या संघटनांच्या अनेक सदस्यांच्या घराच्या झडत्या घेण्यात आल्या. अनेकांना अटक झाली. शहरातले सारे वातावरणच बदलून गेले.

क्रांतिकारकांचे लाहोरमधील काम संपले होते.

आझाद आपल्या खोलीत बसून विचार करत होते. आता इथून, या यमदूतांच्या पहाऱ्यातून सगळ्यांना सुरक्षित बाहेर काढायचे कसे? अनेक कल्पना मनात येत होत्या. कित्येक शक्याशक्यतेच्या निकषावर मनातच विरून जात होत्या. त्या विचारांनी त्यांना अस्वस्थ केले होते. प्रकाशकिरण अजून दिसत नव्हता. अजून मार्ग सापडत नव्हता.

***

''पंडितजी, तुम्ही इथे आहात होय?''

''का रे?''

''तुमच्याशीच बोलायचं होतं.''

भगतसिंग आणि विजय पंडितजींना शोधत आले होते. सॉंडर्सचा वध झाला होता. लालाजींच्या अपमानाचा बदला घेतल्याची पत्रके लाहोर शहरभर झळकत होती. इथले काम संपले होते. आता इथून सहीसलामत निसटणे आवश्यक होते. त्यासाठी काही एक योजना मांडायची होती.

''पंडितजी, आतापर्यंत सारं ठीक झालं; पण आता इथून निसटणं अवघड आहे. शहरात ठिकठिकाणी पोलिसांचे पहारे आहेत. अपराध्यांना पकडण्यासाठी त्यांची गल्लीबोळातून धावपळ चालली आहे. त्यांचा ससेमिरा चुकवून ही पोलादी बेडी तोडून बाहेर पडणं म्हणजे भगतसिंगाने सुरुवात केली.

''त्याचाच विचार करतो आहे. काहीतरी मार्ग काढलाच पाहिजे.''

''बाकीच्यांना बाहेर जाणं फारसं अवघड आहे असं वाटत नाही, पण रणजितला बाहेर काढणं मात्र अवघड आहे. फर्नवर गोळी चालवताना त्याला तीन- चार शिपायांनी पाहिलं होतं. त्यामुळे या ॲक्शनमध्ये एक शीख आहे

याची पोलिसांना कल्पना आहे. लाहोरचे काही गुप्त पोलिसही त्याला ओळखतात. शिवाय दशहरा बॉम्ब प्रकरणात पोलिसांनी काढलेला त्याचा फोटोही त्यांच्याकडे आहे. तेव्हा....''

''विजय, अरे, आपत्ती आहेतच. त्यातूनच मार्ग काढला पाहिजे ना?''

''पंडितजी, माझ्या डोक्यात एक योजना आहे.'' भगतने सुचविले.

''सांग. विचार करून बघू.''

''मी आता साहेबाचा पोशाख करतो. दाढी काढलेली आहेच. या फेट्याला विश्रांती देतो. केस इंग्रजी पद्धतीने कापून घेतो. डोक्यावर फेल्ट हॅट आणि ओव्हर कोट घालतो म्हणजे कॉलर वर ओढली की चेहरा कमीत कमी दिसेल. बूट मोजे चढवतो...''

क्षणभर थांबून तो पुढे म्हणाला, ''बरं, मी सडाफटिंग आहे असं पोलीस समजतात. जर विवाहित आहे असं भासवून एखादं लहान मूल बरोबर घेतलं तर त्यांच्या नजरेत भरणार नाही आणि जाताना रेल्वेच्या पहिल्या वर्गाने जायचं..''

''ते कशाला?'' पंडितजींनी विचारले.

''क्रांतिकारक दरिद्री! ते काय पहिल्या वर्गाने जाणार? त्यांच्या या मतामुळे त्यांचे या डब्याकडे लक्षही जाणार नाही. शिवाय, रघुनाथला नोकर म्हणून नेले तर त्यालाही लाहोरबाहेर सुरक्षित जाता येईल.''

पंडितजी थोडावेळ विचारात गढून गेले. योजनेचे अनेक पदर त्यांच्या डोळ्यांसमोर येत होते. 'योजना तशी ठीक आहे' असा विचार करून मग ते म्हणाले,

''रणजित, हे ठीक असलं तरी तुझ्याबरोबर पत्नी म्हणून जायला तयार कोण होणार? आणि लहान मुलाचं काय? सद्यस्थितीत हे धाडस करणं इतकं सोपं नाही. जोखीम आहे.''

''त्याचाही विचार केलाय.'' विजयने सांगितले.

''काय?''

''दुर्गाभाभींची मदत घ्यायची.''

''अरे पण... भगवतीवर सीआयडीचा माणूस असल्याचा संशय असताना त्याच्या पत्नीचं साहाय्य...?''

''पंडितजी, संशय आहे तो भगवतीभाईंवर! भाभींवर थोडाच आहे? आणि

भगवतीभाई सध्या कलकत्त्याला आहेत. त्यांना काही समजायच्या आत आपलं काम झालेलंही असेल. दुसरं असं की, यशपालने या गोष्टीची शहानिशा करण्याचा प्रयत्न केला, सगळ्या घराचा शोध घेतला पण संशयास्पद काहीही सापडलं नाही तेव्हा मला तर वाटतं काही हितसंबंध असलेल्या लोकांनी ही अफवा पसरवलेली असावी...''

''रणजित, कोणत्याही व्यक्तीबद्दल संशय असला की क्रांतिकारकाने त्याच्यापासून सावध राहायला पाहिजे, म्हणून सांगितलं.''

''खरं आहे... पण अशी जोखीम काही वेळा पत्करावीच लागते ना? बरं, या योजनेशिवाय दुसरा पर्यायही नाही. तुम्ही म्हणता त्याप्रमाणे यात धोका आहे यात शंकाच नाही; त्यासाठी आपण सुखदेवाला भाभींकडे पाठवू. तो तिथला सारा अंदाज घेईल. पैशांची व्यवस्था बघेल आणि 'सगळं ठीक' असं सांगितलं तर जायला काही हरकत आहे का?''

''नाही.''

पंडितजींची संमती घेऊन दोघेही तेथून बाहेर पडले आणि पुढच्या कामाला लागले.

***

रात्र झाली होती. लपतछपत सुखदेव 'शिवनिवास'पाशी आला. आपल्याला कोणी पाहत नाही ना याची खात्री करून त्याने दारावर हलकेच थाप मारली. थोड्याच वेळात दुर्गाभाभी बाहेर आल्या. दार उघडले. सुखदेव आत येऊन बसला.

थोड थांबून, इकडे तिकडे पाहत, विचारावं का विचारू नये असा विचार करून त्याने एकदम विचारले, ''भाभी, बाहेरगावी जाशील?''

''बाहेरगावी? कुठं? कशासाठी?'' आश्चर्याने त्यांनी विचारले.

''हे बघ, एका गृहस्थांना लाहोरबाहेर सुरक्षित घेऊन जायचे आहे.... त्याची मेमसाहेब होऊन त्याच्याबरोबर जावं लागेल... हां, तसं धोक्याचं काम आहे. एखाद्या वेळी गोळीबारही होऊ शकेल... कदाचित... कदाचित प्राणावरही बेतेल. विचार करून सांग...''

उत्तराच्या अपेक्षेने सुखदेव त्यांच्या चेहऱ्याकडे टक लावून पाहू लागला. क्षण-दोनक्षण शांततेत गेले. विचार करून त्यांनी विचारले, ''पण जायचं कोणाबरोबर?''

''कोणाबरोबर का असेना, तू जाशील का?'' रुक्षतेने त्याने विचारले.

''अरे, हिवाळ्याची सुट्टी संपायला दोन-तीन दिवसच उरलेत म्हणून विचारले. पण तेवढी आवश्यकताच असेल तर जाईन मी!''

''ठीक आहे. मग रात्री तो इथेच राहील.''

''बरं...''

सुखदेव निघून गेला. त्यांनी होकार दिला पण मग मात्र अनेक प्रश्नांनी त्यांना भंडावले. बाहेरगावी जायचं म्हणजे कोठे? किती दूर? कोणाबरोबर? माणूस परिचित आहे की अपरिचित? एखादा अपरिचित असेल तर? छोट्या शचींद्राचे काय करायचे? तिच्याभोवती अनेक प्रश्नांनी फेर धरला. काही सुचेना. बरं, बोलायलाही कोणी नव्हते. एक एक क्षण संपता संपेना. भविष्याचा वेध घेत ती तशीच बसून राहिली.

रात्रीचे दहा वाजून गेले. गुप्तचरांचा पहारा संपला. भगवतीचरण संशयित म्हणून 'शिव-निवास'वर पहारा होता. सकाळी सहा ते रात्री दहापर्यंत! सुखदेवाला याची माहिती असल्याने, तो त्यानंतरच आला. बरोबर एक उंचापुरा तरुण होता. त्याने ओव्हरकोट घातला होता. हिरव्या रंगाची फेल्ट हॅट चेहऱ्यावर बरीच पुढे ओढलेली होती. त्याच्याबरोबर त्याचा नोकरही होता. भाभींनी त्यांना आत घेतले. बसायला सांगितले. त्याही बसल्या, समोर अपरिचित! पाहणार कसं? काही वेळ शांततेतच गेला. आता मात्र दोघांनाही राहावलं नाही. दोघेही हसायला लागले. बुचकळ्यात पडून भाभींनी विचारले,

''हसायला काय झालं रे?''

''अगं, हसू नको तर काय करू? याला ओळखलं नाहीस?''

''आता भाभीने दोघांकडे बघितले नि म्हणाली, ''भगत... तू? आणि हा... हा रघुनाथ? वाऽऽ, काय सोंग करता एक एक... घरच्या माणसांना चटकन ओळख पटणार नाही; मग इतर काय ओळखणार?''

आता मात्र भाभींच्या मनावरचे दडपण नाहीसे झाले. त्यांचा जीव भांड्यात पडला. भगत, रघुनाथ असताना कसली भीती? कोठेही जायला आता त्यांच्या मनाची तयारी झाली. तोच भगत म्हणाला,

''भाभी, शचीलाही घ्यावं लागेल हं!''

''त्याला कशाला? अरे, त्याला आपल्या बरोबर घ्यायचं म्हणजे...

भगतसिंगाने त्यांना सगळी योजना समजावून सांगितली. त्यांनी होकार दिला तरी मन धाकधूक करतच होते. त्या म्हणाल्या, ''अजून जेवणं व्हायची असतील ना? तुम्ही बसा. मी पटकन स्वयंपाक करते. पोटभर जेवा. विश्रांती घ्या. पहाटेच निघू.''

सगळ्यांची आग्रहाने जेवणे झाली. सगळे खालच्या खोलीत झोपले. माडीवरती शचींद्रला कुशीत घेऊन भाभी झोपली. ती शचींद्राच्या अंगावरून वारंवार हात फिरवत होती. घड्याळाचे काटे पुढे सरकत होते. बराच वेळ तिला झोप लागली नव्हती.

भाभी भल्या पहाटेच उठली. सकाळी सहाची कलकत्ता मेल गाठायची होती आणि आज आवरायलाही वेळ लागणार होता. श्रीमंत युवती शोभायला नको? तिने साडीचा गडद रंग टाकला. निळ्या फिकट रंगाची साडी नेसली. केशरचनाही बदलली. डोक्यावरून पदर घेतला. अंगावर भारी शाल घेतली. पायात उंच टाचेचे सँडल्स घातले. ती तयार झाली. तोच सुखदेवाने हाक मारली. भगतसिंगनेही कालचाच पेहराव केला होता. नोकराच्या भूमिकेत रघुनाथ तयार होता.

पहाटेचे पाच वाजले असतील. दिशा उजळल्या होत्या. गुप्त अनुचर घरापाशी यायच्या आधीच सारे बाहेर पडले. चालायला लागल्यावर भगतसिंगाने छोट्या शचींद्राला कडेवर घेतले. चेहरा फारसा दिसणार नाही अशातऱ्हेने! एक हात खिशातील रिव्हॉल्वरवर ठेवला होता. एक रुबाबदार साहेब आपल्या सुंदर पत्नीला आणि गोंडस मुलाला घेऊन रेल्वेस्टेशनवर आला होता. तेथे आल्यावर भगतसिंगाने आपला चेहरा फारसा दिसणार नाही, याची आणखी काळजी घेतली.

कलकत्ता मेल फलाटावर लागलेलीच होती. पहिल्या वर्गात आरक्षणाचा प्रश्न नव्हता. नोकराने त्यांचे सामान पहिल्या वर्गाच्या डब्यात चढवले. त्यांना तिथे बसवून तो तिसऱ्या वर्गाच्या डब्यात जाऊन बसला. गाडी सुटायला अजून थोडा अवकाश होता.

भगतसिंग सावध होता पण भाभी मात्र मनातून घाबरली होती. ''देवा, लवकर सहा वाजू देत आणि गाडी इथून निघू दे'' अशी मनोमन प्रार्थना करत होती. चेहरा शांत ठेवण्याचा प्रयत्न करत होती.

लाहोर स्टेशनवरही पोलिसांचा कडक पहारा होता. प्रत्येक गाडी अगदी बारकाईने तपासली जायची. त्यामुळे डब्याजवळ सतत पोलिसांची, गुप्तचरांची जा-ये असायची. आत डब्यात कोणी शोधक नजरेने पाहू लागले की छाती धडधडू लागायची. काळजाचे पाणी-पाणी व्हायचे; पण काही क्षणात त्यांचे शब्द ऐकायला यायचे,

''अरे, इथं काय शोधतोस? हा फर्स्टक्लासचा डबा आहे. ते शिखाचं पोर इथं थोडंच असणार आहे? दरिद्री पोरं ती.... इथं कशाला येताहेत? त्यापेक्षा थर्डक्लासचा डबा शोधू. मळकट कपडे घालून तिथंच बसला असेल गर्दीत... चल... गाडीची वेळ होत आलीय....''

पोलीस गेले की दोघांचा जीव भांड्यात पडत असे. भगतसिंगाने आपण ओळखू येणार नाही, याची पूर्ण काळजी घेतली होती. तरीही प्रत्येक क्षण हा युगासारखा वाटत होता. मनावरचा ताण वाढतच चालला होता. 'कधी एकदाचे सहा वाजताहेत अन् गाडी सुटतेय' असे होऊन गेले होते.

गाडी सुटायची वेळ झाली होती. फलाटांवर माणसांचा कोलाहल वाढलेला होता. तरीही त्यातून मोठ्या आवाजात रामनामाचा जप कानावर येत होता. आवाज डब्यासमोर आला. भाभीने पाहिले. एक पंड्या थोड्या अंतरावर उभा होता. चांगला धट्टाकट्टा होता. अंगावर रामनाम लिहिलेली शाल होती. भव्य कपाळावर चंदनाचा आणि त्याखाली केशरकस्तुरीचा टिळा होता. मुद्रा प्रसन्न होती. जप मोठ्याने सुरूच होता. तो भाभीकडेच पाहत होता. तिचे लक्ष त्याच्याकडे जाताच त्याने तोंडभरून आशीर्वाद दिला. ते पाहून तशाही स्थितीत तिला हसू आले. मनाशीच म्हणाली, ''कसली ही सोंगं? पोलीस तरी कसे ओळखणार? मी त्यांना असं म्हणते आहे; पण मीही नाही का हे सोंगच घेतलं? करावीच लागतात अशी सोंगं-ढोंगं!''

एवढ्यात गाडीची शिट्टी झाली. भगतसिंग आणि भाभी त्या पंड्याकडे अजूनही पाहतच होते. अनिमिष नेत्रांनी पाहत होते. तो पंड्या...? चंद्रशेखर आझाद होते ते! भगतसिंग, राजगुरू, दुर्गाभाभी सुखरूप लाहोरबाहेर पडताहेत की नाहीत हे पाहण्यासाठी आले होते. गाडी सुटली. साऱ्यांच्याच मनावरचा ताण नाहीसा झाला.

गाडी संथगतीने फलाट सोडून जात होती आणि आझाद दूर गर्दीत मिसळून

लाहोरबाहेर पडणाऱ्या भगतला, दुर्गादेवींना आणि राजगुरूंना आपल्या डोळ्यांत साठवून ठेवत होते.

गाडीने लाहोर स्टेशन सोडले. चांगलाच वेग घेतला. जवळ-जवळ चाळीस तासांचा प्रवास! स्टेशन आलं, गाडी थांबली की, 'आपल्याला कोणी ओळखणार तर नाही ना?' या भीतीने छाती धडधडू लागायची. सावध बसायचे. दिवस सरला. रात्र आली आणि तीही प्रकाशात नाहीशी झाली. दुसरा दिवस उजाडल्यावर लखनौ स्टेशन आले. सगळेच बेफिकिरीने पण सावधतेने खाली उतरले. काही वेळ वेटिंगरूममध्ये थांबले. भगतसिंगाने कलकत्त्याला सुशीलादीदीला तार केली-

Arriving with brother - Durgavati!

गाडी सुटायची वेळ झालेली पाहून राजगुरूंनी त्या दोघांचा निरोप घेतला. काय बोलावे दोघांनाही कळत नव्हते. शब्द अबोल झाले होते. डोळे भरून आले होते. गाडीने शिट्टी दिली. राजगुरूंनी रणजितचा हात भावावेगाने दाबला आणि भारावलेल्या मनाने थोडे दूर जाऊन ते उभे राहिले. गाडी सुरू झाली. डबा दिसेनासा होईपर्यंत ते त्याच्याकडे एकटक पाहत होते.

राजगुरू तेथून कानपूरला आले आणि मग आग्र्याला सुखरूप पोहोचले.

सुशीलादीदींना तार मिळाली. त्यांनी ती भगवतीभाईंना दाखवली पण त्यावरील सही पाहून दोघेही बुचकळ्यात पडले. तरी त्यांनी गाडी येण्याच्या वेळी स्टेशनवर जायचा निर्णय घेतला.

गाडी कलकत्ता स्थानकात शिरली. चाळीस तासांच्या प्रवासानंतर भगतसिंग, दुर्गाभाभी शचीन्द्रासह खाली उतरल्या. सुशीलादीदी, भगवतीचरण यांची भेट झाली. त्यांना पाहताच भगवतीचरणांच्या सगळ्या गोष्टी लक्षात आल्या. दुर्गादेवींच्या खांद्यावर हात ठेवून स्निग्ध नि मधाळ शब्दात ते म्हणाले, ''तुम्हें आज समझा!... आज हम लोगों का सच्चा विवाह हुआ है।''

त्या प्रेमळ शब्दांनी नि मायेच्या स्पर्शाने दुर्गादेवींच्या डोळ्यांतून अश्रू झरू लागले. भगवतीचरणही हेलावले. डोळे पाणावले. ते अनोखे दृश्य पाहून भगतसिंगाच्या डोळ्यांतूनही अश्रू वाहू लागले. त्या अश्रूंतून भगवतीभाईबद्दल असणार मनातल मळभ वाहून जात होती. वाहून गेली होती आणि क्षणार्धातच शुद्ध मनाने, नितळ अंतःकरणाने दोघेही एकमेकांच्या मिठीत सामावले होते.

***

आझाद आपल्या खोलीवर आले. अजूनही काही साथींची लाहोरमधून बाहेर पडण्याची व्यवस्था व्हायची होती. त्यांच्या अनुमतीने विजयकुमारसिंग आणि महावीरसिंग फिरोजपूरला गेले. सुखदेवाने जयगोपाळलाही तिकडेच जायला सांगितले. तो स्वत: आईला आणि बहिणीला घेऊन मथुरेला गेला. सर्व साथी सुखरूप लाहोरबाहेर गेल्यावर आझादांनी जाण्याचे ठरवले.

त्यांनी त्याच दिवशी कपाळभर चंदनाचे पट्टे ओढले. कपाळी तिलक लावला. गळ्यात जानवे घातले. शेंडी ठेवली. अंगावर रामनामी दुपट्टा घेतला. हातात चिपळ्या घेऊन ''देवकीनंदन राधेश्याम। जय रघुनंदन जय घनश्याम'' असा जप करत पंधरा-वीस जणांच्या यात्रेकरूंच्या जथ्यात गेले आणि पोलिसांच्या डोळ्यांत धूळ फेकीत लाहोरचा निरोप घेतला.

•••

१४

जयचंद्र विद्यालंकारांनी भगतसिंगाची अन् जतीन्द्रनाथ दासांची ओळख करून दिली आणि ते आपल्या कामाला निघून गेले.

जतीन्द्रनाथ! बॉम्बसारख्या संहारक अस्त्राचे तज्ज्ञ आणि आपल्या ध्येयासाठी मृत्यूलाही तुच्छ लेखणारे क्रांतिकारक असा त्यांचा लौकिक होता. गांधीजींच्या असहकार आंदोलनात भाग घेतला. शिक्षा भोगली. ते आंदोलन मागे घेतले गेले नि ते निराश झाले. क्रांतिमार्गाकडे वळले. 'पीला पर्चा' छापण्यात त्यांचा मोठा हात होता. बॉम्बतज्ज्ञ झाले. राजेंद्र लाहिरींनाही ही विद्या शिकवली. नुकतेच स्थानबद्धतेतून सुटले होते; पण क्रांतिमार्गाचा ध्यास गप्प बसू देत नव्हता. पुन्हा राजकारणात उतरले.

फणीन्द्र घोषने हे सारे सांगितले असल्यामुळे भगतसिंगांना त्यांना भेटायची अन् बॉम्बविद्या शिकायची उत्सुकता होती. पुढच्या क्रांतिकार्यात बॉम्बसारख्या अस्त्राची गरज त्यांना तीव्रतेने जाणवत होती. कलकत्त्यात आल्यावर दिवस फुकट घालवणे त्यांना योग्य वाटले नाही. सुशीलादीदीकडे दोन-तीन दिवस राहून ते तेथून बाहेर पडले आणि याच उद्योगाला लागले होते. जयचंद्रजी काँग्रेसच्या अधिवेशनाला आले होते. त्यांनी एकमेकांची ओळख करून दिली आणि दोघांनाही जिवीच्या जिव्हाळ्याचे मित्र भेटल्याचा आनंद झाला. मनोमिलन झाले नि हृदयाच्या तारा जुळल्या.

भगतसिंग म्हणाले, ''दासजी, आपण बॉम्बचे चांगले जाणकार, त्याचा उपयोग दलाला झाला तर आपल्याला खूप काही करता येईल.''

''जरूर! या कामी मी अवश्य मदत करीन. पाहिजे तेवढे बॉम्ब बनवून देईन. काळजी करू नका.''

''मग तर सोन्याला सुगंध येईल; पण दासजी, केवळ एवढं करून काम होणार नाही.''

''बोला, आणखी काय करायला लागेल?''

''मला वाटतं, बॉम्ब तयार करण्याची कृती तुम्ही आम्हाला शिकवावी. प्रत्येक प्रांतातला एक जण या कामात तयार झाला तर अधिक बरं होईल. म्हणजे एखादे वेळी दगाफटका झाला, एखादा पोलिसांच्या हाती सापडला तरी काम थांबणार नाही. इतर ठिकाणचे कारखाने सुरूच राहतील.''

''काही हरकत नाही. मी शिकवीन. पण शिकवायचं कुठे?''

योजना ठरली. दलाचा एक साथी कमलनाथ तिवारी तेथेच होता. भगतसिंगांनी त्याला मदत करायला सांगितले. त्याने रसायने आणली. स्थानिक आर्य समाजाच्या कार्यालयात पोहोचवली. दुसऱ्या दिवशी फणींद्र घोष जतीन्द्रनाथांना घेऊन तेथे आला. मग त्यांनी भगतसिंगांना गनकॉटन कसे तयार करायचे हे शिकविले. दोन बॉम्ब तयार करून दाखवले आणि ती कला शिकवायला आग्र्याला येण्याचेही मान्य केले.

अप्राप्य अशी बॉम्बविद्या भगतसिंगांच्या हाती गवसली नि त्यांचे मन अनोख्या आनंदात विहरू लागले.

काही दिवसांतच जतीन्द्रनाथ दासही ठरल्याप्रमाणे दलातील सदस्यांना बॉम्बविद्या शिकविण्यासाठी प्रथम अलाहाबादेस आले. ते जितेंद्र सन्यालांकडे उतरले. अजय घोषही तेथेच होते.

आग्र्याला केंद्राची तयारी पूर्ण होताच फेब्रुवारी १९२९मध्ये भगतसिंगांनी राजगुरूंना पत्र घेऊन अलाहाबादेस अजय घोषांकडे पाठवले आणि दासबाबूंना आग्र्याला घेऊन यायला सांगितले. साहित्यासह ते आग्र्याला आले.

खोलीत येताच आणलेले साहित्य त्याने भगतसिंगांच्या हवाली केले. त्यावेळी आझाद, सुखदेव, शिव वर्मा, विजयकुमार, फणींद्र घोष हे सारे जण तेथेच होते.

मग चार-पाच दिवस अविश्रांत मेहनत घेऊन जतीन्द्र दासांनी बॉम्बच्या खोलाची निर्मिती, स्फोटकांची कृती, खोल भरण्याची रीत, मर्क्युरी फल्मिनेटच्या टोप्या, ज्वालाग्राही वातीसाठी गनकॉटन कसा बनवायचा या सगळ्या गोष्टी प्रात्यक्षिकासह शिकविल्या. त्या वस्तू तयारही करून दाखवल्या.

एक मोठे संहारक अस्त्र क्रांतिकारकांच्या हाती आले. आग्र्याला बॉम्ब तयार करण्याचा कारखाना सुरू झाला.

***

''पंडितजी, जोगेशदाकडून आलो.''

''बोल...''

''याच महिन्यात हलविणार आहेत. बाकी तपशील अजून कळला नाही. हलविण्यापूर्वी चोवीस तास आधी सूचना पाठवीन.''

आग्र्याच्या क्रांतिकेंद्रावर, संध्याकाळच्या सुमारास एक जण पंडितजींना शोधत आला होता. परवलीचे शब्द पटले. तो आत येताच आझादांनी त्याला बोलावले. संकेताप्रमाणे सगळे दूर जाताच त्याने ही वार्ता दिली.

काकोरी कटातील जोगेशचंद्र चतर्जींना तुरुंगातून सोडवण्याची योजना आधीच्या वर्षी फसली होती. त्यानंतर आजपर्यंत संधी सापडत नव्हती. त्यांना आग्र्याच्या तुरुंगातून हलविणार असल्याची बातमी कळल्यामुळे पुन्हा त्या योजनेने डोके वर काढले होते. त्यासंदर्भात ती माहिती होती.

आझादांनी क्षणभर विचार केला आणि ते त्याला म्हणाले, ''ठीक आहे. कानपूरपासून पश्चिमेला पाच मैलांवरील विशिष्ट ठिकाणी आम्ही तुमची सुटका करू.''

निरोप घेऊन आलेला माणूस खोलीच्या बाहेर गेला आणि आझाद त्या योजनेच्या तयारीला लागले.

खोलीवर असलेल्या साथींत भगवानदासांची आणि जयदेव कपूरची उणीव त्यांना भासली. त्यांना तातडीने आणणे आवश्यक होते. भगवानदास त्यावेळी ग्वाल्हेरला होते. सदाशिवरावांना त्यांचा ठावठिकाणा माहीत असल्याने, त्यांना आणण्याची कामगिरी आझादांनी त्यांच्यावर सोपविली. विजयला हाक मारून त्यांनी सांगितले.

''हे बघ, जयदेवला बोलवायला हवंय. कोणाला तरी सांगून त्याला ताबडतोब बोलावून घे....''

त्याने एका साथीला पाठवून त्याला बोलावून घेतले. आता सारे जमले होते. जोगेशदाकडून येणाऱ्यास सूचनेची वाट पाहत होते.

१७ फेब्रुवारी, १९२९!

दुपार टळत होती आणि बटुकेश्वर दत्तने तळावर घाईघाईनेच बातमी आणली.

तो पंडितजींजवळ गेला नि हळू आवाजात म्हणाला. ''जोगेशदाला आत्ताच तुरुंगाबाहेर काढलं आहे. लखनौहून आलेल्या पोलिसपार्टीबरोबर सहा वाजताच लखनौला पाठवणार आहेत.''

पंडितजींनी शांतपणे ते ऐकून घेतले. काही एक विचार केला. रणजितला बोलावून घेतले.

बटुकेश्वरची बातमी सांगत ते त्याला म्हणाले, ''रणजित, आपल्याला सगळीच योजनाच बदलावी लागेल.''

विचार करून नवीन योजना आखली गेली. लगेच तिची कार्यवाहीही करण्यात आली. रघुनाथ आणि मोहनला कानपूरला पाठवून एक सुरक्षित खोली भाड्याने घ्यायला सांगितली. कारण रात्री लखनौला जायला कानपूरहून दुसरी कोणतीच गाडी नसल्याने जोगेशदांना तेथेच ठेवावे लागणार होते.

पाठोपाठ रात्री दहाच्या तुफान मेलने आझाद, भगतसिंग, शिव वर्मा, विजयकुमार, भगवानदास आणि सदाशिवराव भरलेली पिस्तुले नि बेड्या तोडण्यासाठी छिन्नी-हातोडे घेऊन कानपूरला आले; पण तो दिवसच दुर्दैवी होता. रघुनाथला प्रयत्न करूनही खोली मिळाली नाही. जागा हेरून उभे राहताच आझादांनी पाहिले तर त्यांचा खिसाच कोणीतरी कापला होता. त्यात पैसे तर होतेच; पण ड्रायव्हिंग लायसन्सही होते. काय करावे याचा विचार करत असतानाच, जोगेशदा कडक पोलीस बंदोबस्तात समोरून येताना दिसले. भोवताली पोलीस बंदोबस्त कमालीचा होता.

सारा विचार करून आझादांनी योजनाच रद्द केली आणि नाइलाजाने नि निराश मनानेच, ॲक्शन न करताच सर्वांनाच आग्र्याच्या तळावर परतावे लागले. ॲक्शनला जातानाचा उत्साह मावळला होता. शरीरे नि मने चैतन्यहीन झाली होती. रिकाम्या हाताने परत येण्याचे शल्य त्यांच्या हृदयाला बोचत होते. कोणीच कोणाशी बोलत नव्हते आणि बोलणार तरी काय? पंडितजींनी हा निर्णय का

घेतला हे कोणालाच कळेना, पण त्यांना विचारायचे धाडस मात्र कोणीही दाखवले नाही.

सगळे जण खोलीत आले. प्रत्येकाने हत्यारे खाली ठेवली. ती खाली ठेवताना पाहून मात्र रणजितला आपल्या भावना आवरता येईनात. तो स्फुंदून-स्फुंदून रडायला लागला. त्याच्या त्या स्थितीकडे पाहून त्याने तो भावनांचा कल्लोळ इतका वेळ कसा आवरून धरला असेल, हेच कळत नव्हते. त्याच्या त्या विलापाने इतरांचेही डोळे पाणावले. इतर सगळे हतबुद्ध, होऊन त्याच्याकडे बघत असताना पंडितजी मात्र त्याच्या जवळ गेले. त्याला आपल्या जवळ ओढले आणि थोपटू लागले. त्या मायेच्या स्पर्शाने त्याला अधिक भरून आले. पंडितजी थोपटतच होते.

भावावेग कमी झाल्यावर तो म्हणाला, ''पंडितजी, तुम्ही आम्हाला परत फिरण्याची आज्ञा का दिलीत? जोगेशदा समोरून जात असताना आम्ही काही करू शकलो नाहीत... मला त्यांच्या बेड्यांचा आवाज सहन होत नव्हता. वाटत होतं, पुढं घुसावं... पोलिसांवर हल्ला करून, बेड्या तोडून टाकून त्यांना मोकळं करावं... अशा वेळी तुम्ही आडकाठी का केलीत? मला माहीत होतं, तुमच्याही मुठी वळल्या होत्या. तुम्हांलाही तो सारा प्रकार असह्य होत होता... तरीही तुम्ही अशी आज्ञा का दिली?... सांगा पंडितजी; काही तरी सांगा... तुम्ही आमचे नेते होता. तुमची आज्ञा मोडायची नाही म्हणून... केवळ त्यासाठीच मी परत फिरलो. नाहीतर...''

भगतसिंग अजूनही मधून-मधून हुंदके देत होता. सगळे गप्प होते. 'आता काय होणार? पंडितजी रागावणार? चिडणार? रणजितला फैलावर घेणार? काय होणार? सगळे उत्सुकतेने पाहत होते आणि तरीही मनातून घाबरले होते. एक क्षण गेला... दुसरा गेला... आता पुढे...?'

पण तसे काही झाले नाही. त्यांनी रणजितला मोकळेपणाने बोलू दिले. त्याचा आवेग ओसरल्यावर त्याच्या पाठीवर ममतेने हात फिरवत शांत नि स्निग्ध स्वरात म्हणाले, ''रणजित, तुझं दुःख मला समजत नाही का? पण शांत हो. जरा विचार कर. अरे, ॲक्शनला जाऊन रिकाम्या हाताने परत फिरायला लागणं यासारखं दुसरं दुर्दैव ते कोणतं? मला तरी ते कसं आवडेल? मी एकटा असतो तर गोष्ट वेगळी होती. दोघा-चौघांना लोळवून त्यांना सोडवण्याचा प्रयत्न केला

असता. कदाचित मलाही प्राण गमवावे लागले असते; पण आज तुम्ही सारे माझ्याबरोबर होता. नेता म्हणून नाही तर तुमचा थोरला भाऊ म्हणून तुम्हा साऱ्यांची जबाबदारी माझ्यावर होती. तू पाहिलंस, पोलीस बंदोबस्त किती कडक होता ते. मी हल्ल्याचा इशारा केला असता तर काय झालं असतं? यश मिळणं तर दूरच, पण दोन-चार साथी मात्र गमवावे लागले असते. तूच मला सांग, असा आततायीपणा करून आपण काय साधलं असतं? माझ्या जागी तू असतास तर काय केलं असतंस?''

त्या शांत पण आत्मीयतेने बोलण्याने रणजित अंतर्मुख झाला. भावनेचा भर ओसरल्यावर मनात विचारांचा उदय होतो. काही वेळ तो शांत होता. विचार केल्यावर त्याला आपली चूक लक्षात आली.

तो म्हणाला, ''पंडितजी, माझं चुकलं... खरंच माझी चूक झाली. भावनेच्या भरात मी तुम्हाला बोलायला नको होतं. किती दूरवर विचार करता तुम्ही? त्या वेळी तुम्ही संयमाने वागलात, प्रसंगावधान राखलंत म्हणून कठीण प्रसंग टळला. नाही तर?... कल्पनाही करवत नाही...''

क्षणभर थांबून नि स्मित करून तो पुढे म्हणाला, ''आहे. पण पंडितजी, तुमच्या या गुणांमुळेच तर आम्ही तुम्हाला नेता निवडलं आहे.''

''आणि संकटात टाकलं आहे. ''

''ते कसं काय?''

''तुला नाही कळायचं या नेतेपणाचा ताण किती असतो ते. त्या करता ती जबाबदारी घ्यावी लागते. रणजित, तू नेता नाहीस म्हणून तुला मोकळेपणाने रडता आलं पण मला? या नेतेपणाच्या ओझ्याने मला माझं दुःख आतल्या आत गिळावं लागतं. भावनेला बांध घालावे लागतात आणि आसवांची नदी पापण्यांतच गोठवावी लागते, रणजित...!''

पंडितजी तेथून उठले आणि संथ पावले टाकत बाहेर जाऊ लागले. रणजित आणि इतरही सारे भारावलेल्या मनाने त्यांच्याकडे पाहत होते.

***

रणजित खोलीत आला तो वेगळ्याच तंद्रीत! पौर्णिमेच्या प्रसन्न चंद्राने त्याला भावसंकुल बनवले होते. वाटत होते, 'शरीराला नि मनालाही शीतलता देणाऱ्या, अमृतवर्षा करणाऱ्या चांदण्यात मनसोक्त विहरावं... ताजमहालाच्या परिसरात

जावं... पुनवेच्या चांदण्यात नहात असलेलं प्रीतीचं अमर काव्य नि त्याच्या चरणाजवळून लाटालाटांतून चंद्रबिंब हृदयाशी धरून वाहणारी यमुना डोळे भरून पाहावी...'

खोलीवर येताच त्याने कैलाशला विचारले, "कैलाश, पौर्णिमेच्या रात्री तू कधी ताज पाहिलास?"

"नाही... कधी जमलंच नाही बघ."

"आज जाऊ या?"

"चांदण्या रात्रीतलं ताजचं सौंदर्य तुला खात्रीने मोहवून टाकेल. निथळत्या चांदण्यात त्या वातावरणातील जादू तुला भारावून टाकील. तू कवी! तिथं अनेक स्वप्नं उमलतील. एक अनोखा प्रत्यय येईल तुला. चल येतोस?"

रणजितचे बोलणे इतरांनीही ऐकले. त्यांनी विचारले, "दोघंच कुठे जाता? आम्हालाही आवडेल की यायला."

शिव वर्मा, बटुकेश्वर दत्त, विजयकुमार, रघुनाथ सारेच निघालेले पाहून रणजितने आझादांनाही विचारले; पण ते नाही म्हणाले.

"हे बघ रणजित, मला असलं नाजूक साजूक सौंदर्य कळत नाही बघ! ॲक्शनमधलं सौंदर्य मला कळतं. अरे, एखादी ॲक्शन ठरवावी, तिची आखणी करावी, योजना ठरवावी या गोष्टी मला आनंददायी वाटतात. ॲक्शन सुरू असताना घडणारं नाट्य आणि ती यशस्वी झाल्यावर मिळणारा आनंद हा वेगळ्याच जातकुळीतला असतो. सौंदर्याचा हा रुद्राविष्कार मला भावतो. देशाच्या स्वातंत्र्याला जवळ आणणारी ॲक्शन मला अधिक आनंदित करते. तुम्हाला जायचं असेल तर खुशाल जा..."

सारे जण ताजमहालपाशी आले. अमर प्रीतीचे ते संगमरवरी स्वप्न चांदण्यात न्हाऊन निघत होते. त्याच्याकडे पाहून सारेच मंत्रमुग्ध झाले. भारावून गेले. न बोलताच ताजकडे पाहत बसून राहिले. वेगळ्याच विश्वात विहार करू लागले.

रघुनाथही संस्कृतचा विद्यार्थी होता. संस्कृत काव्याचा आस्वाद त्यानेही घेतला होता. त्याच्याही चित्तवृत्ती उमलून आल्या. आज तो एक अनोखे काव्य अनुभवत होता. यमुनेचं ते विशाल पात्र, चांदण्यात चमचमणाऱ्या नि एकाच लयीत पुढे जाणाऱ्या तिच्या लाटा. प्रवाहावरून येणारा, तना-मनाला चंदनस्पर्श करणारा मंद वारा! प्रीतीचे स्वप्न हृदयाशी कवळून बसणारा ताज आणि

स्वप्नांचा सौदागर बनून फकिरालाही प्रीतीची जादू पाढविणारा, अमृतसिंचन करणारा सहस्त्ररश्मी चंद्रमा!!

कितीतरी वेळ देहभान हरपून तो त्या शिल्पाकडे पाहत होता. इतर साथी जायला निघाले पण हा उठण्याची चिन्हे दिसेनात. शेवटी कैलाश त्याला बोलवायला गेला.

''अरे रघुनाथ, तुला यायचं नाही का? का इथंच बसणार आहेस, रात्रभर?''

''असंच वाटतंय बघ! हे दृश्य कितीही वेळ पाहिलं तरी तृप्तीच होत नाही बघ. वाटतं की...''

''कवी बनलास की काय?''

त्यांचे बोलणे सुरू असताना इतरही तेथे आले. रघुनाथचे लक्षच नव्हते. तो आपल्याच तंद्रीत बोलत होता.

''कैलाश, तू कवी आहेस. तूच सांग, कवी बनवता येतो? आणि काव्य काय तयार करायचं असतं? अरे सौंदर्यदर्शनाने हृदयात आनंदलहरी उचंबळून येतात आणि त्यातूनच काव्य आपोआप फुलतं. भावनाच शब्दरूप होतात...''

''अरे, याला कोणीतरी झपाटलेलं दिसतंय... बघा, काय बडबडतोय हा!'' विजयने थट्टा करण्यासाठी म्हटले.

''विजय, मी बोलतोय ते खरंच आहे. सौंदर्यदर्शनाने भाव हरपलेल्या मनाला शब्दांनो मागुते या, असं म्हणावं लागत नाही. खरंच सांगतो, आजपर्यंत प्रेम ही काय चीज आहे हे मला माहीत नव्हतं पण इथे या जादूई-नगरीत आलो नि मला समजलं, अबतक नहीं मालूम था....''

कैलाशने त्याला थांबवत मध्येच विचारले, ''क्या...?''

''अब तक नहीं मालूम था, इश्क क्या चीज है!''

''रोजे को देख कर मेरे भी इश्कने बलवा किया!''

ते ऐकताच कैलाश आणि कविहृदयाचे दत्त अवाक् होऊन त्याच्याकडे पाहतच राहिले.

''इश्कने बलवा किया... अरे, हा बघ काय म्हणतोय, याच्या प्रेमाने बंड केले... बंड!'' असे म्हणत विजय त्याची चेष्टा करू लागला. तो शेर ऐकून रणजित त्याच्याकडे भारावून पाहतच राहिला. रघुनाथच्या रसिकतेचे नि काव्याचे

त्यालाही कौतुक वाटले. पण क्षणभरच! दुसऱ्याच क्षणी त्याच्यातील खट्याळ, मिस्किल रणजित जागा झाला.

त्याने आपल्या जवळचे पिस्तूल काढले आणि रघुनाथच्या पुढे धरून तो म्हणाला, "हे घे आणि मार गोळी मला! तुझ्या शेरोशायरीपेक्षा ती परवडली. नाही तर या पुढे कधी शेरोशायरी करणार नाही, असं वचन तरी दे... बोल काय करतोस?"

सगळेच त्याची थट्टा करू लागले. त्यामुळे आनंदाने भरून आलेले त्याचे मन कोमेजून गेले. कोणाशीच काहीही बोलू नये असे त्याला वाटले. तो उठला. मान खाली घातली आणि झपझप पावले टाकत चालू लागला. बाकीचेही काही न बोलता त्याच्या मागे चालू लागले. जाताना त्याच्या मनात विचारांची, भावनांची गर्दी झाली होती.

'सारे जण माझी सारखी थट्टा करतात. मला अरसिक ठरवतात, पण मी काय इतका अरसिक आहे? कोणताही माणूस अगदी अरसिक कसा असेल? सौंदर्य दर्शनाने कोणाच्या मनाला आनंद होत नाही? तो जर शब्दांतून प्रवाहित झाला तर बिघडलं कुठे? काव्य... काव्य काय याहून वेगळं असतं? अन् कैलाशला, रणजितला हे काय माहीत नाही? त्यांच्या भावनांची अशी थट्टा केली तर चालेल? रघुनाथच्या जागी आपण असतो तर आपल्याला काय वाटेल? असा विचार त्यांच्या मनात कधी येत नसेल? का हे फक्त ओठातून असतं, पोटातून नाही? पण तसं असलं तरी एखाद्याला किती त्रास द्यायचा? त्याची किती चेष्टा करायची, त्याला काही मर्यादा नको? हे लोक तुटेपर्यंत का ताणतात?'

विचार आणि विचार... कित्येक प्रश्नांची उत्तरे त्याच्यापाशी नव्हती. तो खोलीवर आला. अंधार होता. त्याने आपल्या झोपण्याच्या जागी वर्तमानपत्रे पसरली. धोतर पांघरून तो आडवा झाला. त्याला दिवा लावावासाही वाटला नव्हता. इतर आल्यावर त्यांनी दिवा लावला पण डोळे उघडून त्यांच्याकडे पाहावेसेही त्याला वाटले नाही.

***

"अरे, मी इथं भिंतीवर लावलेलं कॅलेंडर कुठं गेलं?"

ओरडूनच रघुनाथने विचारले. सकाळी खोलीवर येत असताना त्याला कॅलेंडर विकत असणारा एक मुलगा दिसला. त्याने मांडून ठेवलेली सुंदर कॅलेंडरे

पाहून रघुनाथ क्षणभर घोटाळला. त्यात एका तरुणीचे चित्र असलेले कॅलेंडर होते. तिच्या मुखावरच्या शुद्ध, सात्त्विक भावांनी आणि निरागस सौंदर्याने त्याला मोहित केले. त्याने ते विकत घेतले. खोलीवर आला आणि त्याने ते भिंतीवर लावले. इतरांनाही आवडले. थोड्या वेळाने दलाच्या कामाला तो बाहेर पडला. परत आला तेव्हा तेथे कॅलेंडर नव्हते. होती ती पापुद्रे आलेली ओंगळ भिंत. ते पाहून तो चिडला. संतापला. त्याची भिरभिरती नजर कॅलेंडर शोधत होती. नजर कोपऱ्यात गेली. तिथे त्याचे तुकडे तुकडे झालेले दिसले, जणू त्याच्या हृदयातील सौंदर्यमूर्तीचेच कोणीतरी तुकडे करून कोपऱ्यात टाकले होते.

त्याने चिडून विचारले, ''कोणी फाडलं मी आणलेलं कॅलेंडर?''

''मी... मी फाडलं.''

तेवढ्याच मोठ्या आवाजात आणि ठामपणे उत्तर आले. तो आवाज पंडितजींचा होता.

ते पुढे म्हणाले, ''ज्याला तरुणींच्या तसबिरी प्याऱ्या आहेत, त्यांच्याकडे बघून दिवस घालवायचे असतील त्यांनी क्रांतीच्या या उग्र मार्गावर येऊ नये. बॉम्ब, पिस्तुलाच्या नादी लागू नये. एकाच म्यानामध्ये दोन तलवारी राहणार नाहीत. एकाच वेळी ही दोन्ही कामं नाही जमणार...''

''पण, इतकं सुंदर चित्र...''

''म्हणूनच फाडलं. कळलं?''

''मग आपण काय प्रत्येक सुंदर वस्तू फाडणार? फोडणार? आणि तिचा विध्वंस करणार?''

''हो... प्रत्येक सुंदर वस्तू फोडीन...'' त्यांनीही रागाने सांगितले.

''ताजमहालसुद्धा?''

पौर्णिमेची ती रात्र रघुनाथच्या मनाच्या एका कोपऱ्यात अजूनही कुठेतरी रेंगाळत होती.

''हो... माझ्या ताब्यात आला तर तोही फोडीन. तुला काय वाटलं, मी घाबरेन की काय?''

अजूनही पंडितजींचा पारा उतरला नव्हता. रघुनाथही त्यांच्या त्या संतप्त चेहऱ्याकडे टक लावून पाहत होता. क्षण... दोन क्षण शांततेत गेले आणि मग

हृदयाच्या अंतर हृदयातून शब्द उमटावेत तसे एक-एक शब्द त्याच्या तोंडून बाहेर पडू लागले,

'खूबसूरत दुनिया बसाने चले है, खूबसूरत चीजोंको तोडकर, उन्हें मिटाकर यह कभी नहीं हो सकता... नहीं हो सकता!!'

शांत लयीत आलेल्या नि परिणामकारक आघातांनी उच्चारलेल्या त्या शब्दांनी आपले कामे केले. 'रघुनाथ हे बोलतोय?' यामुळे पंडितजींना आश्चर्य जरूर वाटले पण त्या शब्दांनी त्यांना विचार करायला लावले. ते अंतर्मुख बनले.

त्यांना कळलं, 'हे आपण काय बोलून गेलोत? सौंदर्याचा विध्वंस करीन.... ताजमहाल फोडीन...'

भावनांवर नियंत्रण ठेवत, रघुनाथला ते समजावू लागले, ''रघुनाथ, रागाच्या भरात मी बोललो खरा; पण माझा उद्देश तसा नव्हता. तूच विचार कर, आपण इथं आलोत ते काही एका ध्येयाने प्रेरित होऊन. त्यासाठी आपण आपलं घरदार सोडलं. आई-वडिलांपासून दूर आलोत. आपल्या दृष्टीने ते ध्येय सगळ्यात महत्त्वाचं आहे. त्यापासून आपण जराही विचलित होता कामा नये आणि अवतीभवती असणारे हे मोह आपल्याला विचलित करतात. या सौंदर्योपासनेची मजल पुढे गेली, तुम्ही मोहात अडकलात तर? आणि स्त्रीमोह तर दुस्तर! ऋषिमुनींनाही तो आवरता आला नाही. आपण सामान्य माणसं. आपल्यापैकी कोणी त्यात अडकू नये, ध्येयमार्गावरून भ्रष्ट होऊ नये यासाठी माझी सगळी धडपड आहे. तुम्हाला या साऱ्या मोहापासून मी दूर ठेवत आहे ते केवळ तेवढ्याचसाठी!!''

पंडितजींचे विचार त्याने शांतपणे ऐकून घेतले. त्याला ते थोडेसे पटले असावेत असंही वाटले पण तरी मनाच्या एका कोपऱ्यात वेगळाच विचार डोके वर काढत होता. तो त्याच शांत स्वरात पण आत्मविश्वासाने म्हणाला, ''पंडितजी, तुम्ही म्हणताय ती विचारांची एक बाजू आहे. महाकवी कालिदासाने सांगितले आहे,''

विकार हे तौ सति विक्रियन्ते ।
येषां न चेतांसि स एव धीराः ।।

इंद्रियदमनाचा खरा मार्ग उद्दिपक वातावरणात राहूनच चोखाळता येतो. शत्रूशी सामना करायचा तो त्याच्यापासून लांब पळून नव्हे, त्याला सामोरे जाऊन

करायचा असतो. दुनियेतल्या मोहांना भिऊन रानावनांत पळून जाणारा माणूस स्वतःला कितीही जितेंद्रिय समजत असला तरी माझ्या दृष्टीने पलायनवादीच आहे! आपल्या कॅलेंडर फाडण्याचा अर्थ तरी याहून काही वेगळा आहे का?''

''रघुनाथ, महाकवीचं म्हणणं खोटं कसं असेल? पण तूच विचार कर, तात्त्विकदृष्ट्या सत्य असणारा हा विचार सामान्य माणसाला आचरणात आणता येईल का? तसं झालं असतं तर...हंऽऽ!!''

पंडितजींनी एक दीर्घ निश्वास टाकला. ते बोलायचे थांबले. गांभीर्याने स्वतःशीच विचार करू लागले, 'खरंच, रघुनाथ आपण समजतो त्यापेक्षा अधिक विचारी आहे. प्रश्नांची दुसरी बाजू त्याने किती सहजपणे आपल्या समोर उभी केली. खरं काय, आपण म्हणतो ते की, रघुनाथ म्हणतो ते?'

किती तरी वेळ ते विचारमग्न होते. पंडितजींना इतके विचाराधीन झालेले कोणीच पाहिले नव्हते. वातावरणातले गांभीर्य कमी झालेले नव्हते. त्यामुळे इतर सारे जण आळीपाळीने रघुनाथकडे आणि पंडितजींकडे आश्चर्याने फक्त पाहत राहिले.

आझादांचा स्वभाव फणसासारखा...! वरून हात फिरवताना हाताला काटे टोचले तरी आतमात्र गोड गरे!! दलाचे संचालन करताना, अनुशासन करताना रुक्ष नियमांचे पालन करणारे आझाद मनाने भावुक होते. कोमल होते नि कलाप्रेमीही!! त्यांना संगीत आवडायचे. क्रांतिकार्यात कधी विरंगुळा हवा असला की ते भगवानदासांना किंवा विजयला गाणे म्हणायला सांगायचे. कधी ठेका धरायचे. त्यात तल्लीन होऊन जायचे. पण यापेक्षा कधी अधिक सूर जुळले नाहीत. वेळच मिळाला नाही.

***

आझाद कामासाठी कानपूरला आले होते. कामे आटोपता-आटोपता रात्रीचे दहा वाजून गेले. पोलिसांचा ससेमिरा कायमच मागे लागलेला. तो चुकवत -चुकवत शिव वर्मांबरोबर ते खोलीवर जात होते.

थंडीचे दिवस. रात्र बरीच वाढलेली. रस्त्यावरची वर्दळ खूपच कमी झालेली. काम असलेलाच माणूस रस्त्यावर दिसायचा. अशा रस्त्यावरून जाणे धोकादायक! तशा वेळी गर्दी होती ती बदनाम गल्लीत. सुरक्षित जाण्यासाठी त्यांनी मूलगंज गल्लीचा रस्ता पकडला.

तिथला झगमगाट वाढला होता. कोठीवर लावलेल्या हंड्या, झुंबरांनी सारी गल्लीच प्रकाशाने उजळली होती. तबला, सारंगी आदी वाद्ये लावली जात होती. कलावंतिणी आपल्या साजशृंगार करत होत्या. धनिकांच्या बग्या ठरावीक ठिकाणी थांबत होत्या. उंची पोशाखातले लोक खाली उतरत होते. ते उतरताच उंची उत्तराच्या सुवासाने वातावरण सुगंधित होत होते. आपल्या ठरलेल्या कोठीवर जाण्याकरता आतुरतेने ते पावले उचलत होते. आता काही ठिकाणी वाद्यांच्या साथीत संवादी सुरांचा मेळ जमला होता आणि गायनाचे सूर वातावरण भारून टाकत होते.

शिव वर्मा आणि आझाद रस्ता आक्रमित होते. तेवढ्यात एका माडीवरून ठुमरीचे सुरेल सूर वातावरणात तरंगू लागले. क्षणभर त्यांना दुर्लक्षून ते पुढे जात राहिले. ते सूरमात्र त्यांचा पाठलाग करत होते. भावार्द्र स्वर अंत:करणाला स्पर्शून जात होते. अखेर न राहवून आझाद रस्त्यातच थांबले.

शिव वर्मांचा हात दाबत म्हणाले, ''यार, बहुत अच्छा गा रही है, दो मिनट सुन लो।''

त्या मधुर, दर्दभऱ्या गाण्याने मायाजाल निर्माण केले होते. गायिका, तिच्या शरीरासाठी आसुसलेल्या एका शुष्क सौदेबाजाला आपल्या अंतरीची व्यथा आर्त स्वरात सांगत होती आणि इकडे रस्त्यावर दोन अपरिचित कलाप्रेमी तिच्या गायनाचा आस्वाद मनापासून घेत होते. संगीताच्या त्या रसिल्या, धुंद स्वरांत चिंब-चिंब भिजत होते. क्षणाक्षणाने काळ पुढे सरकत होता. काहीवेळातच त्यांना वास्तवाचे भान आले. मन जायला तयार नव्हते. पावले उचलली जात नव्हती, तरीही आझाद शिव वर्माला म्हणाले, ''प्रभात, निघायला हवं. चल...''

आणि ते दोघेही झपाट्याने तेथून निघून गेले.

संगीतासारखी कला, आझादांसारख्या सतत सतर्क, सावध असणाऱ्या व्यक्तीला शहरातल्या एका बदनाम गल्लीतही काही क्षण खिळवून टाकू शकते हे पाहून शिव वर्मांना आश्चर्य वाटले आणि त्याचबरोबर साथींबरोबरच्या त्यांच्या कलाहीन वागण्याचा अर्थही उलगडला. दुसरी बाजूही समोर आली.

***

बेटवा नदीच्या जंगलात बॉम्बचा प्रचंड स्फोट झाला. कानठळ्या बसवणारा तो आवाज दऱ्याखोऱ्यांत घुमला आणि जवळच उभ्या असणाऱ्या पंडितजींना आनंदातिशयाने मिठी मारत रणजित म्हणाला, ''पंडितजी, काम फत्ते!''

आग्र्याच्या कारखान्यात सहा बॉम्ब तयार झाले होते. आणखी मसाला तयार करून, नवीन बॉम्ब बनविण्यापूर्वी त्यांच्या सामर्थ्याची चाचणी होणे आवश्यक होते. झाशीजवळच्या डोंगरदऱ्यांत चाचणी घेण्याचे आझादांनी ठरवले. रणजित, सदाशिवराव, फणींद्र घोष यांना बरोबर घेऊन ते झाशीला आले.

एक मोटार भाड्याने घेऊन, झाशीपासून तेवीस मैलांवर बेटवा नदीच्याजवळ आले. मोटार उभी केली. डोंगर दऱ्यांनी, जंगलाने व्यापलेला हा निर्जन प्रदेश! काही अंतर चालून गेल्यावर समोर एक खोल दरी होती. जागा योग्य वाटली. सगळे सुरक्षित जागी उभे राहिले. रणजितने बॉम्बवर टोपी चढविली. तो थोडा आणखी पुढे गेला. अगदी दरीच्या तोंडाजवळ! तेथून त्याने बॉम्ब खाली टाकला आणि कानठळ्या बसवणारा आवाज आसमंतात घुमत राहिला. सगळ्यांचेच चेहरे आनंदाने फुलले. चाचणी यशस्वी झाली.

एक अति संहारक शस्त्र हाती आले. त्या यशाने त्यांना एका वेगळ्याच विश्वात नेले. थोड्या वेळाने ते पुन्हा झाशीकडे निघाले. झाशी केव्हा आली हे त्यांना कळलेही नाही.

***

गजानन सरपोतदारांना त्या खोल्या मनापासून आवडल्या. ग्वाल्हेरमध्ये 'इंप्रूव्हमेंट ट्रस्ट' च्या जुन्या ओसाड वास्तूत त्या होत्या. मध्ये अंगण, वरती गच्ची होती. भुताने झापटलेला म्हणून तिथे राहायला येण्याचे कोणी धाडसच करत नसत. ते ऐकून पोतदार मनाशीच म्हणाले, ''काय मस्त जागा आहे! आपल्याला हवी तशी!!''

'आपल्याला बॉम्ब बनवायचे आहेत. त्या कामासाठी योग्य अशी जागा घे.' असा आझादांकडून निरोप आल्यापासून पोतदार जागा शोधत होते. जनकगंजमधील ही जागा त्यांनी पाहिली. ते आत गेले. 'मालक कोण?' हे पाहू लागले. पण आत कोणीच नव्हते. शेजारीपाजारी चौकशी केली. पण कोणीच काही उत्तर देईना. 'बघू पुढे, काय होईल ते ' असा विचार केला आणि आपलं सामान घेऊन ते सरळ तिथे राहायला आले.

एके दिवशी जागेचे मालक एक वृद्ध गृहस्थ तिथे अचानक आले. चौकशी केली. बोलणे झाले. भाडे ठरले. तीन रुपये महिना. मालकाने तीन महिन्यांचे भाडे द्यायला सांगितले.

त्यांनी नऊ रुपये दिले. ते निघून गेले. आता जागेचा प्रश्न सुटला होता. आझादांना ही बातमी कळल्यावर त्यांनी भगवानदास, सदाशिवरावांना तेथे पाठवले. आग्र्याच्या कारखान्यात सदाशिवरावांनी पिक्रिक ॲसिड, गनकॉटन बनविण्याची विद्या आत्मसात केली होती. दंडपाणी तेलंग नावाचा विद्यार्थी पोतदारांच्याच कॉलेजात होता. दोघेही तेथील लॅबमधून लागणारे काही साहित्य पळवून आणीत. दंडपाणीही पिक्रिक ॲसिड बनवायला मदत करत असे. काही दिवसांनी वैशंपायनही तिथे दाखल झाले. थोड्याच दिवसांत तेथे पिक्रिक ॲसिड, गन कॉटन, मर्क्युरी फिल्मिनेट या बॉम्बनिर्मितीसाठी आवश्यक असणाऱ्या वस्तू बनविण्यास सुरुवात झाली.

कामाला सुरुवात झाली आणि मनावरचा ताणही वाढू लागला. करमणूक अशी नव्हती. कित्येकदा कैलाश, सदाशिवराव अंगणात येऊन बसत. गप्पा मारीत. शेजारच्या घरात दोन मुले राहत होती. वयाने फार मोठी नव्हती. असतील सहा- सात वर्षांची! मोठी गोड होती. अजूनही बोबडंच बोलत होती. गळाही गोड होता. बोबड्या नि गोड आवाजात म्हटलेली गाणीही ऐकायला मजा यायची. बाहेर आली की दोघांनाही त्यांच्या बालक्रिडा पाहायचा छंदच लागला.

एक दिवशी त्यांना बोलावून कैलाशने विचारले, ''नाव काय रे तुमचं?''

''याचं बन्सी आणि माझं श्याम...''

''गाणं म्हण ना एक.''

''आम्ही नाही जा...''

''एकच! मग खाऊ देईन.''

गाणे म्हटले. खाऊ घेऊन ती निघून गेली. खाऊ घेण्याच्या निमित्ताने ती बऱ्याचदा येऊ लागली. खोलीत कधी काम सुरू नसेल तर ती आतही येत. त्यांच्या गाण्याने, त्यांच्याशी केलेल्या थट्टामस्करीने सगळ्यांनाच बरे वाटत होते. लहान मुले खोलीत येत जात असल्याने आपल्या कामाचा कोणालाच संशय येणार नाही, कैलाशची कल्पना! त्यामुळे त्यांचे जाणे-येणे नित्याचे झाले. आझाद तेथे राहायला येण्यापूर्वीपासूनच ती मुले खोलीवर येत जात होती.

एक दिवस सकाळीच आझाद तेथे आले. दुपारचे खाणे झाले. दलाची आर्थिक स्थिती सुधारलेली नव्हतीच. संस्थानात स्वस्ताई असूनसुद्धा रोज दोन पैशांची भाजी-भाकरी किंवा भात एक वेळेला खायला मिळे. कधी नुसती थोडी

भजी तर कधी नुसती उकडलेली डाळ खाऊन दिवस काढावे लागत. दुपारच्या खाण्यानंतर सगळे मर्क्युरी फिल्मिनेट तयार करायला बसले. सामान सगळे पसरलेले होते. दाराला आतून कडी लावली होती. खबरदारीचा उपाय म्हणून सगळ्यांनीच अंगावरचे कपडे उतरवून फक्त लंगोट कसले होते. खोलीवर कोणी येण्याची शक्यता नसल्यामुळे बिनधास्तपणे काम सुरू होते.

आणि अचानक दार वाजले. 'आत्ता या वेळी कोण?' अशा विचाराने सर्वांच्याच चेहऱ्यावर प्रश्नचिन्ह उमटले. ''आलो...आलो...!'' असे म्हणतच त्यांनी ते साहित्य भराभर उचलून दडवून ठेवले आणि कपडे घालायला सुरुवात केली. तोपर्यत त्या मुलांनी आपले हात दाराच्या फटीतून आत घालून कडी काढली होती.

आत घुसतच ते आनंदाने मोठ्या आवाजात म्हणाले, ''चाचाऽऽऽ चाचाऽऽ! देखो तुम्हे मिलने कौन आये है.... पिताजी!!''

आझादांनी ते पाहिले आणि लुंगी बांधता-बांधता जवळच्या मडक्यातले पाणी त्या खोलीत अशा काही सफाईने फेकले की सगळे जण क्षणभर जागच्याजागी उभे राहिले.

ते थबकलेले पाहून आझाद म्हणाले, ''या ना! पण जरा थांबा हं! अहो काय झालं. उन्हाची वेळ, फरशीला या अशा भेगा. विंचवाची पिलं निघाली. त्यांना मारलं आणि आणखी कुठे नाहीत ना हे पाहण्यासाठी साफ-सफाई करत होतो. हे काय, आत्ताच आवरलं, या ना आता.....''

आझादांनी खिंड लढवत त्यांना काही काळ थोपवून धरले होते. तोपर्यंत इतर आतल्या खोलीत गेले. कपडे घालून, तयार होऊन बाहेर आले. त्यांना कसलाही संशय आला नाही. 'मुलांनी हट्टच धरला म्हणून आलो.' असे त्या मुलांच्या वडिलांनी सांगितले. किरकोळ गप्पा झाल्या. कैलाशने मुलांच्या हातावर खाऊ देत त्यांना जवळ-जवळ बाहेर काढले. ते निघून गेल्यावर मात्र आझाद कैलाशवर कमालीचे संतापले,

''मूर्ख कहीं का...! तूच या पोरांना लाडावून ठेवलंस. त्यामुळेच हाताने कडी उघडून ते आत घुसले. तुझ्या या असल्या वागण्याने एखादे दिवशी तू गोत्यात येशील आणि दलालाही गोत्यात ढकलशील... गाढवा, आपण आत्ता जर पिक्रिक ॲसिड बनवत असतो आणि त्यातून जर धूर येत असता तर हे प्रकरण

किती महागात पडलं असतं, याची कल्पना आहे? किती वेळा तुला सांगितलं की मुलांपासून सावध राहा, पण ऐकशील तर ना? मागेही एकदा तुझ्या घरी तुला बजावलं होतं, आठवतंय? दुसऱ्यांच्या अनुभवातून स्वतः शिकतो त्याला बुद्धिमान म्हणतात. जो प्रत्येक वेळी आपल्याच अनुभवातून शिकतो तो मूर्ख.... पण जो आपल्याला आलेल्या अनुभवातून काहीही शिकत नाही त्याला काय म्हणणार?''

आझादांचा राग बऱ्याच वेळानंतर शांत झाला. कैलाशने ती कडी ठोकून ठोकून घट्ट केली. ती ठोकताना त्याच्या मनात येत होते, 'पंडितजी, पोरं आली त्यात दोष त्यांचाही नव्हता नि माझाही नव्हता. दोष कडीचा होता. आता ती ठोकून इतकी घट्ट केली आहे की पुरी ताकद लावल्याशिवाय सहजासहजी निघणारच नाही...'

मनातले विचार मनातच राहिले. पंडितजींसमोर बोलण्याचे धाडस काही झाले नाही; पण त्या दिवसांपासून मुलांचे जाणे-येणे बंद झाले.

सगळ्यांनाच एक धडा मिळाला.

***

भगवतीचरणांच्या हालचालींवर पोलिसांची नजर होतीच. त्यामुळे ते घरी फारसे राहत नसत. त्यांनी काश्मिरी बिल्डिंगमध्ये एक खोली भाड्याने घेतली होती. पण तिचा उपयोगही ते फारसा करत नसत. सुखदेवाला ते कळताच त्याने ती बॉम्बनिर्मितीसाठी घेतली. बॉम्बचा मसाला तयार करताना निर्माण होणारी उष्णता, धूर बाहेर जाऊ नये आणि त्यामुळे कोणाला संशय येऊ नये म्हणून त्याने टीनमेकरकडून एक घुमटी तयार करून घेतली. जमीनही तापणार नाही याची दक्षता घेतली.

लोखंडी सामानाच्या व्यापाऱ्याकडून एक भली मोठी लोखंडी जाळी विकत घेतली आणि ती खोलीच्या भुईत बसवून घेतली. बॉम्बसाठी लागणारी कवचे बनवून घेतली. बालकराम अँड सन्सकडून सल्फ्युरिक आणि नायट्रिक ॲसिडच्या बाटल्या आणून काश्मिरी बिल्डिंगमध्ये बॉम्बनिर्मिती सुरू केली.

आता दिल्ली, आग्रा, ग्वाल्हेर, लाहोर येथे बॉम्बनिर्मिती सुरू झाली होती. त्यातील दिल्ली आणि आग्रा केंद्राची माहिती बऱ्याच जणांना झाली होती. सुरक्षिततेच्या दृष्टीने ते धोकादायक होते. त्यामुळे ती केंद्रे कोठे हलवता येतील,

त्याची जबाबदारी कोणावर सोपवता येईल, याचा विचार आझाद करत होते आणि त्यांच्या डोळ्यांपुढे गावाचे नाव आले सहारणपूर! दिल्ली, आग्र्याची केंद्रे तेथे हलविण्याचे ठरवले. केंद्राची जबाबदारी डॉ. गयाप्रसादांवर सोपवावी असा विचार आला. ते अनुभवीही होते नि विश्वासूही!

डॉ. गयाप्रसाद सहारणपूरला आले. नवे नाव धारण करून. डॉ. रामनाथ!! लकडमंडी भागात त्यांनी एक घर पसंत केले. शिव वर्मांना त्यांनी बोलावून घेतले. त्यांनाही ती जागा कामाच्या दृष्टीने योग्य वाटली. जागा भाड्याने घेतली. डॉक्टरसाहेबांच्या नावाचा बोर्ड लागला. बाहेरच्या खोलीत एक टेबलखुर्ची ठेवली. दवाखान्याचे प्रतीक म्हणून तेथील भिंतीवर त्यांचा स्टेथोस्कोप आणि एनिमाचे भांडे लटकू लागले.

डॉक्टसाहेबही रोज पेशंटची वाट पाहत खुर्चीवर बसू लागले आणि आतल्या खोलीत दिल्ली, आग्र्याचा बॉम्बचा मसाला आला. सुखदेवाने बनवून घेतलेल्या बॉम्बच्या कवचांतील काही कवचे शिव वर्मा आणि जयदेव कपूर घेऊन आले. थोड्याच दिवसांत तेथील कार्यही सुरू झाले.

बॉम्बसारखे स्फोटक अस्त्र क्रांतिकारकांच्या हातात येत होते आणि त्याच वेळेला देशातील परिस्थितीही स्फोटक बनत होती. राज्यकर्त्यांच्या जनताविरोधी कारवाया वाढत होत्या. त्यातून सगळ्यांच्याच मनात चीड, संताप, क्षोभ निर्माण होत होता. क्रांतिकारकांची मनेही ज्वालाग्राही बनत होती. त्यातूनच या नव्या संहारक, स्फोटक अस्त्राचा उपयोग करण्याचा विचार त्यांच्या मनात रुजत होता.

•••

१५

१९२९ साल उजाडले तेच अशांतता निर्माण करत आणि अस्थैर्याला निमंत्रण देत!

कामगार संघटना मजबूत करायच्या. त्यांचे संप घडवून आणून सरकारच्या अस्तित्वालाच धोका निर्माण करायचा. कामगार जगतातील या वार्तेने सरकार सावध झाले. ही विषवल्ली वाढायच्या आधीच खुडून टाकायला हवी. त्यासाठी खास अधिकार असले पाहिजेत.

सरकारी मेंदू कामाला लागले. त्यातून 'ट्रेड डिस्प्युट्स बिल' आणि 'पब्लिक सेफ्टी बिल' या दोन बिलांचा जन्म झाला. पहिल्याने कामकरी लोकांचे स्वातंत्र्य दडपून टाकले जाणार होते, दुसऱ्याने लेखनस्वातंत्र्यावर गदा येणार होती. याचा परिणाम... नागरिक स्वातंत्र्याची गळचेपी! कोण संमती देणार या असल्या बिलांना?

लोकपक्षाच्या नेत्यांनी आपली भूमिका स्पष्ट केली, 'आम्ही या बिलांना संमती देणार नाही!' पण सरकारला लोकमताची काय किंमत! लोकक्षोभाची काय पर्वा!

व्हाइसरॉयने आपल्या भाषणात सांगितले, 'विधीमंडळाने या बिलांना संमती दिली नाही, तर आमच्या विशेषाधिकारात आम्ही ती बिले संमत करू.' त्याच्या या उद्दाम बोलण्याने देशभर खळबळ उडाली. त्याच सुमारास अनेक कम्युनिस्ट

कार्यकर्त्यांची देशभर धरपकड झाली. घरांच्या झडत्या झाल्या. वातावरण तंग बनले. स्फोटक बनले आणि मनात उसळलेला क्रोध कृतीचा मार्ग शोधू लागला.

दलाची बैठक बोलवण्यात आली. विजयकुमारने बोलायला सुरुवात केली. सभेचा विषय सांगितला.

व्हाइसरॉयच्या उन्मत्त बोलण्याचा जळजळीत उल्लेख येताच कैलाश मध्येच म्हणाला, ''मध्ये बोलतो म्हणून क्षमा करा पण यासंदर्भात चालून आलेल्या एका संधीचा आपण फायदा घेतला तर?''

''कोणत्या?'' विजयने विचारले.

''होळीचा सण २५ मार्चला आला आहे.''

''त्याचा काय संबंध?'' एकाने विचारले.

''म्हणूनच सांगतो आहे. त्या दिवशी नेहमीच्या प्रथेप्रमाणे व्हाइसरॉय आपल्या कार्यकारी मंडळाचे सदस्य, मोठे हिंदी अधिकारी, विधीमंडळाचे सदस्य यांना रात्री मेजवानी देत असतो. तशी वार्ता वर्तमानपत्रात प्रसिद्ध झाली आहे. ती संधी साधून आपण त्यालाच उडवला तर?''

''वाऽऽ! कल्पना चांगली आहे. मेजवानीच्या वेळीच उडवावा, म्हणजे चांगली दहशत बसेल.'' एकाने सुचवले.

''नाही. तसं नाही करता येणार. तेथे जाणे अवघड आहे आणि गेलं तर गोळीबारात काही साथीही गमवावे लागतील.'' कैलाशने सांगितले.

इतका वेळ त्याचाच विचार करणाऱ्या पंडितजींनी कैलाशच्या म्हणण्याला पुष्टी दिली.

तोच शिव वर्मा म्हणाला, ''तो मेजवानीला जातानाच त्याला उडवायचा. त्याच्या गाडीवर बॉम्ब टाकून!!''

''छान... ही योजना ठीक आहे.'' पंडितजी म्हणाले.

ॲक्शनवर कोणी जायचे याबद्दल चर्चा झाली. पंडितजींनी साथींची मते जाणून घेतल्यावर योजना सांगितली.

''हे बघ रघुनाथ, व्हाइसरॉय ज्या मार्गाने जाणार आहे त्या मार्गावर तू उभे राहायचे. त्याच्या गाडीवर ताजमहालाचे चित्र असते. त्या गाडीच्या पुढे एक बिनीचा मोटारसायकलस्वार जातो. तो जाऊ लागला की, तू व्हाइसरॉयच्या गाडीवर बारकाईने लक्ष ठेवायचे आणि आत तो आहे का नाही हे पाहून हात

उंचावून साथींना इशारा करायचा. जयदेव, प्रभात तुम्ही दोघांनी रघुनाथपासून पुढे पण रघुनाथने केलेला इशारा स्पष्ट दिसेल अशा अंतरावर उभे राहायचे आणि इशारा मिळताच, गाडी आपल्या टप्प्यात आली की गाडीवर बॉम्ब टाकायचे आणि गडबड व्हायच्या आत तेथून निसटून जायचे..''

योजना ठरली. आता प्रतीक्षा होती 'ॲक्शन'च्या दिवसाची!

२५ मार्चचा दिवस उजाडला. आज ॲक्शन! सगळ्यांच्याच अंगात एक नवा उत्साह संचारला होता. दुपार टळून गेली. रघुनाथ, प्रभात, जयदेव तिघेही खोली बाहेर पडले. प्रभातने बॉम्ब व्यवस्थित घेतले. वेगवेगळ्या मार्गांनी तिघेही संध्याकाळ होण्याच्या वेळी आपल्या नियोजित स्थळी आले. एकमेकांतले अंतर फारसे नव्हते. तिघेही एकमेकांना स्पष्ट दिसत होते. एकमेकांचे इशारे झाले. आता ते वाट पाहत होते आपल्या सावजाची!!

अंधार दाटू लागला होता. आता आणखी काही काळ! पण तो काळ त्यांना युगासारखा वाटत होता. आणखी काही क्षण गेले. फटफटीचा आवाज आला. रघुनाथने कान टवकारले. आवाज आणखी जवळ आला. प्रभात, जयदेवही सावध झाले. स्वार आला. पुढे गेला. रघुनाथने डोळे ताणले. गाडी आली. ताजमहालाच्या चित्राची! प्रभातचा हात बॉम्बवर गेला. तयारी झाली. आता गाडी रघुनाथच्या समोर आली. त्याने डोळे फाडून आत पाहिले. आणि... आणि त्याने हात वर केलाच नाही.

आत व्हाईसरॉय नव्हताच! होत्या त्या तीन स्त्रिया नि ड्रायव्हर!! ॲक्शन न होताच सारे तळावर परत आले.

ॲक्शन झाली नाही म्हणून सगळेच निराश झाले होते; पण अंधार हा रात्रीपुरताच पाहुणा असतो. त्याला दिवसाचा प्रकाश रोखता येत नाही!!

***

केंद्रीय समितीची बैठक पुन्हा सुरू झाली. तिला आझाद, भगतसिंग, जयदेव, विजयकुमार, बटुकेश्वर दत्त उपस्थित होते. सुखदेव मात्र आला नव्हता.

विजयकुमारने बोलायला सुरुवात केली, ''आजच्या बैठकीचा विषय सगळ्यांनाच ठाऊक आहे. आपल्यावरची कायद्याची बंधने वाढवून, मनामनांत उमलणारी स्वातंत्र्यभावना चिरडून टाकणाऱ्या या दोन बिलांना विरोध कसा करायचा...''

''सभागृहात बॉम्ब टाकून!'' रणजित एकदम म्हणाला.

सारे त्याच्याकडे आश्चर्याने पाहत असताच त्याने तेच वाक्य पुन्हा गांभीर्याने उच्चारले, ''होय. सभागृहात बॉम्ब टाकूनच याचा विरोध करायचा.''

त्याने फ्रेंच क्रांतिकारक व्हिला याचे चरित्र नुकतेच वाचले होते. त्यानेही १८९४ मध्ये 'चेंबर ऑफ डेप्युटीज'मध्ये बॉम्ब फेकूनच निदर्शन केले होते, विशेष म्हणजे, बॉम्ब टाकून तो निसटून गेला नव्हता. स्वतःला अटक करवून घेऊन, न्यायालयात एक ओजस्वी निवेदन केले होते. 'बहिऱ्यांना ऐकू जाण्यासाठी मोठा आवाज करावा लागतो' हे त्याचे वाक्य रणजितच्या कानांत घुमत होते. या सगळ्या प्रसंगाचा एक खोल ठसा त्याच्या मनावर उमटला होता. आत्ताही त्याच्या नजरेसमोर तो प्रसंग तरळू लागल्याने सहजगत्या ते वाक्य त्याच्या तोंडून बाहेर पडले होते.

अजूनही सारे त्याच्याकडे पाहत असतानाच तो पुढे म्हणाला, ''आपल्या डोळ्यांवर कातडी ओढून वर्तमानाकडे दुर्लक्ष करणाऱ्या आणि बहिऱ्याचे सोंग घेणाऱ्या या असल्या लोकांना जागे करण्यासाठी बॉम्बचा प्रचंड स्फोटच घडवावा लागतो.''

''खरं आहे!'' प्रभात म्हणाला, ''सरकार जर लोकप्रतिनिधींच्या निर्णयाची अवहेलना करून शस्त्रबळावरच राज्य करू इच्छित असेल तर त्यांचं आव्हान आम्ही स्वीकारलं आहे. शस्त्राला शस्त्रानेच उत्तर द्यायला आम्ही तयार आहोत. असं करण्याने आणखीही एक गोष्ट साध्य होईल, जे लोक सनदशीर मार्गाने सरकारचा विरोध करू इच्छित होते त्यांनाही कळेल की, आपलं वैधानिक आंदोलन निष्फळ ठरलेलं आहे. आता प्रामाणिकपणे सनदशीर आंदोलन करण्याचं युग संपून सशस्त्र क्रांतीचं युग आलेलं आहे. सरकारने विधानसभेच्या नावावर जे बुजगावणं उभं केलेलं आहे, त्याला काहीही अर्थ नाही. त्याचा पडदा फाडून, त्याचं उघडनागडं स्वरूप जितक्या लवकर समाजासमोर आणता येईल तेवढ्या लवकर आपल्याला ध्येयसिद्धीजवळ जाता येईल. मलाही ही ॲक्शन योग्य वाटते.''

पंडितजींसह साऱ्यांनाच ही ॲक्शन योग्य वाटली. मग सभेची सूत्रे आपल्या हाती घेत पंडितजी म्हणाले, ''ठीक आहे. विधिमंडळात बॉम्ब टाकायचा! आता पुढची योजना ठरवली पाहिजे. कोण करणार हे? मला वाटतं...''

सगळ्यांनी कान टवकारले. आपल्याला संधी मिळते का, हे पाहण्यासाठी! पंडितजी पुढे म्हणाले, ''सध्या क्रांतीसंबंधात लहान-मोठं कोणतंही कृत्य घडलं की सरकार ते माझ्या नावावर खपवतं! तेव्हा मीच विधीमंडळात बॉम्ब टाकतो आणि निसटून येतो. नाही जमलं तर लढता-लढता मरून जातो. त्यामुळे आपल्या दलाचा एक फायदा होईल. जनतेत क्रांतिकारकांविषयी मोठी सहानुभूती निर्माण होईल. ''

''छे... आम्ही तुम्हाला मुळीच जाऊ देणार नाही. तुम्ही गेलात तर संस्थेचा देह आणि आत्माच नष्ट होईल. संस्थेचं अस्तित्वच विलयाला गेल्यासारखं होईल. आमच्यापैकी कोणी तरी जाईल.''

असे सांगून सगळ्यांनीच त्यांच्या योजनेला कडाडून विरोध केला. क्षणभर शांतता पसरली.

''मग रणजितला पाठवावं.'' तिचा भंग करत एक जण म्हणाला.

''त्याच्याबरोबर रघुनाथ जाईल.'' दुसऱ्याने सुचवले; पण ती कल्पनाही न पटून पंडितजी म्हणाले, ''नाही. त्याला पाठवून नाही चालणार.''

''बरोबर आहे.'' विजयकुमारने पुष्टी देत म्हटले, ''रणजितची दलाला आवश्यकता आहे. पंडितजींना आणि त्याला संघटनेसाठी आणि प्रचारासाठी सुरक्षित ठेवणं आवश्यक आहे, असं मला वाटतं.''

''ठीक आहे. तो पकडला जाणार नाही, तळावर सुरक्षित परत येईल अशी आपण योजना आखली तर? जयदेवने सुचविले.''

''नाही... अशी योजना मात्र मला बिलकूल मंजूर नाही. सभागृहात बॉम्ब टाकून मी निसटून येणार नाही. त्यामुळे आपली संघटना खुनी, दरोडेखोरांची संघटना आहे असा गैरसमज पसरेल. आपल्या कार्याला तो घातक ठरेल. आपल्याला आपल्या तत्त्वप्रणालीचा प्रचार करायचा आहे आणि त्यासाठी बॉम्ब टाकल्यानंतर आपण स्वतः पोलिसांच्या स्वाधीन झालं पाहिजे आणि न्यायालयात आपली तत्त्वे, भूमिका विशद केली पाहिजे.''

रणजितची भूमिका आझादांना पटली नाही. त्याला विरोध करत ते म्हणाले, ''तिथं उभं राहून स्वत:स पकडून घेण्याचा अर्थच मला समजत नाही. आपल्या दलाची तत्त्वप्रणाली स्पष्ट करायला हवी, विशद करून लोकांपर्यंत पोहोचायला हवी हे मला मान्य आहे पण त्यासाठी स्वतः पकडून घेण्याची काय आवश्यकता

आहे? जेव्हा केव्हा पकडले जाल तेव्हा हे काम करा आणि मग सुखाने फाशीच्या तख्तावर चढा! पण आपण होऊन तो दोर आपल्या मानेभोवती घेण्याचं कारण नाही, असं मला वाटतं.''

''नाही, पंडितजी, रणजित म्हणतो ते आम्हाला योग्य वाटतं. निर्भयपणे पोलिसांच्या स्वाधीन होऊन, न्यायालयात आपल्या ध्येय-धोरणांचा प्रचार करून हसत-हसत फाशी जाण्यातच आपल्या संघटनेचा फायदा आहे. मृत्यू हेच आपल्या प्रचाराचं प्रभावी साधन आहे.''

प्रभातने रणजितला पाठिंबा देत स्पष्टपणे सांगितले. विजयनेही प्रभातला पाठिंबा दिला. त्यांच्या प्रभावी प्रतिपादनाने आझादांचा प्रतिकार लंगडा पडला.

इतरांच्या मताला संमती देऊनही त्यांनी आपले मत सांगितले, ''तुम्हा सर्वांना असंच वाटत असेल तर माझा विरोध नाही; पण तरीही या ॲक्शनवर रणजितने जाऊ नये असं माझं स्पष्ट मत आहे. तो एक हिरा आहे आणि दलाने तो असा गमावून बसू नये!''

''पंडितजी, तुमचं हे मत मात्र आम्हाला मान्य आहे. या कामावर रणजितनेच जायला पाहिजे असे नाही. मी जातो आणि माझ्याबरोबर रघुनाथला घेऊन जातो.'' विजयकुमारने आपले मत मांडले.

''मी का नको?'' आत्तापर्यंत शांतपणे सारी चर्चा ऐकणाऱ्या बटुकेश्वरांनी निश्चयी स्वरात विचारले.

''मला असं वाटत होतं की कोणीतरी माझं नाव सुचवेल पण प्रत्येक जण आपलंच घोडं पुढे दामटतोय. अरे, तसं पाहिलं तर मी काकोरी कटापासून दलाचा सभासद! पण मला कोणीच ॲक्शनवर पाठवत नाही. या निष्क्रिय आयुष्याचा आता मला कंटाळा आला आहे. या कामात मला जर पाठवले नाही तर मी दलातून निघून जायचं ठरवलं आहे.''

त्यांच्या त्या निर्धारपूर्ण बोलण्याने सगळ्यांना आश्चर्य वाटले. त्यांना एवढं स्पष्ट बोलताना कोणीच अनुभवले नव्हते.

त्यामुळेच त्यांच्या ठामपणे सांगितलेल्या सत्य परिस्थितीने पंडितजी विचारमग्न झाले नि म्हणाले,

''ठीक आहे. एक नाव ठरलं. बटुकेश्वर दत्त!''

''आणि दुसरं?'' जयदेवने विचारले.

“विजयकुमार!” पंडितजींनी क्षणाचाही विलंब न करता जाहीर केले.

नावे जाहीर होताच दोघांचेही चेहरे आनंदाने उजळून गेले. जीवनसाफल्याचा क्षण जवळ आल्याची भावना त्यांच्या मुखावर झळकत होती. नाराज होता तो रणजित! एक सुवर्णसंधी हुकल्याची जाणीव त्याचे मन व्यापून राहिली होती; पण दलाचा निर्णय मान्य करण्यावाचून त्याच्यापुढे दुसरा कोणताही मार्ग उरला नव्हता.

***

“सुखदेव, तू...? आणि असा अचानक?” आश्चर्याने रणजितने विचारले.

दलाच्या बैठकीचा निर्णय कळताच तो धावतच दिल्लीला आला. खोलीवर येताच रणजितने त्याला विचारले पण तो काहीच बोलला नाही. त्यानेच पुन्हा म्हटले, “अरे मग बैठकीला नाही यायचे का?”

तरीही सुखदेव गप्पच होता. त्याच्या मनात विचारांचे वादळ घोंघावत असावे. त्याच्या चेहऱ्यावरून तसे जाणवत होते. त्याने खुणेनेच रणजितला बाहेर बोलावले. दोघेही खोलीच्या बाहेर आले. काही अंतर चालून गेल्यावर एका निवांत स्थळी गेल्यावर सुखदेव थांबला.

त्याने विचारले, “दलाची बैठक झाली?”

“हो... दलाचा निर्णय तुला...”

“कळला... म्हणूनच मुद्दाम आलो. ॲसेंब्लीत बॉम्ब टाकायला तू जाणार होतास ना? मग तुझ्याऐवजी इतरांची नावं कशी आली?”

“समितीने ठरवलं.”

“का?”

“संघटन आणि प्रचार या कामासाठी दलाला माझी आवश्यकता आहे म्हणून, या कामाला मी जाऊ नये असं दलाने ठरवलं.”

“या कामासाठी दुसरं कोणी नाही?”

“पण सर्वांनी ठरवलं. त्यांना तसं वाटतं...”

“रणजित, हा सारा बकवास आहे. लंगडी समर्थने देऊन मूळ मुद्दा झाकता येत नाही. तुझा मित्र म्हणून मला वाटतं की, अशा करण्याने तू आपल्या पायावर कुऱ्हाड मारून घेतो आहेस. हे पाहून मला गप्प बसता येत नाही.”

“अरे पण...”

''तू मला काहीही सांगूच नकोस. तू कोणत्या मार्गाने चालला आहेस याची तुला कल्पना आहे? तुझा अहंकार वाढला आहे. तुला वाटतं, तूच पार्टीचा एकमेव आधारस्तंभ आहेस! तुझ्याशिवाय पार्टी चालू शकणार नाही, अशी तुझी समजूत झाली आहे; पण एक लक्षात ठेव कोणाचं कोणावाचून अडत नसतं! तुझ्या न जाण्याचं कारण वेगळचं आहे. तू भ्याड बनला आहेस. मृत्यूला घाबरतो आहेस. या तुझ्या वागण्याचा शेवट काय होईल माहीत आहे तुला? तुझा एक दिवस भाई परमानंद होईल!!''

त्याच्या या बडबडीने रणजित अवाक् झाला होता. रागाने त्याने एवढेच विचारले. ''म्हणजे, तुला म्हणायचंय तरी काय?''

''वेड घेऊन पेडगावला जाऊ नकोस. तुला समजत नसेल तर मी समजावून सांगतो. ऐक...! लाहोरच्या १९१४-१५ सालच्या गदरच्या उठावणीचा निकाल देताना, हायकोर्ट जज्जने भाई परमानंदांविषयी काय म्हटलं होतं, माहीत आहे? भाई परमानंद या क्रांतिकारी संघटनेचा मेंदू आणि सूत्रधार आहे; पण व्यक्ती म्हणून हा माणूस भ्याड आहे. संकटाच्या वेळी हा दुसऱ्यांना पुढे करतो आणि स्वतःचे प्राण मात्र वाचवतो! उद्या तुझ्याबद्दलही जज्ज असंच लिहितील....''

आता मात्र रणजितला राग अनावर झाला. चेहरा लाल झाला. ओठ थरथरू लागले. बेभान होत तो म्हणाला, ''तुझ्या जिभेला काही हाड... तू... तू म्हणतो आहेस हे?''

''होय. मीच म्हणतो आहे. तुला काय वाटलं तू कायम मोकळाच राहणार आहेस? कधीतरी पकडला जाशीलच. त्या वेळी तुझ्या केसचा निकाल देताना जज्जला असंच लिहावं लागेल की...''

''बस्स! आता एक अवाक्षरही बोलू नकोस... सहन करण्यालाही काही मर्यादा असते...''

रणजितचे संतप्त उद्गार ऐकून तरी सुखदेवाने गप्प बसावे, पण नाही! त्यालाही आज चेव आला होता. आपण कोणासंबंधी बोलतो आहोत, काय बोलतो आहोत याचा सारासार विचारही त्याच्या मनात येईना. उलट, रणजित रागावला आहे असे पाहून त्याला आणखी स्फुरण चढले. त्याचा आवाज आणि छद्मीपणा वाढला. त्याने बिनबुडाचे बेछूट आरोप करणे चालूच ठेवले.

''का बोलू नको? बोलणार... तू म्हणतोस की दलाच्या संघटनाकरिता तुला शहीद व्हायचं नाही; पण हे वरवरचं कारण आहे. प्रामाणिकपणे आपल्या कृत्याकडे पाहा म्हणजे नागडं उघड सत्य तुझ्या समोर उभं राहील. ते विदारक सत्य पचवणं तुला जड जातं आहे म्हणून तू सबबींच्या भिंताडाआड लपतो आहेस. ते सत्य अस आहे की, तू मृत्यूला घाबरतो आहेस. या वेळी मृत्यूचा सामना करायची तुझी इच्छाच नाही; कारण तुला जगण्याचा मोह निर्माण झाला आहे. जगण्याची आसक्ती निर्माण झाली आहे. त्या 'स्त्री'च्या प्रेमाची ऊब हवीहवीशी वाटू लागली आहे आणि आव मात्र आणतो आहेस पार्टीच्या उत्तरदायित्वाचा!! काय, मी म्हणतो ते खरं आहे ना?... रणजित, एक लक्षात ठेव, तू दुसऱ्यांना काहीही सांग पण तू माझ्यापासून आणि मी तुझ्यापासून लपून राहणं शक्य नाही. एकच सांगतो, तुझा पाय घसरतो आहे. ''

सुखदेवाचे ते विषबाण सर्वांगाचा दाह करत होते. दुःख, संताप, अपमान अशा अनेक भावनांच्या उद्रेकाने तो क्षणभर किंकर्तव्यमूढ झाला. 'त्या स्त्री'चा संबंध दुर्गाभाभींशी होता. त्यामुळेच तो अवाक् झाला होता. जखमी वाघाप्रमाणे तो सुखदेवाकडे रोखून बघत होता दीर्घ निःश्वास टाकत होता. आणि मग त्याने सुखदेवाची चांगलीच हजेरी घेतली.

''तू काय बोलतो आहेस हे तुझं तुला तरी कळतंय का? आज तुझं डोकं ठिकाणावर नाही. नाहीतर असं बोललाच नसतास. भगवतीभाई आणि त्यांच्या कुटुंबाविषयी तुला काही समजतच नाही. त्याला सीआयडीचा माणूस म्हणत असताना तुला कधी शरम वाटली नाही. अरे, भगवतीभाईने नि भाभीने मला जी मदत केली ती मी आयुष्यात कधीच विसरू शकणार नाही. त्या देवीच्या धाडसामुळे मला साँडर्सवधानंतर लाहोरबाहेर सुखरूप जाता आलं. तुला हे सारं माहीत असताना तू हे असले गलिच्छ आरोप करतोस? खबरदार, त्यांच्या विरुद्ध एक शब्दही बोललास तर!''

लाह्या फुटाव्यात तसं ताड्ताड् बोलून रणजित क्षणभर गप्प बसला. आपल्यातच हरवून गेला. काही एक विचार करून, धीरगंभीर आवाजात ठामपणे म्हणाला, ''सेंट्रल असेम्बलीत बॉम्ब फेकायला मीच जाईन. केंद्रीय समितीला माझे म्हणणे मान्य करावेच लागेल. आज तू माझा जो अपमान केला आहेस, माझ्यावर जे घाणेरडे आरोप केले आहेस, त्या बिनबुडाच्या आरोपांना उत्तर

देण्याचीही माझी इच्छा नाही. आणखी एक गोष्ट लक्षात ठेव, यापुढे तू माझ्याशी कधी बोलायलाही येऊ नकोस!!"

रणजितने एवढे फटकारल्यावर तरी गप्प बसायचे का नाही? पण आज तो विवेकहीनच बनला होता. त्याच्यात काही बदल झाला नाही. तो थंडपणे म्हणाला, I have done my duty towards my friend.

रणजितच्या प्रतिक्रियेची वा उत्तराची वाट न पाहताच सुखदेव तेथून निघून गेला. घायाळ मनाने नि जड पावलांनी रणजित आपल्या खोलीवर परतला.

रणजित खोलीवर आला. खोलीवर कोणी नव्हते. सुखदेवाच्या वाग्बाणांनी घायाळ झाल्यामुळे कोणाशीच बोलावे असे त्याला वाटत नव्हते. त्यामुळे खोलीत कोणी नाही हे पाहून त्याला बरे वाटले. अस्वस्थ मनाने तो फेऱ्या मारत होता.

राहून-राहून मनात येत होते, 'जिवाभावाचा मित्र असून सुखदेव असा का वागतो आहे?' याच प्रश्नाभोवती त्याचे विचार फिरत होते. प्रवाहाच्या भोवऱ्यात फिरणाऱ्या नावेसारखे! असे म्हणून सुखदेवाने भगतवर बीनबुडाचे, गलिच्छ आरोप करायला सुरुवात केली. त्यामुळे संवेदनशील हृदयाचा भगत मनातून इतका दुखावला गेला, ॲक्शनवर स्वत:च जाण्याचा निश्चय करूनच तो खोलीवर आला.

'साँडर्स वधानंतर माझ्याबरोबर परगावी जाणार का म्हणून त्यानेच भाभींना विचारलं होतं. त्या वेळची ती गरज होती. ब्रिटिश सरकारच्या डोळ्यांत धूळ फेकण्याकरता केलेलं ते नाटक होतं, हे काय त्याला माहीत नाही? मग कलकत्त्याला गेल्यावर जयचंद्रासारख्या माणसाला मदतीला घेऊन त्यानेच माझ्याबद्दल घृणित प्रचार का करावा? त्यामुळे भगवतीभाईला नि भाभीला काय वाटेल याचा विचार त्याच्या मनाला शिवला कसा नाही? संकटाच्या वेळी जिचं साहाय्य घेतलं, जिच्या धाडसामुळे मला लाहोरबाहेर सुखरूप पडता आले त्या भाभीच्या मनाचा तरी विचार करायचा होता. कलकत्त्याच्या वास्तव्यात आणि परतीच्या प्रवासात ज्या गोष्टी कानावर आल्या त्या सुखदेवाने प्रसारित कराव्यात? ...सुखदेवाने! का? कशासाठी?'

'भगवतीभाईला तो सीआयडीचा माणूस म्हणतो. कशावरून? कितीतरी वेळा त्याला विचारलं. काही पुरावा आहे का? पण आत्तापर्यंत एकही पुरावा

त्याला देता आला नाही. विनाकारण एखाद्याला बदनाम करायचं? यशपालने त्यांच्या घराची झडती घेतली. त्याने सांगितल्यावरून! पण आक्षेपार्ह असं काहीही मिळालं नाही. मग हा कशावरून त्यांना दूषणं देतो? इतरांना बदनाम करून स्वतःच महत्त्व व्हावं म्हणून? पण अशाने स्वतःच महत्त्व वाढतं का? सूर्यावर थुंकल्याने आपण श्रेष्ठ ठरतो तो का?.... आणि आता तर भाभींवर, माझ्यावर चिखलफेक!....त्या दोघांचं केवढं साहाय्य झालं मला? मला सुरक्षित नेऊन केवढे उपकार केलेत माझ्यावर! या जन्मातच काय पण सात जन्मांत तरी उतराई होता येईल का? संकटभरल्या रस्त्यावरून चालताना त्यांनी केलेल्या लाख मोलाच्या साहाय्याने त्यांच्याबद्दलची सारी किल्मिषे नाहीशी झालीत. मन गंगेसारखं पवित्र झालंय! भगवती खरंच 'भाई' झालाय. अन् त्या उलट सुखदेव....'

'लाहोरला परतल्यावर तरी त्याने गप्प बसावं.... पण तेही नाही. भेटणं शक्य असताना पत्र पाठवावं? अन् तेही त्याच विषयासंबंधी गरळ ओकणारं? म्हणे, 'एक स्त्री के चक्कर में फँसकर क्रांति के पथ से तुम भटक गए हो.... देश के लिए कुछ कर सकना अब तुम्हारे बस का नहीं रहा।' ज्याला काही माहिती नाही अशा माणसाने असले आरोप केले असते तर ते मी समजू शकलो असतो. पण सगळं माहीत असूनही हा काहीच माहीत नसल्याचा आव का आणतो आहे? इतका जवळचा मित्र असून तो मला ओळखू का शकत नाही?'

'त्यावेळी ते पत्र घेऊन मी भाईकडे बोलायला गेलो होतो... काय बोलणार होतो त्यांच्याशी? तोंडातून शब्दही फुटत नव्हता. दुःखातिरेकाने अश्रू गाळीत यावं लागलं होतं.... त्या दुःखातून कुठे जरा सावरतो आहे तर आजचं हे महाभारत! सारंच अनाकलनीय!'

'हा माझा मित्र.... माझ्या वाटेवर प्रकाश होऊन वावरायला हवं याने पण आज प्रकाशच अंधाराला मिळावा? अग्नीने पाण्याशी मैत्री करावी? पण मी समजतो तसा तो खरंच प्रकाशासारखा स्वच्छ नि अग्नीसारखा पवित्र आहे का... का दलातील माझ्या स्थानाचा हेवा वाटतोय त्याला? याचं मन मत्सराने तर जळत नाही? त्यामुळे तर हा माझी प्रतिष्ठा धुळीला मिळवायचा प्रयत्न करत नाही ना? नाही तर याच्या गेल्या दोन-तीन महिन्यांतील वागण्याचा अर्थ काय? कसा लावायचा अर्थ?'

'काहीही असलं तरी याचं तोंड बंद करायला हवं. असेंब्लीत बॉम्ब टाकायला मीच जाईन आणि स्वतःला गिरफ्तारही करवून घेईन!....मीच जाईन तिथं... त्यामुळे माझ्या देशभक्तीच्या निष्ठेबद्दल सुखदेवाने केलेला आरोप बिनबुडाचा ठरेल आणि माझ्यावरच्या चिखलफेकीलाही तिलांजली मिळेल...' कितीतरी वेळ विचार करत तो फेऱ्या मारत होता.

पंडितजी आल्याचेही त्याला कळले नाही. त्यांनीच मग त्याला हाक मारली. "रणजित.."

अन्य काहीही न बोलता तो एकदम म्हणाला, "पंडितजी, केंद्रीय समितीची बैठक पुन्हा बोलवा."

"ती का रे?"

"मी सांगतो म्हणून... माझ्यासाठी...."

"अरे पण, काय झालं? कशासाठी?"

"मला काही विचारू नका.... बैठक बोलवा..."

पंडितजींना काही कळत नव्हते. रणजितने क्षणभर त्यांच्याकडे पाहिले आणि पुढे होत कितीतरी वेळ तो त्यांच्या खांद्यावर मान टाकून स्फुंदून-स्फुंदून रडत होता आणि पंडितजी मातेच्या ममतेने त्याच्या पाठीवरून हात फिरवत होते.

४ एप्रिल! केंद्रीय समितीची बैठक पुन्हा सुरू झाली. विधीमंडळात बॉम्ब फेकायला आपणच जाणार याविषयी रणजितने एवढा हट्ट धरला की, त्याला होकार देण्यावाचून समितीला दुसरा पर्यायच राहिला नाही. अखेर दत्तांच्याबरोबर रणजितचे नाव नक्की करण्यात आले.

या सभेला सुखदेव आवर्जून उपस्थित होता; पण तो एक अक्षरही बोलला नाही. जणू आपण त्या गावचेच नाही!!

***

असेंब्लीत बॉम्ब टाकण्याची योजना निश्चित झाली आणि कामाची चक्रे वेगाने फिरू लागली. बॉम्ब फेकल्यानंतर सभागृहात पत्रके टाकायची होती. त्याचा मजकूर भगतसिंगांनीच इंग्रजीत तयार केला. पत्रक गुप्तपणे टंकलिखित केले. त्याच्या प्रतीही काढल्या.

ॲक्शन करण्यापूर्वी जागेचे निरीक्षण करणे आवश्यक होते. सभागृहाची रचना, सदस्यांच्या बसायच्या जागा, प्रेक्षकांची गॅलरी या सगळ्याच गोष्टी

बारकाईने पाहणे आवश्यक होते. सिंगाच्या गुहेत जाऊन विनासंशय परत यायचे होते.

जयदेव कपूरने हिंदू कॉलेजचे प्रा. देवेन्द्रनाथ टंडन यांना सांगितले, "मी अर्थशास्त्राचा विद्यार्थी आहे. विधीमंडळाच्या ग्रंथालयात काही संदर्भ ग्रंथ पाहायचे आहेत. आपण प्रवेशिका दिलीत तर फार बरं होईल."

प्रवेशिका मिळाली. आत जाऊन ओळख काढली. आणखी दोन-तीन प्रवेशिका मिळाल्या. मग त्यावर आझाद, भगतसिंग, जयदेव कपूरबरोबर जाऊन सभागृहाची रचना, कामकाज पाहून आले.

भगतसिंग आणि बटुकेश्वर दत्त यांनी आपली छायाचित्रे काढून घेतली. ज्या प्रकारचा बॉम्ब सभागृहात फेकायचा होता त्या प्रकारच्या एका बॉम्बची चाचणी आझादांनी भगतसिंगाला बरोबर घेऊन घेतली.

सर्व योजना पूर्णपणे आखल्यानंतर शिव वर्मा आणि जयदेव कपूर यांच्याशिवाय सर्वांनी दिल्ली सोडून जाण्याचे आदेश आझादांनी दिले. एक-एक करून सारे साथी दिल्ली सोडून गेले.

सर्वात शेवटी आझाद झाशीला जायला निघाले. शिव आणि जयदेव त्यांच्याबरोबर निघाले. आझादांचे मन आज भगत आणि दत्त यांच्या आठवणीने भावसंकुल बनले होते. त्यांच्या अनेक आठवणी मनात गर्दी करत होत्या. सगळ्या रस्त्यात ते त्या दोघांसंबंधीच बोलत होते.

कधी आवाज भावनेने ओलावायचा तर कधी त्यांच्या विरहाच्या कल्पनेने डोळे ओले व्हायचे. किती बोलू आणि किती नको असे होऊन गेले होते. दिल्लीचा निरोप घेताना त्यांचे मन आज थाऱ्यावर नव्हते. ते आपल्या भावनांना बांध घालू शकत नव्हते.

स्टेशन आले. गाडी प्लॅटफॉर्मवर लागलेलीच होती. ते डब्यात चढले नि काहीतरी आठवल्याचे निमित्त करून पुन्हा खाली उतरले.

"प्रभात..." त्यांनी हाक मारली. त्याच्या खांद्यावर आपला थरथरणारा हात ठेवला. तो स्पर्श आज भावनेने ओलावला होता. क्षण... दोन क्षण तसेच गेले. काय बोलावे, कसे बोलावे हे त्यांना सुचत नव्हते.

मग रुद्ध कंठाने ते म्हणाले, "प्रभात, अब कुछ ही दिनों में यें दोनो (भगत और दत्त) देश की संपत्ती हो जायेंगे। तब हमारे पास सिर्फ इनकी याद रह जायेगी।

तब तक के लिए मेहमान समझकर इनकी आराम-तकलीफ का ध्यान रखना।''

भगत, दत्तांच्या विरहाने त्यांचे डोळे भरून आले. पुढे त्यांना काही बोलवेना. प्रभातचा खांदा थोपटत, पाणावलेली नजर एकदा त्या दोघांकडे टाकली आणि ते झट्कन गाडीत जाऊन बसले.

जाणाऱ्या गाडीकडे शिव आणि जयदेव काही काळ बघत उभे राहिले. पाझरत्या डोळ्यांनी नि जड पावलांनी ते खोलीवर परतले. पंडितजी आणि साथींशिवाय ती खोली त्यांना सुनीसुनी वाटली. मूर्तीविना मंदिरासारखी! एक क्षणही तिथे त्यांना चैन पडेना. विचार केला आणि मग त्यांनी त्या खोलीला कायमचा निरोप दिला.

***

''भाभी, काय झालं गं? तुझा चेहरा असा का दिसतोय?''

भगवतीभाई आल्याचे सुशीलादीदींना कळले म्हणून त्या जिना उतरून खाली आल्या. त्या येताच ते बोलायचे थांबले. भाईंनी काहीतरी विशेष बातमी सांगितली असणार हे भाभींच्या चेहऱ्यावरून जाणवत होते. म्हणूनच त्यांनी विचारले, पण आपल्या चेहऱ्यावरचे भाव लपवत त्या म्हणाल्या, ''काही नाही... कुठे काय... मला काय झालंय?''

संध्याकाळपर्यंत परत येतो असे सांगून गेलेले भगवतीचरण भर दुपारीच, उन्हात परत आल्याचे पाहून भाभीने आश्चर्यानेच विचारले, ''इतक्या लवकर परत आलात?''

''हं...!''

''काही विसरलं का? दुसरं काही काम...? नाही...''

''मग असे अचानक?''

''आत्ताच सुखदेव भेटला होता. ''

''कशालाऽऽ?'' थोड्या तिरस्कारानेच त्यांनी विचारले.

''भगतसिंगला शेवटचे भेटून घ्यायचे असेल तर आजच रात्रीच्या गाडीने दिल्लीला जा! भाभींनाही घेऊन जा.''

ती वाक्ये ऐकताच त्यांच्या काळजाचा ठोकाच चुकला. त्या अगदी गलबलून गेल्या.

''भगतला शेवटचं भेटायचं... शेवटचं?''

'शेवटचं' या शब्दाने त्यांचे हृदय विदीर्ण झाले.

'भगत.. नेहमी घरी येणारा. गोरापान... तेजस्वी, बोलक्या डोळ्यांचा... हसतमुख! गप्पा मारताना तर सगळ्यांना रंगवून टाकणारा, हास्यविनोदात भिजवणारा... पण भाईंशी राजकारणावर बोलायला लागला की तज्ज्ञ राजकारणाऱ्यालाही अवाक् करील असं बोलणारा... सचीन्द्राशी खेळायला लागला की लहानाहून लहान होणारा... इतका की त्यालाही इतकं लहान होणं जमायचं नाही... कलकत्त्याला जाताना तर त्याच्यारूपाने एका प्रौढ, समंजस, अनोख्या देशभक्ताचं दर्शन झालं... तो सुखरूप तेथे पोहोचला तेव्हा मलाच कृतकृत्य झाल्यासारखं वाटलं होतं. त्याला अजून तीन-चार महिनेही झाले नाहीत... सारे प्रसंग आता-आता घडले आहेत असं वाटत असताना आज एकदम त्याची शेवटची भेट! उद्या काय होणार आहे?... कुठे जाणार आहे तो? कसली ॲक्शन ठरली आहे?...'

त्याच्या चिरविरहाच्या कल्पनेने त्या सैरभैर झाल्या होत्या नि तेवढ्यात सुशीलादीदी तेथे आल्या होत्या. त्यांचा तो दुःख आणि काळजीने काळवंडलेला चेहरा पाहून त्यांनी विचारले होते. त्यांनीही मन आवरण्याचा प्रयत्न केला पण ढगांतूनही पौर्णिमेच्या चंद्राचे चांदणे झिरपावे तसा दुःखाचा झिरझिरीत थर त्यांच्या मुखावर दिसत होताच! त्यांची ती अवस्था पाहून दीदीने भाईला विचारले, ''भाई, भाभीला काय झालं रे?''

सुखदेव भेटल्याची आणि त्याने दिलेली बातमी सांगून ते म्हणाले, ''दलाचा निर्णय काय झालाय मला माहीत नाही; पण त्यानेच एवढी आवर्जून बातमी दिली आहे, तेव्हा जायला हवे...''

''मीही येते बरोबर. तसंच काही ठरलं असेल तर पुन्हा भेट व्हायची नाही त्याची.''

त्या दिवशी रात्रीच सगळे जण दिल्लीला निघाले. ८ एप्रिलला सकाळी ते दिल्लीला पोहोचले. स्थानकावरच सुखदेव भेटला. पुढे होऊन त्याने सांगितले, ''कुदासिया बागेत जाऊन तुम्ही थांबा. तिथे तो येईल.''

सारे कुदसिया बागेत आले. थोड्यावेळातच सचीन्द्र ओरडला, ''लम्बे चाचाजीऽऽ! ''

भगतसिंगाच्या उंचीमुळे तो त्यांना याच नावाने हाका मारत असे.

कलकत्त्याच्या प्रवासात त्यांची चांगलीच गट्टी जमली होती. त्यांना पाहताच तो धावत गेला आणि बोटाला धरून सगळे होते तिथे घेऊन आला. जवळ येताच भगवती चरणांनी त्याला मिठीच मारली. कितीतरी वेळ शब्दाविना स्पर्शानेच ते बोलत होते. त्या भेटीने दुर्गा भाभींच्या नि सुशीलादीदींच्या डोळ्यांतही अश्रू तरळले पण त्यांनी ते पापण्यातच रोखले. ते अश्रू भगतने पाहिले असते तर वाईट वाटले असते त्याला! त्याला आनंदाने निरोप द्यायचा होता.

भगवतीभाईच्या मिठीतून सोडवून घेत तो म्हणाला, ''भाभी, दीदी, कशा आहात?''

''ठीक आहोत. तू?''

''मी... मजेत!''

''लंबे चाचाजी, आपण बागेत खेळू या ना...'' सचीन्द्राने हट्ट धरला.

''हो... खेळू की! पण मी यांच्याशी बोलतो आणि मग...''

''शची, काकांना त्रास देऊ नको. तू खेळ बरं एकटा...''

तो खेळायला गेल्यावर त्यांच्या गप्पा झाल्या. भगतसिंग दिल्लीला काय करणार आहे? ॲक्शन काय ठरली आहे? यासंबंधात दलाच्या प्रथेनुसार कोणीच काही बोलले नाही. बराच वेळ झाला. दहा वाजत आले.

भगत म्हणाला, ''भाई, आता जायला हवं!''

त्याच्या वाक्याने पुन्हा शांत सरोवरात तरंग उमटले. मग दुर्गाभाभी म्हणाल्या, ''वाऽ! तसाच कसा जातोस? तुझ्यासाठी मुद्दाम रसगुल्ले आणले आहेत.''

दोघींनी आग्रह करकरून त्याला रसगुल्ले खायला लावले. सचीन्द्रही तेथे आला होता. भगतने त्याला मांडीवर घेऊन त्यालाही रसगुल्ले भरवले. दीदींनी संत्रीही सोलली. फोडी करून त्याही दिल्या. खाताना त्याचे हास्यविनोद चालूच होते पण बाकीच्यांचे चित्त मात्र ठिकाणावर नव्हते.

दहा वाजता भगतसिंग म्हणाला, ''आता मात्र मला गेलंच पाहिजे.''

तो उठणार तोच भाभींनी आणि दीदीने त्याला कुंकुमतिलक लावला. औक्षण केले आणि मनातच अनेक आशीर्वाद देत म्हणाल्या, ''औक्षवंत व्हा! विजयी व्हा!!''

तो जायला निघताच सचीन्द्राने हात धरून विचारले, ''लंबे चाचाजी, आपण खेळायचं ना?''

"हे बघ, मी जरा काम करून येतो मग आपण खेळू."

"तुम्ही खूप वेळ लावता, आम्ही नाही एवढा वेळ इथे थांबणार."

"बरं, लवकर येतो मग तर झालं...." असे म्हणून त्याने त्याला कडेवर घेतले. त्याचा पापा घेतला. त्याला खाली ठेवले. तिघांच्याकडे एक प्रेमळ दृष्टी टाकून, तिघांनाही आपल्या डोळ्यांत साठवून घेत त्याने आपली दृष्टी वळवली. मागे न पाहता तो झपाट्याने दूर... दूर जाऊ लागला.

भाई, भाभी आणि दीदी कितीतरी वेळ त्याच्या पाठमोऱ्या आकृतीकडे पाणावलेल्या डोळ्यांनी पाहत उभे राहिले होते.

***

खोलीवर आल्यावर भगतसिंहांनी विधीमंडळात जायची तयारी सुरू केली. तिथे पोलिसांच्या डोळ्यांत धूळ फेकूनच प्रवेश मिळवायचा होता. त्यासाठी पोषाख बदलणे आवश्यक होते. त्याने खाकी हाफ पँट आणि शर्ट घातला. गरम कोट अंगात चढवला. त्याच्या आधाराने आत न्यायचे सामान सांभाळून आणि सुरक्षित नेता येणार होते. दोन बॉम्ब कागदात गुंडाळून कोटाच्या आतल्या खिशात नीट ठेवले. बेल्जियम बनावटीचे भरलेले एक पिस्तूल आणि काडतुसांचे एक मॅगझिन खिशात टाकले. डोक्यावर हिरवी फेल्ट हॅट घातली. दाढीमिशा आधीच काढलेल्या असल्याने आता शीखयुवकाची कोणतीच लक्षणे दिसत नव्हती. दत्तांनीही हाफ पँट, शर्ट घातला. कोटाच्या खिशात विधीमंडळात टाकायची पत्रके घेतली आणि तेही तयार झाले. जयदेव कपूर आधीच तयार होता. त्याने आदल्या दिवशीच सभागृहात जाण्याच्या प्रवेशपत्रिका मिळवल्या होत्या. प्रत्येक जण आपापल्या प्रवेशिका घेऊन विधीमंडळाच्या सभागृहात जाण्यास निघाले.

भगतसिंगाने ६ तारखेलाच जयदेवबरोबर येऊन सभागृहाचे निरीक्षण केले होते. सभागृहात अध्यक्षांच्या आसनाच्या उजव्या हाताला मंत्री नि सरकारपक्षाचे सदस्य बसत. त्यांच्यासमोर अध्यक्षाच्या डाव्या हाताला विरोधी पक्षाचे पुढारी आणि सदस्य बसत. सार्वजनिक कक्षा अध्यक्षांच्या आसनाच्या समोर होती. घोड्याच्या नालाच्या आकाराची! त्याच्या मधोमध सदस्यांना जाण्या-येण्याकरता जागा होती. समोर कठडा होता. कुठे बसायचे, कोठून बॉम्ब फेकायचे याची स्थूल कल्पना त्याने त्याच दिवशी मनाशी ठरवली होती.

आज ८ ऑगस्ट! विठ्ठलभाई पटेल पब्लिक सेफ्टी बिलावरचा आपला ऐतिहासिक निर्णय सभागृहात जाहीर करणार होते. लोकांची उत्सुकता शिगेला पोहोचली असल्याने प्रेक्षककक्षा माणसांनी फुलून जाणार याचा अंदाज असल्याने ते अकरा-सव्वाअकराच्या सुमारासच तेथे आले. अपेक्षेप्रमाणे गर्दी खूप होती. स्त्रियांच्या कक्षेला लागून असणाऱ्या प्रेक्षककक्षेच्या मुख्य दरवाजाने त्या तिघांनीही आत प्रवेश केला. त्यांनी पाहून ठेवलेली जागा अजून रिकामी होती. खांबाजवळच्या त्या जागेवर रणजित आणि दत्त बसले.

बसल्यानंतर त्यांनी आपली नजर खाली सभागृहाकडे वळवली. अध्यक्षांच्या उजव्या हाताला पहिल्या रांगेत सभागृहाचे नेते गृहमंत्री जेम्स क्रेरार, विधीमंत्री बी. एन. मित्र, उद्योगमंत्री, व्यापारमंत्री आणि वित्तमंत्री सर जॉर्ज शूस्टर बसले होते. त्यांच्या मागच्या खुर्चीवर लोकनियुक्त प्रतिनिधी सर बोमन दलाल बसले होते. मग त्यांनी विरोधी पक्षाच्या जागांकडे पाहिले. तिथे मोतीलाल नेहरू, डॉ. मुंजे, बॅ. जयकर, पं. मदनमोहन मालवीय हे मान्यवर बसलेले होते.

त्याचे निरीक्षण सुरू असतानाच जयदेव जवळ आला. तो येताच त्यांनी आपल्या प्रवेशिका, लोकांच्या लक्षात येणार नाहीत अशातऱ्हेने त्याच्याकडे दिल्या. त्या घेऊन तो बाहेर पडला. पोलिसांना त्या मिळू नयेत आणि ज्याने त्यांना त्या दिल्या होत्या. त्यांचे नाव कळू नये यासाठी ही खबरदारी!

तो गेला आणि भगतसिंग विचार करू लागला, 'बॉम्ब नेमके कुठे फेकावेत? सरकार पक्षाच्या ओळीपुढे पहिल्याच आसनासमोर फेकले तर...? पण नको... त्यामुळे विठ्ठलभाई, पं. मोतीलाल नेहरू हे आपलेच लोक घायाळ व्हायचे. त्यांना तर काही होता कामा नये... पाचव्या आसनाच्यामागे... जॉर्ज शूस्टर बसले आहेत, त्यांच्या कोचाच्या मागे फेकावा... ती जागाच योग्य आहे.'

त्याने खुणेनेच दत्तांनाही कल्पना दिली आणि मग 'तो क्षण' केव्हा येतो त्याची वाट पाहत ते बसून राहिले. आता मात्र एक-एक क्षण जाता-जात नव्हता. विठ्ठलभाई आले. स्थानापन्न झाले. कामकाजाला सुरुवात झाली आणि दोघेही सावरून बसले. सावध बसले.

साडेबारा वाजले. ट्रेड डिस्प्युट बिलावरील मतदान झाले. पाच-दहा मिनिटे गेली. विठ्ठलभाई उभे राहिले. त्यांनी त्यावरचा निर्णय घोषित केला. बारा चाळीस होत आले. भगतसिंग आणि दत्त तयार झाले.

विठ्ठलभाई पुढे म्हणाले, ''मी आता 'पब्लिक सेफ्टी बिलां'वरील निर्णय देतो.''

त्यांचे शब्द हवेत विरतात ना विरतात तोच भगतसिंग झटकन उठले. खिशातला बॉम्ब काढला. तो स्फोटग्राही केला आणि जाण्या-येण्यासाठी असलेल्या वाटेतील लोकांना दूर सारीत ते प्रेक्षक कक्षेच्या कठड्याजवळ वेगाने आले. कठड्यावर वाकून *'वंदे मातरम्'* अशी मोठ्याने गर्जना केली आणि थोड्या वेळापूर्वी निश्चित केलेल्या जागेवर त्यांनी हातातला बॉम्ब पंचेचाळीस अंशाच्या कोनाने जोरात आदळला! बॉम्ब जमिनीवर आदळताच कानठळ्या बसवणारा आवाज सभागृहात दुमदुमला. सरकारी सदस्यांच्या समोरची टेबले मोडून पडली. सारे सभागृह निळ्या-काळ्या धुराने भरून गेले आणि सारेच हादरून गेले.

जॉर्ज शूस्टर आणि बोमनजी दलालांना जखमा झाल्या. ते घायाळ झाले. विठ्ठलभाई आश्चर्यचकित झाले. विरोधी पक्ष नेतेही स्तंभित झाले पण क्षणात काय झाले असावे याची त्यांना कल्पना आली. मग ते जागेवरच बसून राहिले. प्रेक्षकांची तर भीतीने घाबरगुंडी उडाली. जीव वाचवण्यासाठी सारेच पळू लागले. प्रवेशद्वाराजवळ कमालीची गर्दी झाली.

तोच दत्तांनी दुसरा बॉम्ब टाकला. त्याचाही प्रचंड आवाज झाला. मग काय विचारता. आधीच घाबरलेले जीव आणखी घाबरले. तेवढ्यात भगतसिंहांनी आपले पिस्तूल काढून सभागृहात दोन वेळा झाडले. गोळ्या शूस्टर यांच्या डेस्कवर आदळल्या. ते मात्र भयभीत होऊन डेस्कच्या खाली लपून बसले होते. भगतसिंहांना त्या सरकारच्या प्रतिनिधींना मारायचेच असते तर ते मारू शकले असते पण त्यांचा हेतूच तो नव्हता! त्याचवेळी दत्तांनी आपल्या जवळची पत्रके भरभरा सभागृहात फेकली.

ठरल्याप्रमाणे सर्व काम झाले होते. आता दोघेही आपल्याच उन्मादात, *'लाँग लिव्ह रेव्होल्यूशन', 'डाऊन विथ इंपिरिॲलिझम'* या घोषणा मोठमोठ्याने देत आपल्या जागेवर उभे होते.

आकस्मिक झालेल्या या बॉम्बस्फोटामुळे पोलीसही खूप घाबरले होते. क्षणभर 'काय करावे' हे त्यांनाही कळले नाही. पोलीस निरीक्षक जॉन्सन आणि टेरी नावाचा एक शिपाई खालून वर आले. त्यांना पकडायला पुढे सरसावले.

दोघांच्याही घोषणा सुरूच होत्या. आपल्या हातातील पिस्तूल जमिनीकडे वळवून भगतसिंग त्याच्या चापाशी खेळत होते.

अधिकारी पुढे येताच ते त्याला म्हणाले, ''या... आता खुशाल पकडा मला. मी देशाबद्दलचं माझं कर्तव्य केलं आहे...''

टेरी पुढे झाल्यावर त्यांनी आपल्या हातातले पिस्तूल शेजारच्या खुर्चीवर टाकून दिले नि त्याला सांगितले, ''कम ऑन... सर्च मी!''

आता कोणालाही प्रतिकार करायचाच नव्हता. भगतसिंग स्वतः होऊन टेरीच्या स्वाधीन झाले. त्यांची झडती घेतली गेली. चौदा जिवंत काडतुसे मिळाली. जॉन्सनने दत्तांना ताब्यात घेतले. झडतीत त्यांच्याकडे मात्र आक्षेपार्ह असे काहीच सापडले नाही. मग दंडाभोवती हात घालून दोघांनाही खालच्या मजल्यावर आणण्यात आले. खाली आणतानाही त्यांच्या घोषणा चालूच होत्या. लोक त्यांच्याकडे पाहत होते. ते पाहून त्यांच्या उत्साहाला उधाण येत होते. तळमजल्यावरच्या खोलीत नेल्यावर दोघांना एकमेकांपासून वेगळे केले. बाहेर आणून वेगवेगळ्या मोटारीत बसवले. मोटारींनी वेग घेतला. भगतसिंगांची गाडी नवी दिल्ली पोलीस ठाण्याच्या दिशेने तर दत्तांची मोटार सदर पोलीस ठाण्याच्या दिशेने वेगाने जाऊ लागली.

विधीमंडळाचे सभासद थोड्या वेळाने सभागृहात परत आले होते; पण अध्यक्षांनी बैठक स्थगित केली होती. सभागृहात दत्तांनी टाकलेल्या पत्रकाच्या प्रती होत्या. कमालीच्या औत्सुक्याने काहींनी प्रती घेतल्या. त्या उघडून वाचायला सुरुवात केली. ती 'हिंदुस्थान सोशॅलिस्ट आर्मी'ची तांबड्या अक्षरांत लिहिलेली नोटीस होती.

'बहिऱ्यांना ऐकू येण्यासाठी मोठा आवाजच करावा लागतो.' अशा जहाल, तेजस्वी शब्दांनी त्या पत्रकाची सुरुवात करून, पुढे लिहिले होते, 'सायमन कमिशनकडून काही सुधारणा जाहीर व्हायच्या आधीच 'पब्लिक सेफ्टी बिल' आणि 'ट्रेड डिस्प्युटस् बिल' ही बिले आपल्या अधिकारात पास करून आमच्यावर जे निर्बंध लादले जाणार आहेत, त्यातूनच सरकारची चाल कोणत्या दिशेने जाणार आहे त्याची कल्पना येते. म्हणूनच 'हिंदुस्तान सोशॅलिस्ट रिपब्लिकन आर्मी' (हिं.सो.रि.अ.) या संघटनेने त्यांचे ढोंग उघडे करून जनतेला त्यांचे खरे स्वरूप समजावून सांगण्याकरिता ही कृती केली आहे.

'व्यक्तींना ठार मारून त्यांची तत्त्वे मरत नाहीत,' हा इतिहासाचा नियम आहे, याकडेही पत्रकात लक्ष वेधले होते. मानवी जीवन पवित्र मानणाऱ्या आम्हाला स्वातंत्र्य प्राप्तीसाठी मानवी रक्त सांडण्यावाचून काही पर्यायच राहिला नाही, यासाठी दिलगिरी व्यक्त केली आहे. स्वातंत्र्यासाठी क्रांतिवेदीवर व्यक्तीचे बलिदान अटळ असल्याचे सांगून या पत्रकाचा शेवट केला होता.

सरसेनापतीच्या सहीने वितरित केलेल्या पत्रकाने वाचणाऱ्यांची मने भारावून गेली होती. अभिमानाने भरून गेली होती. त्यांना एका वेगळ्याच विश्वात घेऊन गेली होती. त्याच मन:स्थितीत ते सभागृहाबाहेर पडले होते.

एका ऐतिहासिक क्षणाची स्मृती आपल्या मनात साठवून सभागृह मात्र आता निर्मनुष्य झाले होते.

•••

१६

रणजितला आणि दत्तांना घेऊन जाणारी पोलिसांची गाडी जयदेव आणि प्रभातने दुरून पाहिली आणि दोघांचेही डोळे भरून आले. जयदेवने प्रभातचा हात घट्ट दाबून धरला जणू उचंबळून आलेल्या विरहाच्या भावनाच त्याने प्रभातकडे प्रवाहित केल्या.

रणजित आणि दत्तांना विधीमंडळात सोडून जयदेव बाहेर आला आणि आपल्या पायातले बळच संपले आहे असे त्याला वाटले. प्रभात त्याची वाट पाहत जवळच्या बागेत थांबला होता. कसातरी तो तेथे आला. बसला. कोणीच कोणाशी बोलत नव्हते. अनोळखी माणसांसारखे! आणि बोलणार तरी काय? घड्याळाचे काटे पुढे सरकतच होते. लक्ष सगळे विधीमंडळाकडे होते. मनातले विचारही तेथेच रुंजी घालत होते. साडेबारा वाजून गेले. दोघांच्याही हृदयाचे ठोके वाढले होते. काही वेळाने बॉम्बचा अस्पष्ट आवाज आला. दोन-तीन मिनिटांनी आणखीही एक आवाज आला. पहिल्यापेक्षा थोडा मोठा! खूण पटली. उठून ते अशा ठिकाणी येऊन उभे राहिले की, पोलिसांच्या मोटारी दिसाव्यात, रणजितला नि दत्तांना पुन्हा एकदा पाहता यावे!!

''प्रभात...''

''हं...''

''चल... आता थांबून काय करणार...?''

"चला..."

दोघेही तेथून निघाले. पायात मणामणाच्या बेड्या अडकवल्यासारखे!

अस्थिर मन:स्थितीतच दलाची आवश्यक ती कामे केली. जेवणाखाण्याची इच्छा नव्हतीच. दिवसभर भटक भटक भटकले आणि थकलेल्या शरीराने रात्री उशिराच घरी परतले. दार उघडले. अंधारानेच त्यांचे स्वागत केले. मनात सारखे येत होते, 'रणजितचा आणि बटूचा बळी देऊनच आपण आलो आहोत. आपणच त्यांना मृत्यूच्या दारात नेऊन सोडलं... आपणच!' कोणाशीच न बोलता सतरंजीवर ते स्वस्थ पडून राहिले.

डोळे मिटले पण डोळ्यांसमोर रणजित नि दत्त दिसू लागले. काल सगळे याच खोलीत झोपले होते, 'आज ॲक्शनवर जायचं... अटक करवून घ्यायची.. मृत्यूच्याच गुहेत प्रवेश करायचा. मरणालाच मिठी मारायची पण थोडं तरी दुःख होतं का मुखावर? रणजितच्या मिस्कील स्वभावात काल तरी बदल झाला होता का? रात्री उशिरापर्यंत त्याच्या गप्पा नि हास्य विनोद चालूच होते... आम्हीच गलबलून गेलो होतो.... आणि आज? त्या दोघांशिवाय खोली कशी उदास दिसते आहे. निस्तेज दिसते आहे...'

दोघेही अस्वस्थ होते. तळमळत होते. कितीतरी वेळ ह्या कुशीवरून त्या कुशीवर होत होते. पाण्याबाहेर काढलेल्या माशासारखे! प्रभातच्या भावना अनावर झाल्या. त्याला रडू येऊ लागले. ते दाबून तो उठला. खिडकीपाशी जाऊन अंधारात पाहू लागला. जयदेवला हे कळले. त्याचीही अवस्था तीच होती. तोही उठला. प्रभातजवळ जाऊन त्याच्या पाठीवर हात फिरवला. तो मायेचा स्पर्श जाणवताच प्रभातने तोंड वळवले नि मग एकमेकांच्या मिठीत दोघांनीही आपल्या दुःखाला मुक्त वाट करून दिली.

तो आवेग ओसरल्यावर जयदेव म्हणाला, "प्रभात, उद्या आपण दुसरी खोली घेऊ. रणजितच्या नि दत्तांच्या इथल्या आठवणी पाठलाग सोडीत नाहीत बघ."

प्रभातने मान हलवून न बोलताच संमती दिली.

***

'बॉम्बस्फोटाने विधीमंडळ हादरले : बॉम्बस्फोट करणाऱ्या तरुणांनी स्वतः होऊन अटक करवून घेतली.'

दुसऱ्या दिवशी वर्तमानपत्रात बातमी झळकली. आझाद त्यावेळी झाशीला होते. सकाळीच कैलाशला त्यांनी नेहमीप्रमाणे वर्तमानपत्र आणायला सांगितले.

इंग्रजी वर्तमानपत्रातली ती बातमी वाचून तिचा अनुवाद करून ते आझादांना सांगत होते.

वाचता वाचताच जाड ठशातील ती बातमी वाचून तो किंचाळलाच, "पंडितजीऽऽ..."

"काय रे, काय झालं?"

"अहो, या पेपरवाल्यांनी काय भलतंच लिहिलंय...

"भलतंच...? काय... काय लिहिलंय?"

"भगतसिंगाने पोलिसांना स्वीकृती दिली. दलासंबंधी महत्त्वाच्या गोष्टी पोलिसांना सांगितल्या."

आझादांची प्रतिक्रिया जाणून घेण्यासाठी त्याने त्यांच्याकडे पाहिले. तिथे कोणतीही खळबळ दिसली नाही. ते झटकन म्हणाले, 'कैलाश, सदाशिव आणि विश्वनाथला लगेच सावध कर आणि त्यांना सांग,' दोन-चार दिवस दुसरीकडे कोठेतरी राहा. सतर्क राहा. तळावर येऊ नका.

"का?"

"अरे, ही बातमी तूच वाचून दाखवलीस ना? ज्याअर्थी पेपरवाल्यांनी ही एवढी मोठी बातमी दिली आहे त्याअर्थी..."

"पंडितजी..." कैलाशला मनापासून वाईट वाटले नि त्यांना अडवतच तो म्हणाला, "पंडितजी, भगतसिंगदेखील स्वीकृती देणार असेल तर ही पार्टी-बिर्टी, ही संघटना, आमच्या ॲक्शन हे सारं थोतांड आहे. ढोंग आहे. असंच होणार असेल तर काय व्हायचं असेल ते होऊ दे. मी कुठंही जाणार नाही.."

कैलाशचे भावावेगाने आलेले शब्द आझादांनी शांतपणे ऐकून घेतले नि तितक्याच शांतपणे ते म्हणाले, "तू तो मूर्ख है। इसमें भगतसिंग के प्रति अविश्वास की बात नहीं है, पार्टी के प्रति अधिक सतर्कता और सावधानी की बात है, नीति की बात है, अनुशासन की बात है। इसमें लुक-लुक करना ठीक नहीं होगा।"

कैलाशला हे मनापासून तितकेसे पटले नाही. पार्टीच्या एखाद्या साध्या सदस्याला अटक झाली असती आणि त्याने स्वीकृती दिल्याची बातमी आली

असती तर ते ठीक होते; पण भगतसिंगसारख्या दलाच्या नेत्याच्या बाबतीत, केंद्रीय समितीच्या सदस्याच्या बाबतीत अशी बातमी आणि त्यावर विश्वास ठेवायचा म्हणजे.... छे, कसं शक्य आहे हे? आपली बाजू पुढे मांडण्यासाठी तो पुन्हा म्हणाला, ''पण पंडितजी.... रणजितसारखा साथी.''

''अबे बुद्धू! किसी दिन अपनी इसी भावुकता में मर जायगा या फिर काला पानी की किसी कोठरी में दुनिया की बेवफाई की गजले गुनगुनाता रहेगा। चल उठ!''

त्यानंतर तीन-चार दिवस त्या सर्वांनीच आपल्या राहण्याच्या जागा बदलल्या. दिवसभर झाशीच्या बाहेर पिस्तुले घेऊन ते इकडेतिकडे भटकत राहिले आणि आपल्या हेरांकडून, हितचिंतकांकडून पोलिसांच्या हालचालींच्या बातम्या मिळवत राहिले.

***

शिव वर्मा खोलीत येताच सगळ्यांनीच त्याला घेरले. विधीमंडळात बॉम्ब टाकून दोन-तीन दिवस झाले होते आणि प्रभात तेथूनच आला होता.

झाशीच्या केंद्रात बरेच साथी आलेले होते. पंडितजी, कैलाश, सदाशिवराव, वैशंपायन तेथे होतेच आणि राजगुरू, कुंदनलालही तेथे आले होते. दिल्लीला काय काय घडले हे जाणून घेण्यासाठी सगळेच आतुर झालेले होते. पंडितजींनी त्याला आपल्याजवळ बसविले. बाकीचे त्याच्या भोवती बसले.

प्रभातवर प्रश्नांची सरबत्ती झाली. तोही साऱ्या घटना तपशीलवार सांगत होता. दिल्लीच्या वर्तमानपत्रात आलेल्या बातम्याही त्याने दाखवल्या. त्या पाहून वर्तमानपत्रे बाजूला ठेवून दिली. मग प्रभातने खिशातून रणजितचा आणि बटूचा फोटो काढला. ते फोटो पाहताच साथींच्या भावना उचंबळून आल्या. 'आता हे आपल्याला कायमचे अंतरले. आता पुन्हा गाठी-भेटी नाहीत... सुखद सहवास नाही... गप्पागोष्टी नाहीत.... काही नाही....' सगळ्यांचे डोळे भरून आले. ही गोष्ट पंडितजींच्या लक्षात आली. त्यांनी मात्र आपल्या मनावर ताबा ठेवला होता. तसे करणे आवश्यकही होते, नाही तर इतर साथी स्वत:ला सावरू शकले नसते.

थोड्या वेळाने एक-एक साथी उठू लागला. सगळे उठून गेले. तरी पंडितजी मात्र तसेच बसून होते. एकटेच. कसलातरी विचार करत. भगवानदासांनी ते

पाहिले. ते जवळ गेले. त्यांचे डोळे पाणावलेले पाहून सहानुभूतीने ते म्हणाले, ''पंडितजी, आपल्या डोळ्यांतसुद्धा...''

''कैलाश, रणजित आणि बटू पकडले गेले याचं मला दुःख नाही. तसं पाहिलं तर आपण सर्वच जण कधी ना कधीतरी पकडले जाणार आहोत किंवा गोळी खाऊन मरणार आहोत.''

''आणि तरीही...''

''होय कैलाश, तरीही माझे डोळे पाणावले.... मला जाणवतंय, की तुम्हा सर्वांची मने मायेने, प्रेमाने किती ओतप्रोत भरलेली आहेत... नाहीतर मी.... भावनाहीन पाषाण! कैलाश, मला वाटतं मी क्रांतीचं एक मशीन बनलो आहे. भावनाशून्य!''

आझादांच्या डोळ्यांतून अश्रू ठिबकले. क्षणभर ते शांत बसले, भूतकाळात हरवून भावार्द्र शब्दांत म्हणाले, ''कैलाश, रणजितची आठवण जाताजात नाही. त्याला ॲक्शनवर पाठवायला नको होतं... तुला आठवतं. साँडर्स वधाच्या आधी तो आणि मी ॲक्शनची जागा ठरवायला दोन-तीन दिवस सकाळीच जात होतो...''

''आठवतं... पण त्याचं काय?''

''त्यावेळी रोज डीएव्ही कॉलेजजवळच्या रस्त्यावरून कॉलेजकन्यकांची बस जायची. ती बस जवळून जाताना मी त्याचा हात दाबून त्याला विचारायचा, 'है कोई देवी जो हमारे रणजितसे शादी करें?' ... त्यावेळी हा प्रश्न विचारून मी हसायचा. आणि तोही हसत म्हणायचा... ''

''काय?''

''महाशय जी मेरी शादी भी तो आपही कराएँगे। कैलाश...'' पुन्हा ते थांबले.

एक दीर्घ श्वास घेऊन म्हणाले, ''शेवटी त्याची शादी मीच निश्चित केली.... साखरपुडा झालाय. पण कैलाश, त्याच्या शादीचा मुहूर्त आणि मंगल घटिका पाहायला मी असणार नाही...''

''पंडितजीऽऽ''

''होय कैलाश, ती घटका मी नाही पाहू शकणार...''

त्यांचे डोळे पुन्हा डबडबले. काही क्षण निस्तब्ध शांततेत गेले आणि मग विद्युतसंचार व्हावा तसे ते उठले. डोळ्यांतले पाणी पुसून ते म्हणाले, ''कैलाश,

रणजितला तर फाशीच होणार; पण त्याआधी आपण काहीतरी करून दाखवलं पाहिजे. त्याचं बलिदान फुकट जाणार नाही असा विश्वास त्याला वाटला पाहिजे.''

अंत:करणाच्या गाभ्यातून निघालेल्या त्या शब्दांनी भगवनदासही सावरले. रोमारोमांत नवचैतन्य संचरते आहे असे त्यांना वाटले. त्यांनी पंडितजींकडे पाहिले. त्यांचा चेहराही एका नव्या निश्चयाने उजळून निघाला होता.

***

भीतीने चळचळा कापत असलेल्या गुलाम रसूलला पोलीस अधीक्षक अब्दुल अझीझने दरडावून विचारले, ''खरं काय ते सांग! माझ्यापासून काही लपवण्याचा प्रयत्न केलास तर खडी फोडायला पाठवीन जन्मभर!!''

साँडर्सवधाचा तपास करणाऱ्या अब्दुल अझीझकडेच आता विधीमंडळ बॉम्बस्फोटातील अपराध्यांचा शोध लावण्याचे काम सोपविण्यात आले होतें. शोध घेत असतानाच गुलाम रसूलचा त्याला पत्ता लागला. त्याला बोलके करून आणखी माहिति काढण्यासाठी काही पोलिसांना घेऊन तो त्याच्या वर्कशॉपवर आला. पोलिसांना पाहून तो घाबरला आणि हातातल्या दांडक्याचा धाक दाखवताच त्याने तोंड उघडले. त्याला असलेली सारी माहिती त्याने दिली आणि त्याच्याकडे येणाऱ्या त्या तरुणांच्या मागावर राहून दोन दिवसांत त्याने 'काश्मिरी बिल्डिंग'चा पत्ताही त्यांना दिला.

वर्कशॉपवरच्या सुट्या कवचाचा नमुना घेऊन अब्दुल अझीझ निघून गेला होता. विधीमंडळात स्फोट झालेल्या बॉम्बचे तुकडे तपासात उपयोगी पडावेत म्हणून त्याच्याकडे आलेले होतेच. ते एकमेकांशी जुळताहेत हे पाहिल्यावर आनंदाने टाळ्या वाजवत 'मिल गया... मिल गया...' असे म्हणत तो नाचू लागला.

अब्दुल अझीझने त्या घरावर टेहळणी ठेवली. बातमी आली, 'दिवसभर घर बंदच असते. रात्री उघडले जाते आणि साहेब, घराच्या सांडपाण्यातून गंधकासारखा पदार्थ बाहेर पडताना दिसतो! ॲसिडचा वासही येतो.'

१४ एप्रिल १९२९!

संध्याकाळचे पाच वाजून गेले. बिल्डिंगवर गुप्त पोलिसांची नजर होतीच. सहा वाजले... दार अजूनही बंदच होते. सात वाजले. अंधार दाटला आणि खोलीचे दार उघडले. अब्दुल अझीझला बातमी गेली. त्यानेही येऊन खात्री केली. योजना आखली. कागदपत्रांची पूर्तता झाली आणि १५ एप्रिलला सकाळी आठ वाजता काश्मिरी बिल्डिंगला पोलिसांनी वेढा घातला.

काही पोलिसांना घेऊन तो वरती गेला. त्या खोलीत तीन तरुण गप्पा मारत बसले होते. बुटांचा खाड् खाड् आवाज येताच एक जण पुढे झाला. अझीझने त्याच्यावर प्रश्नांचा भडिमार सुरू झाला पण कोणीही एक अक्षरही बोलले नाही. वैतागून अझीझने सांगितले, ''झडती घ्या या हरामखोरांची!''

पोलीस झडती घेणार हे दिसताच सुखदेव आतल्या खोलीत धावला; पण पोलीस सावध होते. त्यांनी त्याला रेटून आत येऊ दिले नाही. आता... आता अटक अटळ!

प्रतिकाराविनाच सुखदेव पोलिसांच्या जाळ्यात अडकले. झडतीत किल्ल्यांचा जुडगा सापडला. पोलिसांनी इतर दोघांनाही अटक केली. ते किशोरीलाल आणि जयगोपाळ होते!

अटक होताच सुखदेव बेभान झाला. अझीझला त्याने खडसावले, ''तू दोनदा आमच्या हातून नशिबाने निसटला आहेस; पण याद राख. याचा बदला आम्ही घेऊ.''

दुसऱ्याच क्षणी तो विचित्र हसत म्हणाला, ''घ्या झडती घ्यायची आहे ना? घ्या झडती घ्या.... मीच सांगतो तुम्हाला. आत अलमारी आहे ना, त्यात एक जिवंत बॉम्ब आहे... आणि हो, बॉम्ब बनवण्याचं साहित्य, उपकरणंही तिथंच आहेत. जा आत जा आणि घ्या झडती...''

ते ऐकून पोलिसांनाही विचित्र वाटले. त्यांनी आतले कपाट उघडले. एक जिवंत बॉम्ब, अर्धवट बनवलेले आठ बॉम्ब, रिव्हॉल्वर, काडतुसे, बॉम्ब तयार करण्याची उपकरणे, रसायने सारे-सारे पोलिसांच्या हाती सापडले.

गुप्त संघटनेचे एक शस्त्रागार संपुष्टात आले. सरकारच्या हाती पडले.

सुखदेवाला लाहोरच्या किल्ल्यात पोलीस कोठडीत ठेवण्यात आले. तिथे त्याला काय वाटले कोणास ठाऊक; पण त्याने पोलिसांना क्रांतिदलाची गुप्त माहिती देण्यास सुरुवात केली. ही बातमी जेव्हा मोगलपुरा पोलीस ठाण्यात

असणाऱ्या जयगोपाळला कळली तेव्हा तो चांगलाच हादरला! त्याच्या मन:स्थितीचा पोलिसांनी बरोबर फायदा घेतला आणि त्याला विचारले, ''तुझा नेता माफीचा साक्षीदार झालाय मग तुला व्हायला काय हरकत आहे?''

आणि जयगोपाळ माफीचा साक्षीदार झाला!

२ मे रोजी हंसराज वोहराला अटक झाली. थोड्याच दिवसांत तोही माफीचा साक्षीदार झाला. दलावर आभाळ फाटले. वज्राघात झाला!!

***

थोड्याच दिवसांत शिव वर्मा पुन्हा झाशीला आले ते दोन योजना बरोबर घेऊनच! येताना विधीमंडळ बॉम्बस्फोटाची आणखी माहिती देणारी काही वर्तमानपत्रेही बरोबर होती.

आल्यावर थोड्या गप्पा झाल्या. वर्तमानपत्रे पाहणे झाले आणि मग सगळे एकत्र बसले. शिवच्या योजनांवर विचार करण्यासाठी! एक योजना होती. व्हाइसरॉय डेहराडूनला शिकारीसाठी येणार होते, त्यावेळी त्यांच्यावर बॉम्ब टाकायची आणि दुसरी होती रणजित आणि दत्त यांना तुरुंगातून सोडवून आणण्याची! दोन्ही योजनांवर चर्चा सुरू होती.

बोलता-बोलता आझाद एकदम ओरडले, ''ए बेवकूफ! मूर्ख कहीं का...''

ही चर्चा चालू असताना त्यांचे असे अनपेक्षित ओरडणे सर्वांनाच आश्चर्यकारक वाटले. 'काय झालं' म्हणून सगळेच जण त्यांच्याकडे पाहू लागले.

आपला संताप आवरत आझाद उठले. एक साथी बाहेर निघाला होता. त्याला हात धरून थोडेस बाजूला केले. त्याच्या पायाजवळ पडलेले वर्तमानपत्र हातात घेतले. त्याला आपल्याजवळ बसवले. डबडबलेल्या डोळ्यांतून बाहेर डोकावणाऱ्या भावनांना आवर घालीत ओलावलेल्या शब्दांनी म्हणाले, ''पाहिलंस, यात आपल्या रणजितचा आणि बटूचा फोटो आहे. त्यावर तुझा पाय पडला म्हणून मी ओरडलो.''

''यह लोग अब देशकी संपत्ती हैं। शहीद हैं। देश इनकों पूजेगा। अब इनका दर्जा हम लोगों से बहुत ऊँचा है। इनके चित्रोंपर पैर रखना देश की आत्मा को रौंदने के बराबर है।''

बोलता-बोलता त्यांचा गळा पुन्हा भरून आला. त्यांना पुढे बोलवेना, ते

उठले. खिडकीपाशी जाऊन उभे राहिले. चर्चा थांबली. सगळे एकमेकांकडे बघत असतानाच पंडितजी पुन्हा येऊन बसले.

चर्चेला गती देत आझाद म्हणाले, ''प्रभात, तुझ्या दोन्ही योजना चांगल्या आहेत. दोन्ही ॲक्शन करायला हरकत नाही पण तरीही मला वाटतं, रणजित आणि बटूला सोडवून आणण्याची योजना आपण तातडीने हाती घेतली पाहिजे.''

''खरं आहे. मलाही तसंच वाटतं.'' कुंदनलाल त्यांना दुजोरा देत पुढे म्हणाले,

''प्रभात तूच बघ. रणजित दलात परत येणं आपल्या दृष्टीने किती महत्त्वाचं आहे ते! तो नाही तर दलातलं चैतन्यच नाहीसं झाल्यासारखं वाटतंय. अरे, रणजित म्हणजे दलाची बुद्धी! दलाचा हसरेपणा! दलाचा प्राण!! तो परत आला की, दलात चैतन्य फुलेल. ताकद नि आत्मविश्वास वाढेल आणि मग एकच काय शंभर योजना आपण मार्गी लावू. म्हणून मला वाटतं, त्यांना आधी सोडवायला पाहिजे.''

बऱ्याच वेळेच्या चर्चेनंतरही निश्चित निर्णय होत नव्हता, तेव्हा दुपारी पुन्हा बसायचे ठरले. स्थानिक साथी आणि इतरही आपापल्या कामाला निघून गेले, पण शिव वर्माला रात्री परत जायचे असल्याने तो पंडितजींशी बोलत बसला.

तो म्हणाला, ''पंडितजी, रणजितला सोडवून आणलं पाहिजे, म्हणजे दलात चैतन्य येईल आणि कामालाही गती येईल यात शंकाच नाही; पण मला वाटतं आपण दुसरी योजनाही अमलात आणायला काय हरकत आहे?''

''एकाच वेळी दोन योजना अमलात आणणं योग्य होणार नाही.''

''पण पंडितजी, दुसऱ्या योजनेने एक महत्त्वाचा हेतू साध्य होईल.''

''कोणता?''

''रणजितला पकडल्यावर आपल्या दलाची शक्ती संपली, आपण गप्प बसलो असं सरकारला वाटणार नाही.

''हे काम तर दोघांच्या सुटकेनेही होणारच आहे.''

''तुम्ही म्हणता ते खरं आहे, पण दुसरी योजना यापेक्षा अधिक सोपीही आहे. शिवाय, तुम्ही संमती दिलीत तर जयदेव आणि मी आम्ही दोघंच हे काम फत्ते करून येऊ. बाकीच्यांच्या भरतीचीही आवश्यकता लागणार नाही. फक्त आपली संमती...''

''नाही, प्रभात...''

आझादांचा आवाज परत बदलला. दोघांनीच ॲक्शनवर जाण्याच्या कल्पनेने ते पुन्हा हळवे झाले नि म्हणाले, ''प्रभात, मी आता एकेकट्या साथीला कोणत्याही ॲक्शनवर पाठवणार नाही.

क्षणभर थांबून ते पुन्हा म्हणाले, ''दल के सेनापती के नाते क्या मेरा यही काम है कि लगातार नए-नए साथी जमा करूँ, उनसे अपनापन बढाऊँ और फिर योजना बनाकर अपने ही हाथों उन्हें मौत के हवाले कर दूँ और मैं आराम से बैठकर आग में झोंकने के लिये नए सिरे से नया इंधन बटोरना शुरू कर दूँ?''

''बोलता-बोलता त्यांनी प्रभातचे दोन्ही हात आपल्या हातात घेऊन घट्ट दाबले. त्या स्पर्शाने प्रभातचे मनही हेलावले. वाटले, 'केवढं मोठं मन आहे यांचं...! आपल्या प्रत्येक साथीवर किती मनापासून प्रेम करतात.... किती जपतात. डोळ्यांतल्या बाहुलीसारखं! ते कधी दलाचे 'सेनापती' वाटले नाहीत... सख्ख्या भावापेक्षाही अधिक माया लावलीय यांनी.... प्रत्येक साथीकडे किती बारकाईने लक्ष देतात.... मोहनचं औषध आलं नाही... जयदेवला शर्टाची आवश्यकता आहे... रघुनाथला चप्पल नाहीत... बच्चूची तब्येत बरी नाही... घरातल्या कर्त्या पुरुषासारखी सगळ्यांची काळजी घेतात...'

प्रभात त्यांच्याकडे डोळे भरून पाहत असतानाच त्यांच्या शब्दाने तो भानावर आला.

'' प्रभात... ''

''हं...!''

''अब अगर चलना ही होगा तो सब लोग एक साथ चलेंगे। तब तक के लिए तुम अपने आपको बचाकर रखना, जयदेव से भी कह देना।''

संध्याकाळ होत होती आणि त्याच वेळी कानपूरहून सुरेंद्र पांडे आला. तो कमालीचा अस्वस्थ वाटत होता. आत येताच घाबऱ्या आवाजातच त्याने सांगितले, ''पंडितजी, तुम्ही झाशीला असल्याचा सुगावा पोलिसांना लागला आहे. कानपूरचा सीआयडी इन्स्पेक्टर शंभूनाथ तुम्हाला शोधायला इथं आला आहे. मी इथे उतरल्यावर शंभूनाथलाही इथे उतरताना मी प्रत्यक्ष पाहिलंय. मला वाटतं, आज रात्रीच वेगवेगळ्या ठिकाणी झडत्या घेतल्या जातील...''

मिळालेली माहिती पंडितजींना सांगितल्यामुळे सुरेंद्रला हायसे वाटले. सारे

सावध झाले. बाहेर गेलेले साथीही संध्याकाळपर्यंत परत आलेले होते. त्यांनाही सारे समजले. सगळ्यांनाच पंडितजींची काळजी वाटायला लागली.

प्रभात म्हणाला, ''पंडितजी, रात्र थोडी वाढल्याशिवाय बाहेर पडणं योग्य होणार नाही आणि सगळ्यांना एकदमही जाता येणार नाही. एक-एक, दोन-दोन, करूनच बाहेर पडलं पाहिजे. पण थोड्या वेळाने तुम्ही आधी इथून बाहेर पडून सुरक्षित स्थळी जा.

''तुम्हांला इथं संकटात सोडून मी जाऊ? कसं शक्य आहे ते?''

''तुम्ही बाहेर पडलात की आम्हीही बाहेर पडतोच. आमची काळजी करू नका. तुम्ही आधी जा.''

सर्वांनी त्यांना सांगून पाहिले. पण साथींना अशा अवस्थेत सोडून आपण सुरक्षितस्थळी जाण्याची कल्पनाच त्यांना पसंत पडली नव्हती. ते कोणाचेच ऐकायला तयार नव्हते आणि साथीही त्यांना एकट्याला सोडून जायला तयार नव्हते. वेळ वाढत होता. रात्र गडद होत होती. धोका वाढत होता.

अखेर आझादांनी त्यांचे ब्रह्मास्त्र उगारले. म्हणाले, ''मी दलाचा सेनापती म्हणून तुम्हाला आदेश देतो की, तुम्ही चौघांनीही एक-एक करून ताबडतोब घराच्या बाहेर पडा.''

त्या आज्ञेमुळे साऱ्यांचाच नाइलाज झाला. आता जाणेच भाग होते. आधी प्रभात, नंतर रघुनाथ मग पांडे आणि शेवटी कुंदनलाल यांना बाहेर पडायचे होते. कैलाश आणि सदाशिव त्यांच्याजवळ राहणार होते. चौघांनंतर तेही बाहेर पडणार होते आणि सर्वांत शेवटी आझाद!

आज्ञा देऊन आझाद उभे राहिले. शिव वर्माने त्यांच्याकडे पाहिले. त्याचे डोळे भरून आले. मनात कधी नव्हे त्या अभद्र कल्पनांची गर्दी झाली. रघुनाथही स्वत:ला सावरू शकला नाही.

मनात सारखं येऊ लागलं, 'पंडितजीचं काही बरं वाईट तर होणार नाही....? त्यांची भेट पुन्हा होईल ना? का ही शेवटचीच भेट...' दोघांचेही डोळे पाणावले.

साथींची ती अवस्था पाहन आझाद खंबीरपणे म्हणाले, ''चिंता मत करो प्रभात, जीते जी कोई इस शरीरपर हाथ नहीं लगा सकेगा। और ये दोनो तो मेरे पास है ही।''

आझादांची मघाची भावव्याकुळता आता कुठल्याकुठे नाहीशी झाली होती.

एका वेगळ्या विश्वासाने ते उभे राहिले होते. कोणी कोणी काय काय करायचे याचे आदेश देत होते. त्यांच्यातला 'सेनापती' जागा झाला होता आणि आणीबाणीच्या वेळी आपल्या सैन्याचे स्थिरबुद्धीने संचलन करत होता. बिनधास्त मनाने त्यांनी त्यांचा उजवा हात प्रभातच्या पुढे केला. वेळ घालवायला वेळच नव्हता.

प्रभातनेही हात पुढे केला. हात हातात देऊन, त्यांना आपल्या डोळ्यांत साठवून तो क्षणार्धात खाली उतरला. थोड्याच वेळात इतर तिघंही खाली उतरले. वेगवेगळ्या रस्त्याने जाऊन त्यांनी प्रभातला गाठले. सगळ्यांनाच झाशी सोडून जाण्याचा आदेश होता. काही वेळाने कैलाश, सदाशिवराव बाहेर पडले आणि शेवटी आझाद!

***

सहारणपूरला डॉ. गयाप्रसाद ऊर्फ रामनाथ यांच्या दवाखान्याबद्दल पोलिसांचे कुतूहल दिवसेंदिवस वाढतच होते.

सहारणपूरचा फौजदार रघुवीरसिंग याने काही दिवस घराची टेहळणी बारकाईने केली आणि आपला अहवाल जिल्हा पोलीस अधीक्षक मथुरादास जोशी यांच्याकडे पाठवून दिला. त्याचवेळी डॉ. रामनाथ पैशांची सोय करायला कानपूरला गेले. शिव वर्मा नि जयदेव कपूर तेथेच राहिले होते. आणि १३ मे १९२९ला सकाळी पोलिसांनी घरावर अचानक धाड टाकली. दोघांनाही अटक केली. थोड्या वेळाने आलेल्या गयाप्रसादांच्या हातातही बेड्या पडल्या.

दलाच्या तीनही मोहऱ्यांना अटक झाली होती. घराचीही झडती झाली. बॉम्बनिर्मितीचे सारे सामान पोलिसांनी जप्त केले होते आणि सहारणपूरच्या बॉम्बनिर्मितीचे अस्तित्वच संपुष्टात आले होते.

१३ मे १९२९! आणखी एक अध्याय संपला होता.

***

फणीन्द्र घोष या आधीच्या पिढीचा क्रांतिकारक आणि केंद्रीय समितीचा सदस्य! दलातली महत्त्वाची नि जबाबदार व्यक्ती! लाहोरची बॉम्ब निर्माणी पोलिसांच्या हाती पडताच हा फरारी झाला नि कलकत्त्याला आला. तिथेच त्याच्या नवीन जीवनाची सुरुवात झाली. 'लग्न करायचे असेल तर दलाची परवानगी घ्यायला हवी' हा नियम धाब्यावर बसवून त्याने लग्नं केले. संसारिक

सुखाची गोडी लागल्यावर क्रांतिकार्यात त्याला रस राहिला नाही. तो विलासी बनला.

पोलिसांनी त्याच्या घरावर टेहळणी ठेवली आणि १० जूनला तो घरात येताच घरावर छापा घातला. त्याची झडती घेऊन त्याला अटक केली. अटक होताच, 'आता भावी सुखाची राखरांगोळी होणार... जन्मठेप, काळ्यापाण्याची शिक्षा... आणि फाशी झाली तर?' या कल्पनेनेच तो शहारला. हवालदिल झाला. अस्वस्थ झाला आणि भेडसावणाऱ्या भयानक भविष्याच्या भोवऱ्यातून सुटण्यासाठी पोलिसांना शरण गेला. दोनच दिवसांत तो माफीचा साक्षीदार झाला.

त्याने दलाची गुप्त माहिती दिली आणि १४ जूनला कलकत्त्याला पोलिसांनी धरपकड करून जतीन्द्रनाथ दास, कमलनाथ तिवारी, केदारमणी शुक्ल यांना अटक केली. त्याच दिवशी अलाहाबादेत सुरेंद्रनाथ पांडे, ललितकुमार मुखर्जीही पोलिसांच्या हाती सापडले.

वर्तमानपत्रात ही बातमी प्रसिद्ध झाली आणि आझाद लगेच सावध झाले. वैशंपायन झाशीत नसल्याने सुरक्षित होते. इतरांनी आपल्या राहत्या जागा बदलल्या. सावधतेने वावरू लागले.

आणि एक दिवस फणीन्द्राला घेऊन लाहोरचे पोलीस झाशीत दाखल झाले. झाशीच्या पोलीसप्रमुख कमोदसिंग यांनी गाठ घेत मोठ्या युक्तीने सारी वार्ता मास्टर रुद्रनारायणांकडे पोहोचवली. तिथे बातमी गेली की आझादांना ती मिळेल याची त्याला खात्री होती. झालेही तसेच.

रात्री दहानंतर रुद्रनारायणांनी आझादांना शोधून सांगितले, ''बाहेरचे पोलीस आले आहेत. कदाचित उद्या सकाळीच अनेक ठिकाणी झडत्या होतील.''

बातमी कळताच फणीन्द्राला माहीत असणाऱ्या सर्व ठिकाणांवरील दलाचे साहित्य त्यांनी रातोरात हलवले. जमले नाही ते फक्त रामदुलारे शर्मांकडचे साहित्य हलवणे नि त्यांना बातमी देणे! फणीन्द्राला त्यांचे घर माहीत होते आणि तो पोलिसांना ते नाव नक्की सांगणार याची आझादांना खात्री होती. पण रात्री ते घरीच नव्हते. त्यामुळे नाइलाज झाला.

सकाळ झाली. आझादांनी सायकल काढली. ते आधी रामदुलारेजींच्या घराच्या दिशेने जाऊ लागले.

त्यांना आणि रुद्रनारायणांना पोलिसांनी चौकीवर नेल्याचे समजताच ते तसेच पुढे गेले. सावधतेने बराच वेळ भटकत राहिले. बऱ्याच वेळाने संकेतस्थळी पोहोचले. तेथे भगवानदास, सदाशिवराव आधीच आलेले होते.

फणीन्द्र घोषला झाशीला आणून आणि आझादांच्या अड्ड्यांची माहिती मिळूनही पोलीस आझादांना पकडू शकले नाहीत. त्यांच्या हातवर तुरी देऊन ते प्रथम दातियाला आणि नंतर ग्वाल्हेरला सुखरूप पोहोचले. त्यांच्याबरोबर भगवानदास आणि सदाशिवरावही होतेच!!

***

विधीमंडळात बॉम्बस्फोट करून भगतसिंग आणि दत्तांनी स्वत:ला अटक करवून घेतल्यानंतर सतत दोन महिने दलावर आघातांमागून आघात होत होते. दलाच्या बॉम्ब-निर्माणाऱ्या सरकारच्या हाती सापडून उद्ध्वस्त होत होत्या. जिवापाड श्रम करून नि उपाशीतापाशी राहून जमवलेल्या पैशांतून मिळवलेले साहित्य, निर्माण केलेले बॉम्ब, आणलेली पिस्तुले नि काडतुसे शत्रूच्या पोलादी पंजात नाहीशी होत होती. अनेक तोलामोलाचे मोहोरे पोलिसांच्या हाती सापडत होते. गजाआड जात होते. आणि विशेष म्हणजे ज्यांच्या खांद्यावर मान ठेवून निर्धास्त राहावे असेच काही साथी मात्र केसाने गळा कापत होते. विश्वासघात करत होते. दलाला मुळासकट हादरवून त्याला खिळखिळे करत होते.

संकटाचे वादळ घोंघावत होते. काळ्याकुट्ट आषाढ मेघांनी क्रांतिचंद्राला व्यापून टाकले होते. दिवा-वादळाच्या या लढाईत कोण जिंकणार... कोण हरणार... सांगणे कठीण होते.

भवितव्य भविष्याच्या प्रांगणात हेलकावे खात होते!!

•••

१७

विधीमंडळात बॉम्बस्फोट झाल्यानंतर पोलिसयंत्रणेची चक्रे वेगाने फिरू लागली होती. राजगुरू त्यावेळी काशीला होते, पण महिनाभरातच त्यांना तेथे राहणे धोक्याचे वाटू लागले. त्यांच्याबरोबर त्या खोलीत श्रीराम सावरगावकरही राहात होते.

एके दिवशी राजगुरू त्यांना म्हणाले, ''राम, आता इथं सुरक्षित राहता येईल, असं वाटत नाही.''

''अरे, पण जाणार तरी कुठं?''

''दक्षिणेत अजून जरा शांतता आहे. तिकडे जाऊ.''

सावरगावकरांना विचार पटला. त्यावेळी अमरावतीला हनुमान व्यायामशाळेचे उन्हाळी शिबिर चालू होते. राजगुरू तेथे आले. सावरगावकर अकोल्याला गेले. बापूसाहेब सहस्त्रबुद्ध्यांना भेटून राहण्याची व्यवस्था करायला! काही दिवसांतच सावरगावकरांचा निरोप आला, 'बापूसाहेब सहस्त्रबुद्धे व्यवस्था करताहेत. इकडे यायला हरकत नाही.' राजगुरू अकोल्यात आले. स्टेशनवर निरोप मिळाला, 'फडके यांनी डबकी रोडवरच्या मळ्यातल्या घरी व्यवस्था केली आहे.'

राजगुरूंनी मळ्यातल्या घराचा रस्ता धरला. दोन दिवस ते तेथे राहिले. तोपर्यंत बापूसाहेब सहस्त्रबुद्धे यांनी राजराजेश्वर मंदिराच्या बाहेरच्या बाजूला

साठ्यांच्या माडीवर एक खोली घेतली होती. राजगुरू तेथे राहायला आले. जेवणाखाण्याची व्यवस्था बापूसाहेबांनी केली होती.

राजगुरूंचे अकोल्यातले अज्ञातवासातले पर्व सुरू झाले होते.

***

८ जून १९२९!

विधीमंडळ बॉम्बस्फोट आयोगातील, सत्र न्यायालयातील सरकारचा साक्षीपुरावा संपला. न्यायाधीशांनी भगतसिंग व दत्तांना विचारले, ''तुम्हाला तुमच्या बचावाकरिता काही सांगायचे आहे का?''

भगतसिंगांनी होकार दिला. त्यांनी एकदा न्यायालयाकडे पाहिले. बचावपक्षाचे वकील असफअल्लींच्याकडे दृष्टिक्षेप टाकला आणि मग शांतपणे आपल्या प्रदीर्घ ऐतिहासिक भाषणाला सुरुवात केली.

> ''न्यायाधीश महाराज,
>
> आमच्यावर अतिशय गंभीर स्वरूपाचे आरोप ठेवण्यात आले आहेत. त्यामुळे आम्हाला आमच्या कृत्याचे स्पष्टीकरण देणे आवश्यक वाटते.
>
> यासंबंधात पुढील प्रश्न निर्माण होतात, 'सभागृहात बॉम्ब फेकले गेले का? आणि गेले असतील, तर का? खालच्या न्यायालयाने आमच्यावर ठेवलेले आरोप बरोबर आहेत किंवा नाहीत?'
>
> पहिल्या प्रश्नाच्या पहिल्या भागाचे उत्तर 'हो' असेच आहे. पण तथाकथित 'प्रत्यक्ष साक्षीदारांपैकी काहींनी खोटं सांगून न्यायालयाचा अपमानच केला आहे. परंतु आम्ही त्या गोष्टीचा इन्कार करत नसल्यामुळे आमच्या वक्तव्यातून त्या प्रसंगाच्या औचित्याचा विचार होऊनच न्याय दिला जावा.'
>
> खोट्या साक्षीचे उदाहरणच द्यायचे झाले तर सार्जंट टेरीचे वक्तव्य! तो म्हणतो, 'आमच्यापैकी एकाच्या हातातून पिस्तूल काढून घेतले.' हे त्याने जाणूनबुजून सांगितलेले असत्य आहे. कारण ज्यावेळी आम्ही आत्मसमर्पण केले त्यावेळी आमच्यापैकी कोणाकडेही पिस्तूल नव्हते. ज्या काही

साक्षीदारांनी, 'आम्ही बॉम्ब फेकलेले प्रत्यक्ष पाहिले' असे सांगितले त्यांच्या चेहऱ्यावर त्यांचे हे असत्य स्पष्टपणे दिसत होते. न्यायालयीन शुचितेसाठी आणि निःपक्षपातासाठी झटणाऱ्यांकरिता वरील गोष्टी पुरेशा बोलक्या आहेत. याच वेळी सरकारी वकिलांच्या न्यायपूर्ण व्यवहाराची आणि न्यायालयाच्या उत्तम वागणुकीची आम्ही प्रशंसा करतो.''

भगतसिंग क्षणभर थांबले! आणि मग पुन्हा त्याच शांतपणे त्यांनी आपले प्रतिपादन पुन्हा सुरू केले.

'आता, पहिल्या प्रश्नाच्या उत्तरार्धाविषयी! त्या प्रश्नाचे मात्र अधिक स्पष्टपणे आणि विस्तृत उत्तर द्यावे लागणार आहे. जी घटना आज एक ऐतिहासिक घटना झालेली आहे, त्या घटनेला कारणीभूत होणाऱ्या परिस्थितीविषयी आणि आमच्या हेतूविषयी आम्हाला सविस्तर आणि स्पष्ट शब्दांत निवेदन करावे लागणार आहे.'

''न्यायाधीश महाराज,

लॉर्ड आयर्विन दोन्ही सदनांच्या संयुक्त बैठकीसमोर या घटनेचा उल्लेख करून म्हणाले, हा हल्ला एखाद्या व्यक्तीविरुद्ध नव्हे तर एका संस्थेविरुद्धच होता. तेव्हा या घटनेच्या उद्देश्याचे अगदी खरे, अचूक मूल्यांकन केले गेले आहे, असे आम्हाला वाटले.

मानवतेवर प्रेम करण्याच्या बाबतीत आम्ही कोणापेक्षाही कमी नाही. कोणाही व्यक्तीबद्दल आमच्या मनात द्वेष नाही. मानवजीवन आम्ही इतके पवित्र मानतो की, त्याचे शब्दांत वर्णन करणेही अशक्य आहे. फसव्या समाजवादाचे अनुयायी असणाऱ्या त्या दिवाण चमनलालने आरोप केल्याप्रमाणे आम्ही कोणत्याही भ्याड अत्याचाराचे प्रवर्तक नाही आणि त्यामुळे देशाला लांछनही नाही. लाहोरच्या 'ट्रिब्यून'ने आणि इतरांनी टीका केल्याप्रमाणे आम्ही वेडेही नाहीत! आम्ही स्वतःला इतिहासाचे, देशाच्या परिस्थितीचे आणि मानवी

आशा-आकांक्षांचे नम्र विद्यार्थीच समजतो आहोत. ढोंगबाजीचा मात्र आम्हाला तिरस्कार आहे.

जी संस्था आपल्या जन्मापासूनच स्वत:ला निरुपयोगी, कुचकामी सिद्ध करत आली आहे आणि आपल्या उन्मत्त शक्तीने उत्पातच निर्माण करत आली आहे, त्या संस्थेविरुद्धच आमचा सक्रिय निषेध होता. आम्ही या प्रश्नावर जो-जो अधिक विचार करू लागतो, तो-तो आमचा निश्चय ठाम होत जातो की, या संस्थेचे अस्तित्व जगापुढे फक्त हिंदुस्थानचा अपमान नि अगतिकता मिरविण्यासाठीच आहे. त्यामुळे ही सत्ता आततायी, बेजबाबदार आणि एकतंत्रवादी शासनाचेच प्रतीक आहे.

''जनतेच्या प्रतिनिधींनी वारंवार या राष्ट्राच्या मागण्या शासनासमोर मांडल्या पण त्यांचा शेवट त्यांना कचऱ्याची टोपली दाखवण्यातच झाला. या सभागृहाने गंभीरपणे संमत केलेले ठराव तथाकथित हिंदी पार्लमेंटच्या सभागृहात तिरस्करणीय पद्धतीने पायाखाली तुडविण्यात आलेले आहेत. दमनकारी कायद्यांच्या विरुद्ध जे ठराव पास झाले त्यांनाही धिक्कारण्यात आले आणि निवडून आलेल्या सदस्यांनी त्याज्य ठरवलेल्या ठरावांना नि प्रस्तावांना लेखणीच्या एका फटकाऱ्यासरशी कायद्याचे रूप देण्यात आले! थोडक्यात, जी संस्था हिंदुस्थानच्या लक्षावधी जनतेच्या घामाने मिळवलेल्या पैशांवर दिमाखाने उभी आहे ती पोकळ आणि फसवेपणाचे प्रतीक असून, तिच्या अस्तित्वाचे न्यायसंगत कारण आम्हाला खूप विचार करूनही सापडत नाही. हिंदुस्थानच्या गुलामीच्या उघड-उघड घडवून आणलेल्या या प्रदर्शनावर लोकांचा वेळ आणि पैसा उधळणाऱ्या पुढाऱ्यांची मनोवृत्तीही आम्हाला समजू शकलेली नाही.''

भगतसिंग थोडावेळ थांबले. त्यांनी न्यायालयात सभोवार दृष्टी टाकली. कमालीची शांतता पसरली होती. सगळे जणच त्यांचे वक्तव्य कान देऊन ऐकत होते, त्यांनी पुन्हा आपल्या लेखी निवेदनावर दृष्टी एकाग्र केली आणि आपण विधीमंडळात बॉम्बस्फोटाच्या निर्णयाप्रत कसे आलो, याचे विवेचन करायला सुरुवात केली.

''आम्ही अशा अनेक गोष्टींचा विचार करत असताना मजूर आंदोलनात भाग घेणाऱ्या नेत्यांचे सामूहिक अटकसत्र आणि ट्रेड डिस्प्युट बिल यांनी

आम्हाला विधीमंडळात यायला भाग पाडले. यावरील चर्चा ऐकल्यानंतर आमची खात्री झाली की, शोषकांची दमननीती आणि मजुरांना गुलाम बनविणाऱ्या शक्तीचे प्रतीक असणाऱ्या या शासनाकडून कोणतीही अपेक्षा करण्यात काहीही अर्थ नाही!

शेवटी, या देशाच्या लोकप्रतिनिधींचा जो अपमान झाला आणि देशातील धडपडणाऱ्या आणि भुकेने तडफडणाऱ्या लोकांना त्यांच्या आर्थिक स्थिती सुधारण्याच्या प्राथमिक हक्कापासूनही वंचित करण्यात आले, हा आमच्या मते अमानुष आणि रानटी व्यवहारच आहे.

आमच्यासारखा जे विचार करतील ते कधीच शांत राहू शकणार नाहीत. हे सर्व अत्याचार निर्विकार मनाने पाहू शकणार नाहीत. म्हणून, 'इंग्लंडला त्याच्या स्वप्नसृष्टीतून जागे करण्यासाठी बॉम्बचीच आवश्यकता आहे.' या, गव्हर्नर- जनरलच्या कार्यकारी मंडळात एके काळी विधिमंत्री असलेल्या कै. एस. आर. दास यांनी आपल्या मुलाला पाठविलेल्या एका प्रसिद्ध पत्रातील शब्दांची आठवण मनात ठेवून, आमच्या हृदयाच्या वेदनांना वाचा फोडण्याचे आमच्याजवळ दुसरे कोणतेच साधन राहिलेले नसल्याने, आमचा निषेध नोंदविण्यासाठी आम्ही सभागृहात बॉम्ब फेकला! जी राज्यव्यवस्था वास्तवतेकडे दुर्लक्ष करते त्यांना वेळीच चेतावणी देणे आणि बहिऱ्यांना ऐकू येण्यास लावणे हाच आमचा एकमेव हेतू होता.

हिंदुस्थानातील जनसागराच्या वरवर दिसणाऱ्या शांततेच्या खाली एक भयंकर वादळ जन्म घेत आहे, हे आमच्याप्रमाणेच ज्यांनी खोलवर विचार केला आहे, त्या इतरांच्या लक्षात आले असेल. भावी संकटाची पर्वा न करता जे पुढेच चालले आहेत त्यांच्यासाठी आम्ही धोक्याचा इशारा दिला आहे. स्वप्नाळू ध्येयवादी अहिंसेच्या युगाच्या विफलतेविषयी नव्या पिढीची निश्चिती पटलेली आहे. इतर लक्षावधी लोकांप्रमाणे आम्हालाही स्पष्ट दिसणाऱ्या अभूतपूर्व हाल-अपेष्टा टळाव्यात म्हणून हा मार्ग आम्ही अवलंबिला आहे.

वरील परिच्छेदात आम्ही उपयोजिलेल्या 'स्वप्नाळू ध्येयवादी अहिंसा' या शब्दांबद्दल थोडेसे स्पष्टीकरण देणे आवश्यक आहे. शक्तीचा किंवा बळाचा जेव्हा आक्रमणासाठी उपयोग केला जातो तेव्हाच ती 'हिंसा' ठरते! म्हणून

नैतिकदृष्ट्या ते अन्याय्य ठरते. परंतु, जेव्हा न्याय्य ध्येयासाठी 'बळ' वापरले जाते तेव्हा ते नैतिकदृष्ट्या न्याय्यच ठरते. शक्तीचा किंवा बळाचा कोणत्याही स्वरूपात वापर न करणे हे केवळ कल्पनामात्र आहे. कोणतेही मूल्य देऊन बळाचा त्याग करणे हा स्वप्नाळू ध्येयवाद आहे! या देशात जी नवीन चळवळ उदयाला आली आहे आणि जिच्याविषयी आम्ही चेतावणी दिली आहे, ती गुरु गोविंदसिंग, छत्रपती शिवाजीमहाराज, कमाल पाशा आणि रैझाखान, वॉशिंग्टन, गॅरिबाल्डी, लाफायेत, लेनिन यांच्या ध्येयवादानेच प्रेरित झालेली आहे! आमच्या जेव्हा लक्षात आले की, या चळवळीच्या उद्देश्याकडे जनतेच्या पुढाऱ्यांनी आणि सरकारने आपले डोळे आणि कान बंद करून घेतले आहेत तेव्हा आम्ही चेतावणी देण्यासाठी असे स्थान निवडले की जिथे तिच्याकडे दुर्लक्ष होणार नाही.''

'विधीमंडळात बॉम्ब का टाकले' याविषयी सांगून झाले होते, आता त्याच्या स्वरूपाविषयी सांगणे आवश्यक होते. दलाची विचारसरणी, मानवजातीवर असणारे नितांत प्रेम, वरवर हिंसक वाटणाऱ्या घटनेच्या मागे असणारे उदात्त हेतू यावर प्रकाश टाकणे आवश्यक होते. भगतसिंगांनी आपल्या पुढच्या विवेचनाला सुरुवात केली.

''आम्ही ही गोष्ट पुन्हा सांगू इच्छितो की, 'या दुर्घटनेत ज्यांना किरकोळ दुखापती झाल्या त्यांच्याविषयी, विधीमंडळातल्या अन्य सदस्यांविषयी आमची काहीही तक्रार नाही आणि व्यक्तिगत द्वेषही नाही! मानवी जीविते आम्हाला शब्दांत सांगता येणार नाहीत इतकी पवित्र वाटतात. मानवसमाजाला कोणत्याही प्रकारचं दुःख न देता त्याच्या हितासाठी आम्ही आपले प्राणही अर्पण करू!''

साम्राज्यवादी सेनेप्रमाणे पैशांसाठी आम्ही कोणत्याही व्यक्तीची हत्या करू इच्छित नाही. आमच्या दृष्टीने ते पाप आहे. मानवी जीवनावर आमची श्रद्धा आहे आणि यथाशक्ती आम्ही त्याचे रक्षण करू इच्छितो आणि तरीही जाणून-बुजून ॲसेम्ब्लीत बॉम्ब टाकले ही गोष्ट आम्ही मान्य करतो. घडलेली घटना पुरेशी बोलकी असल्याने, आमचे उद्दिष्ट आमच्या कृतीच्या परिणामांवरून ठरवले पाहिजे, संभाव्य परिस्थितीवरून किंवा गृहीत गोष्टींवरून नव्हे!

सरकारी तज्ज्ञाने काहीही पुरावा दिला असला, तरी सभागृहात जे बॉम्ब फेकले गेले त्यामुळे काही रिकाम्या बाकांची मोडतोड आणि पाच-सहा लोकांना किरकोळ स्वरूपाच्या दुखापतीशिवाय काहीही झाले नाही. त्यांनी वर्णन केल्याप्रमाणे जर विध्वंसक मसाला त्यात असता तर भोवतालचे अनेक अडथळे दूर करून विधीमंडळाच्या बहुसंख्य सदस्यांना नामशेष करण्यास ते पुरे झाले असते! पण हे सारं करण्याचा आमचा उद्देश नव्हता. बॉम्बनी आम्हाला अपेक्षित असणारेच कार्य केले आणि ज्यामुळे ते सुरक्षित जागांवर पडले त्या हेतुतः घेतलेल्या नेमापेक्षा यात दुसरा कोणताही चमत्कार सामावलेला नव्हता.''

भगतसिंग पुन्हा बोलायचे थांबले. आपल्या भाषणाचा न्यायालयावर आणि जमलेल्या लोकांवर होणारा परिणाम जोखला आणि जगातील इतिहासातील उदाहरणांवरून काही ऐतिहासिक सत्य न्यायालयाच्या निदर्शनास आणून देण्याच्या दृष्टीने पुन्हा बोलायला सुरुवात केली.

''न्यायाधीश महाराज,

आम्ही जे कृत्य केले त्याचे प्रायश्चित्त भोगण्यासाठी आम्ही आपण होऊन आत्मसमर्पण केले. साम्राज्यवादी शासकांच्या निदर्शनाला आम्हाला ही गोष्ट आणायची आहे की, 'व्यक्तींना चिरडून टाकून ते तत्त्वे मारून टाकू शकणार नाहीत. दोन साधारण व्यक्तींना चिरडून राष्ट्र चिरडले जाऊ शकत नाही.' आम्हाला या ऐतिहासिक सिद्धान्तावर जोर द्यायचा आहे की, फ्रान्समध्ये फ्रान्ससम्राटाच्या हस्ताक्षरातील गिरफ्तारी वॉरंट आणि बॅस्टाइलचे तुरुंग फ्रान्सचे क्रांतिकारी आंदोलन संपवू शकले नाहीत. फाशीचे खांब आणि सैबेरियातील तुरुंग रशियातील क्रांतीची आग विझवू शकले नाहीत! ब्लडी संडे आणि ब्लॅक अँड टॅन ही निवृत्त पोलीस अधिकाऱ्यांची साहायक सेना आयरिश स्वातंत्र्याचा गळा दाबून तो चिरडू शकली नाही! अशा स्थितीत अध्यादेश आणि सेफ्टी बिले हिंदुस्थानातील स्वातंत्र्याच्या धगधगणाऱ्या ज्वाला विझवू शकतील काय?

कटांचे अनेक अभियोग आणि तरुणांचे कारावास, त्यांच्या अंत:करणात प्रकाशमान झालेल्या स्वातंत्र्यज्योतीला विझवू शकणार नाहीत आणि क्रांतीची प्रगतीही रोखू शकणार नाहीत. जर वेळीच दिलेल्या चेतावणीकडे दुर्लक्ष झाले नाही तर जीवित हानी टाळू शकेल आणि हाल अपेष्टाही टळू शकतील. ही चेतावणी! देण्याची जबाबदारी आम्ही स्वीकारली होती, ती आम्ही पूर्ण केली आहे. आमचे कर्तव्य संपले.

खालच्या न्यायालयात आम्हाला विचारण्यात आले होते की, क्रांती या शब्दाचा कोणता अर्थ आम्हाला अभिप्रेत आहे? त्याचे उत्तर असे आहे - क्रांतीचा अर्थ केवळ रक्तपात करणे किंवा व्यक्तिगत द्वेष करणेही नाही. तो काही बॉम्ब आणि पिस्तुलाचा पंथ नाही. 'क्रांती' या शब्दाचा अर्थ उघडउघड अन्यायावर आधारलेली सध्याची शासन-व्यवस्था बदलणे हा आहे! समाजवादी व्यवस्थेवर आधारित नव्या समाजाची पुनर्बांधणी करणे हा आहे.

ही आज समाजात असणारी भीषण विषमता आणि बळाने निर्माण केलेले असंतुलन समाजात अराजकता निर्माण करायला कारणीभूत ठरेल. पण ही परिस्थिती फार काळ टिकणार नाही. सध्याची समाजव्यवस्था ज्वालामुखीच्या काठावर उभी राहून मजा करत आहे आणि ज्यांची पिळवणूक होते आहे असे लक्षावधी लोकच नव्हेत तर पिळवणूक करणाऱ्यांची लक्षावधी निष्पाप बालकेही डोंगराच्या एका कड्यावरून चालत आहेत. सभ्यता आणि संस्कृतीच्या या इमारतीला जर वेळेवरच सावरले नाही तर ती संपूर्ण वास्तू कोसळून पडेल! नष्टभ्रष्ट होईल!! म्हणून यात क्रांतिकारी बदलाची आवश्यकता आहे. ज्यांना ही आवश्यकता उमगली आहे त्यांनी समाजवादी व्यवस्थेवर आधारित नव्या समाजाची पुनर्घटना करणे आवश्यक आहे. ते त्यांचे कर्तव्य आहे. साम्राज्यवादाच्या बुरख्याखाली वावरणाऱ्या मनुष्याच्या मनुष्याकडून होणाऱ्या आणि राष्ट्राच्या राष्ट्राकडून होणाऱ्या पिळवणुकीचा अंत केल्यावाचून, मानवतेवर आलेले हाल अपेष्टांचे आणि नाशाचे संकट टळू शकणार नाही. तोपर्यंत युद्धाचा अंत करून जागतिक शांततेचे युग निर्माण करण्याची सर्व बडबड केवळ ढोंगबाजी आहे!!

जिच्यात शेतकरी, कामकरीवर्गाचे सार्वभौमत्व स्वीकारले जाईल अशी आणि जिचे पर्यवसान मानव्याची भांडवलदारीच्या बंधनातून आणि

साम्राज्यवादी युद्धातून मुक्तता करणाऱ्या संघराज्याच्या स्थापनेत होईल, अशी समाजव्यवस्था हा आमचा क्रांतीचा अर्थ आहे. हेच आमचे ध्येय आहे. याच ध्येयाला अनुसरून आम्ही सुयोग्य आणि पुरेशी जोरदार चेतावणी दिली आहे. पण जर तिची दखल घेण्यात आली नाही तर शेतकऱ्यांची, कामगारांची सार्वभौमसत्ता प्रस्थापित करणारा एक भीषण लढा सुरू होईल.

क्रांती हा माणसाचा कोणतीही तडजोड न करता येणारा अधिकार आहे. स्वातंत्र्य प्रत्येक व्यक्तीचा जन्मसिद्ध हक्क आहे! त्यासाठी क्रांतीच्या वेदीवर आमच्या तारुण्याचा धूप-दीप प्रज्वलित करायला आम्ही कटिबद्ध आहोत. कारण अशा दिव्य ध्येयासाठी होणारा कोणताही त्याग लहानच ठरेल! आम्ही पूर्ण समाधानी आहोत! त्या क्रांतीची आम्ही वाट पाहत आहोत! क्रांती चिरायू होवो!!''

भगतसिंगांनी आपले प्रदीर्घ भाषण संपवले. न्यायालयात कमालीची शांतता पसरली होती. ज्वलंत विचारांच्या गाभ्यातून स्त्रवणाऱ्या भावनांच्या ओलाव्याने साऱ्यांची हृदये हेलावली होती. विचारांच्या तर्कशुद्ध मांडणीने नि ऐतिहासिक सत्याच्या प्रखर प्रकाशाने पूर्वग्रहदूषित असणाऱ्या न्यायाधीशांनाही क्षणभर अंतर्मुख बनवले नि त्यांच्याही डोक्यात योग्यायोग्यतेचे काहूर माजले आणि भाषणाने भारावलेल्या स्थितीतच त्यांनी त्या दिवसाचे कामकाज संपवले!!

***

सुरक्षित राहून क्रांतिकार्य पुढे कसे न्यायचे याची आझादांना चिंता लागली होती. भगतसिंगांच्या अटकेनंतर आणि काही साथींच्या फितुरीने पंजाब, उत्तर प्रदेश आणि खुद्द दिल्लीतही पोलिसांची टेहळणी इतकी उग्र झाली होती की, क्रांतिकारकांना कोणत्याही प्रकारची हालचाल करणे अगदी अशक्य झाले होते. पोलिसांच्या तावडीतून सुरक्षित राहणे अवघड झाले होते. कोणतीही ॲक्शन करणे तर दूरच! पण असे निष्क्रिय आयुष्य तरी किती दिवस जगणार? यातून काहीतरी मार्ग काढायलाच हवा होता. आणि एक दिवस आझादांच्या मनाला विचार स्पर्शून गेला, 'दलाचं केंद्रच दक्षिणेकडे हलवलं तर? रघुनाथ तिकडे गेलाच आहे. त्याला सांगून व्यवस्था करता येईल आणि तिकडे थोडी शांतता असल्याने संघटनेचं जाळं तिथं विणता येईल. मजबूत करता येईल.'

त्यांनी आपल्या साथींचा कानोसा घेतला आणि एक दिवस बच्चनला बोलावून त्याला सांगितले, ''रघुनाथला इथली परिस्थिती सांगून म्हणावं, आपल्या संघटनेचं केंद्र महाराष्ट्रात किंवा दक्षिणेत हलवायचं आहे. त्यासाठी काही साथी लगेच येतील. त्यांची राहण्याची सोय कर.''

बच्चनने अकोल्याला येऊन रघुनाथची गाठ घेतली. त्याला तेथील परिस्थिती सांगताच तो म्हणाला, ''अरे, मग सगळे इकडे का येत नाहीत? इकडे पुष्कळ सुरक्षितता आहे.''

''तेच सांगायला आलो आहे.''

''काय..? खरंच...? खरंच पंडितजी असं म्हणताहेत?''

रघुनाथला झालेला आनंद शब्दाशब्दांतून जाणवत होता.

''त्याशिवाय आता दुसरा मार्गच राहिला नाही बघ! आता महाराष्ट्रातच संघटनेचं केंद्र स्थापायचं. जाळं मजबूत करायचं आणि इथूनच कार्य करायचं असं ठरलं आहे. आपल्या साथींची राहण्याची व्यवस्था करायला पंडितजींनी तुला सांगितलं आहे.''

''जरूर...! पंडितजींना म्हणावं तुम्ही निश्चिंत राहा. इथली सगळी जबाबदारी माझी! आणखी काही निरोप?''

''आधी कैलाश आणि सदाशिव येईल आणि नंतर थोड्याच दिवसांत मी, पंडितजी येऊ.'' रघुनाथला झालेला आनंद त्याच्या मनात मावत नव्हता. चेहरा आनंदाने उजळून निघाला. तो म्हणाला, ''ठीक! लगेचच कामाला लागतो. त्या दोघांना लगेच पाठवायलाही हरकत नाही.''

निरोप सांगून बच्चन जायला निघाला. रघुनाथने त्याला पुन्हा आलिंगन दिले. ''बरं. मी येतो. आता लवकरच भेटू.'' असे म्हणत बच्चन बाहेर पडला. आता रघुनाथला खूप काम होते. त्याच्या जीवनाला एकदम गती मिळाली होती. भावी योजनांच्या विचारात त्याला आज जेवणा-खाणाचंही भान राहिले नव्हते.

***

पण दुर्दैव मात्र दलाचा पिच्छा सोडायला तयार नव्हते. राजगुरूंकडे जाण्यासाठी निघालेल्या सदाशिवराव आणि भगवानदास यांना भुसावळला कस्टमच्या लोकांनी अटक केली. अज्ञातवासात असणारे राजगुरू आपले

सहकारी श्रीराम सावरगावकर यांच्या सोबत काही दिवसांसाठी पुण्याला आले असताना दोघेही पोलिसांच्या जाळ्यात अडकले.

त्यांना फरासखान्यात नेण्यात आले. तेथे त्यांची प्राथमिक चौकशी झाली. सॉंडर्सवधाशी त्यांचा संबंध असल्याने कडेकोट बंदोबस्तात लाहोरला पाठवण्यात आले. तेथेही चौकशी झाली पण दोघांचेही अतोनात हाल करूनही त्यांनी कटासंबंधी एक अक्षरही सांगितले नाही. अखेर सावरगावकरांची काहीच माहिती न मिळाल्याने, पोलिसांबरोबर त्यांना पुण्याला परत पाठवण्यात आले. राजगुरूंना मिळालेल्या माहितीच्या आधारे लाहोर कटात समाविष्ट करण्यात आलं आणि राजगुरू आपल्या क्रांतिकार्यासाठी, भीषण शिक्षा ठोठावण्यात येणाऱ्या नि 'शौके शहादत'चे स्वप्न पुरे करणाऱ्या अभियोगाच्या मार्गावर वाटचाल करू लागले.

•••

१८

'आता मात्र क्रांतिकार्यात पुन्हा सक्रिय भाग घ्यायलाच हवा... आजपर्यंत नोकरी करून कौटुंबिक जबाबदारी सांभाळत असतानाच दलालाही मदत केली... कधी हत्यारं सांभाळण्यासाठी, तर कधी आलेल्या साथींची व्यवस्था करण्यासाठी! आता असं दुरून कार्य नाही करता येणार... झोकूनच द्यायला हवं... परिस्थितीच बदलली आहे नि तिचीच ही गरज आहे...'

'तसं पाहिलं तर भगतसिंग, सुखदेव यांच्याशी आपला कितीतरी जुना संबंध; पण या कार्यात जेवढं रंगून जायला हवं होतं, एकरूप व्हायला हवं होतं तेवढं नाही जमलं... कदाचित त्यामुळेच असेल त्यानेही महत्त्वाच्या कामात आपल्याला विश्वासात घेतलं नव्हतं... तरीही त्यांच्याशी असलेल्या संबंधामुळे सॉंडर्सवधात आपण गोवले गेलोच.... फरारी म्हणून घोषित झालो...'

'लाहोरमधले कितीतरी महत्त्वाचे साथी गजाआड झालेत... इतर प्रांतातही धरपकड झाल्यात. आता हा ध्वज पुढे कोण नेणार? अशा स्थितीत किती दिवस काठाकाठाने पोहणारऽ? खोल पाण्यात शिरण्याची ही वेळ आहे.... निष्क्रिय राहून पोलिसांच्या जाळ्यात अडकण्यापेक्षा सक्रिय होऊन आल्या प्रसंगाला धैर्याने तोंड देत स्वातंत्र्ययुद्धात उडी घेणंच श्रेयस्कर...' यशपालने निश्चय केला.

पोलिसांच्या ससेमिऱ्यामुळे उरलेले काही साथी अज्ञातस्थळी विखुरलेले

होते. त्यांना शोधून आझादांचा ठावठिकाणा शोधणे आवश्यक होते. त्यांची गाठ घेतल्याशिवाय पुढील कार्याची दिशा ठरणार नव्हती. पण त्यांना भेटण्याआधी त्याने भगवतीभाईंना भेटायचे ठरवले. दुर्गाभाभींच्या निरोपानुसार कलकत्त्याला येऊन त्याने सुशीलादीदींची गाठ घेतली. मनातील हेतू सांगितल्यावर त्यांनी भगवतीभाईंची गाठ घालून देण्याचे मान्य केले.

भगवतीचरण त्यावेळी मारवाडी भागात, चटाई मोहल्ल्यात, एका अति गरीब मारवाडी कुटुंबात राहत होते. सुशीलादीदींना हा पत्ता माहीत नव्हता. त्यामुळे भगवतीभाईच त्यांना भेटण्याकरिता; दलासंबंधी, घरासंबंधी बातम्या घेण्यासाठी 'चौरंगी' जवळच्या 'व्हिक्टोरिया स्मारका'पाशी तीन-चार दिवसांनी यायचे. ठरल्या दिवशी त्यांची भेट झाली. बोलणी झाली आणि यशपाल भगवतीभाईंच्या खोलीतच राहायला आला.

जतीन्द्रनाथ दासांचा भाऊ किरणचंद्र दास याच्याशी भगवतीचरणांची ओळख होती. त्याच्याकडून ते पिस्तुले मिळवण्याचा प्रयत्न करत होते. त्यासाठी त्यांनी त्याला काही पैसेही दिले होते; पण बरेच दिवस झाले तरी त्याने काम केले नाही. त्याची गाठही पडत नसे. अखेर त्याने कसेतरी एक पिस्तूल मिळवून दिले. ते पाहताच दोघांनाही इतका आनंद झाला की, 'आपण आता सशस्त्र आहोत. वेळ आलीच तर दोन हात करता येतील. हकनाक मारले जाणार नाही' ही भावना त्यांना सुखावून गेली. त्या काळात एकेक पिस्तूलही अमूल्य होते. दलाच्या दृष्टीने आवश्यक होते.

भगवतीचरण कलकत्त्यात राहिले होते ते बॉम्बविद्या हस्तगत करण्यासाठी! त्यासाठी त्यांचे प्रयत्न रात्रंदिवस चालू होते; पण जयचंद्रांनी तेथील क्रांतिकारकांच्या मनात विष कालवून ठेवले होते. त्यामुळे तेथील क्रांतिकारक भगवतीभाईला पोलिसांचा माणूस समजत होते. साहजिकच बॉम्बविद्या शिकवायला कोणीही तयार होत नव्हते. अथक प्रयत्नानंतरही ती विद्या मात्र त्यांना प्राप्त करता आली नाही. अखेर त्यांनी यशपालला या विद्येच्या प्राप्तीसाठी आणि नंतर बॉम्ब तयार करण्यासाठी पैसे देऊन काश्मीरला पाठवले. ते मात्र निराश मनाने दिल्लीला गेले.

***

कलकत्त्याहून दिल्लीला आल्यावर त्यांनी श्रद्धानंद बाजारात दोन खोल्या

भाड्याने घेतल्या होत्या. थोड्याच दिवसांत यशपालही तेथे आला. आपली खरी नावे कळू नयेत म्हणून भगवतीचरण हरिश्चंद्र तर यशपाल जगदीशचंद्र या नावाने वावरू लागले. जरा रुळल्यावर काहीतरी धाडसी, सरकारला जबरदस्त हादरा बसेल अशी ॲक्शन करावी असे ठरवून विचारविनिमय करत असतानाच व्हाइसरॉयच्या गाडीखाली बॉम्बस्फोट घडवून त्यालाच उडविण्याचा विचार त्यांनी पक्का केला.

यशपालने मदतीसाठी इंद्रपालला बोलावले. इंद्रपाल हा यशपालचा जुना मित्र. १९२४मध्ये लाहोरला 'हिंदू संघटन' या वृत्तपत्रात काम करत असतानाच यशपालची आणि त्याची ओळख झाली. नंतर मैत्री. सुरुवातीला छंदी-फंदी असणारा इंद्रपाल क्रांतिकारकांच्या सहवासात बदलला आणि क्रांतिकार्याशी एकरूप झाला.

इंद्रपालला रेल्वेमार्गावरचे टेहळणीचे काम सोपवले. गाड्यांच्या वेळा केव्हा आहेत, पोलिसांची गस्त केव्हा असते याचे निरीक्षण करायचे! दिल्लीजवळ लोहमार्गावर नऊ मैलावर एक फाटक होते. जवळच्या ओसाड जागेत एक खोली होती. तीही रिकामी! तिथे राहायचे, साधूच्या वेषात आणि काम करायचे! सगळी तयारी झाली. एके दिवशी हे साधुमहाराज त्या खोलीत राहायला गेले.

भगवतीचरण ॲक्शनचा विचार करत असताना त्यांना मनापासून वाटत होते हा स्फोट 'हिंदुस्थान सोशॅलिस्ट रिपब्लिकन आर्मी'च्या वतीने व्हावा. त्याचबरोबर 'कमांडर-इन-चीफ' म्हणून आझादांच्या नावाने एक लढाऊ घोषणापत्रकही प्रसिद्ध व्हावे. अडचण होती आझादांच्या संमतीची! अजून दोघांची गाठ पडली नव्हती. बोलणी झाली नव्हती. भगवतीचरण कानपूरला गेले. गणेश शंकर विद्यार्थ्यांची गाठ घेतली. ते क्रांतिकारकांचे साहाय्यकर्ते!

त्यांच्यामार्फत आझादांची गाठ घेण्याचा प्रयत्न केला, पण चार दिवस झाशीला राहूनही त्यांची गाठ पडली नाही. अखेर भेट न होताच भगवतीचरण दिल्लीला परत आले.

इंद्रपालचे काम चालूच होते. तेवढ्यात बातमी कळली, व्हाइसरॉय लॉर्ड आयर्विन विलायतेहून २४ ऑक्टोबरला दिल्लीला जाणार आहेत. तीच संधी साधून, त्याच दिवशी रेल्वेखाली बॉम्बस्फोट करायची योजना पक्की केली.

भगवतीचरणांना अजूनही वाटत होते, आझादांची गाठ घ्यावी. ॲक्शनला

त्यांची संमती घ्यावी. दलाच्यावतीने काम व्हावे, पण सध्यातरी तो योग नव्हता. लाहोरच्या सहकाऱ्याने आझादांचे कान फुंकले, 'भगवतीचरण सीआयडीचा माणूस आहे. सावध राहा' आणि आझादांनी भगवतीचरणांना न भेटण्याचा निर्णय घेतला.

भगवतीचरण २१ ऑक्टोबरला पुन्हा कानपूरला गेले.

''या... बसा.'' गणेश शंकरांनी त्यांचे स्वागत करत विचारले, "आज कसं काय येणं केलंत?''

''तेच काम घेऊन आलो होतो.''

''आझादांना भेटण्याचं?''

''हो. त्यांना भेटणं फार गरजेचं आहे.''

''खरं आहे... पण...''

''पण काय?''

''मला सांगायला अवघड वाटतं.... राग मानू नका..''

''सांगा ना... काय असेल ते मोकळेपणाने सांगा.''

''आझादांचं मन तुमच्याविषयी चांगलं नाही.''

''कायऽऽ!''

''हो... आणि... आणि त्यांना तुमच्याशी संबंध ठेवायची इच्छा नाही. तुमच्या साहाय्याचीही गरज नाही.''

विजेचा शॉक बसावा तसे भगवतीचरणांना वाटले. क्षणभर ते सुन्न झाले. काय बोलावे हेच त्यांना कळेना. आझादांनी असा निर्णय का घेतला असेल हे त्यांच्या लक्षात आले. काही क्षण गेल्यावर ते शांतपणे म्हणाले,

''ठीक आहे. जशी त्यांची इच्छा. विद्यार्थीजी, माझी खात्री आहे की, त्यांचा हा संशय केव्हा तरी दूर होईल.''

थोडे थांबून, विचार करून ते पुढे म्हणाले, ''विद्यार्थीजी, एक निरोप द्याल त्यांना?''

''जरूर.... बोला.''

''२४ ऑक्टोबरला आम्ही व्हाइसरॉयच्या गाडीखाली बॉम्बस्फोट करणार आहोत. तुम्ही बेसावध राहू नका. सुरक्षित स्थळाची व्यवस्था करून, स्वतःची काळजी घ्या.''

निरोप ऐकून विद्यार्थी त्यांच्याकडे पाहतच राहिले. जो माणूस यांना भेटायलाही तयार नाही, मनही कलुषित झालेले, त्यांच्या सुरक्षिततेची काळजी! भगवतीचरणांच्या मनाची विशालता पाहून विद्यार्थी भारावले. पण दुसऱ्याच क्षणी सावध होत ते म्हणाले, ''तुम्ही स्फोट किती तारखेला करणार म्हणालात?''

''२४ तारखेला! का?''

''माझं एक ऐकाल?''

''विद्यार्थीजी, असं का विचारता? तुमचा शब्द खाली कसा पडेल? सांगा तर खरं...''

''मग २४ तारखेला स्फोट करू नका. योजना पुढे ढकला.''

''का?''

''व्हाइसरॉय २४ तारखेला दिल्लीला आल्यावर हिंदुस्थानला द्यावयाच्या वसाहतीच्या स्वराज्याची घोषणा करणार आहेत, अशी बातमी आहे. तेव्हा त्याचवेळी स्फोट होऊन काही कमी-अधिक घडलं तर...''

थोडासा विचार करून भगवतीचरण म्हणाले, ''आलं लक्षात!''

''मग.... कराल विचार?''

''जशी तुमची इच्छा. तुम्ही निश्चिंत राहा. त्या दिवशी स्फोट होणार नाही.'' भगवतीचरण दिल्लीला परत आले. यशपालला सारे सांगितले. इंद्रपालला परत बोलावले आणि त्या दिवशीची योजना स्थगित केली.

***

आझादांनी दलाचे विस्कळीत झालेले कार्य कानपूरहून पुन्हा सुरू केले. नवीन केंद्रीय समिती बनविली. त्यात कैलाशपती, वीरभद्र तिवारी, सद्गुरू दयाळ अवस्थी या सहकाऱ्यांचा समावेश केला.

कैलाशपती दलाचा जुनाच सभासद; आझादांच्या विश्वासातला. गोरखपूरच्या पोस्ट ऑफिसात 'रिजर्व क्लार्क' म्हणून नोकरी करत असताना दलाला पैशांची अडचण भासली तेव्हा एके दिवशी हातात आलेले ३,१०० रुपये घेऊन तेथून पसार झाला आणि दलाची आर्थिक गरज भागवली. दलाचा सक्रिय सदस्य झाला. तेव्हापासून त्याने दलाचे प्रत्येक काम प्रामाणिकपणे आणि इमानदारीने केले. त्यामुळेच दिल्ली केंद्राचा तो प्रमुख झाला होता. या काळात तो दलाशी इतका एकरूप झाला होता की, एका सदऱ्यावर कुडकुडत तो काम

करे म्हणून भगवतीचरणांनी त्याला स्वेटर दिला तर त्याने तो दुसऱ्या सहकाऱ्याला अधिक आवश्यक म्हणून देऊन टाकला!

वीरभद्र तिवारीही दलाचा जुनाच सदस्य, पण त्याच्या भोवती संशयाचे वलय होते. सचीन्द्र बक्षींनी तर तुरुंगातून निरोप पाठवला होता की, 'त्याच्यावर विश्वास ठेवू नका.' आझादांशी त्याचे वागणे मात्र इतके चांगले होते की, त्यांचा बक्षींच्या सांगण्यावर विश्वास बसला नाही. त्यांनी त्याकडे दुर्लक्ष करून त्याला केंद्रीय समितीत घेतले.

दलाची व्यवस्था मार्गी लागल्यावर आझादांनी तुरुंगात भगतसिंग, इतर साथी यांच्याशी संबंध प्रस्थापित केले. सुरुवातीला कानपूरच्या काही साथींना लाहोरला पाठवले होते, नंतर दिल्लीच्या काशीराममार्फत निरोपांची देवाण-घेवाण सुरू झाली. ते जयदेव कपूरचे नातेवाईक बनून तुरुंगात जात.

आता आझादांच्या डोळ्यांसमोर भगतसिंग, दत्त यांच्या सुटकेची योजना आकार घेत होती. काशीराम लाहोरला बऱ्याचवेळा जाऊन आल्याने आझादांनी वैशंपायनांना सांगितले, ''बच्चन, आपण करणार असलेल्या ॲक्शनची तुला कल्पना आहे.''

''हो.''

''त्यासाठी लाहोरला जायचं आणि त्यादृष्टीने निरीक्षण करून यायचे. भगत-दत्तांना सेंट्रल जेलमधून बोर्स्टल जेलमध्ये कसं नेलं जातं? त्यांच्याबरोबर पोलीस किती असतात? ॲक्शन कुठे करता येईल? कशी? सगळ्या गोष्टींचे निरीक्षण कर. दोन रविवार जेलजवळ जा आणि मग कानपूरला परत ये. काशीरामला आता तेथील बरीच माहिती आहे. तेथे जाण्यापासून सगळी व्यवस्था तो करील.''

''आझादांनी काशीरामबद्दल एवढे सांगितलेले पुरेसे होते.'' बच्चन काशीरामबरोबर लाहोरला आला. हॉटेलमध्ये जेवण झाले. दुपारी चारच्या सुमारास काशीराम एका व्यक्तीला घेऊन आला आणि बच्चनला म्हणाला, ''याच्या बरोबर जा.''

एक आडबाजूची खोली. ओरिएन्टल कॉलेजमध्ये संस्कृत शिकणाऱ्या एका विद्यार्थ्यांबरोबर त्यांची राहण्याची सोय झाली. दुसऱ्या दिवसापासून बच्चनने कामाला सुरुवात केली. दोन-तीन रविवार त्याने जेलवर जाऊन सर्व गोष्टींचे बारकाईने निरीक्षण केले.

तिसऱ्या रविवारी संध्याकाळची वेळ. बच्चन त्याची व्यवस्था करणाऱ्या व्यक्तीला म्हणाला, ''हे बघ, माझं इथलं काम झालं आहे. आता मला परत गेलं पाहिजे. तेव्हा पैशांची व्यवस्था झाली तर बरं होईल.''

''बरं'' म्हणून तो गेला पण दुसऱ्या दिवशी त्याने आणलेल्या निरोपाने बच्चन आश्चर्याने थक्कच झाला.

''आपण परत जाण्याची आवश्यकता नाही. इथं सगळी व्यवस्था केली आहे. आपण इथंच राहावं असा आदेश आहे.''

''आदेश...?''

''हो.''

त्याला काही उमजेना.

'आदेश....? कोणी दिला आदेश? मला तर आझादांशिवाय कोणीच आदेश देऊ शकत नाही. बरं, त्यांना काही निरोप, आदेश द्यायचा असता तर त्यांनी तो काशीराम बरोबर दिला नसता का? त्याची तर त्या दिवसापासून भेटही नाही... हा काय प्रकार आहे? जरा शोध घ्यायलाच हवा...'

बच्चन जरा विचार करून म्हणाला, ''ठीक आहे. पण काय रे, मला तुझं नाव कळेल का?''

''इंद्रपाल''.

''इंद्रपाल, इथं दोन-तीन आठवडे माझी व्यवस्था अगदी उत्तम झाली होती. त्या व्यक्तीला मला भेटता येईल का? ती व्यक्ती कोण, हे कळेल का?'' आता विचार करण्याची वेळ इंद्रपालची होती.

''आपली सारी व्यवस्था दुर्गाभाभी, भगवतीचरणांच्या सौभाग्यवती करत आहेत.''

''दुर्गाभाभीऽऽ!''

बच्चनला आश्चर्याचा आणखी एक जोरदार धक्का बसला. 'दुर्गाभाभी.... भगवतीचरणांच्या पत्नी...? कानपूरहून निघताना पंडितजींनी मुद्दाम सांगितलं होतं, ''लाहोरला चालला आहेस. सांभाळून जा! आणि भगवतीचरणांच्या घरी जाऊ नकोस. दुर्गादेवींनाही भेटू नकोस. माझ्या कानावर असं आहे की, तो सीआयडीचा माणूस आहे. तेव्हा त्याच्यापासून सावध राहा...''

आणि इंद्रपाल तर सांगतो आहे, 'तुमची व्यवस्था दुर्गादेवींनी केली...'

निश्चितच समजुतीचा काही तरी घोटाळा दिसतोय... जिने माझी पंधरा-वीस दिवस उत्तम व्यवस्था ठेवली, तिने मनात आणले असते तर, ती मला केव्हाही पोलिसांच्या स्वाधीन करू शकली असती... पण तसं काही झालं नाही. का? पंडितजींचा काही गैरसमज? भाभीजींची गाठ घेतली पाहिजे...'

बच्चनने सांगितले. ''इंद्रपाल, मी उद्या त्यांना भेटू इच्छितो.''

''ठीक आहे. उद्या संध्याकाळी मी येतो. मग आपण जाऊ.''

दुसऱ्या दिवशी इंद्रपाल बच्चनला घेऊन भाभींच्या घरी गेला. त्याला तिथे सोडून तो आपल्या कामाला गेला. भाभीने बच्चनचे स्वागत केले. बसायला सांगितले.

बसता क्षणीच बच्चन म्हणाला, ''आपण माझी व्यवस्था चांगली केलीत. त्याबद्दल मी ऋणी आहे.''

''अहो आभार कसले मानता, माझं कर्तव्यच आहे ते.''

''एक विचारू?'' न राहवून बच्चन म्हणाला.

''विचारा ना! संकोच करायची गरज नाही.''

''माझ्याबद्दल आपल्याला काय माहिती आहे?''

''का? आपण दिल्लीहून आलेला आहात आणि 'ह्यांनी'च तर आपल्याला इथं पाठवलं आहे.''

''नाही... आपला काहीतरी गैरसमज होतोय. मी चंद्रशेखर आझादांकडून आलोय.''

''कायऽऽ? आझादांकडून?'' हर्षविभोर होत त्यांनी विचारले.

''हो.''

''अहो मग बिघडलं कुठे? आपण सारे एकाच मार्गावरचे प्रवासी. एकाच ध्येयाने भारावलेले... मी केलेल्या व्यवस्थेचे आपण मनातही आणू नका... हेसुद्धा कितीतरी दिवसांपासून आझादांना भेटायला उत्सुक आहेत. बऱ्याच वेळा त्यांनी प्रयत्नही केला होता पण त्यांची भेट झाली नाही. बरं झालं, आज आपली भेट झाली. आता मी ह्यांना निरोप पाठवते. ते येतील. तोपर्यंत तुम्ही इथेच राहा.''

''इतका वेळ इथं राहणं अवघड आहे. माझं इथलं काम झालं आहे आणि पंडितजींना सगळ्या गोष्टी लवकर सांगायला हव्यात. पण मी असं करतो...''

''काय?''

''आझादांशी मी सारं काही बोलतो; भगवतीभाईंची आणि त्यांची गाठ घालून देण्याचा प्रयत्न करतो. मला वाटतं, इथून पुढे दोघांनीही एकत्र येऊन काम केलं तर खूप बरं होईल.''

भगवतीचरणही त्याच वेळी भगतसिंग व दत्त यांच्या सुटकेची योजना तयार करत होते आणि अशात भगतसिंगाकडून भाभीला संदेश मिळाला की, 'दिल्लीहून येणाऱ्या एका माणसाची व्यवस्था करायची आहे.' भाभीचा गैरसमज झाला तो त्यामुळे!

काही वेळा योगायोगाने घडलेल्या गोष्टीतूनही चांगले उदयाला येते. भाभीचा निरोप घेऊन बच्चन निघून गेला. तिच्या डोळ्यांसमोर मात्र दोघांच्या भेटीची नि दोघांनी मिळून केलेल्या कार्यातून ध्येयपूर्तीची स्वप्नं तरळत होती.

***

कैलाशपती आता प्राध्यापक नंदकिशोर निगमांच्याकडे चांगलाच रुळला होता. संघटनेच्या दिल्ली केंद्राचा तो प्रमुख होता. दिवसभर कामानिमित्ताने तो भटकत असे आणि रात्री निगमांकडे झोपायला जाई. जेवणही भोजनालयात त्यांच्या नावावरच घेत असे.

निगम दिल्लीच्या हिंदू कॉलेजात इतिहासाचे प्राध्यापक होते. तेथेच शिकले. इतिहास विषय घेऊन एम.ए. पहिल्या वर्गात उत्तीर्ण झाले आणि तेथेच प्राध्यापक म्हणून काम करू लागले. कॉलेजच्या वसतिगृहाच्या अधीक्षकाचेही काम त्यांना मिळाले. साहजिकच तेथेच तीन खोल्यांच्या सदनिकेत ते राहात असत. इतिहासाचे उत्तम जाणकार. अभ्यासू. भरपूर वाचन. अमेरिका, इटली, आयर्लंड यांच्या स्वातंत्र्य संग्रामाच्या वाचनाने आणि सावरकर, त्यांच्या सहकाऱ्यांच्या क्रांतिकारक चळवळीने मोहित होऊन अंतरी देशप्रेमाची ज्योत पेटलेली. देशाच्या स्वातंत्र्यासाठी कार्य करण्याची इच्छा. त्यातूनच कैलाशपतीला संघटनेच्या कामासाठी दरमहा पैसे देत होते.

लाहोर कटाच्या वृत्तांतात चंद्रशेखर आझादांचे कर्तृत्व ऐकल्यामुळे त्यांना आझादांना भेटण्याची उत्कंठा लागली होती. त्यांनी कैलाशपतीला आपली इच्छा सांगितली. एक दिवस तो आझादांना घेऊन त्यांच्या घरी आला. निगम समोर येताच ते म्हणाले, ''आप मेरे से मिलना चाहते थे। मैं ही पंडितजी हूँ।''

ते ऐकताच निगम त्यांच्याकडे आश्चर्याने पाहातच राहिले. बऱ्याच दिवसांचे

स्वप्न साकार होऊन समोर उभे ठाकलेले पाहाताच त्यांच्या डोळ्यांत अश्रू उभे राहिले. झट्कन पुढे झाले नि त्यांनी आझादांचे पायच धरले.

''ये आप क्या कर रहे हैं?'' असे म्हणत आझादांनी त्यांना उठवले. प्रेमाने दृढालिंगन दिले.

ते म्हणाले, ''आज से तुम हमारे हो गये। तुम मुझ से केवल एक बार मिलना चाहते थे लेकिन जब जब मैं दिल्ली आ जाऊँगा, तब तुम्हारे पास ही रहूँगा।''

''यह तो मेरा सौभाग्य है।''

''प्राध्यापकजी, इसमें सौभाग्य वगैरह कुछ नहीं। कैलाशपतीने आपके बारे में सब कुछ बताया है। आप मेरे भाई हैं। भाई अगर भाई के पास रहे तो उसमें सौभाग्य की बात क्या है...''

कल्पनेतल्या आझादांपेक्षा प्रत्यक्षातले त्यांचे दर्शन कितीतरी वेगळे घडत होते. एका नव्या अनुभूतीने ते भारावून गेले. त्या भावस्थितीत आझादांचे आदरातिथ्य करण्याचेही भान त्यांना राहिले नाही.

***

कैलाशपती आझादांना भेटून खोलीबाहेर पडला आणि थोड्याच वेळात वैशंपायन लाहोरहून आले. त्यांनी पाहिले, आझाद कसल्यातरी विचारात गढून गेले होते. दाराकडे त्यांचे लक्ष नव्हते. ते जवळ गेले आणि त्यांना हाक मारली, ''पंडितजीऽऽ!''

विचारतंद्रीतून जागे होऊन त्यांनी पाहिले. आनंदातिशयानेच ते उद्गारले, ''बच्चन, तुम आ गए?''

त्यांना एवढा आनंद का झाला हे त्याला कळेना. त्याने विचारले, ''पंडितजी, आपल्याला एवढा आनंद कसला झाला? मी नेहमीसारखाच....''

''तुला नाही समजायचं!''

''का?''

''अरे, काही दिवसांपूर्वी बातमी कळली, 'लाहोरमध्ये एक क्रांतिकारक पकडला गेला.' मला वाटलं, 'ये भी ससुरा चला गया।' त्या दिवसांपासून मी बेचैन आहे. कशातही लक्ष लागत नव्हतं. असं वाटलं, 'नको हे नेतेपण!' एका मागोमाग एक साथी पकडले जात आहेत आणि माझा एकटेपणा, एकाकीपणा वाढवत आहेत. ध्येयाचं क्षितिज तर अजून कितीतरी दूर राहिलेलं आणि मी मात्र

एकटा पडत चाललो आहे. पण आत्ता तुला पाहिलं. मन आनंदानं, समाधानाने भरून गेलं.''

''पंडितजी, काळजी करू नका. आता तुम्ही एकाकी राहणार नाही.''

''असं काय घडणार आहे?''

बच्चनने लाहोरभेटीचा सगळा वृत्तांत सांगितला. कोणत्या कारणामुळे दुर्गाभाभींना भेटावे लागले, त्यांनी व्यवस्था कशी उत्तम ठेवली होती हे सांगितले आणि भगवतीभाईंची भेटण्याची इच्छाही सांगितली.

सारे ऐकून ते म्हणाले, ''बच्चन, तोच विचार करत होतो. भगवतीला भेटावं की भेटू नये?''

''असा अचानक हा विचार?''

तुझ्या आधीच कैलाशपती येऊन गेला. तोही तेच सांगत होता. भगवतीचरण सीआयडीचा माणूस नसल्याची त्याची खात्री पटल्याचे म्हणत होता. काशीरामचंही तेच मत आहे, त्यालाही रणजितने सांगितलं की, ''भगवतीचरण आणि यशपालची दिल्लीच्या काही साथींशी ओळख करून दे. त्यानेच माझी आणि त्यांची ओळख करून दिली. मी त्यांचं काम पाहिलं. आता परिचयही खूप वाढला, पुढचं कार्य सहकार्याने करावे म्हणून त्यांनी तुमच्याशी ओळख करून देण्याची विनंती केली, म्हणून मी तुमच्याकडे आलो आहे. तुम्ही सांगा काय करायचं?''

त्याचं सगळं बोलणं ऐकलं. 'विचार करून कळवतो' असं त्याला सांगितलं आणि तोच विचार करत होतो. ''माझ्या एक गोष्ट लक्षात येत नाही..''

''कोणती?''

''या संदर्भात रणजित माझ्याशी काहीच कसं बोलला नाही. त्याला जर भगवतीचरण सीआयडीचा माणूस नाही हे माहीत होतं तर त्याने मला सांगायला नको होतं का?''

''सांगायला हवं होतं... पण...''

''बच्चन, नेत्यांच्या लहानसहान चुकांचीसुद्धा संघटनेला पर्यायाने देशाला किंमत मोजावी लागते.''

''खरं आहे. कदाचित संपर्काचा काहीतरी गोंधळ झाला असेल. कदाचित या मध्यंतरीच्या काळात एवढ्या घटना घडल्या, ॲक्शन झाल्या की हे सांगायला

जमलं नसेल. कदाचित या विषयाची चर्चा होण्यापूर्वीच तो विधीमंडळात गेला असेल नि अटक करवून घेतली असेल...''

''कदाचित.. वाऽऽ बच्चन वा...!! अशा महत्त्वाच्या गोष्टीत जर तर याला काही अर्थ असतो का?''

''नसतो. पण अजूनही वेळ गेलेली नाही. झालं ते झालं, पण मला वाटतं, आतातरी दोघांनी मिळून बरोबर काम करावं. भगवतीभाई सीआयडीचा माणूस नाही अशी माझीही खात्री झाली आहे. एक साधी गोष्ट पाहा ना...''

''कोणती?''

''मी तिथं पंधरा-वीस दिवस होतो. मनात आणलं असतं तर भाभी मला केव्हाही पोलिसांच्या ताब्यात देऊ शकल्या असत्या. त्यांनी तसं केलं नाही. तेव्हा पंडितजी, तुम्ही नि:शंक मनाने त्यांना भेटावं, असं मला वाटतं.''

''मलाही तसंच वाटायला लागलं आहे. कोणीतरी स्वार्थी हेतूने त्यांना बदनाम करण्याकरिता, खोट्यानाट्या गोष्टी बुद्धिपुरस्सर पसरवलेल्या दिसतात आणि इतरांनीही त्याची शहानिशा न करता आंधळेपणाने त्या स्वीकारलेल्या दिसतात. ठीक आहे. बच्चन, त्यांना इकडे घेऊन ये.''

वैशंपायन दिल्लीला गेले. तिथे कैलाशपतीच्या मध्यस्थीने भगवतीचरण आणि यशपालला भेटले. आझादांचा निरोप ऐकून दोघांनाही कमालीचा आनंद झाला. त्याच रात्री ते कानपूरला जायला निघाले.

चटाई मोहल्ल्यातली मारवाडी वस्तीतील एक खोली. भगवतीचरण आणि यशपालला तेथे थांबवून वैशंपायन आझादांना निरोप द्यायला गेले. थोड्या वेळात ते आले.

वैशंपायनांनी सांगितले, ''हे भगवतीभाई!''

ओळख करून देताच आझाद त्यांना असे कडकडून भेटले की, जणू दोन भाऊच फार मोठ्या वियोगानंतर एकमेकांना भेटत होते. नंतर यशपालांनाही ते भेटले. त्यांना बसायला सांगत असतानाच आझादांच्या मनात आले, 'आजपर्यंत ह्यांना भेटायचे आपण टाळले. त्यांच्या मनात कोठेतरी अढी असण्याची शक्यता आहे. या पहिल्या भेटीतच ती दूर केली पाहिजे. मनं पूर्णपणे जुळली पाहिजेत. एकरूप झाली पाहिजेत. माझ्या पायात काटा मोडला तर त्यांच्या डोळ्यांत पाणी आलं पाहिजे.' मग समजावणीच्या सुरात ते म्हणाले, ''देखो भाई, तुमसे मिलनेसे

मैंने इन्कार किया था, यह सच है । लेकिन इसमें बुरा मानने की बात नहीं है। सभी बातों का ठीक ठीक पता तो मैं अपने-आप नहीं लगा सकता था! मुझे जैसा बताया गया मैंने मान लिया। अब तो अविश्वास दूर हो गया है। पिछली बात जाने दो, अब मिलकर काम करेंगे।''

''भैय्या, मेरे मनमें तुम्हारे प्रति पहलेसे ही आदर था, श्रद्धा थी। आज भी है। आज से मैं तुम्हारा ही हूँ। अंतिम वक्त तक तुम्हारे साथ रहूँगा।''

दोघांच्या दिलखुलास गप्पा झाल्या. आगामी कामांची बोलणी झाली. भगवतीचरणांनी व्हाईसरॉयच्या गाडीखाली बॉम्बस्फोट करण्याची आपली योजना सांगितली. तो बॉम्बस्फोट 'हिंदुस्थान सोशॅलिस्ट रिपब्लिकन असोसिएशन'च्या वतीने करण्यास त्यांना संमती दिली.

आझादांची संमती घेऊन भगवतीचरण यशपालांसह दिल्लीला परत गेले. आता त्यांच्या मनात नवा उत्साह संचारला होता. डोळ्यांपुढे आशेच्या नवकिरणांची प्रभा पसरली होती आणि आझाद... मरगळलेल्या मनाची कात टाकून भावी संग्रामाला पुन्हा सिद्ध झाले होते.

•••

११

प्राध्यापक निगमांच्या घरी केंद्रीय समितीची बैठक सुरू होती. भगवतीचरण आणि यशपाल यांनी २३ डिसेंबरच्या ॲक्शनची योजना आझादांना सांगितली. मग यशपाल त्यांना म्हणाला, ''व्हाइसरॉय हैद्राबादहून २३ तारखेला दिल्लीत येणार आहे. हा त्यांचा दिल्लीप्रवेश ऐतिहासिकही आहे. कारण त्याच दिवशी ते वारेमाप पैसा खर्च करून उभारलेल्या भव्य प्रासादात राहायला जाणार आहेत, तेव्हा त्याच दिवशी त्यांना उडवणं विशेष महत्त्वाचं ठरणार आहे.''

केंद्रीय समितीचे सभासद आझाद, भगवतीचरण, यशपाल, वीरभद्र तिवारी, कैलाशपती आणि सद्गुरू दयाळ अवस्थी त्यावर चर्चा करत होते.

आझाद आत्तापर्यंतची चर्चा शांतपणे ऐकत होते. ते म्हणाले, ''तो दिवस निश्चितच महत्त्वाचा आहे. त्या दिवशी ॲक्शन झाली तर हिंदुस्थानच काय पण सारं जग हादरून जाईल. पण तरीही...''

''पंडितजी, अजूनही पण...'' यशपाल म्हणाला.

''होय... २३ तारखेलाच गांधीजींची व्हाइसरॉयची भेट होणार आहे. शिवाय....''

''मग तर आणखी छान!'' यशपाल.

''पंडितजी, मला तर वाटतं गांधीजींनी व्हाइसरॉयला असं भेटणंच राष्ट्राच्या दृष्टीने अपमानास्पद आहे. आपण स्वातंत्र्य मागतो आहोत म्हणजे त्यांच्याकडे

भीक मागत नाही, आपला हक्क मागतो आहोत. म्हणूनच मला वाटतं, त्या भेटीच्या आधीच त्याला उडवून देशाला लढ्यासाठी उद्युक्त करावे..."

भगवतीचरणांनी यशपालला अप्रत्यक्षरीत्या पाठिंबा देत आपली भूमिका विशद केली. आझादांना ती भूमिका मनोमन पटत होती. पण विद्यार्थीजींचे म्हणणे डावलणे त्यांना अवघड वाटत होते. त्यांच्याशी असणाऱ्या घनिष्ठ संबंधापेक्षाही त्यांनी क्रांतिकार्याला वेळोवेळी केलेली मदत दृष्टिआड करता येण्यासारखी नव्हती. शिवाय, 'ॲक्शन करू नका' असेही त्यांचे म्हणणे नव्हते. फक्त चार-सहा दिवस पुढे ढकला एवढेच त्यांचे म्हणणे होते. तेवढ्यासाठी एक सक्रिय हितचिंतक दुखवावा असे त्यांना वाटत नव्हते.

चर्चा बरीच लांबली. संध्याकाळ झाली. चार तास चर्चा चालूनही निर्णय काहीच होत नव्हता.

ती वांझोटी चर्चा ऐकून यशपाल कंटाळला आणि मनाशी काही एक ठरवून तो खोलीबाहेर पडला. तो तसाच बाजारात गेला. त्याने अडीचशे गज विजेची तार विकत आणली. तो घरी परतला तेव्हा भगवतीचरण घरी परतले होते.

त्याच्या हातातले तारेचे खोके पाहून त्यांनी विचारले, "यशपाल...?"

"हो. विजेची तार आहे."

"अरे पण केंद्रीय समितीने स्फोट योजना स्थगित करण्याचा निर्णय घेतला."

"वाटलंच होतं मला पण मी माझा निर्णय बदलणार नाही."

"म्हणजे..? केंद्रीय समितीच्या निर्णयाविरुद्ध जाऊन..."

"मी स्फोट करणार. ठरल्या जागी. ठरल्या वेळी!"

त्याचा तो निर्धार ऐकून भगवतीचरण त्याच्या तोंडाकडे पाहतच राहिले. क्षणभर स्तब्ध राहिले. मग काहीसा विचार करून म्हणाले, "ठीक आहे. काय होईल ते मागाहून पाहू. स्फोट ठरल्या वेळीच करू या! पण एक गोष्ट.."

"आता काय?"

"हा बॉम्बस्फोट स्वतंत्रपणे करायचा. 'हिंदुस्थान सोशॅलिस्ट रिपब्लिकन असोसिएशन'च्या वतीने नाही."

"चालेल."

दोघांनी निर्णय घेतला. ते कामाला लागले.

***

रात्र अंधारली होती. दिवसभर पडणाऱ्या पावसाने आता उघडीप दिली होती. तरी आकाशातील ढगांची गर्दी कमी झाली नव्हती. पावसाची केव्हाही शक्यता होती. पावसाने हवेत गारठा आला होता. बोचरा वारा त्याची तीव्रता वाढवीत होता. रात्रीचे नऊ वाजले असतील. यशपाल, भगवतीचरणांनी आपल्या साथींना– इंद्रपाल, भागराम, लेखराम, हंसराज– आणि वायरलेस बरोबर बॅटरीची पेटी, विजेची तार, बॉम्ब असलेले दोन पितळी लोटे आणि जमीन खोदण्याची शस्त्रे घेऊन ते पायीच निघाले. जेवणे कोणाचीच झाली नव्हती. जाता-जाता पुरी, मिठाई खाण्यासाठी घेतली.

रात्री अकराच्या सुमारास ते कौरव-पांडव किल्ल्याजवळ आले. दोन महिन्यांपूर्वीच इंद्रपालने जागेची पाहणी करून ठेवली होती. त्यामुळे स्फोटासाठी आवश्यक ती सारी तयारी करायला काहीच अडचण आली नाही. सारी सिद्धता झाली होती.

आता प्रतीक्षा होती गाडीची! गाडीला यायला अजून वेळ होता. वातावरणातले धुक्याचे आवरण कमी होत नव्हते. थंडीचा कडाका आणखी वाढला होता. हाता-पायात थोडी ऊब येण्यासाठी यशपाल तेथेच फेऱ्या मारत होता. वेळ सरतासरत नव्हता. 'कधी गाडी येते आहे अन् कधी स्फोट होतो आहे' असे झाले होते. उत्सुकता, उत्कंठा शिगेला पोहोचली होती.

थोड्या वेळाने मथुरेच्या बाजूने आगगाडीचा आवाज आला. यशपाल सावध झाला. व्हाइसरॉयच्या गाडी आधी बिनीची गाडी गेली, पण एंजिनच्या मस्तकावरील प्रकाशझोत रूळवाटेवर पडलेला त्याला दिसलाच नाही. काही वेळातच व्हाइसरॉयच्या गाडीचा आवाज आला. गाडीचा आवाज वाढत वाढत अगदी जवळ आला. त्यांने श्वास रोखला. सर्व चेतना कानात गोळा केल्या आणि गाडीचा आवाज योग्य ठिकाणावर पोहोचताच त्यांने बॅटरीचे बटण दाबले. तोच बॉम्बच्या स्फोटाचा कानठळ्या बसविणारा आवाज आसमंतात घुमला!!

यशपाल पुढच्या क्षणाची वाट पाहत होता. त्यांला वाटत होते की, बॉम्बच्या धडाक्यापाठोपाठ आगगाडीचे डबे एकमेकांवर आदळल्याचा आवाज येईल. गाडी पुलावरून कोसळल्याचा आवाज येईल. तो कानात पंचप्राण आणून त्या क्षणाची वाट पाहत होता. पण तसे काही घडले नाही.

आणि तरीही बॉम्बने आपले काम केले होते. रुळाच्या खाली असणाऱ्या

लाकडी स्लीपर्सच्या चिंधड्या झाल्या होत्या. तेथला रूळ उडून दोन फुटांची फट पडली होती; पण गाडी वेगात असल्याने तशीच पुढे ओढली गेल्याने घसरली नव्हती. स्फोट तिसऱ्या डब्याखाली, भोजनयानाखाली झाला होता. त्याचा तळ उडून गेला होता. दोन्ही बाजूंच्या खिडक्या उद्ध्वस्त झाल्या होत्या. काचांचा चक्काचूर झाला होता. भोजनयानातला नोकर गंभीररीत्या घायाळ झाला होता.

हादरा एवढा जबरदस्त होता की, पाचव्या डब्यात झोपलेले व्हाइसरॉय बिछान्याखाली फेकले गेले. उठून सावरत असतानाच काहीतरी जळाल्याचा वास आला. त्यांनी डब्याचे दार उघडले. त्यांना धुराचा लोट दिसला. तत्क्षणी त्यांच्या लक्षात आले की, हा स्फोट बॉम्बचाच आहे! तोपर्यंत गाडी नवी दिल्ली स्थानकात पोहोचली होती. स्फोटाच्या दुर्घटनेतून वाचल्यामुळे आयर्विन मनोमनी ईश्वराचे आभार मानत होते. खाली उतरताच ते लेडी आयर्विनसह ईशप्रार्थनेसाठी चर्चमध्ये निघून गेले.

***

संतापाने थरथरत आणि आपल्या हातातले वर्तमानपत्र नाचवतच आझादांनी निगमांच्या घरात प्रवेश केला. नेहमी चंद्रशीतल असणारे आझाद आज खदिरांगारासारखे का झालेत, हे निगमांना समजेना.

नेहमीप्रमाणे ते सकाळीच सायकलवरून गावात गेले. वर्तमानपत्र घेऊन उघडले. पहिल्याच पानावरची जाड टाईपातली बातमी वाचून ते थक्कच झाले. ''व्हाइसरॉय आश्चर्यकारकरीत्या बचावले! निर्घृण अत्याचार! स्पेशल गाडी पुलावरून कोसळावी म्हणून प्रयत्न!!''

त्यांनी बातमीचा तपशील वाचलाच नाही. आश्चर्याची जागा लगेचच संतापाने घेतली. वर्तमानपत्राची गुंडाळी करून, सायकलवर टांग टाकून ते तसेच निगमांकडे आले. दारातूनच ते म्हणाले, ''प्रोफेसरजी, ये देखा, पेपरवालोंने कैसी वार्ता दी है?''

''पंडितजीऽऽ! क्या हुआ? आप इतने संतप्त क्यों?''

त्यांच्यापुढे वर्तमानपत्र धरत आझादांनी ती बातमी त्यांना सांगितली. ते म्हणाले, ''साले, सोहन से मना किया था, परंतु वह माना ही नहीं!''

त्यांनी वर्तमानपत्र भिरकावलं. हात मागे बांधून ते अस्वस्थपणे फेऱ्या मारू लागले. त्यांच्याशी आत्ता बोलण्यात काही अर्थ नाही हे जाणून निगम आतल्या खोलीत निघून गेले.

''साले, स्वतंत्र निर्णय घेतात... दलाने ॲक्शन स्थगित करण्याचा निर्णय घेऊनही त्यांनी स्फोट केलाच... मग केंद्रीय समितीला काय अर्थ राहिला? कशाला विचारविनिमय करायचा? प्रत्येक जण असा स्वतंत्र निर्णय घ्यायला लागला तर संघटना कशी टिकेल?... आजपर्यंत असं कधीच घडलं नाही... रणजित, प्रभात बैठकीत मतं मांडायचे, वेळ प्रसंगी भांडायचे पण एकदा निर्णय झाला की त्याप्रमाणे वागायचे... मला नेता निवडल्यानंतर माझी आज्ञा कोणीच मोडली नव्हती... अगदी पटली नाही तरी!....''

नकळतपणे त्यांच्या डोळ्यांसमोर गतकाळातले कितीतरी प्रसंग क्षणार्धात तरळू लागले.

'जोगेशदांना सोडवण्यासाठी गेलो होतो. ॲक्शन शक्य नव्हती. सगळ्यांना परत फिरायला सांगितलं, त्यावेळी रणजित किती संतापला होता, खोलीवर येऊन स्फुंदून-स्फुंदून रडला; पण तिथून काहीही न बोलता परत फिरला होता... विधीमंडळात बॉम्ब टाकायला जाऊ नकोस म्हणून सांगितल्यावर रघुनाथही चिडला, संतापला पण त्याने अवज्ञा केली नाही.

गंगाकिनारी असणाऱ्या साधूकडून रत्न आणण्याची ॲक्शन, 'पंजाब नॅशनल बँक' लुटण्याची ॲक्शन स्थगित करावी लागली होती. त्यावेळी त्यांना काहीच वाटलं नसेल? त्यांचे हात ॲक्शनकरिता शिवशिवले नसतील? मन बंड करून उठलं नसेल? पण त्या वेळी सारे चर्चा न करता परत आले... दिलेली आज्ञा मोडली नाही... आणि आज? ॲक्शन स्थगित करायचं ठरवूनही त्यांनी स्फोट केला...? दलावर त्याचे काय परिणाम होतील त्याचा काहीही विचार न करता? असं घडायला लागलं तर दलाची एकात्मता, एकजिनसीपणा टिकणार कसा?'

फेऱ्या मारता-मारता जुन्या साथींच्या आठवणीने ते व्याकुळले झाले होते.

'आज बिनीचे सरदार गजाआड झालेले... चंद्रसूर्याचं अस्तित्व नाहीसं झाल्यानं, ताऱ्यांच्या प्रकाशात ध्येयाची वाटचाल चाललेली असताना सगळ्यांनी एकदिलाने काम करायला नको का? का नियतीला हा संग्रामच मान्य नाही? यशपाल... यशपालचं हे कृत्य... दलाची अवज्ञा... माझी अवज्ञा... दलाच्या विघटनाची ही नांदी तर नाही?'

जवळ-जवळ आठवडाभर आझाद अस्वस्थ होते. निगम काँग्रेस अधिवेशनाला गेले होते. खोलीवर एकटे असणारे आझाद त्याच गोष्टीचा पुन्हा-

पुन्हा विचार करत होते. अशात यशपाल दिल्लीत परतले. कैलाशपतीला भेटायला निगमांकडे गेले. कैलाशपती घरात नव्हता. समोर दिसले ते आझाद!!

यशपालकडे रोखून पाहत ते गरजले, ''तूऽऽ!''

त्यांचा संतापलेला चेहरा पाहून, यशपाल मान खाली घालून अपराधी स्वरात म्हणाले, ''क्षमा असावी....''

''क्षमा? माझी आज्ञा मोडून, मागचा पुढचा कसलाही विचार न करता ॲक्शन का केलीस?''

''चूक झाली. मी आपला अपराधी आहे. आपण द्याल ती शिक्षा... हवं तर हे पिस्तूल आपल्या पायाशी ठेवतो...''

यशपालने आपल्या खिशातील पिस्तूल काढले. आझादांच्या समोर ठेवले. न बोलताच ते खाली मान घालून उभे राहिले.

त्यांची ती शरणागती पाहून आझादांचे मन द्रवले. मनात आले, 'पहिलाच अपराध... चूक कळलीय... पश्चात्ताप झालाय... सुधारायची संधी दिली पाहिजे.

शांतपणे ते म्हणाले, ''रखो... रखो इसे!''

यशपालांनी मान वरती करून पाहिले. आझादांचा राग शांत झाला होता. त्यांनी पिस्तूल उचलून खिशात ठेवले. त्यांची अनुज्ञा घेऊन ते बाहेर पडले..

***

''पंडितजी, आपण याला सणसणीत उत्तरच दिले पाहिजे.'' भगवतीचरण निग्रही भाषेत आझादांना म्हणाले.

''कशाला?''

''काँग्रेसने आपल्याविरुद्ध उघडलेल्या युद्धआघाडीला.''

''मीही तोच विचार करतोय. इथे आपण तळहातावर शीर घेऊन ब्रिटिश सरकारशी लढतो आहोत. स्वातंत्र्यप्राप्तीसाठी जिवाचं रान करतो आहोत आणि आपलेच देशबांधव अधिवेशनात 'व्हॉइसरॉयांच्या आगगाडीवरील बॉम्बच्या अत्याचाराविषयी ही काँग्रेस खेद व्यक्त करते, आणि असले कृत्य काँग्रेसच्या विरुद्ध आहे एवढेच नव्हे तर त्याचे पर्यवसान राष्ट्रीय उद्दिष्टाला अपाय करण्यात होते, या स्वतःच्या निष्ठेचा पुनरुच्चार करते, व्हॉइसरॉय, लेडी आयर्विन व गरीब सेवकांसह त्यांच्या बरोबरची मंडळी यांची थोडक्यात सुदैवी सुटका झाल्याबद्दल

अभिनंदन करते.' असा ठराव करून आपली निंदा करताहेत. व्हाइसरॉयना सहानुभूती व्यक्त करत आहेत.''

''पण पंडितजी तो ठराव कसा पास झाला माहीत आहे ना? गांधीजींनी आपली सर्व प्रतिष्ठा पणाला लावली होती. बाबा गुरुदत्त सिंगांनी ठरावाला विरोध केला तेव्हा मंडपात टाळ्यांचा प्रचंड कडकडाट झाला होता.''

''काँग्रेसच्या निष्ठावान कार्यकर्त्या सरलादेवी चौधाराणी म्हणाल्या, ''या विषयासंबंधी मी जेव्हा काही काँग्रेसजनांशी चर्चा केली तेव्हा समजलं की, महात्माजींच्या बद्दलच्या व्यक्तिगत निष्ठेमुळे ते आपले विचार व्यक्त करू शकले नाहीत आणि ठरावाच्या विरुद्ध मतदानही!''

''जी काँग्रेस दहा वर्षे अहिंसेचा सिद्धान्त मानते आहे आणि प्रचार करते आहे, तिच्या अनुयायांनी या प्रस्तावाच्या समर्थनाकरता केलेल्या भाषणात अपशब्द उच्चारले गेले. क्रांतिकारकांना 'भित्रा' या विशेषणाने संबोधिले गेले तर त्यांच्या कार्याला 'घृणित'!''

''त्यातला एक वक्ता तर धमकी दिल्यासारखे म्हणाला, 'तुम्हाला जर गांधीजींचे नेतृत्व हवे असेल तर कोणताही विरोध न करता हा ठराव पास करायला हवा.' आणि तरीही तो ठराव १७१३ सदस्य संख्या असणाऱ्या सभेत केवळ ३१ मतांनी पास होऊ शकला. यातून हेच दिसत नाही का, की देशातील जनता पुरेशा संख्येने क्रांतिकारकांचे समर्थन करते आहे.''

''खरं आहे; पण हे त्यांना समजायला हवं ना?''

''समजत नाही असं कसं म्हणता येईल? पण हे मान्य केलं तर 'अहिंसे'चं काय? आपलीच तत्त्वं, कार्यप्रणाली सर्व देशाला मान्य आहेत हे वारंवार सांगितलं, लोकांवर हॅमर केलं की लोकांनाही ते खरं वाटायला लागेल. त्याकरिताच, मला असं वाटतं की, काँग्रेसच्या काही महाभागांनी गांधीजींना हाताशी धरून आपल्याविरुद्ध युद्ध मोहीमच उघडली आहे. त्याचाच एक भाग म्हणजे, त्यांनी 'यंग इंडिया'त लिहिलेला 'बॉम्बचा पंथ' (The cult of the Bomb) हा लेख!

कार्यकर्त्यांनी, गांधीजींनी पुन्हा-पुन्हा अशा प्रकारची भाषणं केली आणि असं लेखन केलं तर आपल्या संघटनेविषयी, कार्याविषयी लोकांच्या मनात गैरसमज पसरतील. ते नाहीसे करण्यासाठी आपल्यालाही या लेखाला सणसणीत

उत्तर द्यायला पाहिजे. अगदी त्यांच्याच भाषेत!!

आझादांनी ही जबाबदारी भगवतीचरण यांच्यावरच सोपवली. ते लगेच कामाला लागले. एक पत्रक लिहिले आणि त्याला नाव दिले, 'बॉम्बचे तत्त्वज्ञान'! आझादांना तो वाचून दाखवण्यासाठी ते त्यांच्या खोलीवर आले. अन्य कोणी येऊ नये म्हणून दार आतून लावून घेतले.

''पंडितजी, वाचायला सुरुवात करू?''

पंडितजींची संमती मिळताच भगवतीचरणांनी पत्रक वाचायला सुरुवात केली.

हिंदुस्थान सोशॅलिस्ट रिपब्लिकन असोसिएशन जाहीरनामा :
बॉम्बचे तत्त्वज्ञान

नुकत्याच घडलेल्या काही घटना, विशेषतः २३ डिसेंबर १९२९ला व्हाइसरॉयची स्पेशल ट्रेन बॉम्बने उडविण्याच्या झालेल्या प्रयत्नाबद्दल केला गेलेला काँग्रेसचा ठराव आणि गांधीजींनी 'यंग इंडियात' लिहिलेला लेख यावरून स्पष्ट होते आहे की, भारतीय राष्ट्रीय काँग्रेसने गांधीजींच्या साहाय्याने क्रांतिकारकांच्या विरोधात एक उग्र आंदोलन सुरू केलेले आहे. भाषणे आणि पत्रके यांच्या माध्यमातून क्रांतिकारकांविरुद्ध प्रचार केला जात आहे. हा प्रचार जाणूनबुजून केला जात आहे किंवा अज्ञानामुळे त्यांच्याविषयी गैरसमज पसरविले जात आहेत; परंतु क्रांतिकारक आपल्या सिद्धान्तावर आणि आपल्या कार्यावर होणाऱ्या टीकेला घाबरत नाहीत. उलट ते त्याचे स्वागतच करतात.

त्यामुळे त्यांना आपले मूलभूत सिद्धान्त आणि त्यांना प्रेरणा नि शक्ती देणाऱ्या उच्च आदर्शांना समजावून सांगण्याची संधी मिळते. या लेखामुळे सर्व जनतेला क्रांतिकारक कोण आहेत, हे समजेल आणि त्यांच्या विरुद्ध केल्या जात असलेल्या भ्रामक-फसव्या प्रचारातून निर्माण झालेले गैरसमज दूर होतील.''

''भाई, प्रस्तावना अगदी विषयाला हात घालणारी झाली.'' आझादांनी सांगितले.

''पंडितजी, गांधीजींच्या लेखाचा परामर्श घेण्याआधी मी 'हिंसा-अहिंसा' याबद्दल आणि आपल्या सिद्धान्ताबद्दल विवेचन केले आहे. ऐका...

आमच्या विचाराने हिंसा आणि अहिंसा या शब्दांचा उपयोग चुकीचा केला जातो आहे. त्यामुळे दोन्ही दलांवर अन्याय होऊन त्यांच्या सिद्धान्ताचा बोध स्पष्टपणे होत नाही. हिंसा म्हणजे अन्याय करण्यासाठी उपयोगात आणलेला शारीरिक बलप्रयोग पण क्रांतिकारकांचा तो उद्देशच नाही. अहिंसा म्हणजे वस्तुतः आत्मबलाची विचारसरणी आहे. याचा उपयोग व्यक्तिगत आणि राष्ट्रीय अधिकारप्राप्तीसाठी केला जातो. यात आपले आपल्यालाच कष्ट, यातना देऊन विरोधी पक्षाचे हृदयपरिवर्तन होण्याचा संभव आहे, अशी अपेक्षा केली जाते. क्रांतिकारक जेव्हा एखाद्या गोष्टीला आपला अधिकार मानतो तेव्हा तो त्याची मागणी करतो. त्यासाठी स्पष्टीकरणे देतो. त्याच्या प्राप्तीसाठी सर्व प्रकारचे कष्ट सहन करून आपली सारी आत्मिक शक्ती पणाला लावतो. त्यासाठी सर्वप्रकारचा त्याग करतो आणि त्याच्या समर्थनार्थ आपल्या सर्व शारीरिक बळाचाही उपयोग करतो. त्याच्या प्रयत्नांना तुम्ही कोणत्याही नावाने संबोधा; पण तुम्ही त्याला 'हिंसा' या नावाने संबोधित करू शकत नाही. कारण तसे करणे म्हणजे कोशात दिलेल्या अर्थावर अन्याय होईल....

स्वातंत्र्यप्राप्तीसाठी शारीरिक आणि आत्मिक शक्ती या दोन्हींच्या उपयोगावर क्रांतिकारकांचा विश्वास आहे. नैतिक शक्तीचा उपयोग करणारे शारीरिक बळाचा उपयोग मानीत नाहीत. म्हणून तुम्ही हिंसावादी आहात का अहिंसावादी हा प्रश्न नसून; तुम्हाला तुमच्या उद्दिष्टपूर्तीसाठी आत्मबल अधिक शारीरिक बळ हवे, का फक्त आत्मिक बळ, एवढाच आहे!

क्रांतिकारकांना देशाचे स्वातंत्र्य फक्त क्रांतीनेच मिळेल असा विश्वास वाटतो. क्रांतीने वर्गवाद आणि काही लोकांनाच विशेषाधिकार देणारी प्रणाली नष्ट होईल. राष्ट्र स्वतःच्या पायावर

उभे राहील आणि त्यातून नवीन राष्ट्र, नवीन समाजरचना जन्माला येईल.

तरुणांच्या सध्याच्या मानसिक अवस्थेत क्रांतिकारकांना क्रांतीचे आगमन आधीच दिसत आहे. नवयुवक जसजसे क्रांतीचे मानसशास्त्र आत्मसात करतील, तसतसे राष्ट्राच्या गुलामीचे चित्र त्यांच्या डोळ्यांपुढे स्पष्ट होत जाईल. त्यांची देशाला स्वतंत्र करण्याची इच्छा प्रबळ होत जाईल. जोपर्यंत या युवकांची मने न्याय, क्रोध, क्षोभ यांनी ओसंडून वाहून अन्याय करणाऱ्यांची हत्या करायला प्रवृत्त होत नाहीत, प्रारंभ करत नाहीत तोपर्यंत हा क्रम चालूच राहील.

देशात दहशतवादाचा जन्म अशाप्रकारे होतो. दहशतवाद म्हणजे काही पूर्णक्रांती नव्हे आणि क्रांतीवाचून दहशतवाद पूर्णत्व पावत नाही. तो क्रांतीचे एक आवश्यक अंग आहे. दहशतवाद छळ करणाऱ्यांच्या मनात भीती उत्पन्न करतो आणि पीडित जनतेच्या मनात सूडाची भावना निर्माण करून तिला धैर्य, बळ आणि आत्मविश्वास देतो. जगाच्या दृष्टीने दास्यात पडलेल्या लोकांच्या निद्रिस्तपणाचा नायनाट करतो. जसे दुसऱ्या देशात झाले, त्याचप्रमाणे हिंदुस्थानातही दहशतवाद क्रांतीचे रूप धारण करेल आणि क्रांतीमुळेच देशाला सामाजिक, राजकीय आणि आर्थिक स्वातंत्र्य मिळेल.''

भगवतीचरण थोडा वेळ थांबून म्हणाले, ''पंडितजी, आत्तापर्यंत काँग्रेसचे नेते काँग्रेस अहिंसावादी असून आपल्या संघटनेला 'हिंसावादी' संबोधतात, दहशतवादी म्हणून दूषणे देतात त्याचा परामर्श घेऊन हिंसा-अहिंसा यांचे खरे अर्थ काय, दहशतवादातूनच क्रांती कशी जन्म घेते या गोष्टी स्पष्ट केल्या. त्या पुरेशा स्पष्ट झाल्यात ना?''

''प्रश्नच नाही. आपली विचारसरणी अगदी व्यवस्थित आली आहे. खरं म्हणजे, ब्रिटिश सरकारविरुद्ध युद्ध पुकारणं हे काँग्रेसचे कर्तव्य होते; पण ते सोडून तिने क्रांतिकारकांविरुद्धच युद्ध पुकारलं आहे. भाई मला तर वाटतं, लाहोर काँग्रेसमध्ये क्रांतिकारकांबद्दल निंदाव्यंजक ठराव मांडल्याबद्दल आपण

गांधीजींना धन्यवादच दिले पाहिजेत. त्या ठरावाने सगळ्यांनाच दाखवून दिलं की, काँग्रेसच्या अहिंसेचा बालेकिल्लाही क्रांतिकारकांशीच सहमत आहे.

''पंडितजीऽऽ!''

भगवतीचरणांचा आवाज ओलावला. त्यांच्या दृष्टीत आपली स्निग्ध दृष्टी मिळवून ते पुढे म्हणाले, ''पंडितजी! अगदी ह्याच गोष्टी मी पुढच्या परिच्छेदात मांडल्या आहेत. किती थोड्या दिवसांत आपले सूर जुळले नाही? तुमच्या विचाराची स्पंदनंच माझ्या हृदयात उमटतात.''

''भाई. ध्येय एक, मार्ग एक आणि त्यावर असणारी निष्ठा अव्यभिचारी असली की शरीरं वेगळी असली तरी विचार एकच असतात. दोघांच्याही मनातून संवादी सूरच उमटतात! त्यासाठीच तर हे पत्रक लिहिण्याची जबाबदारी तुमच्यावर सोपवली. मला खात्री होती की, माझ्याच विचारांचं प्रतिबिंब तुमच्या लेखनात उमटणार आहे.''

''पंडितजी...!''

''आता गांधीजींच्या लेखाला उत्तर असेल ना?''

''हो.'' त्यांनी पुढे वाचायला सुरुवात केली.

'गांधीजींनी आपल्या लेखात तीन गोष्टींचा उल्लेख केला आहे. त्यांचा विश्वास, त्यांचे विचार आणि त्यांचे मत! आम्ही त्यांच्या विश्वासाबद्दल काहीच म्हणणार नाही कारण विश्वासात तर्काला स्थान नसते. गांधीजी ज्याला हिंसा म्हणतात, त्याच्या विरुद्ध त्यांनी जे विचार व्यक्त केले आहेत. त्याचे मात्र विश्लेषण करायला हवे.'

गांधीजी म्हणतात की, 'हिंदुस्थानातील बहुसंख्य जनता हिंसेपासून मुक्त आहे. पण ही गोष्ट फक्त आगगाडी नि मोटारच जाते अशा ज्या ठिकाणी गांधीजी जातात त्या ठिकाणीच फक्त जाऊन आणि तेथील लोकांना आपले दर्शन देऊन समजणे कठीण आहे. आम्ही कारखान्यातील मजुरांमध्ये, शेतकऱ्यांमध्ये मिसळलो आहोत. त्यांचे विचार, दुःख जाणून घेतली आहेत म्हणून आम्ही असा दावा करतो की, सामान्य जनतेला आम्ही जाणतो आहोत.

आम्ही गांधीजींना असा विश्वास देऊ इच्छितो की, सामान्य भारतीय जनता सामान्य माणसाप्रमाणेच अहिंसा, तसेच आपल्या शत्रूवर प्रेम करण्याची आध्यात्मिक भावना जाणू शकत नाही.'

'जगाचा हाच नियम आहे की... तुमचा मित्र आहे, तुम्ही त्याच्यावर प्रेम करता. तुमचा शत्रू आहे, तुम्ही त्याच्याशी कोणत्याही प्रकारे संबंध ठेवत नाही. क्रांतिकारकांचा हा सरळ, साधा सिद्धान्त आहे. हे ध्रुवसत्य अतिप्राचीन काळापासून चालत आले आहे आणि ते समजण्यातही कधी कोणाला अडचण आली नाही. आम्ही आमच्या अनुभवावरून सांगतो की, क्रांतिकारी विचारधारेला सक्रिय रूप देण्यासाठी देशातून हजारो लोक जमा होतील. तो दिवस आता फार दूर राहिलेला नाही.'

गांधीजी असे सांगतात की, 'अहिंसेच्या सामर्थ्याने आणि आत्मक्लेशाच्या प्रणालीने एक दिवस असा येईल की, विदेशी शासकांचे हृदयपरिवर्तन होईल, ते या विचारधारेचे अनुयायी होतील. ते अढळ विश्वासाने याचा प्रचार करत आहेत. त्यांचे अनुयायीही हा प्रचार करत आहेत. परंतु, आपण हिंदुस्थानच्या किती शत्रूंना हिंदुस्थानचे मित्र बनविण्यास समर्थ झालो हे ते जगाला सांगू शकतील का? किती ओडवायर, डायर, रीडिंग नि आयर्विन हिंदुस्थानचे मित्र बनविण्यास ते समर्थ झाले? जर कोणालाही ते मित्र बनवू शकले नसतील, तर इंग्लंडला अहिंसेच्या मार्गाने समजावून हिंदुस्थानला स्वातंत्र्य द्यायला तयार करतील या त्यांच्या विचारांशी कोण सहमत होईल?'

व्हाइसरॉयच्या गाडीखाली बॉम्बचा स्फोट व्यवस्थित झाला असता, तर व्हाइसरॉय मृत्यू पावून, भिक्षेकऱ्याची थाळी घेऊन त्याचे दार ठोठावून, राष्ट्राची प्रतिष्ठा कमी करण्याच्या प्रयत्नाला खीळ बसली असती. त्याच्या मृत्यूने हिंदुस्थानचा आणखी एक शत्रू नाहीसा झाला असता... मीरत, लाहोर आणि भुसावळच्या अभियोगाचा हा प्रणेता हिंदुस्थानच्या स्वातंत्र्याच्या शत्रूंनाच फक्त हिंदुस्थानचा मित्र भासू शकतो... 'देशात असेही काही

लोक असतील की ज्यांना काँग्रेसचासुद्धा आदर नाही, जे तिच्यापासून कशाचीही आशा करत नाहीत.' गांधीजी क्रांतिकारकांना या श्रेणीतच मोजत असतील तर ते त्यांच्यावर अन्याय करत आहेत.

काँग्रेसने जनजागृतीचे महान कार्य करून त्यांच्यात स्वातंत्र्याची भावना निर्माण केली आहे, हे क्रांतिकारकांना चांगल्याप्रकारे माहीत आहे. तरीही 'या प्रयत्नामागे सीआयडीचा हात आहे,' असे सांगणारी अद्भुत प्रतिभाशाली व्यक्ती किंवा 'बॉम्बने कोणत्याही देशाला स्वातंत्र्य मिळाले नाही,' असे बालिश विधान करणारे अन्सारींसारखे लोक काँग्रेसमध्ये आहेत, तोपर्यंत काँग्रेसकडून कोणतीही आशा करण्यात काहीही अर्थ नाही. क्रांतिकारक त्या दिवसांच्या प्रतीक्षेत आहेत की ज्यावेळी काँग्रेमधील ही अहिंसेची स्तुती संपून जाईल आणि ती क्रांतिकारकांच्या खांद्याला खांदा लावून संपूर्ण स्वातंत्र्याच्या सामूहिक उद्दिष्टाकडे अग्रेसर होईल. या वर्षी त्यांनी संपूर्ण स्वातंत्र्याच्या सिद्धान्ताचा स्वीकार केला आहे. क्रांतिकारक तर त्या सिद्धान्ताचे प्रतिपादन गेली पंचवीस वर्षे करत आहेत. आम्ही आशा करतो की, पुढच्या वर्षी काँग्रेस क्रांतिकारकांचा स्वातंत्र्यप्राप्तीचा मार्गही अनुसरेल.

गांधीजी असे सांगतात की, 'जेव्हा-जेव्हा हिंसेचा प्रयोग झाला तेव्हा तेव्हा सैनिकी खर्च वाढला. जर त्यांचे हे मत क्रांतिकारकांच्या गेल्या पंचवीस वर्षांच्या हालचालीसंबंधी असेल तर आम्ही त्यांच्या बोलण्याला आव्हान देतो की, त्यांनी आपले म्हणणे आकडेवारीने सिद्ध करावे. उलट आम्ही तर असे म्हणतो की, ज्याची तुलना स्वातंत्र्यसंग्रामाशी होऊन शकत नाही अशा त्यांच्या अहिंसा आणि सत्याग्रहाच्या प्रयोगांचाच परिणाम नोकरशाही अर्थव्यवस्थेवर झाला आहे. आंदोलन मग ते हिंसात्मक असो किंवा अहिंसात्मक, सफल होवो किंवा असफल त्याचा भारतीय अर्थव्यवस्थेवर परिणाम होणारच!!'

गांधीजींचे म्हणणे आहे की, 'आपण हिंसेचा आश्रय करू तर आपण आपल्या अडचणींत केवळ भरच घालू आणि स्वातंत्र्याचा दिवस लांबणीवर टाकू.'' या संदर्भात अशी अनेक उदाहरणे देता येतील की, ज्यांनी राजकीय स्वातंत्र्याकरिता हिंसेचा आश्रय घेतला आणि नंतर सामाजिक प्रगतीही केली. रशिया, तुर्कस्तान यांनी बळाचा वापर करून सत्ता प्राप्त केली आणि नंतर सामाजिक सुधारणांनी आपली प्रगती केली... उलट अहिंसेमुळे देशात मतभेद आणि दुफळी वाढली. आत्तापर्यंत या अहिंसेला एकच आशीर्वाद मिळाला आणि तो म्हणजे असफलतेचा!! अशा स्थितीत देशाने तो प्रयोग करायला नकार दिला तर त्यात आश्चर्य वाटण्याचे काहीच कारण नाही.

वास्तविक गांधीजी ज्या सत्याग्रहाचा प्रचार करतात ते एक आंदोलन आहे, एक विरोध आहे, ज्याचा स्वाभाविक परिणाम तडजोडीत होतो. हे प्रत्यक्षात अनुभवालाही आलेले आहे. अशा स्थितीत स्वातंत्र्य आणि गुलामी यात कोणतीही तडजोड होऊ शकत नाही, हे आम्हाला जितक्या लौकर कळेल तितके चांगले!!'

गांधीजी समजतात की, 'आपण एका नवीन युगात प्रवेश करत आहोत, पण 'स्वराज्य'च्या ऐवजी 'पूर्ण स्वातंत्र्य' असा शाब्दिक फेरबदल करून नव्या युगाचा प्रारंभ होत नाही. काँग्रेस ज्या दिवशी सर्वमान्य क्रांतिकारी सिद्धान्ताच्या आधारावर देशव्यापी आंदोलन करण्याचा निर्णय घेईल तो एक महान दिवस असेल... कोणत्याही राष्ट्राने सर्वोच्च लक्ष्यप्राप्तीचे ध्येय डोळ्यांसमोर ठेवणे आवश्यकच आहे; पण अशा ध्येयप्राप्तीसाठी पूर्वी ज्यांचा वापर करून यश मिळाले आहे, अशा सुयोग्य साधनांचा वापर केला पाहिजे. नाहीतर जगासमोर आम्ही हास्यास्पद बनण्याची शक्यता आहे.'

'गांधीजींनी जीवनभर जनजीवनाचा अनुभव घेतला आहे, पण तरीही त्यांना क्रांतिकारकांचे मानसशास्त्र समजत नाही आणि ते

समजावूनही घेऊ इच्छित नाहीत, ही दुःखाची गोष्ट आहे. एखादा माणूस क्रांतिकारक बनला की तो आपले प्राण तळहातावर घेऊन कोणत्याही क्षणी त्यांची आहुती टाकण्याच्या सिद्धतेने वावरत असतो. जनतेने आपल्याबद्दल सहानुभूती दाखवून आपला जयजयकार करावा यासाठी तो हा त्याग, बलिदान करत नाही. त्याची सद्सद्विवेक बुद्धी, त्याचा आत्मा त्याला प्रेरणा देत असल्याने तो हा मार्ग अनुसरतो.

'क्रांतिकारक सगळ्यात अधिक विश्वास तर्कावर ठेवतो. आपल्या संकल्पित ध्येयापासून कोणत्याही प्रकारची टीका, निंदानालस्ती, धिःकार त्याला विचलित करू शकत नाहीत. त्यामुळेच जनतेचा सहयोग मिळाला नाही, त्याची कोणी प्रशंसा केली नाही तर तो आपले कार्य सोडून देईल, असे समजणे म्हणजे मूर्खपणा आहे....'

'क्रांतिकारक अशाप्रकारच्या घाबरवण्याला, धमकावण्याला कधीच भीक घालणार नाहीत.'

'यानिमित्ताने आम्ही आमच्या देशवासीयांना, नवयुवकांना, मजुरांना, शेतकऱ्यांना आणि क्रांतिवादी बुद्धिमंतांना आवाहन करतो की, त्यांनी स्वातंत्र्याचा ध्वज उंच फडकत ठेवण्यासाठी आम्हाला साहाय्य करावे. जिच्यात राजकीय, आर्थिक शोषण अशक्य होईल अशी समाजरचना आपण सर्व मिळून निर्माण करू.'

'स्वातंत्र्याच्या या संग्रामात प्रत्येक देशभक्ताने गांभीर्याने सहभागी व्हावे असे आम्ही आवाहन करतो. स्वातंत्र्य राष्ट्राचा प्राण आहे. गुलामगिरी आम्हाला लज्जास्पद आहे. जर आम्ही स्वाभिमानी राहिलो नाहीत आणि परकीय गुलामी, त्यांचा ध्वज, बादशहा यांच्यापुढे मान तुकविणे थांबविले नाही तर आमच्या प्राचीन संस्कृतीला, गौरवपूर्ण वारशाला काय अर्थ राहिला?'

'हिंदुस्थानात ब्रिटनने केला नाही असा अत्याचार नाही! तरीही आम्ही विसरावे नि क्षमा करावी अशी काही लोकांची अपेक्षा

आहे काय? या अत्याचारांचा आम्ही बदला घेऊ. भ्याड असतील त्यांनी पाठ फिरवावी आणि समझोत्याला, शांततेला कवटाळावे.

आम्ही कोणाच्या दयेची भीक मागत नाही आणि कोणावर ती दाखवतही नाही! आमचे हे युद्ध, ध्येय साध्य होईपर्यंत, विजय मिळो किंवा मृत्यू, चालूच राहील! *क्रांती चिरायू होवो*!!'

भगवतीचरणांनी पत्रक वाचून पूर्ण केले. त्यातील ओजस्वी भाषा, ज्वलंत स्वातंत्र्यलालसा, जहाल क्रांतिकारक वृत्ती पाहून आझादही भारावून गेले.

भगवतीभाई म्हणाले, ''पंडितजी, 'हिंदुस्तान सोशॅलिस्ट रिपब्लिकन असोसिएशन'च्या वतीने हे पत्रक वितरित केले पाहिजे. अध्यक्ष म्हणून तुमच्या सहीने!''

आझादांनी ते पत्रक घेतले. मजकुराखाली सही केली....

- *कर्तारसिंग, अध्यक्ष, हिंदुस्तान सोशॅलिस्ट रिपब्लिकन असोसिएशन*

आझादांनी बजरंगबली गुप्त यांच्या मदतीने बनारसच्या श्री सीतारा प्रेसमध्ये ते गुप्तपणे छापून घेतले. सात हजार प्रती काढल्या. २६ जानेवारी १९३०रोजी, पहिल्या स्वातंत्र्यदिनाला, देशात सगळीकडे एकाच दिवशी वितरित झाल्या. त्या दिवशी पहाटेच प्रत्येक महाविद्यालयाच्या प्राचार्यांच्या नि प्राध्यपकांच्या घरात, वसतिगृहात, कार्यालयात एवढेच काय पण सर्व काँग्रेस पुढाऱ्यांच्या हाती ते पत्रक आले.

देशभर विणलेल्या क्रांतिकारकांच्या जाळ्याने सरकार चक्रावले. पोलीस पत्रकाच्या मागावर निघाले आणि पत्रकाच्या 'जनकाचा' शोध घेण्याकरिता झडत्या नि अटकसत्रे सुरू झाली.

•••

२०

'पंडितजींचा निरोप अजून कसा आला नाही? का... भगवतीभैय्याने सांगूनही त्यांना योजना आवडली नाही? का इतर काही अडचण....'

२१ तारीख जसजशी जवळ येत चालली तसतशी भगवानदास आणि सदाशिवरावांची अस्वस्थता वाढत चालली. अनेक विचारांनी, शंकाकुशंकांनी त्यांचे मन व्याकूळ होऊ लागले.

२१ फेब्रुवारी १९३०रोजी जयगोपाळ आणि फणींद्र घोष या फितूर होऊन क्षमेचे साक्षीदार बनलेल्या दोघांना सेशन कोर्टात ठार मारण्याची एक सविस्तर योजना त्यांनी त्यांच्या धुळेकर वकिलांमार्फत आझादांना कळवली होती. पण अजून त्यांचा निरोप आला नव्हता.

एक दिवस विचारांची आवर्तने सुरू असतानाच धुळेकर वकील येताना दिसले आणि त्यांचा चेहरा आनंदाने उजळून गेला. धावतच ते कोठडीच्या दारापाशी आले. वकिलांनी इशारा करताच पहाऱ्यावरचा पोलीस दूर जाऊन उभा राहिला.

ते पाहताच सदाशिवरावांनी उत्सुकतेने, उतावळेपणाने विचारले, "वकीलसाहेब... पंडितजींचा निरोप..."

"त्यासाठीच आलो आहे."

धुळेकरांनी पंडितजींचा निरोप सांगायला सुरुवात केली. "सदाशिवराव,

पंडितजींनी परिस्थितीचा विचार करून बऱ्याच बारकाईने सूचना दिल्यात. काळजी करू नका. आम्ही त्याप्रमाणेच संपूर्ण ॲक्शन करू. सांगा...''

''२१ तारखेला दोघेही साक्षीला येतील. त्यावेळची परिस्थिती बारकाईने पाहून योग्य तो निर्णय घ्या. जर एकाच क्षमेच्या साक्षीदाराला मारणे शक्य असेल तर फणींद्र घोषला मारा. कारण तो दलाचा जुना सदस्य तर आहेच; पण केंद्रीय समितीचा सदस्यही होता. त्याच्या फितुरीला क्षमा नाही. दोघांनाही मारता येणे शक्य असेल तर फारच उत्तम! पण दोघांनाही मारण्याच्या प्रयत्नात दोघेही वाचून तिसराच कोणी मारला जाईल, असे होऊ देऊ नका.''

''नाही... असं होणार नाही. बरं, आणखी काय सूचना?''

पंडितजी म्हणाले, ''तुम्हाला दोघांनाही या कामात पडण्याची आवश्यकता नाही. भगवानदासाने एकट्याने हे काम करावे...''

ते ऐकताच सदाशिवरावांचा चेहरा कोमेजला. तसं पाहिलं तर सारी योजनाच त्यांनी बनवली होती. आणि आता कैलाश जर ॲक्शन करणार असेल तर सारे श्रेय त्याला... पण श्रेयापेक्षाही ध्येयसिद्धी महत्त्वाची नाही का? त्यांनी स्वतःला सावरले नि ते पुढे ऐकू लागले. सदाशिवरावांना ते सांगत होते, ''तुम्ही यात गुंतले जाणार नाही अशी दक्षता घ्या. दोघांनीही फाशी जाण्याची अथवा लढता-लढता मरण्याची आवश्यकता नाही आणि यापेक्षा जर काही वेगळी परिस्थिती उद्भवली तर तुम्ही योग्य तो विचार करून आयत्या वेळी निर्णय घ्यावा.''

''ठीक आहे आणि वस्तूचं...?''

''योग्य वेळी व्यवस्था होईल.''

''हरकत नाही. पंडितजींना म्हणावं, सारं तुमच्या सूचनेप्रमाणे होईल.'' निरोप घेऊन धुळेकर वकील निघून गेले.

'एकंदरीत आपल्या हातून योजना पूर्ण होण्याचा योग नाही तर?' एक दुःखी भावना सदाशिवरांच्या मनाला स्पर्शून गेली. आत जाता-जाता त्यांनी हाक मारली, ''कैलाशऽऽ''

भगवानदासांनी त्यांच्याकडे पाहिले. त्यांचा चेहरा आणि डोळे खूप काही सांगत होते.

***

कातरवेळ झाली होती. कोठडीच्या झरोक्यातून अंधार खाली उतरत होता. कैलाशच्या मनाची हुरहुर वाढत होती.

''उद्या... उद्या ते हरामखोर कोर्टात येणार! काय होणार उद्या? त्यांना मारण्यात यश मिळणार की काही व्यत्यय... नेम बरोबर बसेल ना?... पण अजून पंडितजीकडून 'वस्तू' आली कशी नाही? कोणाबरोबर पाठवणार आहेत... आता शेवटची घडी येऊन ठेपली तरी हातात काही नाही... काय होणार?''.

सदाशिवरावही विचारात गढून गेले होते. न बोलताच फेऱ्या मारत होते. त्यांच्याही डोळ्यांसमोर उद्याचीच चित्रे उमटत होती अन् काळोखात विरून जात होती.

''तुम्हारा भाई आया है।''

शांततेचा भंग करत पहोकऱ्याचा आवाज घुमला. दोघेही भानावर आले. त्यांनी पाहिले. शंकरराव आत येत होते. त्यांच्या हातात एक मोठे पातेले होते.

ते जवळ येताच सदाशिवरावांनी विचारले, ''भैय्या, काय आणलंय आज?''

''अरे, बरेच दिवसांत तुम्ही घरचा भात खाल्ला नाहीत. म्हटलं, आज भेटायला जाताना थोडा भात घेऊन जावा.''

''वाऽऽ! आजचा दिवस विशेषच म्हणायचा. निदान आज तरी घरचं जेवण मिळेल.''

शंकररावांनी भाताचे पातेले आत दिले. दोघांनाही इशारा कळला होता.

पहाऱ्यावरचा शिपाई सारे पाहत होता. त्याला त्यात विशेष काही वाटले नाही. त्याला कारणही तसेच होते. दोघेही गेले पाच महिने पोलिसांशी फार मित्रत्वाने वागत आले होते.

थोडेसे इकडचे तिकडचे बोलून शंकरराव निघून गेले; आणि रात्रीच्या अंधारात पातेल्यातल्या 'वस्तू'मुळे त्यांचे मन मात्र प्रकाशाने भरून गेले.

***

२१ फेब्रुवारी, १९३०!

''बाबुजी, चलो... कोर्ट का समय हो गया।'' पोलिसांनी भगवानदास आणि सदाशिवरावांना पुकारले आणि कोर्टात नेण्यासाठी त्यांना जेलबाहेर काढले.

बेड्या घातल्या. जेलपासून कोर्ट दीड-एक मैल होते. त्यांना तेथपर्यंत पायीच नेत असत.

कोर्टाचे आवार माणसांनी फुलून गेले होते. आपल्याच सहकाऱ्यांविरुद्ध साक्ष देऊन, त्यांना फाशीच्या तखतावर नेणारे हे प्राणी असतात तरी कसे? साथींच्या विरुद्ध हे बोलू तरी कसे शकतात? हे पाहण्याची, जाणून घेण्याची उत्सुकता साऱ्यांच्या मुखावर दिसत होती.

आरोपींना न्यायालयात आणले. आरोपीच्या पिंजऱ्यात नेताना वरवर झडती घेतली. त्यामुळे भगवानदासांच्या कोटाच्या खिशातले पिस्तूल बचावले. त्यांना आत बसवण्यात आले तेव्हा त्यांचे चेहरे घामाने डबडबले होते. चेहऱ्यावर मात्र उत्सुकता, अधिरता दाटून आली होती. 'सावज कधी येतंय आणि शिकार केव्हा करतो' असे होऊन गेले होते.

कोर्टाची वेळ झाली. न्यायाधीश आले नि केस सुरू झाली. भगवानदासाच्या पिंजऱ्याभोवती काही शिपाई आणि एक सब-इन्स्पेक्टर उभा होता. त्याच्या हातातली काडतुसांची पेटी आणि पिस्तूल याकडे त्यांचे पुन्हा पुन्हा लक्ष जात होते. साक्षीदारांचा पिंजरा नेमका आरोपींच्या पिंजऱ्यासमोर येत होता. भगवानदास ती जागा न्याहाळीत होता. 'सावज' तिथेच येणार होते.

'इथूनच गोळी झाडली तर... अगदी सहज नेम लागेल... पण मध्ये बसलेले प्रेक्षक उठून उभे राहिले तर, आरोपी सोडून दुसराच कोणी मारला जायचा... पंडितजींना हे कळेल आणि मग... काय करावं?' विचार चालू असतानाच दोघांचेही लक्ष समोर गेले. न्यायाधीशांच्या बैठकीजवळ, दारापाशी आरोपींकडे सापडलेल्या वस्तू पुराव्यासाठी मांडून ठेवल्या होत्या. त्यातच पंडितजींचे लाडके मॉवजर आणि त्याची साठ काडतुसेही होती.

त्याकडे लक्ष जाताच भगवानदास बुंदेलखंडी भाषेत म्हणाले, ''सदू, ते पाहिलंस... पंडितजींच्या वस्तूचाही आपण उपयोग करू!''

''पाहिलं. माझ्याही मनात तेच आलं. काळजी करू नकोस. ते काम पहिल्यांदा मी काय करतो ते बघ. नाहीतर मोका मिळाला, तर आपण दोघेही ते पिस्तूल आणि काडतुसं घेऊन निसटून जाऊ.''

ही कल्पना त्याला सुखावून गेली. 'असं झालं आणि पिस्तुलासह आपण पंडितजींसमोर गेलोत तर...' तोच शिरस्तेदाराने 'जयगोपाळ हाजिर है' चा

पुकारा केला. भगवानदासांची तंद्री भंग पावली. त्यांनी समोर पाहिले. जयगोपाळ साक्षीदाराच्या पिंजऱ्यात उभा होता.

शपथ घेतली गेली आणि वकिलांनी प्रश्न विचारायला सुरुवात केली,

एका मागून एक बंदुकीच्या गोळीसारखे प्रश्न येत होते. त्याने दोन्ही आरोपींना ओळखले आणि कोणतीही भीडभाड न ठेवता, लाज न बाळगता, दलाशी कृतघ्न बनलेला जयगोपाळ दलाची सारी रहस्य उघड करत होता. कैलाशचे ओठ संतापाने थरथरत होते. खिशातल्या पिस्तुलावरची मूठ आवळली जात होती. संतापलेल्या मनाला पंडितजींच्या आज्ञेचा अडसर होता. 'एकाच माफीच्या साक्षीदाराला मारणे शक्य असेल तर फणींद्र घोषला मारा...' त्यांची आज्ञा कानात घुमत होती. जयगोपाळची साक्ष लांबली होती. इतकी लांबली की, त्याची साक्ष पुरी व्हायच्या आधीच कोर्टाची जेवणाची सुट्टी झाली.

भगवानदास आणि सदाशिवरावांना आठ-दहा पोलीस आणि एक हवालदार यांनी कोर्टाच्या बाहेर आणले. व्हरांड्याच्या खाली एका झाडाची दाट सावली आलेली होती. तिथे दोन खुर्च्या टाकल्या. त्यावर त्यांना बसवले. भगवानदासांचा उजवा हात आणि सदाशिवरावांचा डावा हात एकाच हातकडीत अडकवला होता. त्यांच्या भोवती पोलिसांचे कडे होते.

समोर थोड्या अंतरावर एक तंबू ठोकला होता. जयगोपाळ, फणींद्र दोघेही त्या तंबूत, लाहोरच्या पोलिसांच्या खास संरक्षणात होते. जवळच पंजाबच्या सीआयडीचे दोन प्रमुख अधिकारीही बसले होते. तंबूच्या बाहेर दारावर उंचापुरा, धिप्पाड पंजाबी पोलीस सबइन्स्पेक्टर नानकचंद आपल्या कमरेला काडतुसांचा पट्टा अडकवून आणि हातात पिस्तूल घेऊन पहारा करत होता. त्याच्याच जवळ आठ-दहा पावलांवर आणखी एक पंजाबी पोलीस आपली रायफल रोखून सावध पवित्र्यात खडा पहारा देत होता. माफीच्या साक्षीदारांना पूर्ण संरक्षण देण्यात आले होते.

दोघांचेही लक्ष समोरच्या तंबूवर खिळले होते. सावज तिथेच होते. सदाशिवरावांना चैन पडेना. ते म्हणाले, ''मौका अच्छा है।''

''बेशक! बडा अच्छा मौका है! इस समय ॲक्शन की, तो मूल में दोनों अप्रूव्हर मिल जायेंगे और ब्याज में सीआयडी के दो ऊँचे अफसर भी! मगर...''

हातातली बेडी अडसर बनली होती. सदाशिवरावांचे भाऊ तेथेच उभे होते.

त्यांचे या दोघांकडे बारकाईने लक्ष होते. अडचण लक्षात येताच ते बाहेर गेले आणि थोडी फळं खायला आणली.

ते पाहून भगवानदास शिपायला म्हणाले, ''जरा बेडी काढा ना, म्हणजे खाता येईल.''

शिपायाने त्यांचा उजवा हात मोकळा केला. सदाशिवरावांच्या डाव्या हातात मात्र बेडीच्या दोन्ही कड्या पडल्या. दोघांनी फळे खायला सुरुवात केली.

भगवानदासांचे लक्ष आता तंबूकडे लागले होते. ते जिथे बसले होते त्याच्या समोर छोटेसे मैदान होते आणि नंतर तंबू! जेवणाच्या सुट्टीत आरोपी आणि माफीचे साक्षीदार दोघांनाही पाहण्यास लोकांनी मैदानात गर्दी केली होती; पण पोलिसांनी त्यांना हाकलून लावले होते. मैदान मोकळे झाल्याने तंबूपर्यंत जाण्यात कसलाच अडथळा उरला नव्हता.

खाता-खाता भगवानदासाने आपल्या खिशातले पिस्तूल काढले. ते रोखून तो तिरासारखा धावत तंबूच्या दिशेने पळत सुटला. कोणाच्याही लक्षात यायच्या आत तो तंबू जवळ आला पण तंबूच्या दारावरचा सबइन्स्पेक्टर सावध होता. तो खाड्कन उभा राहिला. त्याने काही अडथळा आणू नये म्हणून भगवानदासाने पळता-पळता त्यांच्या मांडीवर गोळी मारली. ती त्याच्या मांडीला चाटून गेली; पण भीतीने तो दरवाजा सोडून पळून गेला. मार्ग मोकळा झाला.

तंबूत जाताच भगवानदासाने जयगोपाळ आणि फणींद्र यांना एक-एक गोळी घातली. जयगोपाळच्या खांद्याला गोळी लागली आणि फणींद्रच्या पोटात बाजूला! दोघेही बसल्या खुर्चीवरून खाली कोसळले. भगवानदासांना वाटले आपले काम झाले. ते खूप घाईत होते. त्यांना आझादांचे मॉवजर आणि काडतुसे हस्तगत करायची होती; पण त्यांच्या दुर्दैवाने गोळी एकाच्याही वर्मावर बसली नव्हती. ते फक्त जखमी झाले होते आणि तीन गोळ्या झाडून त्यांचे पिस्तूल जाम झाले होते.

पिस्तुलाचे बार ऐकून एकच गोंधळ उडाला. गर्दी एवढी झाली की, कोणालाही हालता येईना. माणसांचे पाय एकमेकांत अडकू लागले. ती एकमेकांवर आदळू लागली. सगळीकडे गोंधळच गोंधळ! पोलीस, त्यांचे अधिकारी जणू काही गुप्तच झाले. भगवानदास त्या गर्दीत अडकले. त्यांना धावत कोर्टात जाता येईना. सारेच मार्ग खुंटले होते.

जखमी झालेल्या नानकचंदने भगवानदासांना पकडून खाली पाडले. मग सगळ्याच पोलिसांनी त्यांना मारायला सुरुवात केली.

हातकडीमध्ये अडकलेला सदाशिव मात्र दुरूनच हा सारा प्रकार खिन्न मनाने पाहत होता. त्याशिवाय त्याच्या हाती काय होतं म्हणा? त्याने इतके दिवस तयार केलेली योजना मातीमोल झाली होती. पाहिलेले सुंदर स्वप्न धुळीला मिळाले होते. कैलाशच्या धांदरटपणाने नि निष्काळजीपणामुळे! त्याही स्थितीत त्याच्या मनात आलं, ''पंडितजींनी हे काम माझ्यावर सोपवलं असतं तर? पंडितजींच्या या 'नेमबाजा'ने सारी योजना मातीमोल केली.''

मारून थकल्यावर पोलिसांनी त्याला उठवले. चार-सहा जण धरून त्याला जागेवर आणू लागले. अपयशाने दुःखी झालेल्या त्याच्या मनात आले, 'पंडितजींनी किती विश्वासाने हे काम माझ्यावर सोपवलं होतं... मी दलातला उत्तम नेमबाज म्हणून!'

आणि आता त्यांना कळल्यावर ते नक्कीच म्हणतील, ''मैं पहले ही समझता था, वक्तपर जल्दबाजी और लुकलुक न करे, तो कैलाश ही काहे का? मूर्ख ने एक पिस्तौल फिर व्यर्थ खो दिया।''

एव्हाना दुपारचे तीन वाजत आले होते. कोर्टाच्या आवारात आणि बाहेर तीन-चार हजार लोक जमा झाले होते. ते उत्साहाने, आवेशाने घोषणा देत होते. *'मारने वाले की जय', 'भगवानदास की जय', 'सदाशिव मलकापूरकर की जय.'* आसमंत घोषणांनी दुमदुमून गेला होता. कोर्टाच्या आजूबाजूला असणाऱ्या घरांच्या छपरांवर, गच्चीवर, उंच झाडांवर चढून लोक या वीर पुरुषांना पाहण्याचा प्रयत्न करत होते. कोर्टाने आपले काम स्थगित केले.

माफीच्या साक्षीदारांना पोलिसांनी मोटारीत बसवले तेव्हा लोकांनी त्या मोटारीवर दगडांचा वर्षाव केला. माफीच्या साक्षीदारांविषयीची चीड, संताप त्या कृतीतून ते व्यक्त करत होते. काही लोकांनी न्यायालयाच्या खिडक्यांवर दगड मारले. काचा फोडल्या. काहींनी आत जाऊन टेबल-खुर्च्यांना आग लावली. सगळीकडे गोंधळ उडाला. धरपकड सुरू झाली. जवळ-जवळ चाळीस माणसांना अटक झाली.

हा सगळा प्रकार चालू असताना भगवानदासावर पहारा ठेवणाऱ्या पोलीस हवालदाराची मात्र भीतीने गाळण उडाली. तो थरथर कापू लागला. त्याच्या

तोंडून ''हम मरे... अब कोई खैर नहीं... अब हम मरे....'' एवढेच शब्द पुन्हा पुन्हा येत होते.

भगवानदास हे पाहत होते. त्यांना त्याची दया आली. ते त्याला समजावणीच्या स्वरात म्हणाले, ''माफ करा हवालदारसाहेब, आज माझ्यामुळे तुम्ही संकटात सापडलात. तुमची नोकरी जायची वेळ आली. पण तुम्ही असं सांगा की, हा कैदीच...!''

पण त्याचे वाक्य पूर्ण व्हायच्या आधीच एक तरुण मुसलमान शिपाई त्याला म्हणाला, ''बाबू, आपने बडी बहादुरी का काम किया है। आप दिल छोटा न कीजिए। हमारा क्या होना है? बहुत हुआ तो नोकरी जाएगी और चार-छः महीने की सजा होगी, सो काट आयेंगे। कहीं और नोकरी करके पेट पाल लेंगे। आप हमारी चिन्ता न करिए। इस सरकार की ऐसी की तैसी...।''

त्याचे ते स्पष्ट आणि निर्भीड बोलणे ऐकून इतरांनाही धीर आला. मग तेही हळू आवाजात भगवानदासाचा उत्साह वाढवणारे, कौतुक करणारे शब्द बोलू लागले. तेवढ्यात एक गोरा पोलीस सुपरिटेंडेंट आला. भगवानदासांना आणि सदाशिवरावांना बेड्या ठोकल्या आणि त्या गोऱ्या अधिकाऱ्याने आज्ञा दिली.

''चलोऽऽ!''

भगवानदास त्या गोऱ्या शिपायांबरोबर चालू लागला तेव्हा इतर पोलिसांचे डोळे भरून आले. त्यांनी अश्रुपूर्ण नेत्रांनीच त्याची पाठवणी केली. मघाशी धाडसाने बोलणारा शिपाई जणू आपल्या भावपूर्ण डोळ्यांनी सांगत होता, 'बहादूर! ऐसी ही साबितक़दमी से फाँसी पर चढ़ जाना। खुदा हाफ़िज!'

***

भगतसिंग आणि दत्त यांना तुरुंगातून सोडवण्याची योजना कार्यान्वित करण्याचे आझादांनी ठरवले. भगतच्या बहिणीमार्फत तुरुंगात निरोप पाठवून त्यांची संमतीही घेण्यात आली. काही दिवसांपूर्वी बच्चन लाहोरला जाऊन परिस्थितीचे निरीक्षणही करून आला होता.

भगवतीचरणांची गाठ पडण्यापूर्वी आझादांपुढे एक समस्या होती. लाहोरच्या एखाद्या साथीच्या मदतीशिवाय तिथे साथींना गुप्तपणे राहण्याची व्यवस्था कशी करणार? पण आता ती अडचण राहिली नाही. दोघांनी बरोबर काम करण्याचे

ठरवल्यामुळे या योजनेला बळ मिळाले आणि ती यशस्वी होण्याची शक्यताही वाढली.

''पंडितजी, आपण निश्चिंत राहा. लाहोरला आल्यानंतर सर्व साथींची निवास, भोजनाची सगळी व्यवस्था मी बघतो.''

भगवतीचरणांनी ही जबाबदारी उचलताच आझादही म्हणाले, ''ॲक्शनसाठी लागणारी हत्यारं, बॉम्ब आदी सगळी व्यवस्था मी सांभाळतो.''

श्रमविभागणी झाली आणि कामाला सुरुवातही!

लाहोरला कृष्णनगर मोहल्ल्यात इंद्रपालने एक घर भाड्याने घेतले. सुरुवातीला भगवतीचरण, वैशंपायन आणि यशपाल तेथे राहू लागले. दुर्गाभाभी, धन्वंतरी, सुखदेवराज, एहसान इलाही आपल्या घरी राहूनच तेथे आवश्यकतेनुसार मदतीला येत. आझाद मात्र तिथे स्थायिक झाले नव्हते. दिल्ली, कानपूरला जाऊन येऊन असत. जरूर असेल तेव्हा वैशंपायनांनाही बरोबर घेऊन जात. धन्वंतरी शहरातून आवश्यक वस्तू आणून त्यांचा संग्रह करू लागले आणि दुर्गाभाभी, भगवतीचरण आणि भगतसिंग यांच्यात संदेश पोहोचवण्याचे काम!

ॲक्शनला आणखी एका गोष्टीची आवश्यकता होती. ती म्हणजे पैसा! क्रांतिकारांना आर्थिक चिंता नेहमीच जाणवत असे. भगवतीचरणांना ती समस्याही सोडवायची होती.

***

''बच्चन, उद्या झाशीला मास्टर रुद्रनारायणांच्याकडे जा. त्यांच्या जवळ माझ्या दोन फोटोंच्या काचा आहेत. त्या फोडून टाक म्हणजे कोणालाही माझे फोटो उपलब्ध होणार नाहीत.''

वैशंपायनांना आश्चर्यच वाटले; कारण ते स्वत: कधी कोणालाही फोटो काढू देत नसत. साथींनाही ते सांगत असत, 'आपले कधीही फोटो काढले जाता कामा नयेत. एखाद्या वेळी पोलिसांच्या हाती सापडलोत तर ओळख पटवण्यासाठी ते उपयोग करतील. म्हणून शाळा-कॉलेजातल्या ग्रुप फोटोमध्येही कधी सहभागी होत जाऊ नका. अशा आझादांचा फोटो? एक नाही तर दोन!' आश्चर्याने ते म्हणाले, ''पंडितजीऽऽ...''

''हो बच्चन, एका बेसावध क्षणी चूक झाली ती आता दुरुस्त केली पाहिजे.

रणजितची आणि दत्तांची सुटका झाल्यावर सरकार सगळा उत्तर हिंदुस्थान पिंजून काढेल. अशा स्थितीत माझा फोटो कोठेही सापडता कामा नये.''

''पण पंडितजी, तुम्ही आणि गाफिल...''

''अरे, मी रुद्रनारायणांकडे राहत होतो. मलाही अगदी घरच्याप्रमाणे वाटायचं. तुला माहीत आहे, मास्टरजी उत्तम चित्रकार आणि फोटोग्राफर आहेत.''

''पण त्यांचं काय?''

''तेच तर सांगतो आहे. एके दिवशी मी अंघोळ करून तहमत बांधून खोलीत आलो. मास्टरजींनी नुकताच कोणाचा तरी फोटो काढला होता. कॅमेरा तसाच होता. माझ्याकडे पाहून म्हणाले, ''यार आज तुम अपना चित्र मुझे इसी तरह खींच लेने दो'' मला त्यावेळी काय वाटलं कोणास ठाऊक. मी 'हो' म्हणालो आणि सांगितले, ''मास्टरजी, जरा मुझे मूँछे तो ऐंठ लेने दो'' मी माझा डावा हात मिशीवर नेला, त्याच क्षणी त्यांनी फोटो काढला. कदाचित त्यांच्या मनात आले असेल की, 'यांचा विचार बदलला तर...? संधी वाया जायला नको.' त्याच वेळी त्यांनी त्यांच्या परिवारासह एक फोटो काढला. पाहणाऱ्याला वाटावं, मी त्यांच्या परिवारातलाच एक आहे.

''ते माझे दोन फोटो मास्टरजींकडे आहेत. ते तुझ्या हाताने नाहीसे करून ये.'' आझाद आणि वैशंपायन कामानिमित्त कानपूरला आले होते. कामे संपवून रात्री खोलीवर आल्यावर त्यांना अचानकच आपल्या फोटोंची आठवण झाली. ते नाहीसे करायला पाहिजेत याची जाणीव होताच त्यांनी बच्चनला सांगितले.

दुसऱ्या दिवशी बच्चन झाशीला गेला. मास्टरजींना भेटून आझादांनी सांगितलेल्या कामाची कल्पना दिली.

मास्टरजींनी त्या दोन फोटोंच्या काचा आणल्या. बच्चन समोर टेबलावर ठेवत ते म्हणाले, ''हे ते दोन फोटो. बच्चन, तू पंडितजींच्या सांगण्याप्रमाणे कर. त्यांची आज्ञा पालन कर. मला काहीच म्हणायचे नाही. पण...''

बोलताना त्यांचा गळा दाटून आला. थोडे थांबून ते म्हणाले, ''पण जरा विचार कर... या दोन प्लेटस जर तू फोडून टाकल्यास तर, याशिवाय त्यांचा एकही फोटो उपलब्ध नाही आणि आता नवीन फोटो काढणं शक्यही नाही. हे नाहीसे झाले तर भविष्यकाळात त्यांच्या फोटोसाठी आम्हाला तळमळावं

लागेल... व्याकूळ व्हावं लागेल. पण त्यावेळी भावी पिढीला दाखवायला त्यांचा एकही फोटो आपल्याकडे असणार नाही... पश्चात्तापाने जळत राहण्याशिवाय आपण काहीही करू शकणार नाही... बघ...''

''त्यांच्या बोलण्यातले वास्तव, आर्तता वैशंपायनांना पटली. मनाची घालमेल होऊ लागली. 'काय करावं?' काही सुचेनासे झाले. त्या प्लेट्स हातात घ्यायला हात पुढे जाईना.

पण दुसऱ्या क्षणी मनात प्रश्न निर्माण झाला, ''पंडितजींना काय सांगू?''

वैशंपायनांची ही मानसिक स्थिती मास्टरजींच्या लक्षात आली. उपाय सुचवत ते म्हणाले, ''आपण एक गोष्ट करू शकतो.''

''कोणती?''

''आपण या प्लेट्स तुझ्या समक्षच भिंतीत लिंपून टाकू. ही गोष्ट तुझ्या-माझ्याशिवाय कोणालाही कळणार नाही, मग तर झालं!''

''पण, पंडितजींना मी काय सांगू?''

''सांग ना, मी प्लेट्स फोडून आलो.''

''खोटंच सांगू?''

''बोल ना खोटं! तू म्हणजे काही सत्यवादी हरिश्चंद्राचा अवतार नाहीस किंवा गांधीवादीही नाहीस.''

हसतच मास्टरजी म्हणाले, ''ठीक आहे.''

मास्टरजींनी दोन्ही फोटो बच्चनच्या समक्षच भिंतीत लिंपून टाकले.

त्यांची परवानगी घेऊन तो कानपूरला आला. संपूर्ण रस्त्यात 'पंडितजींशी खोटं कसं बोलू?' हा विचार त्याला अस्वस्थ करत होता.

कानपूरला येताच आझादांनी विचारले, ''झालं काम?''

''हो!'' कसेतरी त्यांच्या डोळ्यांला डोळा देत तो म्हणाला, ''दोन्ही फोटो मोडून... फोडून आलो.''

''छान... अब चिंता मिट गयी।''

आझादांचे मन समाधानाने भरून गेले. पण बच्चनची नजर खाली झुकली.

'आज आपण पंडितजींशी खोटं बोललोत.' हे शल्य त्याच्या मनात कितीतरी दिवस सलत राहिले.

***

"राज, तू दिल्लीला जा. पंडितजींनी तुला बोलावलं आहे. तिथे तुला नेमबाजीचा अभ्यास करायचा आहे." भगवतीचरणांनी सुखदेवराजला सांगितले.

भगतसिंग व दत्त यांना सोडवण्याची योजना निश्चित झाली होतीच आणि हालचाली सुरू झाल्या होत्या. व्हाइसरॉयची आगगाडी उडवण्यासाठी जमा केलेली स्फोटके, आग्र्याच्या बॉम्ब निर्माणीत तयार केलेले काही बॉम्ब हे जवळ होतेच. काही साथींना नेमबाजीचे शिक्षण द्यायचे आणि मग जेलवर हल्ला करून त्यांना सोडवायचे असे ठरले होते.

पोलिसांनी पाठलाग केला तर त्यांना रोखण्यासाठी त्यांच्यावर बॉम्ब टाकायचे होते. बॉम्ब टाकणाऱ्या दलाचे नेतृत्त्व भगवतीचरण करणार होते आणि हल्ला करून दोघांना सोडवण्याची जबाबदारी पंडितजींनी स्वीकारली होती. त्यानुसार पंडितजींनी नेमबाजीच्या शिक्षणासाठी काही साथींना दिल्लीला बोलावले होते. तेथून नियोजित स्थळी जायचे होते. सुखदेवराज दिल्लीला गेले. कैलाशपती, यशपाल दिल्लीतच होते. शिवाय भवानीसिंग, लेखराम भवानी प्रसाद, विश्वेश्वर हे साथीही आले.

मीरत जिल्ह्यातल्या नलगढा येथल्या रामचंद्र शर्मांच्या फार्मवरती जायचे होते. आवश्यक सामानाशिवाय पंडितजींजवळ एक होल्डऑल होता. त्यात एक बंदूक लपवून ठेवलेली होती. दिल्ली स्टँडवर तो होल्डऑल टपावर ठेवला.

पंडितजींनी यशपालला सांगितले, "देखो बांगडूस, इस बिस्तरकी जिम्मेदारी तुम पर है। जब हम लोग उतरे तो तुम बिस्तर उतार लेना।"

दिल्लीहून मीरतला जाताना रस्त्यात मध्येच एका लहानशा खेड्याजवळ उतरून बैलगाडीने पुढे जायचे होते. सगळे तिथे उतरले. बैलगाडीत बसले. गाडी चालू व्हायच्या वेळेला पंडितजींनी यशपालला विचारले, "वह बिस्तर कहाँ है बांगडूस?"

यशपाल गोंधळला. घाबरतच त्याने उत्तर दिले, "होल्डऑल मी नाही उतरवून घेतला. ते काम मी कैलाशपतीला सांगितले."

"कैलाशपतीला?"

"हो... त्याने उतरवलेला दिसत नाही."

पंडितजी भयंकर संतापले. ही बेशिस्त अन् बेजबाबदारपणा ते थोडाच सहन करणार?

''वाऽऽ! क्या कहता है, 'उसकी निगरानी के लिए मैंने कैलाशपती से कह दिया था?' बडा लाटसाहब बना फिरता है। जो काम मैंने तुझे सोपा था तूने उसे कैलाशपती को कैसे सोंप दिया?''

पंडितजींचा संतापलेला चेहरा आणि बोलण्यातला आवेश पाहून यशपाल भीतीने, आश्चर्याने थिजून गेला. काय बोलावे, काय करावे त्याला काहीच कळेना. त्याचा चेहरा पडला. तो खाली मान घालून बसला. साथींनी बऱ्याच प्रयत्नांनी पंडितजींचा राग शांत केला.

सगळेच जण मग त्या खेड्यातल्या पोलीस चौकीवर गेले. सुटाबुटातल्या त्या सगळ्यांना पाहून तो ठाणेदार गडबडला नि घाबरलाही. कोणीतरी मोठे सरकारी ऑफिसर असावेत असे समजून त्याने सलाम केला.

तो म्हणाला, ''हुकुम कीजिए सरकार।''

''देखो, हम लोग नलगढा फार्म पर शिकार खेलने के लिए आये हैं। आते वक्त इस इस नंबर की बस में हमारा बिस्तरा रह गया है। तुम वह बिस्तर हम तक पहुँचा देना!''

''जो हुकुम सरकार।''

सगळे बैलगाडीने फार्मवर पोहोचले. दुसऱ्या दिवशी ठाणेदाराने तो होल्डऑल आणून दिला.

रामचंद्र शर्मांची ती दूध डेअरी, फार्म हाऊस निसर्गरम्य होते. भोवताली दाट झाडी. शिकारही पुष्कळ मिळायची. भोवतालच्या जंगलात हरिणं आणि मोर पुष्कळ. धीट तर इतके की माणसांच्या अगदी जवळ यायचे! आवतीभोवती बागडायचे. त्यांची क्रीडा पाहून मन मोहरून जायचे.

त्या फार्महाऊसवर मिर्जा नावाचे एक सद्‌गृहस्थ होते. शिकारीचा छंद. नेम अगदी अचूक. जवळ एक नदी होती. एखादी मासळी उसळी मारून वर आली तर तिचाही अचूक वेध घ्यायचे. पंडितजींनी आपल्या साऱ्या 'सैनिकां'ना नेमबाजीच्या शिक्षणासाठी त्यांच्या हवाली केले. त्यांनीही तीन दिवस सगळ्यांनाच आत्मीयतेने शिकवले. सगळे साथी मन लावून नेमबाजीचा सराव करत होते. सरावात लक्ष लागत नव्हते ते फक्त यशपालचे! तो आपल्याच तंद्रीत असायचा.

त्याचे लक्ष लागणेही शक्य नव्हते कारण तो प्रकाशवती नावाच्या सुंदर

मुलीच्या प्रेमात पडला होता. 'ती पन्नास हजार रुपये दलाला द्यायला तयार असून दलाचे काम करायलाही ती तयार आहे', असे त्याने भगवतीभैय्याला खोटेच सांगून तिला दलात आणण्याचाही प्रयत्न केला होता. पण दुर्गाभाभी आणि सुशीलादीदींच्या सतर्कतेमुळे नि जागरूकतेमुळे तो अयशस्वी ठरला होता.

साथींच्याही 'हे' लक्षात आले होते. ते आपापसात याबद्दल नाराजीही व्यक्त करत.

सराव संपला. सगळे जण पुन्हा दिल्लीत आले. सुखदेवराज मात्र पुन्हा लाहोरला परतला.

काही दिवसांतच भगत-दत्तांना सोडवायची तारीख दलाने निश्चित केली. १ जून १९३०! या दिवशी हल्ला करून दोघांनाही मुक्त करायचे!

आवश्यक त्या सर्व साथींना लाहोरला बोलावून घेतले. यशपाललाही नाइलाजाने दिल्ली सोडून, प्रकाशवतीला सोडून लाहोरला जावे लागले.

लाहोर पुन्हा एकदा क्रांतिकारकांचे केंद्र बनले.

सर्वांना राहण्यासाठी बहावलपूर रोडवर एका बाजूच्या सुरक्षित बंगल्याचा एक भाग भाड्याने घेतला होता. भगवतीचरणांनी एक सरकारी अधिकारी म्हणून खोट्या नावाने घेतला होता. बंगला खूप मोठा होता. त्याच्या दुसऱ्या भागात एक इंजिनिअर आणि न्या. खोसला राहत होते. बंगल्यात कुटुंबवत्सल लोक राहातात असा आभास निर्माण करणे आवश्यक होते. त्यासाठी दुर्गाभाभी आणि सुशीलादीदींनाही तेथे राहण्यास बोलावले.

त्या घरावर 'हयात ब्रदर्स' नावाच्या लाकडी फर्निचर विकणाऱ्या कंपनीच्या नावाची पाटी लावण्यात आली होती. घरात उत्तम खुर्च्या, कॉटस् ठेवल्या होत्या. खिडक्या-दारांना भारी कापडाचे पडदे लावण्यात आले होते. यातले काही सामान इंद्रपालचे होते. ॲक्शनसाठी एका मोटारीची आवश्यकता होती. ती आली. बंगल्यापुढे उभी राहिली. टेहलसिंगनावाचा एक शीख साथी ती मोटार चालवीत असे. दोन-तीन सायकलीही आणून ठेवल्या होत्या.

नवीन साथींपैकी छैलबिहारी आणि मदनगोपाळ तेथे आले. छैलबिहारीचे नाव 'सूरज' ठेवण्यात आले. तो तेथे स्वयंपाक्याच्या भूमिकेत वावरत होता. मदनगोपाळ तिथे नोकराच्या भूमिकेत वावरू लागला.

सगळे साथी एकत्र आले होते. ॲक्शनसाठी लागणारी हत्यारे, दारूगोळा, बॉम्बचे खोल, बॉम्बचा मसाला तिथे आणण्यात आला. बॉम्बचा मसाला खोलात भरून त्याची चाचणी घेणे आवश्यक होते. हे काम यशपालकडे सोपविण्यात आले. काम अत्यंत जबाबदारीचे होते. थोडीशी चूकही प्राणावर बेतली असती. त्याच्याच नव्हे तर इतरांच्याही! यशपालचे काम पूर्ण होताच बॉम्बची चाचणी घेण्याचा निर्णय घेण्यात आला.

२७ मे १९३०!

भगवतीचरणांनी सुखदेवराजला बोलावून सांगितले, ''राज, उद्या सकाळी नावेची सोय कर. बॉम्बची चाचणी घ्यायला जखीरात जायचे आहे. रस्त्याच्या मार्गाने जाण्यापेक्षा जलमार्ग मला सुरक्षित वाटतो.''

'जखीरा' रावी नदीच्या तीरावरचा घनदाट अरण्याचा भाग. तिथे जायचे होते. सुखदेवराज 'युनिव्हर्सिटी बोट क्लबचा' कार्यवाह होता. तो नावाड्याला भेटला. होडीची व्यवस्था करून ठेवली आणि २७ तारीख इतिहासजमा झाली! २८ तारीख उजाडली. भगवतीचरण आनंदात होते. आज बॉम्बची नव्हे भावी यशाचीच चाचणी घ्यायची होती.

पंडितजींशी बोलण्याकरिता ते त्यांच्या खोलीत गेले. बाकी कोणालाही तेथे येण्याची परवानगी नव्हती. जवळ-जवळ एक तास त्यांची चर्चा सुरू होती. दहा वाजता आले. ते उठले. बच्चन आणि सुखदेवराज यांच्याबरोबर जेवण केले. कपाटातील एक बॉम्ब काढून पिशवीत टाकला. पंडितजींचा निरोप घेतला आणि सायकलीवरून रावी नदीवर जाण्यासाठी निघाले. ऊन लागू नये म्हणून बच्चनने हॅट घातली होती. भूक लागली तर खाण्यासाठी टरबुजं नि तहान लागली तर संत्री जाताना विकत घेतली.

जाता-जाता भगवतीभाई म्हणाले, ''बच्चन, आज मेरा मन हल्का हो गया है। यशपाल और प्रकाशो का सारा किस्सा विस्तार के साथ मैंने भैय्या को बता दिया है। जिस दिन से यह घटना हुई, उस दिनों से मेरे मन और मस्तिष्कपर यह बोझ सा था कि मैं पंडितजी से यह सब क्यों छिपा हूँ रहा। कल मैंने सोचा की इस ॲक्शन में पता नहीं कौन जीवित रहे और कौन मर जाय । इसलिए मैं भैय्यासे सारी बातें कह दूँ और मैंने कह दी।''

''बरं झालं सारं सांगितलंत.''

''मी सांगितल्यावर बोलण्याच्या ओघात ते म्हणाले, कैलाशपतीनेही या गोष्टी माझ्या कानावर घातल्या होत्या.''

''मग?''

''मी पण जेव्हा हे सांगितले तेव्हा ते भयंकर संतापले. यशपालला गोळी घालून ठार करावे या मन:स्थितीत आले. मीच त्यांची समजूत घातली. सांगितलं, आता याचा विचार मुळीच करू नका. नाही तर भगतला सोडवायची ॲक्शन तशीच रेंगाळत राहील आणि बच्चन, तुला सांगतो, भय्याने माझं म्हणणं मानलं...'' सांगता-सांगता त्यांच्या डोळ्यांत आनंदाश्रू तरळले.

बोलता-बोलता तिघेही रावी नदीच्या तीरावर आले. सायकली तेथेच ठेवल्या. अल्लाह मुहम्मद्दीन नावाडी पुढे आला. त्याने सुखदेवराजला होडी दिली.

समोर रावीचा प्रवाह वाहत होता. सूर्य क्षितिजावर खूपच वर आला होता. त्याच्या तेजस्वी किरणांनी सारा प्रवाह रूपेरी झाला होता. प्रवाहात असंख्य अन् अनंत लाटा उमटत होत्या. हळूहळू किनाऱ्याशी येत होत्या नि किनाऱ्याशीच विलीन होत होत्या. नाव लाटांवर हेलकावत होती. तिघेही नावेत बसले. नावाड्याने दोर सोडला आणि प्रवाहाच्या लाटांवर हेलकावे खात-खात नाव पुढच्या प्रवासाला निघाली.

•••

२१

''राज, आज कितीतरी दिवसांनी नाव वल्हवण्याचा योग आलाय नाही? क्रांतिजीवनातल्या भटकंतीमुळे मोकळेपणा असा मिळालाच नाही बघ! आज नावेतून जाताना का कुणास ठाऊक, पण मला आठवताहेत क्रांतिकार्यातले प्रारंभीचे दिवस. भगत... सुखदेव यांच्याबरोबरचे! नाव वल्हवत केलेले अनेक संकल्प... अनेक योजना... कितीतरी वेळ आम्ही नावेतच असायचो! वरती निरभ्र आकाश खाली अथांग पाणी आणि मनात आकाशासारखी विशाल स्वप्नं! सारे दिवस कसे मंतरलेले वाटायचे. स्वप्नं साकारण्याच्या धुंदीत जीवन कसं गेलं कळलंच नाही... त्या दिवसाची याद येत असताना आजही मला पुनःप्रत्ययाचा आनंद येतोय... वाटतं, असंच नाव वल्हवत वल्हवत दूरऽदूर जावं... ते पाहिलंस, रावीचा जलाशय कसा क्षितिजापर्यंत पसरलेला दिसतोय... अगदी तिथपर्यंत! क्षितिजाला गवसणी घालायला... तिथून, त्या उंचीवरून पाहवं या स्वप्नांकडे.. त्यांच्या पूर्ततेकडे....''

''बापुभैय्याऽऽ''

भानावर आणण्यासाठी बच्चनने त्यांना हाक मारली. त्याच्या हाकेला प्रतिसाद देत ते पुन्हा आपल्याच तंद्रीत म्हणाले, ''बच्चन, अलीकडच्या काळात मला इतकं शांत नि प्रसन्न वाटतं की बस्स! भैय्याची गाठ पडल्यापासून जीवनाला एक वेगळेपण आलंय. मला जाणवतं, माझा सगळा जीवनभार

भैय्याच सांभाळतो आहे. त्यातून अगदी मुक्त.. मुक्त झाल्यासारखं वाटतं बघ! आयुष्यात पहिल्यांदाच योग्य व्यक्तीच्या सहवासाचा, मार्गदर्शनाचा लाभ मला मिळतो आहे. मी अनुभवतो आहे.

मला मनापासून वाटतं, भगत-दत्तना सोडवण्याची योजना नक्कीच सफल होणार... ''बच्चन, भैय्या के साथ काम कर ब्रिटिश शासन से टक्कर लेने में अब मजा आएगा...''

भगवतीचरण बोलत होते. मनापासून बोलत होते. मानस सरोवरातील आनंदतरंग शब्दाशब्दांतून वलयांकित होत होते. डोळ्यांतील हसऱ्या बाहुल्यांतून प्रकटत होते. ते आणखी कितीतरी बोलले असते पण नाव किनाऱ्यापासून खूप दूर आली होती. आता खाली उतरायला हवे होते. त्यांच्या त्या भावसमाधीचा भंग करणं सुखदेवराजच्या जिवावर आलं होतं. नाइलाजानेच त्याने हळूवार शब्दांत हाक मारली,

''बापुभैय्या...''

''हं!''

''इथं उतरलं तर?'' त्यांनी आवतीभोवती नजर टाकली, पुरेसे दूर आल्याचे त्यांनाही जाणवले. चाचणीसाठी इथं उतरायला हरकत नव्हती. नाव किनाऱ्याला घेतली आणि ते तिघेही खाली उतरले.

सकाळचे अकरा वाजून गेले होते. त्यांनी बॉम्बची पिशवी हातात घेतली. आणलेली संत्री बरोबर घेतली आणि ते निघाले.

समोर दाट जंगल पसरले होते. वृक्षांच्या छायेत सूर्यकिरणांचा ताप कमी झाला. आजूबाजूच्या परिसरात चिटपाखरू नव्हते. नीरव शांतता! ते बरेच आत गेले. एक सुरक्षित जागा पाहून ते थांबले. समोर एक मोठा खड्डा होता. त्यात बॉम्ब टाकून चाचणी करण्याचा निर्णय घेतला. भगवतीचरणांनी पिशवीतला बॉम्ब काढला. बारकाईने पाहिला नि म्हणाले, ''अरे, याची तर पिनच ढिली आहे.''

''काय?''

''पाहा ना!''

बच्चनने बॉम्ब हातात घेऊन पाहिला आणि बापुभैय्याला म्हणाला, ''खरंच, पिन ढिली आहे. अशा स्थितीत याची चाचणी घेणं धोक्याचं ठरेल. हा बॉम्ब

चाचणीच्या दृष्टीने अयोग्य आहे. आज आपण परत जाऊ आणि उद्या दुसरा बॉम्ब घेऊन पुन्हा येऊ. मग चाचणी करू.''

''अरे, आता आपल्यापाशी एवढा वेळ आहे कुठे? १ तारखेला ॲक्शन अन् आज तर २८ तारीख! आज जर चाचणी झाली नाही तर पुन्हा येऊन ती करणे जमणार नाही. काही झालं तरी आज ती टाळता येणार नाही. तुम्ही काही काळजी करू नका, अगदी सावधपणे मी काम करतो. तुम्ही दूर जाऊन थांबा.'' दोघांनी त्यांना पुन्हा पुन्हा सांगितले, ''आज चाचणी नका करू. आपण उद्या येऊ!'' पण ते ऐकायला तयार नव्हते. त्यांचा नाइलाज झाला.

''बापुभैय्या, आजच जर चाचणी करायची असेल, तर तुम्ही तो धोका पत्करू नका. आमच्यापैकी कोणालाही सांगा, आम्ही घेतो चाचणी.''

''अरे वेड्यांनो, तुम्ही आणि मी काय वेगळे आहोत का?''

''भैय्या, आम्हीही तेच म्हणतो. खरंच, तुम्ही नका धोका पत्करू. तुमचे प्राण पार्टीच्या दृष्टीने फार मोलाचे आहेत.'' साथींच्या प्रेमाने ते भारावले.

ते प्रेमळ शब्दांत म्हणाले, ''काळजी करू नका. मला खरंच काहीही होणार नाही आणि झाले तरी चिंतेचे काही कारण नाही... पण, तुम्हाला मात्र काहीही होता कामा नये! कारण तुमच्यापैकी कोणाला काही झालं, तर मला तोंड दाखवायला जागा राहणार नाही. मला तर पहिल्यापासूनच लोक सीआयडीचा माणूस म्हणताहेत! तेव्हा मला काहीही झालं तरी होऊ द्या!''

पुष्कळ प्रयत्न करूनही ते ऐकेनात. अखेर ते दोघे जण लांब जाऊन वेगवेगळ्या झाडांच्या मागे उभे राहिले. ते दूर गेलेले पाहताच भगवतीचरण त्या खड्ड्यापाशी आले. जवळ एक सीमेचा दगड होता त्यावर उभे राहिले. बॉम्बची पिन काढली. तो फेकण्यासाठी त्यांनी उजवा हात उचलला मात्र तोच कानठळ्या बसवणारा प्रचंड आवाज आसमंतात घुमला आणि त्यांच्या हातातच बॉम्बचा स्फोट झाला. चारही बाजूला धुराचे लोट पसरले. धुराचा लोट थोडा कमी होताच दोघेही त्यांच्याकडे धावले.

त्यांनी पाहिले, भगवतीचरण भयंकररीत्या घायाळ होऊन जमिनीवर पडले होते. त्यांचा एक हात मनगटापासून उडाला होता. दुसऱ्या हाताची बोटेही उडून गेली होती. पोटात फार मोठा घाव बसला होता. आतडी बाहेर आली होती आणि शरीरातून प्रवाहित झालेल्या रक्ताच्या असंख्य धारा धरतीला अभिषेक

करत होत्या आणि तशाही स्थितीत त्यांच्या मुखावर मंद, मधुर स्मितहास्य विलसत होते.

सुखदेवराजच्या डाव्या पायात बॉम्बचा एक तुकडा घुसला होता. पायातून रक्त वाहू लागले होते. त्यांनी आपला बनियन काढला. पायावर बांधला तरी रक्तस्राव थांबला नाही. बापुभैय्यासाठी वैद्यकीय मदत तातडीने हवी होती. बच्चनला लाहोरची माहिती नव्हती. तेव्हा त्यांनी भैय्याजवळ राहावे आणि राजने गावात जाऊन पंडितजींना वृत्त सांगून तातडीने मदत पाठवावी असे त्यांनी ठरवले. सुखदेवराज तातडीने गावाकडे निघाला. मुख्य रस्त्यावर येतानाच त्याच्या लक्षात आले, आपल्या पायाचे हाडही मोडले आहे. वेदना असह्य होत होत्या. तो टांग्याने बहावलपूर रोडवरच्या बंगल्यात आला.

यावेळी टांग्याचा आवाज अगदीच अनपेक्षित होता. आवाज ऐकून पंडितजी, मदनगोपाळ, यशपाल बाहेर आले. राजची अवस्था पाहून त्यांना काय झाले असावे याचा थोडासा अंदाज आला. त्यांनी आधार देऊन राजला आत नेले. त्याला कॉटवर बसवले नि प्रश्नार्थक मुद्रेनेच 'काय झाले?' म्हणून विचारले.

जिव्हाळ्याच्या लोकांनी प्रश्न विचारताच त्याचे डोळे अश्रूंनी डबडबले. गळा दाटून आला. काही बोलवेना. बापुभैय्यांची हालत काय असेल, याचा प्रचंड ताण मनावर होता. कसातरी तो म्हणाला, ''पंडितजी, बॉम्बस्फोटात भगवतीभाई जबरदस्त जखमी झालेत. बच्चनला त्यांच्याजवळ ठेवले आहे. तुम्हाला सांगायला मी आलोय. टॅक्सी, स्ट्रेचर आणि डॉक्टरांना ताबडतोब तिकडे पाठवा.''

यशपालला लाहोरची माहिती असल्याने आणि बॉम्बची चाचणी घेतल्याचे ठिकाणही माहिती असल्याने पंडितजींनी हे काम त्याच्यावर सोपवले. स्वतः त्यांना तिथेच राहणे आवश्यक होते.

सुखदेवराज जाताच बच्चनने हाताचा आधार देत भगवतीचरणांना कसंबसं जंगलाच्या आतल्या बाजूला नेले. बॉम्बचा आवाज ऐकून कोणी तेथे आला तर त्याला तो प्रकार दिसू नये म्हणून! बच्चनने त्यांना जमिनीवर झोपवले. गुडघे उचलून ते निपचित पडून राहिले. बच्चनने आपल्या अंगातील हाफ् पँट नि कोट सोडून बाकी सर्व कपडे फाडफाडून त्यांच्या जखमा बांधल्या, पण रक्ताच्या धारा थांबेनात. एवढ्या भयंकर शारीरिक वेदना होत असतानाही मुखावरचे

स्मित तसेच होते, जणू वेदना त्यांना स्पर्शही करत नव्हत्या. केवढी ही मृत्यूची उपेक्षा? काय करावे, बच्चनला सुचत नव्हते. त्यांच्या त्या असह्य शारीरिक वेदना बच्चनचा मानसिक ताण वाढवत होत्या.

गलबललेल्या मन:स्थितीत कळवळून तो त्यांना कसंतरी म्हणाला, ''भैय्या, आपने यह क्या किया?''

ते ऐकताच ते थोडेसे हसले, शांत मधुर आवाजात कष्टाने म्हणाले, ''झाले हेच ठीक झाले. तुम्हा दोघांपैकी कोणी घायाळ झाला असता, तर भैय्याला मला तोंड दाखवता आले नसते.''

आत्मबलिदानाचा केवढा हा महान आदर्श!

भगवतीचरणांचा मृत्यूशी संघर्ष चालू होता. तशाच स्थितीत मोठ्या कष्टाने ते बोलण्याचा प्रयत्न करत होते. त्यांना जाणवत होते, आता हे शेवटचे बोलणे! पुन्हा बोलता येणार नाही. म्हणाले, ''बच्चन, भगत-दत्तला सोडवण्याच्या योजनेत माझ्या मृत्यूचं विघ्न येऊ देऊ नका....''

''भैय्याऽऽ यह आप क्या कहते है...''

''आता हे सत्य आहे... त्या कर्तव्याच्या पूर्तीनंच माझ्या आत्म्याला शांती लाभेल... बच्चन...''

''हां...''

त्यांचे डोळे भरून आले. ते गलबलून गेले.

''बच्चन... अपने भाभीका साथ न छोडना... मेरा छोटा सचीन्द्र...''

''भैय्याऽऽ...''

''हाँ बच्चन... मेरा छोटा सचीन्द्र अब तुम सबके हवाले... ते अखेरच्या निरोपाचे शब्द बच्चनच्या काळजाचा ठाव घेत होते. धडधडत्या हृदयाचा ठोका चुकवत होते. त्याच्या डोळ्यांतून घळघळ अश्रू वाहू लागले. ते पाहून भगवतीचरणांनी पुन्हा बोलण्याचा प्रयत्न केला.

''बच्चनऽऽ...''

पुढे त्यांच्याच्याने बोलवेना. त्यांनी त्याचे अश्रू पुसण्याकरता आपले घायाळ हात वर उचलले आणि त्यांच्या लक्षात आले. दुसऱ्याचे अश्रू पुसणारा तो हात, ती बोटे आहेतच कुठे? धाडकन त्यांचा हात खाली कोसळला. मग ते अनिमिष नेत्रांनी बच्चनकडे पाहत राहिले. नंतर एवढंच म्हणाले, ''तहान... पाणीऽऽ''

जवळ असणारी संत्री सोलून त्यांचा गर ते भैय्याच्या तोंडात टाकत राहिले. जवळच्या खड्ड्यातून त्याने आपल्या हॅटमध्ये पाणी आणले. थेंब थेंब ते त्यांच्या तोंडात टाकत राहिले. मधून-मधून ओल्या फडक्याने त्यांचे तोंड पुसत राहिले. पण ही सारी मनाची समजूत होती. त्यांचे डोळे लागले होते येणाऱ्या वैद्यकीय मदतीकडे! इकडे मृत्यू क्षणाक्षणाने जवळ येत होता. वेळ जाता जात नव्हता आणि मदत? जवळ जवळ तीन तास होत आले होते. मदत अजूनही पोहोचली नव्हती. अजूनही कोणाची चाहूल लागत नव्हती.

आणखी काही काळ गेला नि त्याला यशपालचा आवाज ऐकू आला. त्यांच्या जिवात जीव आला. छैलबिहारीला घेऊन तो आला होता.

त्या दोघांनाच पाहून त्यांनी अधीरतेने विचारले, ''डॉक्टरांना नाही आणलं?''

''नाही. भगवतीभैय्याला नेण्याला टॅक्सी आणली आहे.''

''त्याचा काय उपयोग?''

''का?''

''त्यांना इथंच तातडीने मदत हवी आहे. टॅक्सीने त्यांना कुठेही नेणं अशक्य आहे. हे बघ, तू माझ्याबरोबर चल. छैलबिहारी इथे थांबेल. आपण डॉक्टर घेऊन लगेच परत येऊ.''

छैलबिहारीकडे पाहून तो म्हणाला, ''हे पहा, आम्ही येईपर्यंत कुठेही हलू नकोस. आम्ही आलोच आणि भैय्याला पाणी दे.. संत्री दे... नीट लक्ष ठेव...''

छैलबिहारीला तेथे ठेवून बच्चन आणि यशपाल डॉक्टर आणण्यासाठी पुन्हा गावात गेले. त्यांनी इंद्रपालला गाठले. सारी परिस्थिती सांगून एक बाज आणि काही लोकांना घेऊन तू ताबडतोब तिकडे जा म्हणून सांगितले. मग ते मेडिकल कॉलेजमध्ये गेले. तेथे सच्चिदानंद वात्सायन यांचा भाऊ ब्रह्मानंद शिकत होता. त्याच्या साहाय्याने डॉक्टर, औषधे आणि आणखी काही साथींना घेऊन ते लगेचच जखिराच्या दिशेने निघाले.

ते तेथे पोहोचले तेव्हा चांगलाच अंधार पडला होता. बॅटरीच्या प्रकाशातच ते पुढचा मार्ग आक्रमत होते. छैलबिहारीला हाका मारायला सुरुवात केली पण त्या घनगर्द जंगलात आणि दाट अंधारात रातकिड्यांच्या आवाजाशिवाय कोणाचाच प्रतिसाद मिळाला नाही. ते पाहून बच्चनच्या मनात अशुभाची पाल

चुकचुकली. छातीचे ठोके वाढले. हातापायातले बळ गळून गेल्यासारखे वाटले. ते तसेच पुढे जात होते. बॅटरीचा प्रकाशात एका फांदीला बांधलेले पांढरे फडके दिसले. त्या खुणेने ते पुढे जाऊ लागले. थोडे अंतर गेले नि त्यांचे पाय एकदम थबकले. समोरच भगवतीचरणांचा निष्प्राण देह एकाकी पडलेला होता. छैलबिहारीचा तेथे पत्ताच नव्हता. सूर्यास्ताच्या जवळपासच त्यांच्या जीवनाचाही अस्त झाला होता. आता ते त्यांच्या सर्वांच्यापासूनच दूर दूर गेले होते. कायमचे!!

ते करुण दृश्य पाहून बच्चनला रडूच कोसळले. दुपारपर्यंत असणारे बापुभैय्या आता आपल्यामध्ये नाहीत ही कल्पनाच त्यांना सहन होईना. ते मटकन खालीच बसले.

''भैय्या, तुम्हाला सांगत असतानाही हे तुम्ही काय केलंत... आता पंडितजींना काय सांगू? भाभीचं कोणत्या शब्दांत सांत्वन करू?... भैय्या, तुम्हाला हे आधीच कळलं होतं का हो? सकाळी नाव वल्हवताना किती आनंदी होतात... दिवा विझण्यापूर्वी तो मोठा होतो तसा तो आनंद होता का?... त्यावेळी म्हणाला होता, 'असंच नाव वल्हवत वल्हवत दूरऽ दूरऽ जावं... ते पाहिलंस, रावीचा जलाशय कसा क्षितीजापर्यंत पसरलेला दिसतोय... अगदी तिथपर्यंत! क्षितिजाला गवसणी घालायला... तिथून, त्या उंचीवरून पाहवं या स्वप्नांकडे... त्यांच्या पूर्ततेकडे...' त्यासाठी का जीवननौका तिथपर्यंत दूर नेलीत... क्षितिजापर्यंत... त्याला गवसणी घालायला..''

बच्चनला शोक आवरत नव्हता. साथींनी त्याचे सांत्वन केले. तो उठला. क्षणभर शांत राहून सर्वांनीच त्यांना श्रद्धांजली वाहिली. बरोबर आणलेल्या पांढऱ्या शुभ्र चादरीत त्यांचा देह नीट गुंडाळून ठेवला. मग यशपालसह तो बंगल्यावर परतला. छैलबिहारी आधीच बंगल्यावर आला होता. त्याने ती दुःखद वार्ता सगळ्यांना सांगितली होती. बच्चन येण्याचीच सर्व जण वाट पाहत होते. तो आला. सगळ्यांच्या प्रश्नार्थक नजरा त्याच्यावर खिळल्या. तत्क्षणी त्याची मान खाली झुकली आणि शब्द अबोल झाले. त्याची ती स्थितीच सगळ्यांच्या प्रश्नाचे उत्तर होते.

क्षणभर गेला नसेल तोच बच्चनने छैलबिहारीला विचारले, ''तू त्यांना सोडून आलासच का?''

"मी... मी..."

"मीऽमी... काय? तुला तिथे राहा म्हणून सांगितले होते ना?"

"पण.. वाट दाखवण्यासाठी मी निशाण लावले होते..."

ते ऐकून मात्र आझाद संतापले. रागानेच ते ओरडले, "तुला त्यांना सोडून यायला कोणी सांगितले होते? तिथेच थांबला का नाहीस?"

त्यांनी रागावून विचारले खरे, पण त्यांच्याच लक्षात आले, 'झाली गोष्ट होऊन गेली. आता रागावून तरी काय उपयोग?' ते शांत झाले. काहीकाळ कमालीची शांतता पसरली.

बच्चन सगळ्यांच्यात जाऊन बसले. त्यांच्या डोळ्यांतून पुन्हा अश्रू ओघळू लागले. दीदी कपाळाला हात लावून बसली होती. पंडितजी मान खाली घालून अश्रू पुसत होते. धन्वंतरी, मदन गोपाळ, छैलबिहारी कोणाचेच चित्त थाऱ्यावर नव्हते. राज घायाळ होऊन पलंगावर तळमळत पडला होता. दुपारचे दृश्य समोर उभे राहत होते आणि अस्वस्थ होत होता.

आणि भाभी! तिची अवस्था तर सर्वात वाईट होती. तिचे सारे विश्वच उद्ध्वस्त झाले होते. स्वप्नं भंगली होती आणि तरी तिला मोकळेपणाने रडताही येत नव्हते. तिला माहीत होते की जर आपण पापण्यांत अश्रू गोठवले नाहीत तर इतर कोणीच स्वतःला सांभाळू शकणार नाहीत. गोंधळ होईल. पोलिसांना संशय आला तर आपल्या आराध्यदैवत मार्गावरल्या सर्वच प्रवाशांचे जीवन संकटात सापडेल. आपण त्यांना मृत्यूच्या दाढेत लोटल्यासारखं होईल. त्यामुळे त्या वज्राघाताने ती पुतळ्यासारखी स्तब्ध, चेतनाशून्य होऊन बसली. त्या उदास शांततेत काळ थोडा पुढे सरकला.

भाभी उठली. दुःखाचे प्रचंड ओझे नि प्रयत्नपूर्वक कोरडे ठेवलेले डोळे घेऊन उठली आणि इतरांना आधार देण्याचा प्रयत्न करू लागली. बोलण्याचा प्रयत्न करू लागली पण शब्द गोठून गेले होते. ध्वनीविना ओठ हलत होते नि शब्दांना स्वरच सापडत नव्हता. क्षण... दोन क्षण... ती स्वतःला सावरू शकली नाही. कोसळणार तोच पंडितजींनी नि बच्चनने तिला सावरले. नेऊन पलंगावर झोपवले.

पंडितजी स्नेहभरल्या सद्गदित शब्दांत म्हणाले, "भाभी, आजसे तुम हमारी माँ-बहन हो। तुमने पार्टी के लिए अपना सर्वस्व निछावर कर दिया है।

तुम्हारे प्रति हम अपने कर्तव्य को जिंदगी भर नहीं भूलेंगे।'' मग दीदी आणि धन्वंतरी रात्रभर भाभीजवळ बसून होते.

बापुभैय्याच्या स्मृतीत रात्र न झोपताच सरत आली. पहाट झाली. पंडितजी म्हणाले, ''चला, दिवस उजाडायच्या आत आपल्याला गेलं पाहिजे. पुढची तयारी करा.''

ते शब्द ऐकताच दीदी नि भाभी म्हणाल्या, ''भैय्या, आम्हालाही घेऊन जा. निदान...''

त्यांना पुन्हा रडूच कोसळले. धीर देत पंडितजी म्हणाले, ''दीदी, तुम्ही समंजस आहात. इतक्या सकाळीच दोघींना रावीच्या जंगलाच्या दिशेने नेताना पाहिलं तर... तर अनर्थही होऊ शकेल. तुम्हीच विचार करा.''

पुन्हा शांतता!

''ठीक आहे. जा तुम्ही..'' दीदीने सांगितले.

धन्वंतरीने कुदळ, फावडे घेतले. आझाद, मदनगोपाळ आणि तो सूर्योदयाच्या आत तिथे पोहोचले. अग्निसंस्कार करणे संकटाला निमंत्रण देण्यासारखेच होते. त्यांनी त्या अरण्यातच एक मोठा खड्डा खणाला. जड अंतःकरणाने भगवती भैय्याचा देह त्यात ठेवला. ओघळणाऱ्या अश्रूंचा अभिषेक त्यावर होत असतानाच त्यावर मऊ मातीचे आच्छादन घातले. धरतीपुत्राला धरतीच्याच कुशीत चिरविश्रांती देतच सारे तेथून परतले. सूर्य उगवत होता. आपल्या हजारो किरणांनी अंधारलेलं विश्व उजळून टाकत होता पण भगवतीभैय्याच्या चिरवियोगाने क्रांतिकारकांची अंधारलेली मने उजळण्याचे सामर्थ्य मात्र त्याच्या प्रभावी, तेजस्वी किरणांतही नव्हते.

न बोलताच सगळे बंगल्याकडे निघाले. पंडितजींच्या मनात विचार येत होते, 'काल यशपालला डॉक्टर घेऊन तिकडे जा, असं सांगण्यात चूक तर झाली नाही? त्याच्या बेजबाबदारपणाचा प्रत्यय एक-दोनदा आल्यावरही... पण त्याला इथली जेवढी माहिती आहे तेवढी कोणालाच नव्हती त्यामुळे... बरं, भगवतीचे नि त्याचे रेशीमबंध पाहता तो त्यांच्यासाठीतरी त्वरेने काम करेल अशी खात्री होती.'

पण... पुन्हा बेजबाबदारपणा... त्यानेच घात केला. डॉक्टर वेळेवर पोहोचले असते तर... कदाचित चित्र वेगळं दिसलं असतं. निदान आपलं

सर्वस्व अर्पण करणाऱ्या या वीराला अंतसमयी पाण्याचे दोन थेंब द्यायलाही कोणी जवळ नाही, अशी वेळ आली नसती... पण आता जर... तरचा तरी काय उपयोग? यशपाल, तुझ्या या बेजबाबदारपणाला क्षमा नाही हेच खरं!! काय ठरवलं होतं नि काय झालं... दैवाची योजनाच अनाकलनीय... त्यामुळे आज डाव अर्ध्यावरच राहिला. कहाणी अधुरीच राहिली...''

खिन्न, उदास विचारांनी नि मरगळलेल्या मनानेच आझादांनी बंगल्यात प्रवेश केला.

***

''भैय्या, ठरल्याप्रमाणेच ॲक्शन झाली पाहिजे. त्यात बदल करायची काहीच गरज नाही. त्यांनी ज्यासाठी बलिदान केलं ती त्यांची इच्छा पूर्ण करणं हे आपलं कर्तव्यच आहे.'' दुर्गाभाभीने खोलीत प्रवेश करत स्पष्ट शब्दांत सांगितले.

खोलीत पंडितजी, बच्चन, मदनगोपाळ, यशपाल सारे 'ॲक्शन' करायची का स्थगित करायची यावर विचार करत होते. शेजारच्या खोलीत भाभी आणि सुशीलादीदी बसल्या होत्या. त्यांना कळताच त्या तेथे आल्या होत्या. भाभीचे ते उद्‌गार ऐकून सारे जण थरारून गेले. त्या असे काही बोलतील हे कल्पनेच्या पलीकडे होते. त्यांच्यावर कोसळलेला प्रसंग विवेकालाही वेड लावणारा! अशा स्थितीत, अजून दोन दिवसही झाले नाहीत तोच ही बाई इतके विलक्षण धैर्य दाखवते आहे? त्यांना एवढं बळ आलं कोठून? सारेच चक्रावून गेले.

पंडितजींनी विचार केला नि सांगितले, ''ठीक आहे. ठरल्याप्रमाणे ॲक्शन होईल.''

''भैय्या, एका प्रश्नाचं उत्तर द्याल?''

''का नाही?''

''पतीचा वारसा त्याच्या पत्नीने सांभाळायचा असतो ना?''

''हो, पण असं का विचारता?''

''मग या हल्ल्यात भाग घेण्याची संधी मला मिळाली पाहिजे. तो माझा हक्कच आहे.''

सगळेच जण अवाक् होऊन ते ऐकत होते.

''या वेळी नको.''

''का?''

''अशा वेळी पावलं विचारपूर्वक उचलावी लागतात. तुमचं येणं योग्य होणार नाही. शिवाय... सचीन्द्राचाही प्रश्न...''

''तो तर तुमच्या सगळ्यांचा आहे. माझा एकटीचा थोडाच आहे?''

''पण तरीही...''

''आता काय अडचण आहे. ''

''भाभी, आता ॲक्शनला पुरेशी माणसं आहेत, पण नंतरचं काम तितकंच महत्त्वाचं आहे आणि ते करायला दुसरं कोणी नाही.''

''कोणतं काम?''

''त्या दोघांना सोडवल्यानंतर त्यांना सुरक्षित ठेवावं लागेल. जागा बदलावी लागेल कदाचित परगावीही जावं लागेल. काय करावं लागेल हे आत्ता नाही सांगता येणार. ही जबाबदारी तुमच्याशिवाय दुसरं कोण सांभाळेल? मागे रणजितला लाहोरबाहेर पडताना तुम्ही त्याच्या पत्नीची भूमिका निभावली, म्हणून ती योजना यशस्वी झाली. दुसरी कोणतीही स्त्री हे काम करायला तयार झाली नसती. कोणीही हे धाडस दाखवले नसते. त्यावेळी तुम्ही किती सोसलंत, निंदेला भीक कशी घातली नाहीत याची मला पूर्ण कल्पना आहे. भगवतीभाई इतकीच तुमचीही या कार्यावर निष्ठा आहे म्हणूनच हे शक्य झालं. भाभी, शस्त्राचे घाव काही काळाने भरून येतात पण शब्दांच्या घावांनी मन विस्कटून जातं. तुम्ही हे सारं सहन केलं आहे म्हणून सांगतो, पुन्हा तसा एखादा प्रसंग आला तर तुम्ही मागे सरणार नाही. आम्हाला खात्री आहे. म्हणून सांगतो, जे काम तुम्ही एकट्याच करू शकता त्यासाठी तुम्ही मोकळ्या राहा. कृपा करून आपला हा हट्ट सोडून द्या.''

पंडितजींचे सांगणे भाभीला पटले. तिने जाण्याचा हट्ट सोडून दिला. मग शेजारीच असलेली दीदी म्हणाली, ''भैय्या, तुम्ही दुर्गाभाभीला सांगितले ते ठीक आहे, पण भावाचा वारसा बहिणीकडेही येतोच की! भाभीऐवजी बॉम्ब टाकण्याचं काम मी करीन, त्याला तर तुमची काही हरकत नाही ना?''

''तुम्ही दोघीच करू शकाल अशी कामे बरीच आहेत. तेव्हा घाई करू नका. असा वेडा हट्ट धरू नका.''

आझादांनी त्यांना समजावल्यावर त्यांनीही आपला हट्ट सोडून दिला. जून

उजाडला. सगळे जण सांगितलेली कामे करत होते. यंत्रवत! तीन-चार दिवसांपूर्वी कामात जो उत्साह होता, चैतन्य होते ते मात्र संपले होते. बापुभैय्या, सुखदेवराज यांच्याऐवजी पंडितजींनी आता मदनगोपाळची निवड केली होती.

आझादांनी सकाळी सर्वांना शस्त्रे दिली. असणारे सगळे पैसे सुशीलादीदीकडे दिले. ऐनवेळी आवश्यकता भासल्यास उपयोगी पडावे म्हणून सगळ्यांना पंधरा-पंधरा रुपये दिले. योजना सर्वांना समजावून सांगितली. भगतसिंग व दत्त यांना निरोप गेला, 'तुम्ही जेलच्या बाहेर येताच हल्लेखोरांपैकी कोणीतरी एक जण बासरी वाजवील. त्याला भगतने डोळे खाजवून प्रतिसाद द्यायचा तो मिळाला की, पुढची ॲक्शन सुरू होईल. संकेत झाले. तयारी झाली.'

दुपारचे दोन वाजले. नेहमीप्रमाणे पोलिसांची गाडी भगत-दत्तांना आणण्यासाठी सेंट्रल जेलमधून बोर्स्टल जेलकडे निघाली. बच्चनने निरोप आणताच आझाद, धन्वंतरी, यशपाल, बच्चन, मदनगोपाळ, टेहेलसिंग सगळे जायला निघाले. त्यांनी पायऱ्या उतरल्या तोच कानांवर शब्द पडले,

''थांबा... थोडंसं थांबा!''

सुशीलादीदींचा आवाज ऐकून सगळे थांबले, मागे वळून पाहिले तो त्याही घाईघाईने पायऱ्या उतरत होत्या. हातात एक सुरी होती. पंडितजींजवळ जाताच त्यांनी आपल्या उजव्या हाताच्या अंगठ्यावरून झटकन सुरी फिरवली. रक्ताची धार लागली. त्यांनी पंडितजींना रक्ताचा टिळा लावला. सगळे आश्चर्याने थक्क होऊन पाहत असतानाच त्यांनी सगळ्यांनाच रक्ताचा टिळा लावला. नियोजित कामगिरीवर यशस्वी होण्यासाठी शुभेच्छेचा केवढा हा रौद्र आविष्कार!!

सगळे मोटारीत बसल्यावर दीदी मागे फिरल्या. पाहतात तो भाभी व्हरांड्यात निश्चल पुतळ्याप्रमाणे उभ्या होत्या. डोळ्यांत साठवलेल्या भावनांनी सर्वांनाच शुभेच्छा देत होत्या.

***

गाडी जेलजवळ आली. थोडा वेळ थांबली तोच सायकलवरून येऊन एकाने संकेत दिला. गाडी जेलपासून काही अंतरावर उभी राहिली. तेथून जेलचे भव्य प्रवेशद्वार व्यवस्थित दिसत होते.

टेहेलसिंगने गाडीचे इंजिन सुरू ठेवले आणि तो खाली उतरला. पुढचे झाकण

उघडून तो त्यात डोकावून पाहत, मोटारीच्या इंजिनशी खटपट करत उभा राहिला. जणू मोटार बिघडली आहे नि तो दुरुस्त करत आहे! इतरांना संशय येऊ नये म्हणून ही खबरदारी!

काही क्षणातच पोलिसांची गाडी आली. ती बोर्स्टल जेलकडे जाताच टेहेलसिंगगाडीत बसला. पुढे जेलकडे एक रस्ता फुटत होता, तेथे ती थांबवली. पोलिसांची गाडी जेलपाशी आली. वळवून ती तुरुंगाच्या दारापाशी लावली. दिंडी दरवाजा उघडला की लगेचच मोटारीचे दार. कैदी बाहेर आले की लगेच गाडीत बसवले जाणार होते. दिंडी दरवाजापासून काही अंतर चालत जाऊन मग गाडीत बसण्याची संधी आता राहिली नव्हती.

आझादांच्या मनात शंका आली. 'यांना आपली योजना समजली तर नाही? नाहीतर नेहमीच्या पद्धतीत बदल कसा झाला? बघू या बदलून काय होते ते...' असे म्हणत ते सावध बसले.

भगतसिंग व दत्तांनाही कोठडीतून बाहेर काढले. पोलिसांच्या पहाऱ्यात ते जेलच्या मुख्य दाराकडे जाऊ लागले. जाता जाता भगतसिंगाच्या मनात विचार गर्दी करू लागले, 'बाहेर सगळे साथी आले असतील. पंडितजींनी योजना समजावून सांगितली असेल. पण एकटे पंडितजी हे काम करू शकतील का? भगवतीभाई असता तर... भगवतीचरणांच्या आठवणीने तो व्याकुळला. ते गेल्याची खबर मिळाली नि हातापायातलं बळच नाहीसं झालं. भोवताली अंधार दाटून आला... आता पुन्हा त्यांचं दर्शन नाही...'

भगतसिंगाच्या डोळ्यांपुढे त्यांच्या आठवणी तरळू लागल्या. ते मंतरलेले दिवस येऊ लागले आणि तो आणखीनच भावव्याकुळ झाला.

''आता सुटून तरी काय उपयोग... आता ती मजाही येणार नाही. पंडितजी, मी आणि भगवतीभाई एकत्र आलो असतो तर इंग्रजांशी झुंजताना मजा आली असती... आता...? नकोच, इतर साथींना सोडून बाहेर पडायलाच नको. भगवतीभाईच्या जाण्याने जगण्याची इच्छाच राहिली नाही... शिक्षा ठरलेलीच आहे... फाशी! तिला आनंदाने सामोरं जावं... भगवतीभाई वाट पाहत असतील... त्यांना भेटायला!...

आज पंडितजींनी सांगितलेली खूण केली नाही तर...ते नाराज होतील. त्यांच्या उत्साहावर विरजण पडेल... भगवतीभाईच्या विरहाने तेही दुःखी

.असतील. आम्ही दोघंही नसताना त्यांची अवस्था पंख छाटलेल्या पक्ष्यासारखी झाली असेल, पण नको... आता इथून मुक्ती नको...''

''रणजित... समोर बघ. दिंडी दरवाजा आहे.'' दत्तांनी सावध केले तेव्हा त्याची विचारशृंखला तुटली. खाली वाकून तो दिंडी दरवाजाबाहेर पडला. समोरच पोलिसांची गाडी होती. भगतसिंग व दत्त पोलिसांबरोबर बाहेर आलेले पाहताच आझादांनी आदेश दिला, ''सिग्नल...!''

त्याच क्षणी आधी ठरल्याप्रमाणे वैशंपायनांनी बासरी वाजवायला सुरुवात केली. तिचे स्वर वातावरणात पसरले. ते स्वर ऐकताच भगत-दत्त सावध झाले. 'द्यावा का प्रतिसाद?' पळभर विचार चमकून गेला. हात थोडा वर उचललाही गेला आणि दुसऱ्याच क्षणी तो खाली आला. पंडितजी, यशपाल टक लावून त्या दोघांकडे पाहत होते.

प्रतिसाद आलाच नाही. आझाद म्हणाले, ''आता? खूण केली नाही...''

''चला पुढे जाऊ! बघू काय ते...'' यशपाल.

टेहेलसिंगने गाडीचा वेग वाढवला. गाडी थोडी पुढे जाताच आझादांनी त्याला थांबवले. भगत-दत्तही यांच्या गाडीकडे न येता तुरुंगाच्या गाडीत जाऊन बसले.

आझादांच्या मनात आले, 'गाडी पाहून पोलिसांना नक्कीच संशय आला असणार. याची कल्पना भगतला आली असावी म्हणूनच ते गाडीत जाऊन बसले. तसं असेल तर आता इथून सुरक्षित परत जाणं अवघड आहे... पोलिसांशी दोन हात करूनच जावं लागेल.'

ते टेहेलसिंगला म्हणाले, ''इथेच थांब. ती गाडी पुढे येऊ दे. मग बघू...''

तेवढ्यात ती मोटार पुढे आली. भगत-दत्तांची आणि साथींची दृष्टादृष्ट झाली; पण काहीही इशारा मिळाला नाही. गाडी निघून गेली. आता परत फिरण्याशिवाय गत्यंतर नव्हते. आझादांनी गाडी परत नेण्यास सांगितले. त्यानेही गाडी फिरवली. दोन-तीन रस्त्यातून उलट-सुलट जात, आपला पाठलाग कोणी करत नाही ना याची खात्री करून घेतली. एका ओसाड, निर्मनुष्य जागेवर येऊन गाडीची नंबर प्लेट बदलली. गाडी बंगल्यावर परतली.

गाडीचा आवाज ऐकताच भाभी आणि दीदी बाहेर आल्या. पाहतात तो आझाद प्रथम बाहेर पडले. नंतर बाकीचे खाली उतरले. त्यांच्या माना खाली

होत्या. चालण्यात चैतन्य नव्हते. दोघींनाही अंदाज आला. आझाद पायऱ्या चढून वरती येताच दोघींनी नजरेनेच 'काय झालं' म्हणून विचारले.

ॲक्शन स्थगित करावी लागली.

''का?''

''त्यांची काही खूणच मिळाली नाही.''

एव्हाना संध्याकाळ झाली होती. सारेच निराश होते. कोणीच कोणाशी बोलत नव्हते. रात्रीच्या जेवणातही कोणाचे लक्ष नव्हते. झोपायला जाताना पंडितजी म्हणाले, ''बच्चन, यांना सोडवण्याचं काम काही झालं तरी केलंच पाहिजे. भगवती आणि भगतशिवाय माझी अवस्था पंख तुटलेल्या पक्ष्यासारखी झाली आहे. भगवतीभाई आता नाही पण भगतला सोडवलंच पाहिजे.''

''पुढच्या रविवारी प्रयत्न करायला हवा त्याआधी आजच्या योजनेत काय त्रुटी होती ती रणजितकडून माहिती करून घ्यायला हवी नि मग ॲक्शन करायला हवी.''

सगळ्यांनीच त्याला पाठिंबा दिला.

निराश मनात पुन्हा आशेचा किरण प्रकाशित झाला. डोळ्यांसमोर पुन्हा भगतसिंग व दत्तांच्या सुटकेची स्वप्नं तरळू लागली.

आता प्रतीक्षा होती पुढच्या रविवारची!

***

जोरजोरात रडण्याच्या आवाजाने सुशीला दीदींना जाग आली. त्यांनी पाहिले, भाभी रडत होती. त्या जवळ गेल्या. पाठीवरून हात फिरवत म्हणाल्या, ''भाभी... शांत हो पाहू.''

''शांत होऊ...? दीदी... तूच सांग कशी शांत होऊ? ते गेले... भरल्या ताटावरून उठून गेले. अग, जाताना एक अक्षरही बोलले नाहीत... जंगलात जवळ कोणी नसताना गेले... शेवटी दोन पाण्याचे थेंब द्यायलाही कोणी नव्हतं ग... दीदीऽऽ''

''भाभी, दैवगतीपुढे कोणाचा इलाज चालतो का?''

''दीदी, त्यांचं अखेरचं दर्शनही घेता आलं नाही. आता पुन्हा कधीच....''

भाभी पुन्हा हुंदके देऊन रडू लागली. दीदीच्या समजावणीचा काहीच उपयोग होईना. ती उठली. धन्वंतरीला उठवले. त्याने भाभीला बाहेरच्या

खोलीत आणून बसवले. त्यांना समजुतीच्या गोष्टी सांगायला सुरुवात केली. हळूहळू त्या थोड्या शांत झाल्या. त्यांनी स्वत:वर ताबा मिळवला.

आणि त्याच वेळेला एका प्रचंड स्फोटाने सगळा बंगला हादरून गेला! आझाद बाहेर झोपले होते. ते ताड्कन उठून बसले. विचारले, ''राज, बॉम्ब फुटला की काय?''

''हो...''

त्याचे सांगणे संपायच्या आतच आणखी एक जोरदार स्फोट झाला. यशपालने आतल्या खोलीतल्या अलमारीत दोन बॉम्ब ठेवले होते. त्यांचे पाठोपाठ स्फोट झाले. अजून पहाटेचे चारही वाजले नव्हते. अवेळीच झालेल्या स्फोटाने सगळेच गोंधळले; पण आझाद लागलीच सावध झाले. त्यांनी आज्ञा केली, ''बंगला लगेच खाली करायचा आहे. आवराआवर करा. आणि एक लक्षात ठेवा पोलिसांना आपला पत्ता लागेल अशी कोणतीही वस्तू इथं ठेवू नका. यशपाल, बारकाईने सगळ्या गोष्टी बघून घे.''

स्फोटाच्या आवाजाने भोवतालचे कोणी जागे झालेत का, इकडे कोणी येत नाही ना हे पाहण्यासाठी आझाद लगेचच पिस्तूल घेऊन बंगल्याच्या बाहेर आले. शेजारचे एक कुटुंब बाहेर आले होते. भीती, आश्चर्याने कावरेबावरे होऊन, कसला आवाज असावा त्याचा अंदाज घेत होते. तोच आझाद पुढे झाले. त्यांच्यावर पिस्तूल रोखून हुकमी पण दबत्या आवाजात म्हणाले, ''हे पाहा, शांत राहा. कोणालाही काही सांगू नका. आत जाऊन शांतपणे झोपा. पुन्हा बाहेर येण्याचा प्रयत्न करू नका. नाही तर...

त्यांच्यावर रोखलेल्या पिस्तुलाने ते घाबरले. ''हो... हो... जातो...'' करत ते आत गेले. आझादांनी भोवताली नीट न्याहाळले. बाहेर कोणाचीही चाहूल नव्हती. ते बंगल्यात गेले. आवराआवर होत आली होती. मग त्यांनी भराभर आज्ञा दिल्या, ''छैलबिहारी, मदन ही पिस्तुले घ्या. लगेच निघा आणि युनिव्हर्सिटीच्या मैदानात थांबा. मी काम झालं की येईन.''

''राज, आज मोटार नाही. तू आणि धन्वंतरी सायकली घ्या आणि भाभीला आणि दीदीला... इंजिनिअरच्या घरी घेऊन जा. तुम्ही तिथेच थांबा.''

आज्ञा मिळताच सगळे तेथून गेले. आता एकच भीती होती. बंगल्याच्या एका भागात श्रीपाल नावाचे इंजिनिअर राहत होते. त्यांनी पोलिसांना फोन केला

तर? आझाद स्वतः त्यांच्याकडे गेले. दार खटखटवले. स्फोटाने ते दचकून जागे झालेच होते आणि फोन करण्याच्याच तयारीत होते. दार वाजल्यामुळे त्यांनी ते उघडले. आझादांना समोर पाहताच विचारले, ''आपण...? स्फोट आपल्याच घरात... ''

''हो. सारं सांगतो. पण...''

''पण काय?''

''आणखी अर्धा तास पोलिसांना फोन करू नका.''

''का?''

''आम्ही क्रांतिकारक आहोत. आपल्याला विनंती करायलाच आलो होतो. अर्ध्या तासात आम्ही बंगला खाली करतो. मग फोन करा. त्यामुळे सरकारसंबंधी तुम्ही आपले कर्तव्य केले असे होईल आणि देशासंबंधीही!''

त्यांनी ते मान्य केले. आझाद बंगल्यात आले. यशपालला विचारले, ''सगळं साहित्य नीट घेतलं?''

''हो.''

त्यांनी यशपालला जायला सांगितले. सगळे सुरक्षित बाहेर पडल्याची खात्री झाल्यावर कपड्यांचे मोठे गाठोडे घेऊन ते निघाले. आवारातून बाहेर पडणार तोच गस्त घालणाऱ्या पोलिसांनी त्यांना हटकले, ''कौन हो तुम?''

''धोबी हुजूर?''

''सच बोलता है?''

''जी हुजूर... गरीब आदमी हूँ।''

''कहाँसे कपडे लाये हो?''

बंगल्याच्या दुसऱ्या बाजूकडे बोट दाखवत ते म्हणाले,

''हुजूर, इस कोठीसे ।''

''लेकिन, इतनी सुबह क्यों?''

''उनको गाँव जाना था, इसलिये जल्दी बुलाया था ।''

आझादांनी इतकी सहजतेने उत्तरे दिली की पोलिसांना आणखी चौकशी करावीशी वाटली नाही. आझाद तेथून निघाले आणि इंद्रपालकडे आले.

थोड्याच वेळात लॉरीभर सशस्त्र पोलीस बंगल्यात येऊन थडकले. क्रांतिकारकांपैकी कोणीही बंगल्यात सापडले नाही. बंगल्याची झडती घेतली

गेली आणि दोन महत्त्वपूर्ण गोष्टी पोलिसांच्या हातात सापडल्या. यशपालने प्रकाशवतीला प्रेमपत्र लिहिले होते. त्याचे फाडलेले तुकडे मिळाले. पोलिसांना यशपाल तिथे राहत होता ते समजले आणि प्रकाशवतीचा दिल्लीचा पत्ताही! क्रिमिनॉलॉजीच्या विषयावरील दोन पुस्तकेही मिळाली. सुखदेवराजने युनिव्हर्सिटी लायब्ररीतून त्याच्या नावावर आणली होती.

ती पुस्तके पाहून फौजदार मनाशीच हसला. म्हणाला, काय बदल झालाय... इतके दिवस क्रांतिकारक काय करताहेत हे समजण्यासाठी आम्ही ही पुस्तके वाचत होतो आणि आता पोलीस काय करतात हे समजण्यासाठी क्रांतिकारक ही पुस्तके वाचू लागले आहेत तर...

त्याने ती पुस्तके जप्त केली. सुखदेवराजही तेथे होता त्याची कल्पना पोलिसांना आली.

पोलिसांना आपला पत्ता लागेल अशी कोणतीही वस्तू बंगल्यात ठेवू नका असा आदेश सगळ्यांना विशेषतः यशपालला दिल्यानंतरही त्याने पुरेशी दक्षता घेतली नाही. काय म्हणणार याला, धांदरटपणा, उतावीळपणा की बेजबाबदारपणा?

आझादांनी सगळ्यांना सोयीसोयीने लाहोर सोडून जाण्याचा आदेश दिला. छैलबिहारीला एका कुटुंबाबरोबर त्यांनी सिमल्याला पाठवले. मदनगोपाळ अजमेरला गेला. दीदी, पंडितजी काही दिवस अचिंतराम थापर यांच्याकडे राहिले आणि नंतर यशपालासह त्यांनी लाहोर सोडले. भाभी बच्चनच्या बहिणीच्या भूमिकेत लाहोर सोडून अलाहाबादेस गेल्या. सगळे वेगवेगळ्या ठिकाणी पांगले. हाराचे सूत्र काढून घेतल्यावर मोती इतस्ततः होतात त्याप्रमाणे!

प्रयत्नपूर्वक जमवून आणलेला भगतसिंग व दत्त यांच्या सुटकेच्या सारीपटाचा डाव उधळला गेला. ध्येयाच्या मागे लागून, जिद्दीने संकटसागरात लोटलेली नाव नकळत आलेल्या वादळात सापडून उलटी झाली. सारे सैरभैर झाले. भगवतीचरणांसारखा हिरा गमावला आणि हाती आले ते फक्त अपयश!

•••

२२

'अजून दैवाची अनुकूलता लाभू नये ना? प्रत्येक वेळी नव्या उमेदीने डाव मांडावा नि तो पुरा व्हायच्या आतच उधळला जावा, असं का व्हावं? रात्र संपेल, पुन्हा प्रकाशकिरणांनी विश्व उजळून जाईल अशी अपेक्षा करत असताना रात्रीचा अंधारच गडद व्हावा ना? नाहीतर बापुभैय्याशी संवादी सूर नुकतेच कुठे जुळायला लागले असताना, अचानक त्यांच्या जाण्याचा अर्थ काय लावायचा? महत्प्रयासांनी आखलेली रणजित-दत्तांना सोडवण्याची योजना आयत्या वेळी स्थगित का करावी लागावी? अयशस्वी का व्हावी? पुन्हा प्रयत्न करायचं ठरवत असताना बंगल्यात बॉम्बस्फोट का व्हावा? का?... का? याला नियती म्हणायची का दुर्दैव...?' मनाशीच विचार करत आझाद अस्वस्थपणे फेऱ्या मारत होते.

'बापुभैय्या... केवढा आधार होता त्याचा... त्याची गाठ पडली नि मरगळलेल्या मनात चैतन्य सळसळू लागलं. वाटलं, रणजितच्या अटकेने निर्माण झालेली पोकळी आता भरून निघेल. आणि झालंही तसंच... व्हाइसरॉयच्या रेल्वेखालील बॉम्बस्फोट, ॲसेंब्ली बॉम्बस्फोटाप्रमाणेच परिणामकारक ठरला. त्याच्या फिलॉसॉफी ऑफ दी बॉम्ब या लेखाने सारं राजनैतिक वातावरणच ढवळून निघाले... रणजितच्या जाण्याने कमजोर झालेला बौद्धिकपक्ष बापुभैय्याने सबल केला. सशक्त केला... आणि आता? पुन्हा प्रश्नचिन्ह!! मन व्याकुळतं... उजवा हातच मोडल्यासारखं वाटतं...'

अचानक ते थांबले. डोक्यावरून हात फिरवला. दुसऱ्याच क्षणी आंतरिक प्रेरणा मिळाल्यासारखी लगेच मान वर करून एका कृतनिश्चयाने पुन्हा फेऱ्या मारू लागले. आता त्यांच्या चालण्यात दमदारपणा आला होता.

'रणजित... त्याला सोडवायलाच हवं. प्रयत्नांची पराकाष्ठा करू पण त्याला सोडवू... पुन्हा आयुष्याच्या मशाली पेटवू पण नियतीपुढे अशी सहजासहजी हार नाही मानणार! साथींना पुन्हा बोलावलं पाहिजे... पुन्हा पैसा उभा केला पाहिजे.'

पैशांचा विचार मनात येताच त्यांना भाभीचे दातृत्व आठवले. 'केवढं उदार मन... पतीच्या पुढं दोन पावलं...'

मनावर वज्राघात झालेला असताना, मी आर्थिक विवंचनेत आहे हे दिसताच ती म्हणाली, "किती अस्वस्थ दिसताय? गेले दोन दिवस मी पाहते आहे, तुमचं कशातच लक्ष नाही... मला तुमची काळजी माहीत आहे. हं... हे घ्या." 'असं म्हणत तिने आपल्या दागिन्यांचा डबा माझ्यापुढे ठेवला होता.... आश्चर्याने थक्क झालो होतो ते पाहून!... काय बोलावं हेच कळत नव्हतं.'

मग हसून सांगितलं, "राहू दे. तू चिंता करू नकोस. आवश्यकता पडली, तर हेपण मी घेईन! सध्या मात्र ही पार्टीची ठेव म्हणून ठेवून दे तुझ्याजवळ!"

'भाभीचे दागिने कसे घ्यायचे? देणाऱ्याने दिलं तरी घेणाऱ्याने काही विचार करायला हवा की नको?'

'पण आता या योजनांसाठी पुन्हा काहीतरी केलं पाहिजे... डकैती?...' त्याशिवाय तूर्तास अन्य उपाय नव्हता. तशी ॲक्शन करण्याचा निर्णय घेतल्यानंतर त्यांचे मन जरा शांत झाले.

***

साथींशी विचारविनिमय करून पैशांसाठी लूट करण्याचा निर्णय आझादांनी घेतला, तीन योजना समोर होत्या. पहिली योजना होती, दिल्ली येथील रेल्वे क्लिअरन्स अकाउंटस् ऑफिसच्या वेतनाची रक्कम लुटणे, पण ही योजना अमलात आलीच नाही. ज्या दिवशी ॲक्शन होणार होती त्या दिवशी पं. मोतीलाल नेहरूंना अटक झाल्याच्या निषेधार्थ शहरात कडकडीत बंद होता. सशस्त्र पोलिसांच्या मोटारी शहरात सगळीकडे फिरत होत्या. अशा स्थितीत 'ॲक्शन' होणेच अशक्य होते. कानपूरच्या एका कोठीवर छापा घालण्याच्या योजनेला बऱ्याच पूर्वतयारीची आवश्यकता होती. त्यामुळे तीही ॲक्शन लांबणीवर पडली.

'ॲक्शन' लवकर करण्याची आवश्यकता होती. दलाची आर्थिक स्थिती दिवसेंदिवस कठीण होत चालली होती. कैलाशपतीने सुचवले, 'चांदणी चौकातील कुंचा नटवामधील शेठ लक्ष्मीनारायण गडोदिया स्टोअर्सवर छापा घातला तर? दलाचे सदस्य विश्वंभर दयाळ तेथे कामाला आहेत आणि मास्टर हरिद्वारिलाल शिंपी विभागात आहेत.'

आझादांनी दयाळांना विचारले, ''ॲक्शन करून उपयोग होईल का?''

''नक्की! अंदाज?''

''साधारण वीस हजार रुपयांची रक्कम रात्रीपर्यंत जमते.''

''तिथली पद्धत?''

''दुकानाला माळा आहे. तेथे असणाऱ्या एका खोलीतल्या तिजोरीत रक्कम मोजून रात्री दहाच्या सुमारास ठेवली जाते.''

योजना ठरली. ॲक्शनसाठी आझादांनी काही साथींना बोलावले. बनारसमधून विद्याभूषण, लाहोरमधून धन्वंतरी, रोहतकमधून लेखराम आले. कैलाशपती, भवानीसिंग आणि काशीराम दिल्लीतच होते. ५ जून १९३०ला आझादांनी कैलाशपतीला सोबत घेऊन गडोदिया स्टोअर्सचे बारकाईने निरीक्षण केले. प्रत्येकाला आपापल्या कामाची कल्पना दिली आणि ६ जूनलाच गडोदिया स्टोअर्सवर छापा पडला.

ॲक्शन यशस्वी झाली. चैतन्यहीन होत चाललेल्या दलाला संजीवनी मिळाली. काही दिवसांची समस्या सुटली. तेरा हजारांची कमाई झाली!

पैसे हातात येताच आझादांचा उत्साह वाढला. शस्त्रे मिळवण्याची योग्य व्यवस्था झाली असली तरी बॉम्ब, बॉम्बचा मसाला तयार करण्याची योजना कार्यान्वित झाली नव्हती. या योजनांची प्रारंभिक रूपरेखा भगवतीभाई असतानाच तयार झाली होती. दिल्ली आणि कानपूरला एक-एक कारखाना काढण्याची योजना होती. अडचण होती ती पैशांची! ती दूर होताच आझादांनी त्वरेने पावले उचलायला सुरुवात केली. वीरभद्रला सहा हजार रुपये दिले. त्यातले १,५०० रुपये प्रचारकार्यासाठी आणि उरलेले कानपूरला बॉम्बची कवचे ओतण्याचा कारखाना काढण्यासाठी. चार हजार कैलाशपतीला दिले. दिल्लीला पिक्रिक ॲसिड बनवण्याचा कारखाना काढण्यासाठी दिले! कारखान्यावर बोर्ड मात्र 'साबणाच्या' कारखान्याचा! त्या पैशांतच त्याने एक सायक्लोस्टाईल मशीन घ्यायचे होते. दोन

हजार रुपये पंजाबसाठी ठेवले होते. भगतसिंग आणि दत्तांना तुरुंगातून सोडवल्यावर त्यांना सीमाप्रांतातून रशियाला पाठवण्याची योजना आझादांनी तयार केली होती. दलाचे एक सदस्य रामकिशन, त्यावेळी रावळपिंडीला राहत होते. त्यांच्याशी बोलणी झाली होती पण दुर्दैव असे की, अफगाणिस्तानच्या सीमेवर नदी ओलांडताना ते मारले गेले आणि त्यांच्याबरोबर योजनेलाही जलसमाधी मिळाली!!

वीरभद्र तिवारीने शिवचरणला मदतनीस म्हणून घेतले आणि कानपूरला बॉम्बची कवचे ओतण्याचा कारखाना सुरू केला.

विमलप्रसाद जैन यांना दिल्लीची माहिती चांगली होती. दिल्लीचा कारखाना सुरू करण्याची जबाबदारी त्यांच्यावर टाकण्यात आली. त्यांनी झंडेवाला भागात एका माडीवरील जागा भाड्याने घेतली. 'हिमालयन टोलेट्रीज'चा बोर्ड तेथे झळकला आणि 'साबणा'चा कारखाना सुरू झाला. दलाचा एक सदस्य गिखरसिंग नोकराच्या रूपात तिथे राहिला. पंजाबातून सच्चिदानंद वात्सायन तज्ज्ञ म्हणून तेथे आले. या कारखान्यात दिवसा तेल आणि साबण तयार केला जाई आणि रात्री? ॲसिड, गनकॉटन, मिट्रो ग्लिसरीन, पिक्लोरिन गॅस अशा वस्तू तयार केल्या जाऊ लागल्या. कैलाशपती हंड्यांनी तेजाब आणून देऊ लागला. लवकरच तेथे बॉम्बचा तीस-चाळीस पौंड मसाला बनवण्यात आला.

त्याच वेळी यशपाल आझादांना भेटला. त्याला वाटले आझाद आपल्याकडे पंजाबमध्ये संघटनकर्ता म्हणून काम सोपवतील पण ते काम आधीच धन्वंतरींना दिले होते. 'यशपालला पिक्रिक ॲसिड तयार करण्याची माहिती आहे. रोहतकला त्याने ते केले होते'; ही गोष्ट आझादांना माहिती होती. म्हणून आझादांनी त्याला दिल्लीच्या स्फोटक निर्मितीच्या कारखान्यात भाग घ्यायला सांगितले.

यशपाल तेथे आला तो प्रकाशवतीला घेऊनच! त्याने तेथे काम करायला सुरुवात केली.

दिवसा वेळ मोकळा मिळायचा. उत्तम कपडे घालावेत, टांग्यातून प्रकाशवतीला घेऊन भटकावे, तिचे शौक पुरवावेत असा त्याचा उद्योग सुरू झाला. ही सारी मजा पार्टीच्या पैशाने! यात आपण काही चुकीचे करतो आहोत असेही त्याला वाटत नव्हते. तेथे येणाऱ्या इतर साथींना हे खटकत होते. कैलाशपतीलाही हे सहन होत नव्हते. प्रत्यक्ष सांगूनही त्याच्या वागण्यात फरक पडत नव्हता.

***

आपला साबणाचा कारखाना कसा काय चाललाय हे पाहण्यासाठी आझाद दिल्लीला आले होते. बरोबर बच्चन आणि धन्वंतरी होते. कारखाना पाहून झाल्यावर एका खोलीत असलेले भारी किमतीचे क्रोकरी आणि कटलरी सामान पाहून त्यांना आश्चर्यच वाटले. तिथला प्रमुख कैलाशपती याच्याकडे त्यांनी चौकशी करता ते आपल्या साथींनी चोरून आणल्याचे ऐकताच त्यांचे मन दुःखाने भरून गेले. काही साथी या थराला गेले असतील याची त्यांना कल्पनाही नव्हती.

खेदाने ते म्हणाले, ''इसका मतलब यह हुआ कि तुम त्याग के मार्ग को ठोकर मार कर भोग और अनीती के मार्ग पर अग्रेसर होते जा रहे हो। यह ठीक है कि हम लोग चोरियाँ करते हैं, डाके डालते रहते हैं और हत्याएँ भी करनी पडती हैं, परंतु ये सब हम अपने लिए नहीं करते, देश और राष्ट्र के लिए करते हैं।''

ते एकून सारे गप्प बसले. तोच सेंटचा मंदसा वास खोलीत आला. त्या पाठोपाठ यशपाल आणि प्रकाशवती आत आले. त्यांचा तो पोशाख पाहून आझाद त्यांच्याकडे अवाक होऊन पाहतच राहिले. प्रकाशवती आत निघून गेली. विशेष काही घडले आहे असे न दाखवता सहजतेने यशपालने विचारले, ''पंडितजी, आपण केव्हा आलात?''

''झाला थोडा वेळ.''

''आपला कारखाना चांगला आहे. बॉम्बचा मसाला...''

सारा संताप मनात दाबून, बोलण्यात शक्य तेवढे मार्दव आणत आझाद म्हणाले, ''पाहिलं मी... कारखान्याबरोबर इतर गोष्टीही चांगल्याच चाललेल्या दिसत आहेत. हे उंची सामानही छान आहे.''

''हां... मी, प्रकाशवती कधीकधी चहाला जातो. एखादी चीज चांगली वाटली की घेऊन येतो. इथेही मग त्याचा उपयोग होतो.''

हे एकताच त्यांचा संताप अनावर झाला.

''शरम नाही वाटत चोऱ्या करायला?''

''चोऱ्या? पंडितजी, एखादी वस्तू तर आणतो.''

'' म्हणजे ती चोरी नाही?''

''समजा असली तरी आपण त्यापेक्षा कितीतरी मोठ्या चोऱ्या करतोच की...'' यशपालचे ते बोलणे ऐकून बाकी सगळे मनातून हादरले. आझादांना प्रत्युत्तर करण्याची हिंमत आजपर्यंत कोणी दाखवली नव्हती. कोठून आली ही

हिंमत? का प्रकाशोच्या प्रेमाने त्याला इतके बेदरकार बनवले? त्यामुळे पंडितजींचा मुलाहिजा ठेवण्याचे भानही त्याला राहिले नाही का? काय होणार आता? तोच आझादांचे बोलणे ऐकू आले आणि त्यांनी यशपालची चांगली खरडपट्टी काढली.

''अंग्रेजों की गुलामी से मुक्ती दिलाने के लिये जब हम कहीं से हथियार चुरा लाते हैं तो वह चोरी नहीं है। इसके विपरीत जब हम अपनी सुविधा और आराम के लिए या कोरी शान बनाने के उद्देश्य से हम किसी होटल में से क्रोकरी आदी चुरा लेते हैं तो वह चोरी है। और हमारा यह आचरण जनता की दृष्टी में हमें उठाता नहीं, बल्कि गिराता है, हम जनता की सहानुभूति प्राप्त नहीं करते, बल्कि खो बैठते हैं और हमारा यह आचरण हमें स्वयं अपनी दृष्टि में भी गिरा देता है। हम किस हेतू से कार्य करते हैं वह हमेशा महत्त्वपूर्ण है। कार्य उद्देश्य की पृष्ठभूमि को देखकर उसकी अच्छाई या बुराई का निर्णय किया जाना चाहिए।''

आणि संताप अनावर होऊन आझाद बाहेर पडले. कैलाशपती आणि बच्चनही त्यांच्याबरोबर बाहेर पडले. कोठे जायचे ठरले नव्हते. आझाद कोणाशीच बोलत नव्हते. डोक्यात उठलेले विचारांचे काहूर त्यांच्या चेहऱ्यावर स्पष्ट जाणवत होते.

'या यशपालला आता शिक्षा झालीच पाहिजे... सहन तरी किती करणार नि सुधारायची संधी तरी किती देणार? हस्ते-परहस्ते सांगून झालं... प्रकाशवतीच्या बाबतीत सगळ्या साथींची नाराजी, तरीही त्याला त्याचं काही नाही... कामातुराणां न भयं न लज्जा तसं त्याचं झालंय... घरच्यांच्या विरोधाला न जुमानता तिला पळवून आणली, तिच्याशी पत्नीसारखे संबंध ठेवले... दलाला धोका दिला.. क्रांतिपथिक जर भोगविलासात अडकून पडू लागले तर क्रांतीचं ध्येय पूर्ण कसं व्हायचं? देशाच्या स्वातंत्र्याचे काय?....'

'क्रोकरीच्या चोऱ्या? छे, हे अध:पतन दलाला कुठे घेऊन जाणार? साथींना 'बाहेरचा वारा' लागू नये म्हणून किती जपत आलो? रघुनाथने एका सुंदर स्त्रीचं कॅलेंडर खोलीत लावलं तर ते फाडून टाकून त्याला किती रागावलो होतो.... का? तर चित्रातल्या स्त्रीचाही मोह त्यांना होऊ नये म्हणून!... क्रांतिकार्य हे एक व्रत आहे. तिथं आपल्या नैसर्गिक प्रवृत्तींशी संघर्ष करावाच लागतो... कोणाही स्त्रीवर प्रेम करायचं नसतं नि करवूनही घ्यायचं नसतं... आजन्म हे व्रत पाळावं लागतं! ही तपस्या करावीच लागते.'

'या दोन वर्षांत काळ इतका बदलावा? गाडी इतकी उतरणीला लागावी? भोगविलासाची, छानछोकीची सवय लागल्यावर आणखी काय होणार? ध्येयाकडे दुर्लक्ष, कामात हलगर्जी नि वागण्यात बेजबाबदारपणा!! यशपाल या साऱ्याची शिकार झाला आहे... शिकार! त्याला शिक्षा ठोठावली नाही तर दलाची शिस्त बिघडेल. त्याच्याकडे बोट दाखवून इतरही त्याच मार्गानं जायला लागतील. त्याने चोखाळलेल्या पायवाटेचा हमरस्ता होईल... अपवादाचा नियम होईल. आढीतला एक आंबा नासला तर इतर आंबे नासायला कितीसा वेळ लागणार आहे? नाही... हे होता कामा नये... या अपप्रवृत्तींना आळा घातलाच पाहिजे.... अपराध्याला शासन करायलाच हवं!'

विचारांच्या भोवऱ्यातून बाहेर पडत आझाद म्हणाले, ''केंद्रीय समितीची बैठक लवकर बोलावली पाहिजे. या यशपाल प्रकरणाचा गांभीर्यानं विचार करायची वेळ आली आहे.''

***

''भगवतीभाईंनी आत्मसमर्पणाच्या दिवशी सकाळीच माझ्याकडे यशपालच्या वर्तनाची तक्रार केली होती; पण त्यावेळी त्यांनी रणजित-दत्तांना सोडवण्याची ॲक्शन पार पडल्याशिवाय त्याच्या विरुद्ध काही निर्णय घेऊ नका असे सांगितले होते. म्हणून मी गप्प बसलो होतो. आता मात्र ती वेळ आली आहे.'' केंद्रीय समितीच्या बैठकीत आझादांनी विषयाला सुरुवात करताना सांगितले.

कैलाशपती, वीरभद्र तिवारी, धन्वंतरी, विद्याभूषण, सद्‌गुरू दयाळ अवस्थी हे समितीचे सभासद सावध होऊन ऐकू लागले.

''यशपालचं वागणं सर्वांच्या नजरेसमोर आहे. दलाला ही कीड लागता कामा नये, यासाठी सर्वांनीच प्रयत्नशील राहायला पाहिजे. आपण क्रांतिकारक आहोत. देशासाठी सर्वस्वाचा त्याग करायला सिद्ध झालोत. इतरांपुढे आपल्या चारित्र्याचा आदर्श आपण ठेवला पाहिजे. जिस राष्ट्रने चारित्र्य खोया उसने सब कुछ खोया हे लक्षात घेऊन आपण वागलं पाहिजे.''

''खरं आहे. यशपालला मीही अनेकदा सांगितले पण उपयोग झाला नाही. प्रकाशोबद्दल तर नलगढा इथल्या शिबिरात अनेकांनी नाराजी व्यक्त केली होती. दिल्लीला आल्यावर दलाच्या पैशांने प्रकाशोचे चोचले पुरवले जायचे. हा

दलाच्या पैशांचा अपव्यय आहे. हे सर्वच सगळ्यांनी मिळून थांबवले पाहिजे. याबद्दल त्याला कठोर शासनच व्हायला पाहिजे,'' दिल्ली केंद्राचा प्रमुख म्हणून कैलाशपतीने आपले मत मांडले.

यशपालच्या समस्येवर सर्व सभासदांनी सर्वंकष चर्चा करून त्याला दोषी ठरवले आणि त्याला प्राणदंडाची कठोर शिक्षा ठोठावली.

काही एक विचार करून आझाद वीरभद्राला म्हणाले, ''आणि यशपालला गोळी तू घालायची.

''मीऽऽ! ''

''हो. तूच.''

वीरभद्राबद्दल दलात संशयाचे वातावरण होते म्हणून त्याचीही परीक्षा होण्यासाठी आझादांनी मुद्दामच ही कामगिरी त्याच्यावर सोपवली. ते पुढे म्हणाले, ''कैलाशपतीने दिल्लीला जाऊन यशपालला कानपूरला पाठवावे. त्याची राहण्याची व्यवस्था चटई मोहल्ल्यात करावी. बच्चन आणि मी त्याला चाँदमारीसाठी म्हणून टॅनरीकडील ओसाड भागात घेऊन जाऊ आणि तिथे संधी साधून वीरभद्रने त्याला गोळी घालावी. योजना सगळ्यांना कळली?''

सगळ्यांची संमती मिळाल्यावर बैठक संपली. सगळे खोलीबाहेर पडले.

***

''यशपाल, कानपूरला केंद्रीय समितीची बैठक आहे. तुला ताबडतोब तिथे बोलावले आहे. चटई मोहल्ल्यातल्या आनंद भोजनालयात थांब. माझी इथली काम संपवून मीही तेथे येतो.''

कैलाशपतीने यशपालला सांगितले. तो आपल्या कामाला निघून गेला आणि यशपाल कानपूरला! पण यशपाल कानपूरला येऊन लगेच आल्या पावली परत दिल्लीला गेला आणि प्रकाशवतीला घेऊन लाहोरला!

दुसऱ्या दिवशी ठरल्याप्रमाणे वैशंपायन आनंद भोजनालयात गेले. यशपाल तेथे नव्हता. ते वीरभद्राकडे गेले. त्याने तर कानावर हात ठेवले. त्यांनी आझादांना येऊन सारा वृत्तांत सांगितला. 'यशपाल आलाच नाही? असं कसं घडलं? कोणी गद्दारी तर केली नाही?' आझाद चिंताक्रांत झाले. दुसऱ्या दिवशी कैलाशपतीची तार मिळाली, 'दीदी आजारी आहे. ताबडतोब या!' त्यांनी ओळखले, दिल्लीला काही तरी गडबड आहे. त्यांनी बच्चनला बरोबर घेतले. ते दिल्लीला आल्यावर

कैलाशपतीकडून त्यांना यशपाल लाहोरला निघून गेल्याची बातमी कळली. ते ऐकून ते रागावले, पण त्यापेक्षाही ते अधिक चिंताक्रांत झाले.

'रागाच्या भरात विद्रोह करून हा पार्टीला धोका तर देणार नाही. पोलिसांना मिळाला तर...? बरं, तो सशस्त्र आहे. कोणाला धोकाही होऊ शकेल.. त्याला तसा सोडून उपयोग नाही.... मार्ग काढला पाहिजे.'

त्यांनी धन्वंतरी, सुखदेवराज आणि वैशंपायनांना बोलावून सांगितले, ''प्राणदंड की बात यशपाल को मालूम हो गई है। वह भागकर लाहोर चला गया है। ऐसी स्थिती में वह कुछ भी कर सकता है। अंत: उसको कूट नीति का उपयोग करके यहाँ ले आओ।''

थोडा विचार करून ते धन्वंतरीला म्हणाले, ''तू लाहोरला जाऊन यशपालशी बोल आणि काहीही करून माझ्याकडे घेऊन ये आणि राज, बच्चन तुम्हीही त्याच्या बरोबर जा. काही मदत लागली तर करा. पण एक गोष्ट लक्षात असू द्या, चोट खाए हुए साँप से निपटना है। रहना जरा सम्हल कर।''

तिघे लाहोरला आले. आणि अनेक प्रकारे त्यांची समजूत घालून त्याला दिल्लीला घेऊन आले.

४ सप्टेंबर १९३०रोजी यशपाल दिल्लीला आला. तिथल्या बॉम्बच्या कारखान्यात तो आझादांना भेटला. त्याला पाहताच त्यांचे डोळे रागाने लाल झाले. मोठ्या प्रयासाने राग आवरून त्यांनी त्याच्याकडे स्पष्टीकरण मागितले. त्याने दिलेले स्पष्टीकरण आझादांना पटले नाही. आपली चूक झाल्याचे त्याने मान्य केले. शिक्षेची बातमी त्याला वीरभद्रकडून समजल्याचेही त्याने सांगितले.

आझादांचा चेहरा पुन्हा संतापाने फुलला. ते रागानेच म्हणाले, ''मला शंका होतीच; पण तुझ्या तोंडून निरसन करून घ्यायचे होते. यशपाल, तुला काय वाटलं, तुमचे उद्योग मला कळत नाहीत? पार्टीशी गद्दारी.....''

''पंडितजी, चूक झाली म्हटलं ना... क्षमा करा... पुन्हा असं नाही होणार... मी तुम्हाला मनापासून सांगतो की तुम्ही मला प्राणदंड दिलात तरी मी पार्टीशी, तुमच्याशी प्रामाणिक होतो नि प्रामाणिक राहीन... पाहिजे तर...''

त्याच्या नाटकी बोलण्याने आझादांचा राग थोडा शांत झाला. यशपालाचे स्पष्टीकरण त्यांना फारसे पटले नव्हते. तरीही ही गोष्ट वाढवणे त्यांना योग्य वाटले नाही. त्यांनी त्याला क्षमा केली. तो निघून गेला.

आझादांची अस्वस्थता कमी झाली नव्हती. ते हात मागे घेऊन फेऱ्या मारत असतानाच राज आणि बच्चन आले. आझादांचे त्यांच्याकडे लक्षही नव्हते.

ते आपल्या नादात म्हणाले, ''नहीं... नहीं.. अब ये पार्टी नहीं चलेगी...''

''काय झालं पंडितजी?'' बच्चनने विचारले.

''पार्टी के साथ गद्दारी... केंद्रीय समिति के सभासद की गद्दारी? स्वयं ही तो लोग यशपाल को मारने का फैसला करते हैं और स्वयं ही उसे निर्णय की सूचना देते हैं। ऐसी स्थिती में मैं किसी पर विश्वास नहीं कर सकता।''

आणि मग थांबून, क्षणभर विचार करून ते उद्वेगाने म्हणाले, ''मैं केंद्रीय समिति भंग कर देता हूँ। बच्चन, राज, आजसे केंद्रीय समिति नहीं रहेगी।''

त्यांचा तो निर्णय ऐकून दोघेही अवाक् होऊन त्यांच्याकडे पाहतच राहिले.

***

'गदर चळवळीतील नेते सरदार पृथ्वीसिंग हे अजूनही फरारी आहेत. त्यांची भेट घेऊन, त्यांचे सहकार्य पार्टीला मिळवून लढा उग्र बनवावा.'

तुरुंगातून भगतसिंगचा संदेश आझादांना मिळाला आणि ते विचाराक्रांत झाले. 'किती वेळेवर रणजितचा संदेश मिळाला... कामाच्या व्यापात त्यांचं नाव लक्षातच आलं नव्हतं!... एवढ्यात दलावर किती आघात झाले... भगवतीभाईचं देहावसान, अनेक सहकाऱ्यांची धरपकड, यशपालचा प्राणदंड, वीरभद्राचा विश्वासघात यामुळे पार्टीच्या अस्तित्वाला मुळापासूनच हादरा बसला. पार्टीचं नुसतंच अस्तित्व राहिलंय... त्यात पुन्हा चैतन्य आणलं पाहिजे, प्राण फुंकले पाहिजेत. त्यासाठी योग्य माणसाची आवश्यकता होतीच. दलाचं संघटन आणि संचालन करण्याच्या क्षमतेचा विश्वासू माणूस हवाच होता. ही अगदी योग्य व्यक्ती!... पत्ता कसा शोधावा? कौशल्याने काम करणारी व्यक्ती हवी... कोण करील हे काम?'

आणि त्यांच्या डोळ्यांसमोर नाव आले, धन्वंतरी!

धन्वंतरी कामाला लागला. बऱ्याच प्रयत्नांती धन्वतरींनी त्यांच्याशी संपर्क साधला. दोघांची सविस्तर बोलणी झाली आणि त्यांनी आझादांना भेटण्याचे मान्य केले.

ठरलेल्या दिवशी आल्फ्रेड पार्कमध्ये सकाळी आठ वाजता बच्चन आणि आझाद आले. धन्वंतरी पृथ्वीसिंगांना घेऊन आला. दोघेही बोलण्यासाठी दुसरीकडे जाऊन बसले.

जवळ-जवळ एक तास त्यांची बोलणी सुरू होती. मुंबईला जाऊन एक क्रांतिकेंद्र संघटित करण्याचे त्यांनी मान्य केले. सर्व प्रकारचे साहाय्य करण्याचेही त्यांनी आश्वासन दिले. भेट संपली. भेटीचे प्रतीक म्हणून आझादांनी एक अॅटोमॅटिक पिस्तूल आणि पन्नास काडतुसे त्यांना भेट दिली. दोघेही पार्कबाहेर आले नि वेगवेगळ्या दिशेने जाऊ लागले.

आझादांच्या भेटीने पृथ्वीसिंग प्रभावित झाले. मनात आले, 'आज एका मोठ्या नेत्याची गाठ पडली. विचार किती स्पष्ट आहेत! प्रत्येक विषयावर विचार करण्याची त्यांची पद्धत नवीन आहे नि निराळीही! बोलताना वाक्यावाक्यांतून दृढ विश्वास प्रकट होत होता. आत्मविश्वास तरी किती! त्यांच्या सान्निध्यात तासभरच बसलो पण वाटायला लागलं, मरणाशी खेळायचंच असेल तर बरोबर असा खेळाडू हवा!'

पुन्हा कार्यरत होण्याची नवी उमेद घेऊनच पृथ्वीसिंग आपल्या मुक्कामी आले. आझादांच्या मनातही नवनव्या योजना आकार घेत होत्या.

एका नव्या उत्साहाने त्यांनी सुखदेवराज आणि बच्चनला बोलावून सांगितले, "राज, बच्चन आपण आता दक्षिणेतून पुढचा लढा लढायचा. पृथ्वीसिंग आपल्या पार्टीत काम करायला तयार आहेत. मुंबईतील केंद्रस्थापनेचे काम त्यांच्यावर सोपवले आहे. तुम्ही दोघे भाभीला घेऊन तेथे जा आणि त्यांना संघटन कार्यात मदत करा. आपल्याला तिथे एक अॅक्शनही करायची आहे. आपलं लक्ष्य आहे मुंबईचा पोलीस गव्हर्नर! पृथ्वीसिंगांच्या-स्वामीरावांच्या-मदतीने सारी योजना तयार करा आणि मग मला न्यायला कानपूरला या."

तिघेही मुंबईला रवाना झाले. दिल्लीचा कारखाना आझादांनी बंद केला. तेथील साहित्य दुसरीकडे हलवले आणि ते कानपूरला रामचंद्र मुत्सद्दी यांच्याकडे राहायला आले.

***

७ ऑक्टोबर १९३०!

लाहोर कटाच्या अभियोगाचा निर्णय न्या. हिल्टन, न्या. टॅप आणि न्या. सर अब्दुल कादर यांनी जाहीर केला.

भगतसिंग, राजगुरू आणि सुखदेव यांना फाशी!

किशोरीलाल, जयदेव कपूर, शिव वर्मा, गयाप्रसाद, महावीरसिंग,

विजयकुमार सिन्हा आणि कमलनाथ तिवारी यांना जन्मठेप.

काळ्या पाण्याची शिक्षा!

कुंदनलाल सात वर्षे सश्रम कारावास, प्रेमदत्त पाच वर्षे सश्रम कारावास!

देसराज, अजयकुमार घोष आणि जितेंद्रनाथ संन्याल निर्दोष!

निकाल जाहीर झाला आणि वर्तमानपत्रांचे विशेषांक निघाले. भगतसिंग, राजगुरू, सुखदेव यांच्या फाशीची बातमी देशभर वाऱ्यासारखी पसरली. देश शोकसंतप्त झाला. देशभर प्रक्षोभ उसळला.

आझादांनाही त्याच दिवशी संध्याकाळी बातमी कळली. एक ना एक दिवस हे ऐकायला लागणार याची कल्पना असूनही साथींना झालेल्या शिक्षा ऐकून ते सुन्न झाले.

'रणजित... रघुनाथ आणि सुखदेव तुलासुद्धा फाशी! अरे, कुणाला फाशी कुणाला जन्मठेप होणार याची कल्पना होती... सापाच्या शेपटीवर पाय दिल्यावर तो डसणार हे माहीत होतं. मनाची तयारीही केली होती; पण मनात असणाऱ्या या कल्पना जेव्हा सत्यात सामोऱ्या येतात ना, तेव्हा ते कटू सत्य पचवण्याची ताकद मनात असत नाही रे! धीराचे बांध तिथं कोसळून पडतात... किती थोड्या दिवसांचा सहवास! पण जुळलेल्या मनाचं प्रेम काय दिवसावर अवलंबून असतं? त्याला दिवसाचं बंधन नसतं... ध्येयपथावरच्या वाटचालीत तुम्ही दूर... दूर निघून जाणार... कायमचे! पुन्हा न परतण्यासाठी! मला माहीत आहे की, तुमच्या दृष्टीने, तुमच्या आयुष्यातली ही मंगल-घटिका आहे. तुमच्यात अहमहमिका होती ती फाशी जाण्याची! तुमचं ध्येय तुम्ही गाठलंत. पण घाई केलीत असं नाही वाटत? अजून स्वातंत्र्याची पहाट झालेलीही जाणवत नाही.... अशा स्थितीत तुमचं जाणं... स्वातंत्र्ययुद्धात शहीद होणंही भाग्याचं. ते भाग्य तुम्हाला मिळालं. जीवन कृतार्थ झालं... तुमचं बलिदान व्यर्थ जाणार नाही. त्यातून प्रेरणा घेऊन शेकडो-हजारो युवक मातृभूमीच्या पारतंत्र्याच्या शृंखला तोडायला पुढे सरसावतील. भावी क्रांतीचे नेते निर्माण होतील. आपल्या दलाचे प्रयत्नही या हुकूमशाही, अन्यायी राजवटीला संपविण्यासाठी चालूच राहतील. तरीही त्या व्यापात हृदयाचा एक कोपरा मात्र तुम्हा सगळ्या साथींच्या प्रेमळ, सुखद आठवणी जपून ठेवील... तुमच्या वियोगाने दुःखीच राहील... न संपणारे अश्रू ढाळीतच राहील.... रणजित ... रघुनाथ...'

साथींच्या आठवणीने ते व्याकूळ झाले. डोळे भरून आले. बसल्या जागेवरून त्यांना उठावसेही वाटत नव्हते.

बाहेरचा अंधार वाढत होता नि त्यांच्या मनातलाही!

***

भगतसिंग, सुखदेव, राजगुरू यांच्या फाशीच्या शिक्षा ऐकून सारा देश पेटून उठला. काँग्रेसचे नेतेही संतप्त झाले. पं. मोतीलाल नेहरूंनी या फाशीच्या शिक्षेविरुद्ध देशभर निषेध व्यक्त करण्याचा आदेश दिला. लाहोरमध्ये विद्यार्थ्यांनी उग्र निदर्शने केली. सकाळपासून रस्त्यात अडथळे उभे केले. विद्यालये, महाविद्यालये ओस पडली.

सारे लाहोर पेटून उठले. अनेकांना अटक झाली; तरी मनामनांत भडकलेला संतापाचा वणवा शांत झाला नाही. अहमदाबादेत अशीच निदर्शने झाली.

मुंबईत तर या शिक्षेविरुद्ध क्रांतिकारकांची तीव्र प्रतिक्रिया उमटली.

सुखदेवराज, दुर्गाभाभी, पृथ्वीसिंग मुंबईतच होते. मुंबईच्या पोलीस गव्हर्नरच्या हत्येची योजना तयार झाली होती. ती आझादांना सांगून, त्यांना मुंबईत आणण्यासाठी वैशंपायन कानपूरला गेले होते. ॲक्शन तातडीने करायची योजना होती. कारण मुंबई पोलीस काँग्रेसच्या सत्याग्रहींवर अमानुष, मनमानी अत्याचार करत होते. त्याला जरब बसवणे आवश्यक होते. त्यातून क्रांतिकारी आंदोलनाला जनतेची सहानुभूतीही मिळणार होती.

तशातच तिघांच्या फाशीच्या शिक्षेची बातमी मुंबईत येऊन धडकली. ती ऐकताच दुर्गाभाभींच्या हृदयात प्रतिशोधाचे अंगार पेटले. त्या सुखदेवराजला संतापनेच म्हणाल्या, ''राज, भगतला फाशी...? नाही. ही कल्पनाच मी सहन करू शकत नाही. मी आता गप्प बसणार नाही....''

''भाभी, जरा शांत हो आणि विचार कर...''

''शांत होऊ? कसं शांत होऊ?''

''काल शिक्षा ठोठावली त्याचा पडसाद आज उमटायला हवा... आज...''

''पण, पंडितजींना काही न कळवता ॲक्शन म्हणजे...''

''राज, आपण प्रतिशोधाची ॲक्शन तातडीने केली तर त्यांना आनंदच होईल.''

भाभी हट्टालाच पेटल्या आणि त्यांनी सुखदेवराज आणि पृथ्वीराजसिंग यांना

घेऊन लॅमिंग्टन रोडवरील पोलीस ठाण्यावर हल्ला केला. त्यात चार गोऱ्या शिपायांना कंठस्नान घातले. सार्जंट टेलर पत्नीसह घायाळ झाला. एवढे करून सारे सुखरूप निश्चित जागी पोहोचले.

पोलीस सुखदेवराज आणि भाभींना पकडू शकले नाहीत. ते दादरला गेले. तेथून दुसऱ्या टॅक्सीने कल्याणला आणि नंतर दोन दिवसांनी कानपूरला पोहोचले.

आझादांना वर्तमानपत्रातून ही बातमी कळली. त्यांना भाभीची काळजी वाटू लागली. वर्तमानपत्रातल्या स्त्रीच्या वर्णनावरून त्या दुर्गादेवीच होत्या याबद्दल त्यांची खातरी होती. तरीही त्यावेळी त्यांना मुंबईला जाता येईना. तिथे जाणे धोक्याचे होते. तिथेच राहून परिस्थितीचा अंदाज घेण्याचे त्यांनी ठरवले.

कानपूरला आल्यावर दोघेही पंडितजींना भेटायला आले. आता मात्र भाभी मनातून घाबरल्या होत्या. 'पंडितजींना न सांगता न कळवताच आपण हा उद्योग केला आहे. पंडितजी काय म्हणतील?' हा विचार त्यांना अस्वस्थ करत होता.

समोर दोघांना पाहताच आझाद थरथरू लागले आणि एकदम गरजले, ''अशी अचानक ॲक्शन करायला कोणी सांगितले होतं? काय गरज होती?''

''मला न सांगता, न विचारता हे धाडस केलंतच का? पकडले गेले असतात तर? बातमी वाचल्यावर मी इथे काळजीत पडलो..''

आणि आझादांनी दुर्गादेवींना चांगलेच झाडले. काहीही न बोलता दोघेही गप्प उभे राहिले होते. आता कोणतेही स्पष्टीकरण देऊन उपयोग नव्हता. कितीतरी वेळ त्यांचे संताप भरले शब्द दोघेही ऐकून घेत होते.

***

मिठाच्या सत्याग्रहाच्या आंदोलनाने चांगलेच बाळसे धरले होते. हजारो सत्याग्रही त्यात सामील होत होते. मोर्चे निघत होते. घोषणांचे गगनभेदी आवाज आसमंतात दुमदुमत होते. वारा प्यायल्यागत पोलिसांचा धुमाकूळ चालू होता. सत्याग्रहींना अटक होत होती. लाठीहल्ले चालू होते. अत्याचार होत होते. इंग्रज जज्जही सत्याग्रहींना कठोर शिक्षा ठोठावत होते आणि आंदोलन चिरडून टाकण्याचा प्रयत्न करत होते.

असाच एक दिवस. दुपारचे तीन वाजले असतील. पं. मोतीलाल नेहरूंची भेट ठरली होती. आझादांनी बच्चनला बरोबर घेतले आणि ते त्यांना भेटायला गेले. जवळ-जवळ एक तास चर्चा झाली.

त्यात मोतीलालजींनी सांगितले, ''काँग्रेसी आंदोलनाबरोबरच क्रांतिकारी आंदोलनही चालू राहिलं पाहिजे. दोन्ही एकमेकांना पूरक आहेत. क्रांतिकारकांनी सत्याग्रहींवर होणाऱ्या अत्याचारांचा बदला घ्यावा. त्यांच्याबरोबर इतरही काही नेत्यांचं हे मत असावं असं त्यांच्या बोलण्यावरून मला जाणवलं.''

''हे सारं ठीक आहे पण दलाची महत्त्वाची अडचण...''

''आर्थिक अडचणच ना?''

''त्यांनी दलाला आर्थिक साहाय्य देण्याचं वचन दिलं आहे. एवढंच नाही तर त्यांनी आपलं आंदोलनही तीव्र करायला सांगितलं आहे. विशेषत: काँग्रेस सत्याग्रहींवर जे अत्याचार करताहेत त्यांचा बदला घ्यायला हवा.''

मोतीलालजींच्या भेटीमुळे आझादांचा उत्साह वाढला होता. नसानसांत नवचैतन्याचा संचार झाला होता आणि मानसपक्षी पुन्हा क्षितिजाला गवसणी घालण्याची स्वप्ने रंगवू लागला होता.

***

काही महिन्यांपूर्वी यशपालच्या दुर्वर्तनाच्या तक्रारी कैलाशपती आझादांकडे करत होता आणि आता? आता तोही त्याच मार्गावर गेला. पथभ्रष्ट झाला. दिल्लीला राजबलीसिंह आपल्या तरुण पत्नीसह – चंद्रावतीसह राहात होते. क्रांतिकारकांचे ते साहाय्यकर्ते होते. कैलाशपती दिल्लीला आल्यावर त्यांची गाठ पडली. त्यांनी त्याला घर पाहून दिले. पाहिजे ती मदत केली. क्रांतिकारक म्हणून त्यांच्या घरी त्यांचे जाणे-येणे वाढले. चंद्रावतीशी ओळख झाली आणि राजबलींचे दुर्दैव ओढवले. उपकारकर्त्याच्या घरालाच त्याने आग लावली.

निगमांना या सगळ्या गोष्टी कळताच त्यांनी त्या आझादांच्या कानावर घातल्या. 'दिल्ली केंद्राचा प्रमुख आणि त्याने अशा दुर्वर्तनाच्या खाईत लोळावं? आझाद हतबुद्ध झाले. आझादांनी त्याची चौकशी करायचे ठरवले पण दुर्दैवाने त्यांना तशी संधीच मिळाली नाही. आधीच पोलिसांनी त्याच्या घरावर छापा घातला. घराची झडती घेतली. त्याला अटक केली.'

चंद्रावतीला पकडताच तो म्हणाला, ''मला काहीही करा पण हिला मात्र पकडू नका... मी तुमच्या पाया पडतो पण हिला सोडा...''

त्याच्या या दुर्बलतेचा पोलिसांनी फायदा घेतला. त्याला सांगितले, ''आम्हाला जर सगळी माहिती दिली नाहीस तर आम्ही चंद्रावतीवर अत्याचार

करू.'' सगळी माहिती मिळवण्यासाठी त्यांनी तिच्यावर त्याच्या डोळ्यांदेखत अत्याचार केले.

आणि कैलाशपतीने तोंड उघडले. गुप्तसंस्थेची सगळी माहिती घडाघडा सांगितली. साथींचे, त्यांच्या निवासाचे पत्ते पोलिसांना मिळाले. पार्टीच्या अनेक लोकांना अटक झाली.

आझादांना बातमी कळताच ते संतापले, आपल्या नियमाप्रमाणे राहती जागा बदलली. कुली बाजारातील बॉम्ब निर्माणी बंद केली. तेथील साहित्य दुसरीकडे हलविले.

आता आझाद गंगा तीरावर नवाबगंज भागातील एका लहानशा घरात भाड्याने राहू लागले. त्या घरात शाळीग्राम शुक्ल नावाचा कार्यकर्ता येऊ लागला.

नोव्हेंबर महिना संपला होता. पोलिसांचा ससेमिरा थोडा थंडावल्यासारखा वाटल्याने आझादांनी कानपूरच्या बाह्यभागात नेमबाजीच्या सरावाला जायचे ठरवले. निगम आणि सुरेंद्र पांडेला पाच जणांचे जेवण घेऊन पहाटेच डीएव्ही कॉलेज समोरील ग्रीनपार्कमध्ये यायला सांगितले. पांडेला घेऊन येण्याची जबाबदारी शाळीग्राम शुक्लावर सोपवली होती. बच्चन आणि आझाद तिथे त्यांना गाठणार होते. नंतर नियोजित स्थळी सगळ्यांनी जायचे होते.

शाळीग्राम आणि पांडेनी आपली रिव्हॉल्वर्स घेतली. जवळ घड्याळ नसल्याने ते २ डिसेंबरच्या पहाटे जरा लवकरच बाहेर पडले. वेळेवर आझादांचा कटाक्ष होता, त्यामुळे वेळेवर जाणे आवश्यक होते. सायकलवरून ते निघाले. ग्वालटोळीत रस्ता अगदी वाईट होता. लाल इमलीजवळ रेल्वे फाटक होते. त्या रस्त्याने अंधारातून येताना, रेल्वेलाईन ओलांडताना पांडेच्या सायकलला जोरदार गचका बसला. ती पडली आणि चाक निकामी झाले. तशीच सायकल घेऊन ते कॉलेजजवळ आले.

तिथे आल्यावर शाळीग्राम म्हणाला, ''तू असं कर, पुढच्या वळणावर जाऊन थांब. मी होस्टेलमध्ये जाऊन ही सायकल ठेवतो आणि मित्राकडून दुसरी सायकल घेऊन येतो.''

पांडे पुढे गेला. शाळीग्राम होस्टेलकडे जायला निघाले. गेटपाशी येताच कोणीतरी येत असल्याची चाहूल लागल्यामुळे पोलीस इन्स्पेक्टर शंभुनाथने

बॅटरीचा प्रकाश टाकला. तोच शाळीग्राम पुढे! त्याने त्याला ओळखले. काँग्रेस आंदोलनातही शाळीग्राम पोलिसांना हवा होताच. सावज समोर येताच शंभुनाथ त्यांना पकडण्यासाठी पुढे सरसावला. ते पाहताच शाळीग्रामने सायकल टाकून दिली आणि रिव्हॉल्वर काढून गोळी झाडली. ती त्याच्या मांडीला लागली. पाय रक्तबंबाळ झाला. ते पाहून पोलीस, शंभुनाथ फाटकासमोरच असणाऱ्या सैनिकी ठाण्याकडे पळाले. तेथे रायफल घेऊन एक गोरा सैनिक उभा होता.

घाबरलेल्या अवस्थेत तेथे पोहोचताच सैनिकाने विचारले, ''क्या हुआ?''

''हम एक डाकू को पकडने गये थे। हमें देखकर उसने गोली चलाई। कहा है वो?''

''देखो, भाग रहा है।''

शंभुनाथला गोळी मारल्यावर Beware! Beware! असे म्हणत शाळीग्राम पळू लागला. थोड्याच वेळात आझाद तेथे येणार होते. त्यांना सावध करण्यासाठी तो इशारा देत पळत होता. गोळीचा आवाज ऐकून पांडे हातातली सायकल, पिशवीत असणारी दोन रिव्हाल्वर्स, टिफिन कॅरिअर तेथेच टाकून पळून गेला होता. शाळीग्राम धावत होता तेवढ्यात त्या गोऱ्या सैनिकाने आपल्या रायफलमधून एक गोळी झाडली ती त्याच्या पाठीत लागली आणि घायाळ होऊन तो धाड्कन खाली पडला.

आझादांनी गोळ्यांचे आवाज आपल्या खोलीतून ऐकले. सहकाऱ्यांची पोलिसांशी झटापट झाली असणार याची त्यांना कल्पना आली. लगेच तेथे जाणे धोक्याचे होते. थोड्या वेळातच कारखान्यातले कामगार सुटून त्या रस्त्याने गर्दीने जाऊ लागले. आझादांनी सायकल काढली. बच्चनला नि निगमांनाही बरोबर घेतले आणि सायकलवरून त्या गर्दीत मिसळून, काय झाले हे पाहण्यासाठी ते जाऊ लागले. शाळीग्राम तेथे पडलेला दिसला. अजून तो जिवंत होता पण त्याने आझादांना तसे दाखवले नाही. नाहीतर तेही अलगद पोलिसांच्या हाती सापडले असते.

परिस्थिती पाहून आझादांनी दोघांनाही सायकली जोरात चालवण्यास सांगितले.

ते वेगाने पुढे निघून गेले. पोलिसांच्या पंजातून निसटले.

थोड्या वेळाने शाळीग्राम मेला असणार अशा कल्पनेने पोलीस त्याच्याजवळ

गेले. ते पाहताच मरणोन्मुख शाळीग्रामने आपली सगळी शक्ती एकवटून चार गोळ्या झाडल्या. त्यामुळे पोलीस अधीक्षक हार्ट, प्रेमवल्लभ हा पोलीस आणि एक पोलीस हवालदार घायाळ झाले. पोलीस पुन्हा पळाले. दुरूनच त्यांनी त्याच्यावर गोळ्यांचा वर्षाव केला. त्याच्या शरीराची चाळणी झाली. स्वातंत्र्यसंग्रामात आणखी एकाची आहुती पडली.

इंद्रपाल, कैलाशपतीसारखे दलाचे प्रमुख सहकारी क्षमेचे साक्षीदार बनून दलाची इमारत हादरवून टाकत होते. वीरभद्र, सद्गुरू दयाळसारखे घरभेदी पोलिसांशी हातमिळवणी करून आझादांभोवतीचे पाश आवळत होते. धन्वंतरी, निगम यांच्यासारखे अग्रगण्य सहकारी पोलिसांच्या ताब्यात सापडून गजाआड होत होते. भगवतीचरण, शाळीग्राम, विश्वेश्वर यांच्यासारखे दलाचे निष्ठावान सदस्य मृत्यूला आलिंगन देऊन कायमचे निघून जात होते आणि अशा सुनसान होत चाललेल्या क्रांतिपथावर आझाद पुढची वाटचाल करत होते.

•••

२३

''पंडितजी, वीरभद्र काँग्रेसच्या आंदोलनात भाग घेऊन जेलमध्ये गेला आहे.''

''कायऽऽ!''

वैशंपायनांनी सांगितलेली बातमी ऐकून आझादांना धक्काच बसला. गडोदिया स्टोअर्सवरील छाप्याच्या वेळीच कानपूरमध्ये एका खोजाच्या पेढीवर छापा घालून पैसे मिळवण्याची योजना आखली जात होती. हे ठिकाण वीरभद्रनेच सुचवले होते. त्यामुळे त्या योजनेची कार्यवाही आझादांनी त्याच्यावरच सोपवली होती. त्याची प्रगती किती झाली आहे, हे पाहण्यासाठी आझादांनी त्यांना कानपूरला पाठवले होते.

''त्याची पार्टीशी वफादारी किती आहे, हे मला पाहायचे होते. शेवटची संधी होती ही! पण दुर्दैवाने त्यातही तो उतरला नाही. त्याचं आणि पोलिसाचं...''

''पंडितजी, मी बोलू का?''

''अरे, बोल ना!''

''माझं तर तसं निश्चित मत झालं आहे. आपण जरा विचार करा, कैलाशपती फितूर झाल्यावर त्याने पार्टीची, तिच्या सदस्यांची इत्थंभूत माहिती पोलिसांना दिली असतानाही वीरभद्रला फरारी होण्याची किंवा स्वतःची काळजी घेण्याची आवश्यकता वाटत नाही, ही गोष्ट आपला संशय दृढ करणारीच आहे.''

''खरं आहे,'' असे म्हणत आझाद आपल्याच विचारात गढून गेले.

'वीरभद्र!! काकोरी कटापासून दलात असणारा दलाचा जुना कार्यकर्ता हा! पण तो पूर्वीपासून दलाशी खरंच एकनिष्ठ होता का? तसं असतं तर, सचीन्द्रनाथ बक्षींनी 'वीरभद्र विश्वासाई नाही, त्याच्यावर विश्वास ठेवू नका' असा निरोप का पाठवला असता?... त्या वेळी माझ्या कानावर तर वेगळीच वार्ता होती. 'तो जेलमधून अचानक सुटला आहे आणि आता इतरांनाही सोडवणार आहे. त्याच्यावर विश्वास ठेवायला हरकत नाही'... तसं काहीच घडलं नाही... सचीन्द्रनाथांच्या शब्दांवर विश्वास न ठेवता वीरभद्रला जवळ करण्यात, त्याला केंद्रीय समितीचे सभासद बनवण्यात चूक तर नाही झाली?... आता मात्र तसंच वाटायला लागलं आहे...'

'एवढ्या घटना घडल्या पण त्याने कधीही घटनांमध्ये भाग घेतला नाही. बैठकीत त्याने कोणत्याही योजनेला कधीच विरोध केला नाही, पण ज्या गोष्टी त्याला पटल्या नसतील त्या तो कधीच होऊ देत नव्हता. त्या न घडण्यासाठी तो अशा काही युक्त्या-प्रयुक्त्या करायचा की त्या गोष्टी स्थगित कराव्या लागायच्या. असं का घडत होतं? जोगेशदांना सोडवण्याची योजना कितीतरी वेळा आखली पण प्रत्येक वेळेला त्यात काही ना काही विघ्न आले. योजना ठरली की प्रत्येक वेळी पोलीस त्यांच्या स्थानांतरित करण्याच्या योजनेत ऐनवेळी बदल करायचे. कशामुळे घडायचं हे? वीरभद्राचं तर हे कारस्थान नव्हतं? का आणखी कोणी त्याला मदत करत होतं?... यशपालची हत्या करण्याची योजनाही अयशस्वी का झाली? आपल्या भागात कोणतीही ॲक्शन घडू नये अशी खबरदारी ते का घेतात? आपलं पितळ उघड पडू नये म्हणून?....'

'वीरभद्र पोलिसांशी हातमिळवणी करतो आहे.' याबद्दलचा संशय आता निश्चयात रूपांतरित होत होता. आझादांचा त्याच्याबद्दलचा राग वाढत होता.

थोड्याच दिवसांत वैशंपायनांनी नवीन बातमी आणली.

''रामचंद्र मुत्सद्दींकडे गेलो होतो. वीरभद्राचा विषय निघाला होता.''

''काय म्हणाले?'' आझादांनी विचारले.

''अनाकलनीयच आहे.'' ते म्हणाले, ''मी फैजाबाद तुरुंगात असतानाच वीरभद्रही तेथे होता. माझ्याच बराकीत. एक दिवशी सीआयडी इन्स्पेक्टर नॉटबॉवर त्याला भेटून गेला. आणि त्याने त्याला दमही भरला असणार. त्या दिवशी तो फारच उद्विग्न होता. जेवलासुद्धा नाही. अस्वस्थपणे फेऱ्या मारत

होता. नंतर मी मलाका जेलमध्ये त्या अत्याचारी न्यायाधीशाला बघायला गेलो होतो, तेव्हा वीरभद्राच्या बायकोला आणि शंभुनाथला जेलच्याबाहेर उभे असलेले पाहिले.''

या सगळ्या वार्तांनी आझाद वीरभद्रावर कमालीचे चिडले. संतापले आणि त्याच वेळेला येणाऱ्या आणखी बातम्यांनी त्या आगीत तेल ओतले. 'वीरभद्र मायावतीच्या प्रेमात पडला आहे. जवळ असलेला दलाचा पैसा तो आपल्या प्रणयलीलांसाठी उडवतो आहे. एका स्त्रीसाठी तो करोडो देशवाशियांचे हित पायदळी तुडवतो आहे. त्याला दलापेक्षा नि देशापेक्षाही मायावती प्रिय बनली आहे.'

आझादांच्या तळपायाची आग मस्तकाला गेली. संतापून बच्चनला म्हणाले, ''बच्चन, हा वीरभद्र आपल्या पाठीत खंजीर खुपसणार! अतः इससे पूर्व ही कि वीरभद्र की वजह से पार्टी मारी जाय पार्टी को चाहिए की वह वीरभद्र को गोली मार दे।''

आझादांनी वीरभद्राला प्राणदंड द्यायचे ठरवले. ते ठरवताच त्यांना यशपालची आठवण झाली. त्याला क्षमा करताना त्याने सांगितले होते, 'यापुढे पार्टीशी एकनिष्ठ राहीन!' त्याचीही परीक्षा होईल. आझादांनी ते काम हेतुतः यशपालवर सोपवले. ते स्वतःही त्यावेळी उपस्थित राहणार होते. यशपालने मायावतीला कानमंत्र दिला. तिला दिलेली भूमिका तिने चोख बजावली आणि पुन्हा एकदा योजना अयशस्वी झाली.

सरळ अंतःकरणाच्या आझादांच्या हेही लक्षात आले नाही, ज्या मायावतीच्या छानछोकीसाठी वीरभद्र पार्टीचे शेकडो रुपये उधळत होता, ती त्याला मृत्यूच्या जाळ्यात आपण होऊन कशी घेऊन येईल? आणि यशपाल! ज्याने खऱ्या अर्थाने त्याला जीवनदान दिले, त्या उपकारकर्त्यावर तो गोळी कशी चालवेल?

आझादांच्या हातून त्या अंधाऱ्या रात्री वीरभद्र सुटला. जखमी होऊन निसटला. मनात सूडाचे बीज रुजवून निसटला!!

***

कैलाशपती माफीचा साक्षीदार झाल्यानंतर आणि वीरभद्राचे पोलीस अधिकाऱ्यांशी संगमनमत झाल्यानंतर आझादांना कानपूरमध्ये राहणे अवघड झाले. त्यांनी आपला मुक्काम काही दिवसांसाठी अलाहाबादला हलवला. तेथे कटरा मोहल्ल्यात त्यांनी दोन घरे घेतली. एकात भाभी, दीदी आणि सुखदेवराज

राहत होते. एकात ते आणि वैशंपायन राहत होते. आपले राहण्याचे ठिकाण त्यांनी इतके गुप्त ठेवले होते की, दीदी, भाभीलाही ते माहीत नव्हते. वेळ पडली तर ते त्यांच्याकडे जाऊन भेटत किंवा त्यांना आल्फ्रेड पार्कमध्ये बोलावून त्यांची गाठ घेत.

काही दिवस बरे गेले; पण भोवतालची परिस्थिती पाहून एक दिवस वैशंपायन त्यांना म्हणाले, ''भैय्या, आता हा पार्कच काय पण अलाहाबादसुद्धा आपल्या दृष्टीने सुरक्षित राहिले नाही.''

थोड्याच दिवसांत कानपूरमध्ये वार्ता पसरली, ''आझाद आल्फ्रेड पार्कमध्ये येतात. तिथेच लोकांना भेटतात. त्याच्या जवळपास राहतात.''

आणि तेव्हापासून पोलीस, गुप्तचर त्या भागात सक्रिय झाले.

***

''शिवचरण, पार्टीची एक मोटार कानपूरला आहे. ती तू ताब्यात घे आणि लवकरात लवकर विकून टाकून त्याचे पैसे मला दे.'' आझादांनी शिवचरणला सांगितले.

तो पार्टीचा सदस्य होता. कानपूरला कुली बाजारात राहत होता. त्या घरात माडीवर तो राहायचा आणि खालच्या मजल्यावर दलाची बॉम्ब फॅक्टरी होती.

मोटारीचे पैसे हातात आले की, अलाहाबाद सोडण्याचा विचार ते करत होते. मध्य भारतात जाण्याचा विचार होता. त्यासाठी पैशांची सोय करण्यासाठीच गाडी विकायचा निर्णय घेतला होता.

काही दिवसांनंतर ते वैशंपायनांना म्हणाले, ''बच्चन, माझ्याबरोबर चल. कानपूरला जाऊन येऊ.''

''कानपूरला?''

''अरे, त्या शिवनारायणने गाडीचं काय केलं आहे पाहून येऊ. विकली असेल तर पैसे घेऊन येऊ.''

थंडीचे दिवस होते. दोघेही अंगावर लुधियानाच्या शाली घेत. त्यामुळे थंडी वाजायची नाही; पण पिस्तूल ठेवायची अडचण यायची. त्यासाठी आझादांनी दोन गरम कोट शिवायला टाकले होते.

जाता-जाता ते म्हणाले, ''बच्चन, त्या शिंप्याचे दुकान इथंच आहे. बघू या त्याने कोट शिवलेत का?''

टांगा त्या दुकानाकडे घेतला. शिंप्याने कोट शिवले होते. त्यांनी अंगात कोट घातले. शाली घड्या करून ट्रंकेत ठेवल्या आणि ते स्टेशनवर आले. गाडी तयारच होती. ते गाडीत बसले. गाडी सुटायची वेळ झाली. त्यांच्या डब्यात सशस्त्र पोलिसांची एक तुकडी येऊन बसली. त्यांच्या ते लक्षात आले पण हे दृश्य तसे नवीन नव्हते.

गाडी कानपूरजवळ आल्यावर बच्चनने पाहिले. गाडी नेहमीप्रमाणे एक नंबर प्लॅटफॉर्मवर न येता तीन नंबरवर जात होती. आता फ्लॅटफॉर्मही स्पष्ट दिसू लागला होता. तिथे अनेक पोलीस हातात बंदुका घेऊन एका ओळीत उभे होते. बच्चनचे मन शंकित झाले. मनात आले, 'आपल्या स्वागताची तर तयारी नाही ना ही?' त्याने हलकेच आझादांच्या कानावर घातले.

तरी ते म्हणाले, "कोणी ऑफिसर यायचा असेल. त्याच्या स्वागतासाठी उभे असतील!" त्यांनीही बाहेर पाहिलं.

धोक्याची कल्पना येताच ते म्हणाले, "बच्चन, सावधान! हाथ रिवाल्वर पर रहे। सामान की पेटी कुली को देकर मेरे पिछे आना और यदि संघर्ष हो तो पीठ से पीठ मिलाकर संघर्ष करना।"

गाडी प्लॅटफॉर्मवरती आली. थांबताच आझाद खाली उतरले. बच्चनने पेटी हमालाकडे दिली. त्याचा नंबर घेतला. झपाट्याने स्टेशनच्या बाहेर आले. टांग्यात बसले.

थोड्या वेळातच हमालाने ट्रंक टांग्यात ठेवली. आता प्रश्न होता, जायचे कोठे? टांगा गुलजारीलाल मोटार ड्रायव्हरच्या घरी घेतला. तीच एक जागा अशी होती की वीरभद्र आणि त्याच्या साथींना ती माहीत नव्हती.

तिथे पोहोचल्यावर आझाद कोणालाही भेटले नाहीत. रात्रीच्या रात्री एका गाडीची व्यवस्था केली. पहाट व्हायच्या आधीच ते फत्तेपूरला निघाले. गुलजारीलाल स्वत: गाडी चालवत होता. तेथून ते परत अलाहाबादला सुखरूप पोहोचले. कानपूरला जाऊनही त्यांना शिवचरणकडे जाऊन गाडीचे पैसे आणता आले नाहीत.

अलाहाबादहून निघतानाच गुप्तचरांनी त्यांना पाहिले होते. 'शाल घेतलेल्या दोन व्यक्ती कानपूरला जात आहेत. त्यांना अटक करा', असा संदेश सगळीकडे गेला होता. कडेकोट बंदोबस्त झाला होता. अलाहाबाद कानपूर मार्गावर

पोलीस रात्रभर तपास करत होते, पण शाल पांघरलेल्या दोन व्यक्ती पोलिसांना मिळाल्या नाहीत.

शिंप्याने वेळेवर दिलेल्या गरम कोटांनी दोघांनाही पोलिसांच्या पंजातून सहीसलामत बाहेर काढले होते.

***

'बच्चन कानपूरला आला आहे, हे नक्की! अलाहाबादहून बातमी आली आहे. खोटी ठरणार नाही. शिवचरणकडे पैसे मागायला तरी नक्कीच जाईल,' वीरभद्रने मनाशी विचार केला.

वैशंपायनांनी एका नातेवाइकाकडे जेवण केले आणि ते दुपारी शिवचरणकडे गेले. घराचा दरवाजा बंद होता. त्यांनी कडी वाजवली. दार उघडले गेले. शिवचरण स्वतःच होता.

आश्चर्य दाखवत तो म्हणाला, ''तुम्ही?''

''अरे, गाडीचं काय झालं विचारायला आलो आहे. झालं काम?''

तोंडावर बोट ठेवून गप्प बसायची खूण करत तो म्हणाला, ''खाली चला. सांगतो सगळं!''

दोघेही जण जिना उतरून खाली आले. त्याने हलक्या आवाजात सांगितले, ''घरात वीरभद्र बसलेला आहे. तो असताना तुम्ही तिथं येणं उचित होणार नाही. तो गेल्यावरच तुम्ही या.''

त्यांना जरा आडबाजूला उभे करून तो वरती निघून गेला.

या वेळेपर्यंत आझादांनाच काय पण वैशंपायनांनाही कल्पना नव्हती की, जो शिवचरण त्यांना वीरभद्रापासून सावध करायला आला आहे तोच फितूर झाला आहे आणि त्यांना त्याच दिवशी पकडण्याची योजना आखतो आहे.

'जिथे देशभक्तीचे पीक तरारते तिथेच फितुरीचे तणही माजते.' थोड्या वेळात वीरभद्र त्याच्या घरातून बाहेर पडला. शिवचरण खाली आला. वैशंपायनांना घरात घेऊन गेला. त्यांना बसायला सांगितले. पाणी देऊन तो म्हणाला, ''गाडीसाठी गिऱ्हाईक पाहिले आहे. आज चार वाजता तो येईल आणि सौदा झाला तर पैसेही मिळतील. तुम्ही आता पैसे घेऊनच परत जा.''

वैशंपायन वाट पाहत बसले. चार वाजले. साडेचार झाले. गिऱ्हाईक आलेच नाही. दीड-दोन तास बसून ते कंटाळले होते. अखेर ते जायला निघाले.

शिवचरण, त्याची आई त्यांना पोहोचवायला खाली उतरले. जिन्याच्याखाली एक पोटमाळा होता. एक माणूस तेथे भांग घोटत होता. त्याने त्याला विचारले, ''क्या गुरु भाँग छन रही है?'' तो सूचक हसला. सगळे जण पुढे गेले. तिठ्यावर आले. तिन्ही रस्त्यावर दुकाने होती.

तिथे येताच शिवचरण म्हणाला, ''भैय्या, कल जरूर आना। कलतक काम हो जाएगा।''

''अच्छा, कल आऊँगा ।''

निरोप घेऊन वैशंपायन निघाले. त्यांनी सायकलवर टांग टाकली तोच आसपासच्या दुकानातले लोक त्यांच्यावर तुटून पडले. त्यांना खाली पाडून दाबून धरले. त्यांना खिशातले पिस्तूल काढून प्रतिकार करायलाही सवड मिळाली नाही. त्यांना उठवून हातात बेड्या घातल्या. त्यांनी सभोवती पाहिले. गर्दीत शिवचरण होता. त्याचा चेहरा पांढराफटक पडला होता. वैशंपायनांकडे पाहण्याचे धाडस त्याला झाले नाही. खाली मान घालून दोघे निघून गेले.

वैशंपायनांना सिव्हील लाइन्स पोलीस ठाण्यावर नेण्यात आले.

त्यांना पोलीस कस्टडीत पाहून इन्स्पेक्टर विश्वेश्वरसिंग कमालीचा हरखून गेला. त्याला वीरभद्रचे शब्द आठवले, 'तुम्हाला आझादांना पकडायचे असेल तर अगोदर वैशंपायन यांना अटक करा. वैशंपायन अटकेत पडले की सगळे काही आझादांना स्वतःच करावे लागेल, आणि मग त्यांचा शोध लावणे जड जाणार नाही.'

त्या दिशेने आज त्याने पहिले यशस्वी पाऊल टाकले होते. आनंद रोमारोमांत भिनला होता. त्याच नादात कोठडीत असलेल्या वैशंपायनांना तो म्हणाला, ''क्यों दोस्त, कैसा है? आता आझादांना पकडायला आम्हाला वेळ लागणार नाही. आझादांशी केव्हा एकदा झुंज घेतो, असं मला झालं आहे.''

तत्काळ निर्भीडपणे वैशंपायन उत्तरले, ''भलता विचारही मनात आणू नकोस, नाहीतर एक सधवा विधवा होईल आणि दोन-चार कच्चीबच्ची उघड्यावर पडतील.''

त्यांचे ते तेजस्वी उत्तर ऐकून तो त्यांच्याकडे अवाक होऊन क्षणभर पाहतच राहिला. मग आपली मूठ दुसऱ्या तळहातावर आपटत, बुटाचा पाय जमिनीवर आपटत, 'हंऽऽ!' म्हणत तेथून चालता झाला.

वैशंपायन त्याची बदलती रूपे कोठडीत बसून शांतपणे पाहत होते.

***

वैशंपायनांच्या अटकेची बातमी त्याच दिवशी, ११ फेब्रुवारीलाच, रात्री आझादांच्या कानावर आली नि मस्तकावर पहाड कोसळल्यागत झाले.

'बच्चन! तू सुद्धा गजाआड गेलास? आता मात्र मी खरंच एकटा राहिलो. एकाकी पडलो!... तू असताना संकटांचा सामना करायला कधी अडचण वाटली नाही... केवढा आधार वाटायचा. तुझ्याशिवाय मी... पाण्याशिवाय मासोळी... प्राणांशिवाय शरीर... छे, कल्पनाच करवत नाही. तू माझा सहोदर नव्हतास तरीही त्यापेक्षा अधिक कोमल, चिवट रेशमी नातं आपल्यात होतं. शब्दात सांगता येतं का ते? सांगण्याचं ठरवलं तर ते हिणावेल...' बच्चनच्या आठवणीने ते व्याकुळले.

'अखेर पोलिसांनी डाव साधला.... पोलिसांनी, वीरभद्र नि यशपालने! त्या दोघांच्या कारवायांना पायबंद बसावा आणि त्या दोघांनी तना-मनाने दलाचं काम करावं म्हणून त्यांना सुधारण्याचा प्रयत्न केला.... पण झालं वेगळंच. दलाच्या पाठीत खंजीर खुपसून दलच नाहीसं करायला ते सरसावले... जिथे जगले, जिथे फुलले तिथेच विश्वासघात? ज्या मातृभूमीच्या स्वातंत्र्याचं कंकण बांधलं तिथंच गद्दारी.... तीही एका स्त्रीच्या नादाला लागून? स्त्रीमोह इतका दुस्तर असतो? ध्येयनिष्ठांनाही पथभ्रष्ट करतो?... स्त्रीमोहापेक्षा याला त्यांच्या हृदयाचा कमकुवतपणाच कारणीभूत नाही का?... स्त्रीमोहात अडकून पथभ्रष्ट होण्याची वेळ माझ्यावरही आली नव्हती? पण खंबीर मनच अशा मोहांना ठोकरू शकतं... त्या दोघांनी प्रवाहपतिताचा मार्ग धरला... त्यांच्या गुन्ह्यांना प्राणदंडाशिवाय कोणती शिक्षा होती? ती दिल्यावर दोघेही एकमेकांना सामील होऊन सहीसलामत निसटले आणि दलाचं अस्तित्वच नामशेष करण्याचा प्रयत्न करू लागले... त्याचा पहिला बळी तू ठरलास.... कारण तुझी कवचकुंडलं असताना त्यांना माझ्यापर्यंत पोहोचताच आलं नसतं. आता... आता माझी वेळ....'

'बच्चन, मरणाची भीती आपल्याला कधीच नव्हती अन् आताही नाही.... आपणच आपल्या हाताने रुळलेल्या वाटा सोडल्या आणि हा अग्निपथ निवडला. त्या मार्गावर बेहोष होऊन धावत असताना आपल्याला साथ संगत

होती ती मृत्यूची! पण त्याच्या हातात हात घालून जात असताना बरोबर होते अनेक साथी.... त्यांचं प्राणापलीकडे असणारं प्रेम....'

साथींची आठवण होताच त्यांचे मन पुन्हा भरून आले. रात्रीच्या त्या शांत वेळेत जीवनाची जुनी पाने त्यांच्या डोळ्यांसमोर फडफडू लागली.

'न्यायाधीशासमोर उभं राहून उत्तर देण्याचा किती छोटासा प्रसंग होता तो; पण त्यानेच जीवनाची दिशा बदलली.. राजमार्ग सुटला आणि क्रांतिपथाचा पाईक झालो. त्या बालवयात 'मेरा नाम आझाद है' अशी भर न्यायालयात गर्जना केली अन् चंद्रशेखर 'तिवारीचा' चंद्रशेखर 'आझाद' झालो.. अगदी आजपर्यंत! निवासस्थान 'जेलखाना' मात्र कधीच झालं नाही. होणारही नाही...'

'मन्मथनाथाने क्रांतिसंस्थेत आणलं.. रामप्रसाद, अशफाक, सचीन्द्रनाथ, राजेंद्र लाहिरी, रोशनसिंग आणखीही कितीतरी... यांच्याबरोबर क्रांतिकार्यासाठी काम करताना येणारी धुंदी, बेहोषी... काकोरीला त्याच नशेत रेल्वे लुटली... जीवनाची सुरुवात ती; पण ध्येयासाठी जान कुर्बान करणं म्हणजे काय हे त्यावेळी समजलं.... धरपकड सुरू झाली नि फरारी झालो.'

'झाशीला जाणे.... मास्टर रुद्रनारायणांचा प्रेमळ सहवास... सातार नदी... हरिशंकर ब्रह्मचाऱ्याचं रूप... ठाकुर मलखनसिंग याच्याकडे वास्तव्य.... पुन्हा दलाची मांडामांड... भगतसिंग आणि इतर नव्या साथींची भेट... 'हिंदुस्थान सोशॅलिस्ट रिपब्लिकन असोसिएशन'ची स्थापना... अनभिषिक्त सेनापतिपद.... एक ना दोन कितीतरी गोष्टी त्यांच्या नजरेसमोरून सरसर सरकून गेल्या.'

आत्तापर्यंत कितीतरी साथी गजाआड गेले होते. कितीतरी साथींचा चिरवियोग सहन करावा लागला होता; पण इतकी बेचैनी कधी आली नव्हती. इतका एकाकीपणा कधी जाणवला नव्हता. त्यांनी या आठवणी झटकून टाकण्याचा पुष्कळ प्रयत्न केला पण भोवऱ्यात सापडलेली नाव जशी पुन्हा-पुन्हा तेथेच येते तसे प्रयासाने बाजूला काढलेले मन पुन्हा जुन्या स्मृतींभोवतीच रेंगाळू पाहत होते.

रात्र बरीच झाली होती. ते बिछान्यावर पडले. डोळे मिटून झोपेची आराधना करू लागले पण झोप यायला तयार नव्हती. मिटल्या डोळ्यांपुढे भगत, रघुनाथ,

प्रभात दिसू लागले. आजच असे का व्हावे हे त्यांना समजत नव्हते. पुन्हा भूतकाळ... भगतसिंगची आठवण येताच त्यांचे डोळे पुन्हा पाणावले.

'भगत, तुझ्या रूपाने मला एक अमूल्य रत्न लाभलं होतं. आग्र्यातले ते दिवस मी कधीच विसरणार नाही. तुझा गोड स्वभाव, मिस्किलपणा, अभ्यासपूर्ण बोलणं आणि साथींवर जिवापाड प्रेम करणं... सारं-सारं आठवतंय... त्यामुळेच तुला विधिमंडळात बॉम्ब टाकायला पाठवायची माझी मुळीच इच्छा नव्हती... पण तूही हट्टी! मनात आलं ते केलंस पण रणजित माझ्या मनात केवढी पोकळी निर्माण झाली याची तुला काय कल्पना येणार? पावलोपावली तू नसल्याची जाणीव मला अस्वस्थ करत होती. बेचैन करत होती....'

'तू गेलास आणि भगवतीभाईची गाठ पडली... मी पुन्हा कंबर कसली... पुन्हा चैतन्य आलं.... त्यांचा पाच-सात महिन्यांचा सहवास खूप काही देऊन गेला. वाटायला लागलं तुझी उणीव भगवती भरून काढतो आहे.... विधीमंडळ बॉम्बस्फोटाइतकाच व्हॉइसरायच्या ट्रेनखालचा बॉम्बस्फोट गाजला. त्याच्या 'फिलासॉफी ऑफ बॉम्ब' या लेखाने तर सारं राजकीय वातावरण ढवळून निघालं.... रणजित त्यावेळी मला वाटलं, हा तुझी उणीव भरून काढणार! पण दुर्दैव क्रांतिकारकांच्या पाचवीलाच पुजलेलं असतं की काय कोण जाणे? भगवतीभाई वळवाच्या पावसासारखा आला आणि चटका लावून निघून गेला. पुन्हा प्रश्नचिन्ह निर्माण करून गेला.'

'त्यानंतर दलाला तडेच गेले. वातावरण गढूळलं. साथींची संख्या वाढली आणि झगडेही! दल संख्येने वाढत होतं; पण आदर्शाच्या बाबतीत ढासळत होतं... फंदफितुरी वाढली, कोण विश्वासू नि कोण दगाबाज हेच कळेनासं झालं... केंद्रीय समिती भंग करावी लागली. दलाचं अस्तित्व? जे शिल्लक राहिले होते त्याला काय 'दल' म्हणायचं....'

त्यांनी कूस बदलली. उत्तररात्रीचे गार वारे खिडकीतून आत येत होते. वाटत होते, आतातरी झोप येईल पण साथींच्या आठवणीत ती अडथळा आणायला तयार नव्हती.

'बच्चन! या सगळ्या संघर्षात तू माझी लक्ष्मणासारखी पाठराखण केलीस. अलीकडे मी निराश झालो की, तुला गाणं म्हणायला सांगायचो. *माँ हमें विदा*

दो हे गीत तू असं काही म्हणायचास की, त्या करुणरसाच्या वर्षावाने मन वेगळ्याच वातावरणात जायचं... काही वेळा अशा यायच्या की विचारांची वादळं शांतच व्हायची नाहीत. अशा वेळी तू नि मी फिरायला जायचो. दोघंही चालत राहायचो... एक शब्दही न बोलता... अपरिचितासारखे! हळूहळू संध्याकाळ व्हायची... अंधार पडायला लागायचा. आपण खोलीवर यायचो नि उपाशीपोटीच झोपून जायचो.'

''कधी नाही ते या दिवसांत आई-वडिलांची आठवण मन पोखरून टाकायची. त्यावेळी मन मोकळं करायला तुझ्याशिवाय कोण होतं मला? चार-सहा दिवसांपूर्वीच आईच्या आठवणीने अस्वस्थ होऊन मी म्हटलं, ''बच्चन, यदि कभी तुम छूटो तो मेरे जन्मस्थान भंवरा जाकर मेरी माता से अवश्य मिलना।''

''भैय्याऽऽ''

''खरंच सांगतो तुला. या अशांत काळात कधी गोळी लागून जाईन...''

''भैय्या, कृपा करून असं बोलू नका. शेवटपर्यंत मी तुमच्याबरोबर राहीन.... पण असं बोलू नका...''

'बच्चन! तू शेवटपर्यंत साथ द्यायचं वचन दिलं होतंस ना? मग आज मला सोडून गजाआड का गेलास...'

'आज मी एकटा पडलो... आता जगण्यात तरी काय अर्थ उरलाय? स्वातंत्र्याची ही लढाई आता एकाकी कशी लढणार? आज मात्र मला खूप थकल्यासारखं वाटत आहे.'

'वाटलं होतं, अनंत आकाशाचा वेध घ्यावा.... संघटनेचं जाळं मजबूत विणावं... *आसेतु हिमाचल* त्याने व्यापून टाकावा अन् इंग्रजांना स्वातंत्र्य द्यायला भाग पाडावं.... पण ध्येयाचा तारा दूर लुकलुकतोय नि माझे पंख मात्र एक-एक करून छाटले गेले आहेत. शक्ती क्षीण झालेल्या देहाने नि निराशेच्या छायेत गोते खाणाऱ्या मनाने त्याचा वेध कसा घेणार?'

'बच्चन! तुम्हा सर्वांशिवाय एकाकी बनलेल्या या जीवनात मी काय मिळवलं? वडिलांची इच्छा होती मी संस्कृत शिकावं. त्यांची ती इच्छा नाही पूर्ण करता आली... लहानपणीच आई-वडिलांच्या सुखाला पारखा झालो. त्यांना सुख द्यायला, त्यांच्याकडे लक्ष द्यायला वेळच मिळाला नाही.'

'ज्या स्वातंत्र्याच्या मागे लागलो; त्याकरिता संघटना उभी केली, मजबूत केली, त्या वाटेवर पाय थकेपर्यंत चाललो... पण ही न संपणाऱ्या वाटेवरची चाल ठरली...'

'ज्या साथींवर जिवापाड प्रेम केलं, त्यातले बहुतेक सारे दूर गेले... काही जण कायमचे अंतरले... काही थोड्याच दिवसांत अंतरणार.'

'सारं करून हाती काय आलं? अपयश... निराशा.'

त्यांनी मिटलेले डोळे आणखी घट्ट मिटले. डोळ्यांपुढची काळी वर्तुळं वाढली. काही क्षण तसेच गेले. मग ते उठून बसले. खिडकीकडे पाहिले. रात्र उलटून पहाट होत होती. प्रकाशाची चाहूल लागत होती. पुन्हा विचार...

'केवळ अपयश आलं?'

'असं तरी कसं म्हणणार? अनेक साथी मिळाले. त्यांचे जिवाभावाचे प्रेम मिळाले... माझ्या शब्दांसाठी प्रसंगी प्राणांचेही मोल द्यायची त्यांनी तयारी दाखवली. त्यांची निष्ठा मिळाली.'

'देशप्रेमाने भारावलेलं जीवन मिळालं... पारतंत्र्याच्या शृंखला तोडण्यासाठी जिवापाड काम केलं... ध्येयापासून कधी ढळलो नाही.'

'ही कमाई काय थोडी आहे? जीवनसाफल्याला अपुरी आहे?'

विचारांना दूर सारत ते उठले. आता फटफटले होते. तोंड धुऊन ते खोलीबाहेर पडले. तडक सुखदेवराजकडे गेले. दार वाजवले. त्याने दार उघडून पाहिले. समोर आझाद उभे होते. त्यांच्या अशा अवेळी येण्याने, निराश चेहऱ्यामुळे राजच्या मनात शंका-कुशंकांचे जाळे विणले गेले.

तो म्हणाला, ''भैय्या, इतक्या सकाळी...''

''वैशंपायन कानपूर में गिरफ्तार हो गया है। तुम फौरन मकान बदल लो, यहाँ रहने से मुसीबत में पड जाओगे।''

अधिक काहीही न बोलता ते लगेच मागे फिरले. त्यांचा चेहरा म्लान होता. रात्रभर जागरण झाल्याचे स्पष्ट जाणवत होते. पायातले बळ नाहीसे झाले होते. पाय ओढतच ते पावले टाकत होते, जणू वद्य पक्षातला चंद्र सूर्योदयानंतर हताशपणे, नाइलाजाने आकाशमार्ग आक्रमित आहे.

***

पावलोपावली अडचणी, विश्वासघात आणि शत्रू नि हितशत्रूंची षडयंत्रे

यांनी आझादांना घेरले होते. संकटे चारही बाजूंनी घोंघावत होती. नेमके काय करावे हे त्यांना कळत नव्हते. त्या सगळ्या गोष्टींचा ताण, चिंता त्यांच्या चेहऱ्यावर स्पष्ट जाणवत होती. त्यांनी त्यांचा चेहरा झाकोळला होता. नेहमी प्रफुल्लित असणाऱ्या पौर्णिमेच्या चंद्राला ग्रहण लागले. वैशंपायनांच्या अटकेनंतर तर त्यांची उरलीसुरली उमेदही नाहीशी झाली. साहस संपले. धीर खचला. त्यांची मानसिक शांतता विस्कटून गेली होती.

आझाद २४ फेब्रुवारीला काशीला गेले. बाबाराव सावरकरांना भेटले. गुप्तपणे प्रदीर्घ चर्चा झाली.

२६ फेब्रुवारी!

आझादांनी अलाहाबादला आपल्या उरलेल्या सर्व सहकाऱ्यांची बैठक बोलावली. दिल्लीचे सहकारी आले. दुर्गाभाभी, सुशीलादीदीही कानपूरहून आल्या. विचारविनिमय झाला. बैठक संपली. आझादांना भेटून सगळे आपापल्या गावी गेले. उरले होते सुखदेवराज, सुरेंद्र पांडे आणि यशपाल!

आझादांनी तिघांनाही सांगितले, ''उद्या सकाळी नऊ वाजता आल्फ्रेड पार्कमध्ये भेटा.''

सगळे जण वेगवेगळ्या वाटेने निघून गेले.

***

२७ फेब्रुवारी, १९३१!!

आझादांना अटक करण्याची पोलिसांची योजना पूर्ण झाली होती. त्यांची कटरा मोहल्ल्यातील घराची नाकेबंदी केली होती. तरीही तेथेच त्यांना अटक करायचे धाडस पोलिसांनी दाखवले नाही. त्यांचे मॉवजर आणि अचूक लक्ष्यवेध याची पोलिसांना धास्ती वाटत होती. शिवाय घरात अटक केली तर मोहल्ल्यातील सारे लोक त्यांच्या बाजूने उभे राहातील. भर वस्तीत गोळागोळी करून अनर्थ ओढवेल.

त्यांनी ते टाळले. आझाद घराबाहेर पडून दूर जाण्याची ते वाट पाहू लागले. आवळत चाललेल्या पोलिसी विळख्याची आझादांना कल्पना नव्हती. नेहमीप्रमाणे ते एकटेच बाहेर जाण्यास निघाले. त्यांनी धोतर नेसले होते. पांढऱ्या शर्टावर बंडी घालून त्यावर कोट चढवला होता. कोटाच्या खिशात काही पैसे होते. नेहरूंनी पाठवलेल्या पैशांतून राहिलेले! त्यांनी आपले आवडते भरलेले

मॉवजर खिशात टाकले. त्याच्या काडतुसांचे आणखी एक मॅगेझिन घेतले. तेही खिशात ठेवले. पायात चप्पल अडकवल्या. बाहेर पडायच्या ऐवजी ते क्षणभर थांबले. त्यांनी आपल्या खोलीवर नजर टाकली. का कोणास ठाऊक, पण त्यांना बाहेर पडावेसेच वाटत नव्हते. एका अनामिक हुरहुरीने मनाला ग्रासून टाकले होते. आणखी एक-दोन क्षण गेले आणि आलेली मरगळ झटकून ते बाहेर पडले.

ते आल्फ्रेड पार्कपाशी आले. त्यांना यशपाल आणि सुरेंद्र पांडे भेटले. त्यांच्याशी बोलणे चालू असतानाच सुखदेवराज तेथे आले. त्याला पाहताच बोलणे संपवून ते दोघे निघून गेले. दोघेही थोडेसे चालून गेल्यावर आझादांनी विचारले, ''सिराज, तू कधी ब्रह्मदेशाला गेला आहेस?''

''हो... का?''

''आपले काही साथी तिकडे जाऊ शकतील?''

''मलाया-थायलंड येथील जंगलातून लोक ये-जा करतात. त्या रस्त्याने जाता येईल; पण तो भाग अतिदुर्गम आहे.''

बोलता बोलता आझादांचे लक्ष समोर गेले. म्यूर कॉलेजसमोर थॉर्नहिल रोडवरून एक जण चालला होता. ते म्हणाले, ''वह वीरभद्र जा रहा है। शायद उसने हमें देखा नहीं।'' चार पावले पुढे जाताच अचानक थांबून ते पुन्हा म्हणाले, ''शायद मेरी मौत मुझे यहाँ खींच लायी है।''

''भैय्या, असं का म्हणता?''

''जाने दो। चलो...''

वीरभद्र तेथून निघून गेला होता. बोलता-बोलता त्यांनी पार्कला एक फेरी मारली आणि ते पार्कमध्ये शिरले. प्रवेशद्वारापाशीच एक माणूस दात घासत बसला होता. त्याने दोघांना निरखून पाहिले. संशय यावा अशा नजरेने! राजला संशय आला.

तो म्हणालाही, ''भैय्या, हा कोणीतरी वेगळाच दिसतोय. मी पुन्हा पाहून येतो.'' त्याने थोडे मागे जाऊन पाहिले. त्या माणसाने दुसरीकडे पाहत आपण त्या गावचेच नाही असे भासवले. राजचा संशय दृढ झाला.

तो पोलिसांचाच माणूस होता. दालचंद! आझादांना पकडण्यासाठी पोलिसांनी फार बारकाईने विचार करून जाळे पसरले होते.

आझाद आणि राज पार्कमध्ये आले. एका मोठ्या जांभळीच्या झाडाखाली बसले. कोट काढून जवळच ठेवला. पुन्हा बोलणे सुरू झाले. तोच रस्त्यावर पोलिसांची एक मोटार येऊन उभी राहिली. ते बसले होते तेथून सडक फार लांब नव्हती. असेल तीस-पस्तीस गज! रस्ता स्पष्ट दिसत होता. त्या गाडीतून दोन इंग्रज आणि चार शिपाई उतरले. लगेचच त्यांनी पार्कमध्ये शिरून विखुरण्यास सुरुवात केली. आझादांच्या तीक्ष्ण नजरेतून या हालचाली सुटल्या नाहीत. बोलणे थांबवून ते त्यांच्या हालचाली टिपू लागले. एका शिपायाने गाडीचा आडोसा घेतला. बाकी तिघांनी निरनिराळ्या झाडांचा आडोसा शोधला. ते पाहून आझाद सावध झाले. 'सिराज' म्हणून सुखदेवराजलाही सावध केले. तोच एक गोरा अधिकारी कोटाच्या खिशात हात घालून त्यांच्याच दिशेने पुढे येऊ लागला. त्याच्यावरचे लक्ष जराही विचलित होऊ न देता आझाद तिथेच लवंडले. कोट जवळ ओढला आणि निमिषार्धात आपले मॉवजर काढून हातात घेतले. तोपर्यंत तो गोरा अधिकारी बराच पुढे आला होता. त्याने आपले पिस्तूल बाहेर काढले.

आझादांवर रोखत त्यांना विचारले, "Who are you? And what are you doing here?"

आणि उत्तराची वाट न पाहताच त्याने आझादांवर एक गोळी झाडली. त्यांनीही गोळीला गोळीनेच प्रत्युत्तर दिले. ती गोळी त्या गोऱ्या अधिकाऱ्याच्या दंडावर लागली. हात रक्तबंबाळ झाला. हातातले पिस्तुलच खाली पडले. कसेतरी पिस्तूल घेऊन तो मोठ्या बकुळीच्या झाडामागे जाऊन लपला. त्याने मारलेली गोळीही आझादांच्या उजव्या मांडीवर जांघेत लागली. नि तेथील हाडाचा चक्काचूर करत आरपार निघून गेली. ती गोळी होती पोलीस अधीक्षक नॉटबॉवरची!

तो जीवघेणा घाव त्यांनी झेलला नि सरपटत-सरपटत ते जांभळीच्या झाडाआड गेले. तेथून ते गोळ्या झाडू लागले. त्याच वेळेला सुखदेवराजनेही नॉटबॉवरवर गोळ्या झाडायला सुरुवात केली. गोळ्या संपेपर्यंत तो गोळ्या झाडतच होता. दोघेही गोळ्या झाडत आहेत हे पाहून नॉटबॉवरचे शिपाई जवळच्या नाल्यात लपले.

त्याचवेळी आझादांनी राजला सांगितले, "सिराज, मेरी जाँघ में गोली लग चुकी है। तुम निकल जाओ।"

अशा वेळी पोलिसांना तोंड देत न बसता निसटून जाणे हा पार्टीचा संकेत! सिराजने तो पाळला. गोळ्या संपल्या तो पार्कमधील डाव्या बाजूच्या 'समर हाऊस'कडे पळाला. पोलिसांनी त्याच्यावर गोळ्या झाडल्या पण त्या लागल्या नाहीत. 'समर हाऊस' पाशी तारेचे कुंपण होते, त्यावरून उडी मारून तो निसटला, आता लपलेल्या पोलिसांनीही त्यांच्यावर गोळ्या झाडायला सुरुवात केली. त्यांच्या ते लक्षात आले.

ते त्यांना ओरडून म्हणाले, ''मैं हिंदुस्तानी कुत्तोंपर अपनी गोलियाँ नही चलाऊँगा।''

अग्निवर्षावातला तो देशाभिमान! लक्ष कोण देणार? गोळ्यांचा वर्षाव चालूच होता.

''अरे ओ बुझदिल लोगो, मर्द की तरह सामने क्यों नहीं आते?'' एका मर्दाने दिलेले हे आव्हानही हवेत विरले.

''अरे हिंदुस्थानी सिपाहियो भाईयों, तुम मेरे उपर गोलियाँ क्यों बरसा रहे हो? मैं तो तुम्हारीही आजादी के लिये लढ रहा हूँ। कुछ समझो तो सही।''

गुलामीत राहून पोटाची खळगी भरणाऱ्यांना स्वातंत्र्याची चव काय कळणार? पारतंत्र्याच्या झापडांमधून स्वातंत्र्याची हाक मनापर्यंत कशी पोहोचणार?

आझादांनी नॉटबॉवरलाच आपले लक्ष्य केले होते. त्याच्या पिस्तुलातील गोळ्या संपल्या. नवे मॅगेझिन काढून तो गोळ्या भरायला लागला. त्याचा खांदा झाडाच्या बाहेर येताच आझादांची गोळी सुटली. त्याला आपले पिस्तूल काही भरता आले नाही. संधी साधून आझादांनी मात्र आपले पिस्तूल झट्कन भरून घेतले. नॉट बॉवरला काय करावं काही कळेना. तो घाबरला. मोटारीत बसून पळून जाण्याचा त्याचा बेत होता. तो मोटारीकडे निघताच आझादांनी मोटारच्या चाकावर गोळी झाडली. चाक निकामी झाले. तो मार्ग बंद झाला.

ठाकुर विश्वेश्वरसिंग अंदाज घेत नाल्याच्या बाहेर आला. झट्कन आझादांच्या डाव्या हाताच्या झुडपाआड गेला. तेथून त्याने आझादांवर गोळी झाडली. आझादांनी तिकडे वळून पाहिले. झुडपाआड नुसता धूर दिसत होता. तेवढ्यात विश्वेश्वरसिंगाने डोके थोडे वर केले. ते पाहताच आझादांची गोळी सुटली. तिने त्याच्या जबड्याचा अचूक वेध घेतला. त्याचा जबडाच फाटला!

''हाय, मर गयाऽऽ मर गया'' असे ओरडत, आपला रक्तबंबाळ जबडा दोन्ही हातांनी सांभाळत तो तेथून पळूनच गेला.

पार्कमध्ये चाललेल्या गोळीबाराचा आवाज ऐकून, 'काय झालं आहे' हे पाहण्यासाठी म्यूर कॉलेजमधले विद्यार्थी बाहेर आले. ते पाहून आझादांना जाणवले आपला आवाज खोल जात आहे. शक्ती क्षीण झाली आहे. तरीही ते सर्व ताकदीनिशी म्हणाले, ''बच्चों लौट जाओ। गोलियाँ चल रही है। मारे जाओगे। *वंदे मातरम्! वंदे मातरम्!*''

जवळ-जवळ वीस-बावीस मिनिटे लढाई चालली होती. आझाद एकटे प्राणपणाने झुंजत होते. त्यांच्या तीनही बाजूंनी गोळ्यांचा वर्षाव होत होता. या विषम लढाईत, दिवा वादळाच्या लढाईत दिवा तेवत राहणे अशक्य होते. त्यातून ते घायाळ झालेले! तरीही शेवटच्या क्षणापर्यंत त्यांनी आपले मानसिक संतुलन गमावले नव्हते. त्यांनी झाडलेल्या आपल्या गोळ्या मोजल्या होत्या. मॉवजरमध्ये अखेरची गोळी शिल्लक होती. 'जिवंतपणी इंग्रज सरकारच्या हाती मी कधीच सापडणार नाही', प्रतिज्ञा आठवली. 'आता गेलं पाहिजे. ती वेळ आली आहे,' मनाने कौल दिला. माता-पित्यांची आठवण झाली. क्षणार्धात मस्तक झुकवून मनानेच नमस्कार केला. मातृभूमीला नमस्कार केला. पापणी लवायच्या आत तिथली चिमूटभर माती घेऊन कपाळाला लावली.

मनात आले, 'माते, या जन्मी तुझं ऋण नाही फेडता आलं. आता गेलं पाहिजे.... पण तुझ्याच कुशीत पुन्हा जन्म दे... तुझ्या सेवेसाठी ... *वंदे मातरम्.*'

त्यांनी आपल्या आवडत्या मॉवजरचे टोक मस्तकाच्या उजव्या बाजूला टेकले नि त्याचा चाप ओढला! गोळी सुटली. मस्तकात शिरली. ते धाड्कन खाली कोसळले. आत्मा नश्वर शरीर सोडून अनंतात विलीन झाला. पंचप्राण पंचतत्त्वात सामावून गेले.

त्यांचा दरारा एवढा की, ते गेले तरी पुढे येण्याची कोणाचीही हिंमत झाली नाही. मनातली भीती प्रत्येकाला थांबवत विचारत होती, 'आझादांची ही एक चाल तर नसेल? जवळ आलं की मारण्यासाठी!' नॉटबॉवरही पुढे यायला धजला नाही. त्याने जवळ उभ्या असणाऱ्या रियालसिंग ठाणेदाराला आझादांच्या पायावर गोळी मारायला सांगितले. त्याने ती मारली. काहीच हालचाल झाली नाही. ते गेल्याची खात्री पटली; मग तो त्यांच्या जवळ गेला.

पार्कभोवती विद्यार्थ्यांची, नागरिकांची गर्दी वाढली होती. पोलिसांनी वारंवार सांगूनही कोणीही हटायला तयार नव्हते. पोलीस अधीक्षक मेजर्सने जिल्हाधिकारी बॉम्बफोर्डजवळ गोळीबाराची अनुज्ञा मागितली. त्याने ती दिली नाही.

सकाळचे नऊ-साडेनऊ झाले होते. बट्टुकनाथ अग्रवाल कॉलेजमध्ये जाण्यासाठी निघाले होते. पार्कजवळ येताच गोंधळ दिसला. साशंक झाले कारण ते आझादांचे इतरांना भेटण्याचे संकेतस्थळ! चौकशी केली आणि मनावर वज्राघात झाला. ते पार्ककडे वळले. आझादांचा मृतदेह ट्रकवर चढविला जात होता. अश्रूभरल्या नेत्रांनी त्यांनी हात जोडले. त्यांचे अंत्यदर्शन घेतले. तेवढ्यात झाडाचे एक पान आझादांच्या अंगावरून खाली पडले. त्यावर आझादांचे रक्त सांडले होते. ट्रक जाताच ते झटकन पुढे गेले. पान उचलले. व्याकूळ मनाने त्याला वंदन करून, जवळ ठेवत, ते जड अंत:करणाने तेथून जाऊ लागले.

ट्रक निघून गेला. क्रांतिवीराच्या, आझादांच्या जयजयकाराने आल्फ्रेड पार्कचा सारा परिसर दणाणून गेला.

***

आझादांनी आपल्या आयुष्याचा अंत करून घेतला त्याच दिवशी भगतसिंग, राजगुरू, सुखदेव यांचे अपील लंडनमध्ये प्रिव्ही कौन्सिलने फेटाळून लावले. प्रिव्ही कौन्सिल हेच ब्रिटिश साम्राज्याचे सर्वोच्च न्यायालय!

त्यामुळे साँडर्सवध खटल्यातील आरोपींची फाशीची शिक्षा कायम झाली. फाशीचा मुहूर्त निश्चित व्हायचा होता.

आझाद गेले. तीन क्रांतिवीरांच्या फाशीची निश्चिती झाली आणि हिंदुस्थान सोशॅलिस्ट रिपब्लिकन असोसिएशनच्या एका युगाचा अस्त झाला!

***

आझादांचा मृतदेह मिळवण्यासाठी कमला नेहरूंनी पावले टाकली. त्यांनी आझादांचे एक नातेवाईक शिव विनायक मिश्र यांना बोलावून घेतले.

पं. मालवीयांचेही आझादांवर मुलासारखे प्रेम होते. आझादांचा अंत्यसंस्कार स्वातंत्र्ययोद्ध्याला साजेसा व्हावा म्हणून व्यवस्था करण्यासाठी आपले नातू पद्मकांत मालवीय यांना अलाहाबादेला पाठवले.

आझादांचा मृतदेह लोकांना मिळून त्यांची मोठी अंत्ययात्रा निघण्यास सरकारला आणि पोलिसांनाही नको होते. त्यामुळेच शिव विनायक आणि

पद्मकांत पोलीस अधीक्षकाची परवानगी घेऊन यायच्या आधीच पोलिसांनी आझादांचे पार्थिव रसूलाबाद घाटावर आणून अग्निप्रविष्टही केले होते.

दोघांनी ती चिठ्ठी दाखवली. चिता शांत केली. धार्मिक विधी करून पुन्हा अग्नी दिला. एव्हाना कमला नेहरू, पुरुषोत्तमदास टंडन आदी नेते, तीन-चारशे माणसे तेथे जमा झाली होती.

योग्य वेळी चिता शांत करून शिव विनायकांनी आझादांच्या अस्थी गोळा केल्या. ते गावात परतले.

आझादांच्या अस्थींची सन्मानाने पदयात्रा काढण्यात पुरुषोत्तमदासांनी पुढाकार घेतला. पद्माकांत मालवीयांनी स्टुडंट्स असोसिएशनच्या वतीने हरताळ पुकारला. सारे व्यवहार ठप्प झाले. असा कडक हरताळ यापूर्वी कधीच झाला नव्हता.

संध्याकाळी पाच वाजता खादी भांडारापासून आझादांच्या अस्थींची प्रचंड मिरवणूक निघाली. ताटीवर काळी चादर घालून त्यावर अस्थिकलश ठेवला होता. तरुणांनी ती ताटी खांद्यावर घेतली होती. ठिकठिकाणी पुष्पवृष्टी होत होती. हजारो लोक यात सहभागी झाले होते.

लोकांना जतीनदासांच्या अंत्ययात्रेची आठवण होत होती. तेव्हा सारे कलकत्ता शहर लोटले होते आणि आता... आता सारे अलाहाबाद!

शहरभर फिरून मिरवणूक पुरुषोत्तमदास पार्कमध्ये पोहोचली. तेथे मोहनलाल गौतम यांच्या अध्यक्षतेखाली सभा झाली. कमला नेहरू, पुरुषोत्तमदास, पद्मकांत, शिव विनायक यांची भाषणे झाली. आणखीही एकीने भावांजली वाहिली. प्रतिमा संन्याल! सचीन्द्रनाथ संन्यालांच्या पत्नी!

त्या म्हणाल्या, ''खुदिराम बोस यांची रक्षा, आपली मुले त्यांच्याप्रमाणे पराक्रमी व्हावी म्हणून, मुलांच्या गळ्यातील ताईतात घातली होती. मीही त्याच भावनेने भैय्या आझादांच्या रक्षेची चिमूट घेण्यासाठी आले आहे.''

त्यांनी चिमूटभर रक्षा घेतली आणि रक्षा मिळवण्यासाठी लोकांच्या त्यावर उड्या पडल्या. पद्मकांतांनी महत्प्रयासाने थोडी रक्षा वाचवली. शिव विनायकांनी थोडी रक्षा, आझादांच्या अस्थी बनारसला नेल्या. विधिपूर्वक विसर्जन केल्या. जीवन गंगार्पण झाले!

***

आल्फ्रेड पार्कमधले ते जांभळीचे झाड... जिथे आझादांनी अखेरचा आसरा घेतला होता... जनतेने त्याच्या बुंध्याशी फुलं वाहिली... निरांजने लावली... भक्तिभावाने मस्तक लववून त्याची पूजा केली... अनेकांनी त्या झाडावर त्यांचे नाव कोरले... युवक-युवतींनी त्यांच्या अखेरच्या पावनस्पर्शाने पुनित झालेली तिथील माती पूजेसाठी घरी नेली... निसर्ग सान्निध्यातले ते एक परमपवित्र देवालय झाले... पण त्याचा निर्माता चंद्रशेखर?

आता तिथे आझाद नव्हते...

एका कृतार्थ जीवनाचा अंत झाला होता. क्रांतीच्या तेजाळणाऱ्या ज्वाला शांत झाल्या होत्या नि अहर्निश अमृताचे सिंचन करणारा चंद्र अस्तंगत झाला होता. पुन्हा कधीच न उगवण्याकरिता!

•••

संदर्भग्रंथसूची

मराठी

- आझाद बाबा पृथ्वीसिंग, कुलकर्णी तु. शं (अनुवाद), *क्रांतिमार्गावरील प्रवासी*, महाराष्ट्र राज्य साहित्य आणि संस्कृती मंडळ, मुंबई, १९९३
- ओक के. य. (चंदू), *स्मृतींच्या मशाली*, स्मृतींच्या मशाली प्रकाशन समिती, अकोला
- अंबिके पां. र., *भारतीय स्वातंत्र्य रणसंग्राम*, पुणे विद्यार्थी गृह प्रकाशन, पुणे, १९९५
- जोशी मृणालिनी, *इन्कलाब*, संजय प्रकाशन, पुणे, १९८१
- जोशी वि. श्री., *वडवानल*, मनोरमा प्रकाशन, मुंबई, १९८८
- जोशी वि. श्री., *मृत्युंजयाचा आत्मयज्ञ*, राजा प्रकाशन, मुंबई, १९८१
- दाते शं. रा., (संपादन) *भारतीय स्वातंत्र्याचे रणझुंझार*, काळ प्रकाशन, पुणे, १९९१
- देशपांडे कृ. पं., *पैलू क्रांतिकारकांचे*, अमोल प्रकाशन, पुणे, २००१
- देशपांडे कृ. पं., *अग्निकंकण*, दिलीपराज प्रकाशन, पुणे, १९९६
- नगरकर वसंत, *भारतीय स्वातंत्र्यसंग्राम*, प्रेस्टीज प्रकाशन, पुणे, १९८१
- प्रधान ग. प्र., *स्वातंत्र्यसंग्रामाचे महाभारत*, साधना प्रकाशन, पुणे, १९८७
- वाळिंबे वि. स., *सत्तावन्न ते सत्तेचाळीस*, भाग २, राजहंस प्रकाशन, पुणे, १९९७
- साने मा. वि., (अनुवाद) *महात्मा गांधी यांचे संकलित वाङ्मय* (खंड ४२) प्रकाशन विभाग, महाराष्ट्र राज्य, मुंबई, १९८०
- सावरकर वि. दा., *जोसेफ मॅझिनी*, व्हीनस बुक स्टॉल, पुणे, १९४६
- हरदास बाळशास्त्री, *भारतीय स्वातंत्र्यसमर - सत्तावन ते सुभाष*, काळ प्रकाशन, पुणे

हिंदी

- खुल्लार के.के., *शहीद भगतसिंग : कुछ अधखुले पृष्ठ*, प्रभात प्रकाशन, दिल्ली, १९८८

- गुप्त मन्मथनाथ, *चंद्रशेखर आज़ाद और उनका युग*, हिंदी प्रचार सभा, हैदराबाद, १९८५
- गुप्त मन्मथनाथ, *भगतसिंग और उनका युग*, लिपि प्रकाशन, दिल्ली, १९७२.
- गुप्त मन्मथनाथ, *भारतीय क्रांतिकारी आंदोलन का इतिहास*, आत्माराम अँड सन्स, दिल्ली, १९९३
- गौड धर्मेंद्र, *आज़ाद के गद्दार साथी*, क्रांतिकारी प्रकाशन, मीरजापूर, १९७५.
- चतुर्वेदी बनारसीदास, (संपादन) *आत्मकथा - रामप्रसाद बिस्मिल*, आत्माराम अँड सन्स, दिल्ली, १९९१
- चतुर्वेदी बनारसीदास (संपादन), *अमर शहीद अशफाक उल्लाखाँ*, शिवलाल अग्रवाल अँड कंपनी, आग्रा, १९७०
- थापर मथुरादास, *अमर शहीद सुखदेव*, निधि प्रकाशन, दिल्ली, १९८०
- माहौर भगवानदास, *मलकापूरकर सदाशिवराव, यश की धरोहर*, आत्माराम अँड सन्स, दिल्ली, १९९१
- यशपाल, *सिंहावलोकन*, भाग १ ते ३, विप्लव प्रकाशन, लखनौ, १९६४, १९६६, १९७०
- राणा भवान सिंह, *रामप्रसाद बिस्मिल*, भारतीय ग्रंथ निकेतन, दिल्ली, १९८८
- राणा भवान सिंह, *चंद्रशेखर आज़ाद*, भारतीय ग्रंथ निकेतन, दिल्ली, १९८८
- वर्मा शिव, *संस्मृतियाँ*, निधि प्रकाशन, दिल्ली, १९८३
- वैशंपायन विश्वनाथ, *अमर शहीद चंद्रशेखर आजाद*, भाग १, क्रांतिकारी प्रकाशन, मीरजापूर (उ.प्र.), १९७१
- वैशंपायन विश्वनाथ, *अमर शहीद चंद्रशेखर आज़ाद*, भाग २ व ३, प्रकाशक : लेखक स्वतः, वाराणसी, १९६७
- शर्मा चंद्रिकाप्रसाद, *क्रांतिकारियोंके जन्मस्थल*, आकाशदीप पब्लिकेशन्स, नवी दिल्ली, २००१
- शास्त्री राजाराम, *अमर शहीदोंके संस्मरण*, साधना साहित्य मंदिर प्रकाशन, कानपूर, १९८१
- श्रीवास्तव सुरेशचंद्र, *क्रांतिकारी भगतसिंग*, साहित्य केंद्र प्रकाशन, दिल्ली, १९७९

- सरल श्रीकृष्ण, *अजेय सेनानी चंद्रशेखर आज़ाद* (खंडकाव्य), जनकल्याण प्रकाशन, उज्जैन (म.प्र.)
- संन्याल सचीन्द्रनाथ, *बन्दी जीवन*, आत्माराम अँड सन्स, दिल्ली, १९८६
- सिंधु वीरेंद्र, *युग द्रष्टा भगतसिंग*, भारतीय ज्ञानपीठ प्रकाशन, वाराणसी, १९६८
- सुखदेवराज, *जब ज्योति जगी*, क्रांतिकारी प्रकाशन, मीरजापुर (उ.प्र.) १९७१

लेखक परिचय

कृष्णराव पंढरीनाथ देशपांडे
एमए, बीएड, पीएचडी
मो. नं. ९४०३१८५७६७/०२०-२५४६६३०७

पुणे विद्यार्थी गृहाच्या महाराष्ट्र विद्यालयात अध्यापक म्हणून कृ. पं. देशपांडे ३१ वर्षे कार्यरत होते. पर्यवेक्षक म्हणूनही त्यांनी काम पाहिले.

कथा, कविता, कादंबरी, चरित्र, संशोधनात्मक लेखन, समीक्षा, शैक्षणिक साहित्य, कादंबऱ्या, कुमारवाङ्मय, ज्ञान-छंद-सांस्कृतिक, नाटिका, संगीतिका या प्रकारात त्यांनी लेखन आणि संपादन केले आहे. संपादित पुस्तकांसह सुमारे १३५ पुस्तके प्रकाशित झाली आहेत.

महत्त्वाचे पुरस्कार

- 'महानुभावांचे साती ग्रंथ : स्वरूप आणि समीक्षा' या पीएचडी प्रबंधाला सर्वोत्कृष्ट प्रबंधाचे तीन पुरस्कार (१९७९-८०)
- 'मास महिमा-आश्विन'ला उत्कृष्ट वाङ्मयनिर्मितीबद्दल महाराष्ट्र शासनाचा पुरस्कार (१९८१-८२)
- पुणे महानगरपालिका पुरस्कार (१९८३)
- शिक्षकोत्तम आचार्य अत्रे पुरस्कार (१९८५)
- ज. शां. वैद्य पुरस्कृत आदर्श शिक्षक पुरस्कार (१९९१)
- आदर्श शिक्षक पुरस्कार, राष्ट्रीय पुरस्कार (१९९२)
- पुणे विद्यार्थी गृह पुरस्कार (१९९२)
- साहित्यसेवेबद्दल पुणे मराठी ग्रंथालय वर्धापनदिन पुरस्कार (१९९८)
- निनाद, गुरुतत्त्व पुरस्कार (२०१४)

www.ingramcontent.com/pod-product-compliance
Lightning Source LLC
LaVergne TN
LVHW100433051026
849518LV00004B/1480
* 9 7 8 8 1 1 9 3 1 1 4 2 2 *